பல்லவர் வரலாறு

டாக்டர். மா. இராசமாணிக்கனார்

ரிதம்

ரிதம் வெளியீடு

பல்லவர் வரலாறு
டாக்டர். மா. இராசமாணிக்கனார் ©

Pallavar Varalaru
Dr. M. Rajamanikkanar ©

1st Edition: Feb 2022
3rd Edition: Dec 2024
Pages: 312   Price: Rs. 300
ISBN: 978-93-93724-27-4

Published by:
Rhythm Veliyeedu
New No.58, Old No.26/1, 1st Floor,
Alandur Road, Saidapet,
Chennai - 600 015, Tamil Nadu, INDIA
Ph : (044) 2381 0888, 84285 12481
E-mail : senthil@rhythmbooks.in
Web : www.rhythmbooksonline.com

Book Layout & Cover Design
Visual Vinodh - 9500149822

அணிந்துரை

இராவ்பகதூர் C.M. இராமச்சந்திரஞ் செட்டியார்,
பி.ஏ., பி.எல்.
ஆணையாளர்,
இந்து அறநிலைப் பாதுகாப்புக் கழகம்

பல்லவர் வரலாறு என்ற இந்நூல் மிகத் திறம்பட எழுதப் பட்டுள்ளது. நாளிது வரை வெளிவந்துள்ள பல நூல்களை ஆராய்ந்து நாட்டின்கண் மறைந்து கிடக்கும் பல சான்றுகளைக் கண்டுபிடித்துப் பல இலக்கியங்களிற் கண்ட குறிப்புகளைத் தெரிந்தெடுத்து அவற்றை ஒழுங்குபடத் தொகுத்துத் தமிழ்நாட் டிற்கு ஓர் அரிய பெரிய ஆராய்ச்சி நூலாக இதன் ஆசிரியர் வெளியிட்டுள்ளார். படிப்பு அறைக்குள் உட்கார்ந்து கொண்டு பல ஏடுகளைப் பிரித்து வைத்துக் கொண்டு ஒரு கட்டுரை நூல் எழுதி வெளியிடுவார்போல் அல்லாது, உண்மைச் சான்றுகளை அறியவேண்டிப் **பல இடங்களுக்கும் நேரிற் சென்று** ஆராய்ந்து பொருள்களை விடாது ஒழுங்குப்படுத்தியிருப்பதே இந்நூலுக்கு ஓர் அரிய மதிப்பு ஆகும்.

இதனைப் போலவே மற்றத் தமிழ் அரசர் பரம்பரை களுக்கும் தமிழ் நாடுகளுக்கும் வரலாற்று நூல்கள் வெளிவருவது ஒரு சிறந்த முறையாகும். அந்தப் பணியை ஏற்றுக்கொண் டிருக்கும் கழகத்தார் அருஞ்செயலும் போற்றத் தக்கதே.

பல்லவர்கள் ஏழு நூற்றாண்டுகள் வரை தமிழ்நாட்டில் மன்னர் மன்னர்களாக ஆண்டு புகழ் பெற்றும், அவர்களுடைய பண்டைக்குலம் இன்னதென்று உறுதியாகக் கூறுவார் இல்லை. வட மேற்கு நாட்டிலிருந்து வந்த அயலவர்கள் என்றும், ஈழ நாட்டிலிருந்து வந்த தமிழர்கள் என்றும், தென்னாட்டிலேயே இருந்தவர்கள் என்றும் பல வழியாக ஆராய்ச்சியாளர்கள் கூறி னார்கள். சில ஆண்டுகளுக்கு முன் ஆராய்ச்சியாளர்கள் மூளையில் ஒருவிதக் கோட்பாடு முளைத்து நிலைநின்று கொண்டிருந்தது. அந்தக் கோட்பாடு இப்போது ஒருவாறு மாறிக்கொண்டு வருகிறது.

அஃது என்ன எனில், எந்தக் குலம் அல்லது பரம்பரையை எடுத்துக்கொண்ட போதிலும் அவர்கள் வேறு நாட்டிலிருந்து வந்தவர்கள் என்றும், அந்நாடு ஏறக்குறைய இந்தியாவிற்கு வடமேற்கில் இருக்கக்கூடும் என்றும் சொல்லி, அதற்காகப்

பலவகைச் சான்றுகளைத் தேடிக் கண்டுபிடிப்பதே ஆகும். இவ்வகைக் கோட்பாடு பல்லவர் தொடக்கத்திற்கும் வருவிக்கப் பட்டது. ஆகவே, பெயரை நோக்கிப் பாரசீக நாட்டிற்கும் பல்லவர் தொடக்கம் கொண்டுபோகப்பட்டது. அவ்வரசர்கள் வடமொழியில் அக்கரை எடுத்துக் கொண்டிருந்ததனால் இக்கூற்று வலியுறுத் தலும் செய்யப்பட்டது.

ஆனால், 'அம்மன்னர்கள் ஏன் தமிழ் மன்னர்களாக இருக்கக் கூடாது?' என்பதுதான் இப்போது கேட்கப்படுகிற கேள்வி. அக் கேள்வியை மறுப்பதற்கு எதுவுமில்லை. ஒருவேளை வெளிநாட் டிலிருந்து வந்தவர்களாக இருந்தாலும் அவர்கள் கூடியவரை தமிழர்களாகி விட்டார்கள் என்று அறியவேண்டும். இங்கிலாந்தில் ஜார்ஜ் 1 ஜெர்மானியனாக இருந்தபோதிலும் அவனது மரபு ஆங்கிலத்தில் கலந்து ஆங்கிலமாகிவிடவில்லையா! அது போலவே பல்லவரும், ஒருவேளை, வெளிநாட்டிலிருந்து புகுந் திருந்தபோதிலும் நாளடைவில் தமிழராகத் தமிழையே போற்றி னார்கள். தமிழில் சைவ வைணவ இலக்கியங்களும் சமய மேம்பாடுகளும் அவர்கள் காலத்திலேயே தோன்றி உயர் வடைந்தன அல்லவா?

உண்மையில் அம் மன்னர்களுடைய தொடக்கமும் தமிழ் மயமே என்பதற்கு எதிரிடைவாதம் யாதுமில்லை என்னலாம். 'பல்லவர்' என்ற சொல் தமிழ் அல்லவா?

இப்போது பல் நீண்டுள்ளவனைப் 'பல்லன், பல்லவன்' என்று கேலி செய்வதில்லையா! அம் மன்னவரில் மூல புருடனுக் குப் பல் நீண்டு இருக்கலாம். அச் சொல் அம்மரபினர்க்கே வந்திருக்கலாம். இத்தகைய எடுத்துக்காட்டு சரித்திரத்தில் வந்திருக்கிறது. கருநாடகத்தில் ஆறு விரல் கொண்ட ஒரு மன்னனுக்கு அப்பெயர் நிலைத்திருக்கிறது. **முடப்**பாண்டியன், **கூன்** பாண்டியன், **நெடு**மாறன் முதலிய பெயர்கள் அவ்வாறே ஏற்பட்டன. மேலும், பல்லவர்கள் **காடவர்** முதலிய பட்டங்களைக் கொண்டிருந்தார்கள் (காடு வெட்டி நகரத்தின் பெயர் காண்க. இஃது இப்போது 'கார் வெட்டி நகரம்' எனப்படுகிறது) அப் பெயர்கள் தமிழ்ப் பெயர்களே. அவை பிற்காலப் பெயர்களாக இருக்கலாம். இருந்தாலும் அவைகளையே தமிழ் நூல்கள் ஆதரிக்கின்றன. **போத்தரையர்** என்பது அவர்களுடைய சிறப்புப் பெயர். 'போது' என்பது மலருக்கும் எருமைக் கடாவிற்கும் கூறப் படும். மலையாளத்தில் கொங்கு அரசன் 'போது' என்ற எருமைக் கடாவில் வந்து போர் புரிந்ததாகச் சொல்லப்படுகிறது. (கொங்குப் படை வரலாறு காண்க.)

இப்போதும் தொண்டை நாட்டிலும் அதனைச் சுற்றிலும் போத்தராசா கோயில்கள் உண்டு. இவை பல்லவர் காலத்து வழக்கு என்று அறியக்கூடும். அக்கோயில்களை அரச பரம்பரை யினராக உரிமை பாராட்டும் வன்னிய குலத்தார் போற்றி வருவதை அறிவோம். ஆகவே, பல்லவர் தமிழ் நாட்டினரே என்று கொள்வதே தகுதி என்னலாம்.

பல்லவப் பெருமக்கள் வடமொழிக்குப் பல உதவிகள் புரிந்துள்ளார்கள். அதற்குக் காரணம் அக்காலத்தில் வடநாட்டு நாகரிகம் தெற்கே பரவத் தொடங்கியதே. எந்த இயக்கமும் முதலில் அதிகமாகப் பாராட்டப்படுவது இயற்கை. பின்னர், அதன் வேகம் குறைந்துவிடுவது வழக்கம். பல்லவ அரசு தொடங் கிகாலத்தில் வடக்கே இருந்த பௌத்தமும் சமணமும் வந்தன. அவற்றின் குரவர்கள் தம்மோடு வடமொழியைக் கொண்டு வந்தார்கள். காஞ்சி அச்சமயங்கட்கு நடுநாயகமாக விளங்கியது. பல்லவ மன்னர்களும் அவற்றை ஆதரித்தனர்.

ஆகவே, வடமொழிக்கு ஏற்றம் தரப்பட்டது. ஆனால், நாள் ஆக ஆக அவ்வேற்றம் குறைந்தது. தமிழின் மேம்பாடு தொடங் கியது. அம் மேம்பாட்டிற்கு ஆதரவு தந்தவர்கள் சைவ வைணவ சமய ஆசிரியர்கள். நாயன்மார்களும், ஆழ்வார்களும் 5, 6, 7, 8ஆம் நூற்றாண்டுகளில் தோன்றித் தமிழை ஆதரித்தனர். சமணமும் பௌத்தமும் நிலை குலைந்தன. சைவ வைணவங்கள் மேலிட்டுத் தமிழை ஆதரித்தன. இவ்வியக்கங்களுக்குப் பல்லவர் களே காரணர்களாக இருந்தனர். அவர்களால் ஆயிரக்கணக்கான **சமய நிலையங்கள்** தோற்றுவிக்கப்பட்டன. தமிழ்மக்கள் பெருமையும் விரிந்தது.

பல்லவர்கள் சமயத்திற்குச் செய்த தொண்டுகளில் சிறந் தவை கோயில்களே. அதுவரை மண்தளி (கோயில்)களாக இருந்தவை கற்றளிகளாக மாற்றப்பட்டன. தொடக்கத்தில் பாறை களைக் குடைந்து குடை கோயில்களைக் கண்டனர். (இப்போது குகைக்கோயில்கள் என்கிறார்கள்.) குடை கோயில்கள் சமணர் களுடைய பழக்கத்தின் மேல் ஏற்பட்டவைகள் என்று கூற வேண்டும். பண்டைக் குடை கோயில்கள் சமணர்கள் தவத்திற் காகக் குடைந்தவைகளே. அதனைப் பின்பற்றிப் பல்லவர்கள் குடை கோயில்களை ஆக்கினார்கள். (மகேந்திரவர்மன் சமணனாக இருந்து சைவனாகிக் குடை கோயில்களை முதலில் குடைந்தவன்.) பிறகு தனிப் பாறைகளைக் கோயில்களாகச் செதுக்கினார்கள். (மாமல்லைச் சிற்பத் தேர்களைக் காண்க.) பிறகு கற்களைப் படிமானம் செய்து கட்டடமாகக் கட்டினார்கள். (மல்லைச்

சலசயனப் பெருமாள் கோயில், திருத்தணிகை வீரட்டானேசர் கோயில்) இம் மூன்றுவகைக் கோயில்களும் பல்லவர்கள் சமைத்தவைகளே. இவைகளைப் பின்பற்றியே சோழர்கள் பெருங் கோயில்களை எழுப்பினார்கள்.

ஆகவே பல்லவர்களே கோயில் அமைப்பிற்கு மூல புருடர் என்று கூறல்வேண்டும். அவர்கள் காலச் சிற்பங்களை வெகு எளிதில் கண்டுகொள்ளலாம். தூண்கள் கன சதுரங்களும் இடையில் 8 பட்டைகளும் கொண்டுள்ளன. துவார பாலகர்கள் இரு கைகள் கொண்டுள்ளார்கள். திருமால் எறியும் படைதரித் தவர். இலிங்கத்திற்குப்பின் சோமஸ் கந்தமூர்த்தி உண்டு. இச் சின்னங்கள் இருப்பின் **பல்லவர் கோயில்** என்றறிக. இவர்கள் காலத்தில்தான் யானை முதுகு அல்லது 'தூங்கானை மாடம்' என்ற விமானம் தோன்றியது. (திருத்தணிகை வீரட்டானேசர் கோயில் விமானம் காண்க.)

மேலும், கல்வெட்டுச் சாசனங்களுக்கும் பல்லவர் முதன்மை தந்தார்கள். இவர்கட்கு முன் கல்வெட்டுகள் வெகு குறைவு. அவை பிராமி எழுத்தில் இருந்தன. பல்லவர் காலத்தில் **பல்லவ கிரந்தம்** என்று கூறும் அழகிய எழுத்துக்கள் ஆளப்பட்டன. அவ்வெழுத்துக்களின் அழகு பார்த்தால்தான் தெரியும். (கயிலாச நாதர் கோயிலிற் காண்க.) பிறகு தமிழை அதிகமாகப் போற்றத் தொடங்கியவுடன் பல்லவர்கள் தமிழிலேயே எழுதினார்கள். அன்றுமுதல் இப்புது இயக்கம் வெற்றியடைந்தது. ஆகவே, பல்லவர்களாலே சமயமும் தமிழும் போற்றப்பட்டதை நாம் அறியவேண்டும்.

இத்தன்மையான ஒரு பெரிய மன்னர் குடும்பத்தைப் பற்றி நாம் நன்றாக அறிய வேண்டாவோ! அதனை அறிவிப்பதற் காகவே **திரு. வித்துவான் மா. இராசமாணிக்கம் பிள்ளை, பி.ஓ.எல்,** அவர்கள் இவ்வரிய நூலை வெளியிட்டுள்ளார்கள். தமிழ் மக்கள் இதனை நன்றாகப் படித்துத் தம் பண்டையப் பெருமையை அறிவார்களாக; அறிவதுமாத்திரம் அன்றிப் பல்லவர் நாகரிகம் தோன்றி நின்ற நிலையங்கள், ஊர்கள், சான்றுகள் முதலியவை களை முற்றும் தெரிந்து கொண்டு, அங்கங்கே சென்று அவைகளைப் பெருமிதத்துடன் நோக்குவார்களாக.

நம் மக்கள் இந்த முயற்சியில் இன்னும் அதிகமாக ஈடுபட்டுத் தமிழர் நாகரிகம் முழுவதையும் பலவிதங்களிலும் வெளியிட்டும் அறிந்தும் போற்றுவார்களாக.

சென்னை,   **கோவை கிழார்**
25-2-1944

முகவுரை

பல்லவர் வரலாறு என்னும் இவ்வாராய்ச்சி நூல் தமிழகத்திற்குப் புதியமுறையில் தரப்படும் தமிழ் விருந்தாகும். பல்லவரைப் பற்றிய ஆராய்ச்சி நூல்கள் பலவும், கட்டுரைகள் பலவும் ஆங்கிலத்தில் வெளிவந்துள்ளன. ஆயின், அவற்றிற் காணப்பெறும் செய்திகள் அனைத்தும் நன்கு ஆராய்ந்து தமிழில் இது காறும் செம்மையுற எழுதப்படவில்லை. காலஞ்சென்ற வரலாற்றுப் பேராசிரியர் **திரு. பி.டி. சீனிவாச ஐயங்கார்** அவர்கள் ஏறத்தாழ 20 ஆண்டுகட்கு முன்னர்த் தமிழில் பல்லவர் வரலாற்றை வெளிப்படுத்தினார்கள். அவ்வரலாற்று நூற்குப் பிறகு வெளிப்போந்த ஆராய்ச்சி நூல்கள் பல; சிறந்த கட்டுரைகள் பல; கிடைத்த கல்வெட்டுச் செய்திகள் பல. மேலும், அவ்வரலாற்று நூல் இன்று கிடைக்குமாறில்லை. வித்துவான் தேர்விற்கு அது பாடமாக வைக்கப்பட்டுள்ளது. நூலின்றி மாணவர் இடர்ப்படுகின்றனர். இக்குறைகள் அனைத்தையும் உளங்கொண்டு இந்நூல் எழுதப்பெற்றதாகும்.

பல்லவர் காலத்து இலக்கியங்களும், ஏறத்தாழப் பல்லவர் காலத்தை நன்முறையிற் படம் பிடித்துக் காட்டும் பெரிய புராணமும் தமிழ்க்கருவி நூற்களாகக் கொள்ளப்பெற்றன. இந்நூலின்கண் புதிய வரலாற்று முடிவுகள் பல குறிக்கப்பெற்றுள. அவை ஆராய்ச்சியாளர் **நடுவுநிலைமை வழாத** ஆராய்ச்சிக்கு உரியவாகும். அவற்றுள், இடைக்காலப் பல்லவர் போர்கள், நெடுமாறன் முதல் விக்கிரமாதித்தன் போர் (நெல் வேலிப் போர்), கந்தசிஷ்யன் மீட்ட 'கடிகை', இராசசிம்மன் காலத்துப் போர்கள் என்பன குறிக்கத்தக்கன.

வடமொழிக் கல்வெட்டுகளையும் வடமொழியில் உள்ள மத்தவிலாசத்தையும் எனக்குப் படித்துக்காட்டி என்னுடன் இருந்து ஆராய்ந்தவர். சென்னைப் பல்கலைக்கழக வரலாற்று ஆராய்ச்சி மாணவராக இருந்தவரும். இன்று பெல்காம் - லிங்கராகக் கல்லூரி வரலாற்று விரிவுரையாளராக இருக்கின்ற வருமாகிய **திருவாளர் வேதம் - வேங்கடராய சாத்திரியார்**, M.A. ஆவர். இவரது உதவி என்றும் மறக்கற்பாலதன்று. என்னைப் பாகூருக்கு

அழைத்துச் சென்றவரும், பாகூரைப்பற்றி விளக்கமான படம் வரைந்து உதவியவருமாகிய **திருவாளர் புதுவை ரா. தேசிகப் பிள்ளை,** B.A., B.L. அவர்கள் உதவி பாராட்டற்பாலது. எனக்குக் காஞ்சியில் பல வசதிகள் அளித்து எல்லாக் கோவில்களையும் என் விருப்பம்போற் காண வசதி செய்துதந்த 'குமரன்' அச்சக உரிமையாளர் **திருவாளர் குப்புசாமி முதலியார்** அவர்கட்கும் எனது நன்றி உரித்தாகுக. இங்ஙனமே மகாபலிபுரம், வல்லம், மண்டப்பட்டு திரிசிரபுரம் முதலிய இடங்களில் எனக்கு வேண்டிய வசதிகள் செய்து பல்லவர் குகைக் கோவில்களைக் காணச் செய்த பெருமக்கட்கு எனது அன்பு உரியதாகும்.

பல்லவர் வரலாற்றை அறிய அரும்பாடுபட்ட பெரியோர் அனைவர்க்கும் பல்லவர் வரலாறு திறம்பட எழுதிய பேரறிஞர் கட்கும் எனது வணக்கமும் நன்றியும் உரிய ஆகுக. அப் பெருமக்கள் உழைப்பின் பயனே இந்நூல் வெளிவரச் செய்தது என்னல் மிகையாகாது.

இரண்டு ஆண்டுகளாக என்னை இப்பணியில் ஈடுபடுத்தி இதனை நன்முறையில் வெளிக்கொணர்ந்து இதற்கு அணிந்துரை எழுதிய **திருவாளர் கோவைகிழார்** அவர்கட்கும் எனது உளமார்ந்த நன்றி உரித்து.

சேக்கிழார் அகம்,   மா. இராசமாணிக்கம்

பொருளடக்கம்

பக்கம்

1. பல்லவர்க்கு முற்பட்ட தமிழகம் — 11
2. பல்லவரைப் பற்றிய சான்றுகள் — 23
3. பல்லவர் யாவர்? — 33
4. களப்பிரர் யாவர்? — 44
5. முதற்காலப் பல்லவர் (கி.பி. 250-340) — 51
6. இடைக்காலப் பல்லவர் (கி.பி. 340-575) — 58
7. பிற்காலப் பல்லவர் (கி.பி. 575-900) — 81
8. சிம்மவிஷ்ணு (கி.பி. 575-615) — 85
9. மகேந்திரவர்மன் (கி.பி. 615-630) — 93
10. நரசிம்மவர்மன் (கி.பி. 630-668) — 112
11. பரமேசுவரவர்மன் (கி.பி. 670-685) — 130
12. இராசசிம்மன் (கி.பி. 666-705) — 141
13. புதிய பல்லவர் மரபு — 161
14. இரண்டாம் நந்திவர்மன் (கி.பி. 710-775) — 165
15. தந்திவர்மன் (கி.பி. 775-825) — 177
16. மூன்றாம் நந்திவர்மன் (கி.பி. 825-850) — 183
17. பிற்பட்ட பல்லவர் (கி.பி. 850-882) — 195
18. பல்லவர் ஆட்சி — 203
19. கலைக் கழகங்கள் — 230
20. சமயநிலை — 244
21. இசையும் நடனமும் — 254
22. ஓவியமும் சிற்பமும் — 264
23. பல்லவர் காலத்துக் கோவில்கள் — 270
24. இலக்கியம் — 283
25. பல்லவர் கோநகரம் — 299
26. அரசர் பட்டியல் — 305

1. பல்லவர்க்கு முற்பட்ட தமிழகம்

தமிழகம்

தமிழகம் பண்டுதொட்டே சேர நாடு, சோழ நாடு, பாண்டிய நாடு என்னும் முப்பிரிவுகளாக இருந்து வந்தது. இம்மூன்று நாடுகளையும் சேரர், சோழர், பாண்டியர் என்னும் மூன்று மரபரசர் நெடுங்காலமாக ஆண்டு வந்தனர். இவர் அனைவரையும் 'தமிழை வளர்த்தவர்', எனக் கூறுதல் பொருந்துமாயினும், பெரிய சங்கங் களை வைத்துத் தமிழைப் போற்றி நூல்களைப் பெருக்கி வளர்த்த பெருமை பாண்டியர்க்கே உரியதாயிற்று. பாண்டியர் நடத்திய சங்கங்களில் இறுதியாயது 'கடைச் சங்கம்' எனப்பட்டது. அது கி.மு. நான்காம் நூற்றாண்டிலிருந்து கி.பி. இரண்டாம் நூற் றாண்டு வரை நடந்ததாகும் என்பது ஆராய்ச்சியாளர் துணிபு. அச்சங்கத்தில் தோன்றியனவாகக் கருதப்படும் எட்டுத் தொகை. பத்துப்பாட்டு முதலிய நூல்களை நன்கு ஆராயின், அக்காலத் தமிழகம் - பல்லவர் ஆட்சி தோன்றிய கி.பி. மூன்றாம் நூற்றாண் டுக்கு முற்பட்ட தமிழகம் இன்னவாறு இருந்தது என்பதை ஒருவாறு அறியலாம்.

பாண்டிய நாடு

பாண்டிய நாடு என்பது மதுரை, இராமநாதபுரம், திருநெல் வேலிக் கோட்டங்களும், கீழ்க்கோடிக் கரையும் சேர்ந்த நிலப் பரப்பாகும். இதன் கோநகரம் **மதுரை; காயல், கொற்கை** என்பன இதன் துறைமுகங்கள். கொற்கை முத்து எடுப்பதற்குப் பெயர் பெற்றது. கி.மு. நான்காம் நூற்றாண்டில் சந்திரகுப்தன் அமைச்ச னாக இருந்த சாணக்கியன் தனது பொருள் நூலில் கொற்கை யைக் குறிப்பிட்டுள்ளான். கடைச்சங்க காலப் பாண்டியருள் சிறந்தவர் தலையாலங்கானத்துச் செருவென்ற நெடுஞ்செழியன், சிலப்பதிகார காலத்து ஆரியப்படை கடந்த நெடுஞ்செழியன் என்பவரே ஆவர்.

பல்லவர்க்கு முற்பட்ட தமிழகம்
(கி.மு. 60 - கி.பி. 200)

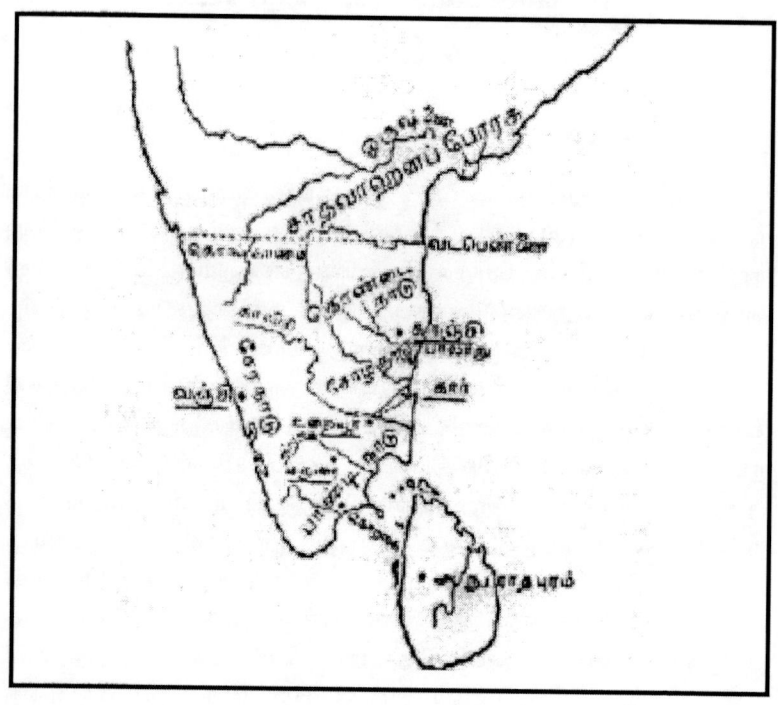

சோழ நாடு

சோழ நாடு என்பது தஞ்சாவூர், திருச்சிராப்பள்ளிக் கோட்டங்களும், கீழ்க் கடற்கரை வெளியும் சேர்ந்த நிலப்பரப் பாகும். இந்த நாட்டைச் **சோழர்** என்பவர் நெடுங்காலமாக ஆண்டு வந்தனர். இவர் தலைநகரம் **உறையூர், காவிரிப்பூம்பட்டினம்** என்பன. கி.மு.முதல் இரண்டு நூற்றாண்டுகளிலும் **காவிரிப் பூம்பட்டினம்** சிறந்த துறைமுகப் பட்டினமாக இருந்தது என்பதற்குச் சான்றுகள் பல உண்டு. இந்நாட்டிலிருந்து பலவகைப் பொருள்கள் அயல்நாடுகட்கு அனுப்பப்பட்டன. **கரிகாற் சோழன்** காலத்தில் இத்துறைமுகம் உயர்ந்த நிலையில் இருந்தது. அயல்நாட்டு வாணிபர் புகார் நகரிற் குடியேறி இருந்தனர். சிலப்பதி காரம், மணிமேகலை ஆகிய காவியங்கள் இயற்றப்பட்ட கி.பி. இரண்டாம் நூற்றாண்டின் பிற்பகுதியிலும் இப்பெருநகரம் சிறந்த வாணிபத்தலமாக விளக்கம் பெற்று இருந்தது. கடைச்சங்க

காலச் சோழ மன்னருள் பீடுமிக்கவன் **கரிகாலனே** ஆவன். சோழ வளநாடு உணவு வகையிற் சிறப்புற்று இருந்தமையின், 'சோழ வளநாடு சோறுடைத்து', என்று புகழப்பட்டது.

சேர நாடு

சேர நாடு என்பது கொச்சி, திருவாங்கூர் நாடுகளும் மேல் கடற்கரை வெளியும் மலையாளக் கோட்டங்களும் சேர்ந்த நிலப் பரப்பாகும். இதன் தலைநகரம் வஞ்சிமாநகரம் என்பது; **முசிறி, தொண்டி** என்பன சிறந்த துறைமுகப்பட்டினங்கள். இந்நாட்டி லிருந்து மிளகு, யானைமருப்பு, தேக்கு, அகில், சந்தனம் முதலிய மரங்கள் வெளிநாடுகட்கு ஏற்றுமதி செய்யப்பட்டன. இந்த நாட்டை 'வானவர்' எனப்பட்ட **சேரர்** நெடுங்காலமாக ஆண்டு வந்தனர். அவருட் சிறந்தவன் இமயவரம்பன் நெடுஞ்சேரலாதன் என்பவன். அவன் மகனான **செங்குட்டுவனே** கி.பி. இரண்டாம் நூற்றாண்டில் பெயர் பெற்ற பேரரசனாகத் தமிழகத்தில் இருந் தவன்.

தொண்டை மண்டலம்

ஆதொண்ட சக்கரவர்த்தி : இனி, நம் பல்லவர் தொடர் பான தொண்டை நாட்டைப்பற்றிய செய்திகளைக் காண்போம். 'நெடுங்காலத்திற்குமுன் தொண்டைநாடு' 'குறும்பர் நிலம்', என்று பெயர் பெற்றிருந்தது. குறும்பர் தம் ஆடுமாடுகளை மேய்த்துக்கொண்டு அங்குக் காலம் கழித்தனர்; அவர்களே தங்கள் நாட்டை 24 கோட்டங்களாக வகுத்தனர்; காவிரிப்பூம்பட்டினத்து வணிகருடன் கடல் வாணிகம் நடத்தினர். பிற்காலத்தில் **ஆதொண்ட சக்கரவர்த்தி** என்பவன் இக்குறும்பரை வென்று குறும்பர் நாட்டைக் கவர்ந்து, அதற்குத் தொண்டைமண்டலம் எனப் பெயரிட்டனன்'', என்று செவிவழிச் செய்தி கூறுகின்றது.[1]

கரிகாலன் : ஆனால், தமிழ் நூல்கள், கரிகாற்சோழன் அந்நாட்டைக் கைப்பற்றினான் என்றும், பின்னர் தொண்டைக் கொடியால் கற்றப்பட்டுக் கடல் வழி வந்த நாகர் மகள் மகனான **இளந்திரையன்** ஆண்டதால் 'தொண்டைமண்டலம்', எனப் பெயர் பெற்றது என்றும் கூறுகின்றன. இரண்டாம் குலோத்துங்கச் சோழனிடம் உயர் அலுவலாளராக இருந்த தொண்டை மண்டல அறிஞரான சேக்கிழார் பெருமான், வல்லார்வாய்க் கேட்டுணர்ந்த செய்தி ஒன்றைக் கூறியுள்ளார். அஃதாவது; 'கரிகாலன் இமயம் செல்லும் பொழுது வேடன் ஒருவன் எதிர்ப்பட்டுக் காஞ்சி

நகரத்தின் வளமையைக் கூற, அப்பேரரசன் அந்நகரத்தைத் தனதாக்கிக் குன்றுபோன்ற மதிலை எழுப்பிப் பலரைக் குடியிருத்தினன்', என்பது[2] முதற் குலோத்துங்கன் காலத்து நூலாகிய **சயங்கொண்டார்** பாடிய கலிங்கத்துப் பரணியும் ஏறக்குறைய இங்ஙனமே கூறுகின்றது. இங்ஙனம் வரும் செய்திகளில் ஓரளவு உண்மையேனும் இருத்தல் வேண்டும் அன்றோ? சோழ மன்னருள் **கரிகாலன்** ஒருவனே ஈடும் எடுப்பும் அற்ற பெருவீரனாக இருந்தான் என்பது இலக்கியமும் பட்டயங்களும் கண்ட உண்மை. பிற்கால தெலுங்கு நாட்டுச் சோழரும் தம்மைக் 'கரிகாலன் மரபினர்', என்று கூறிக்கொண்டனர்[3] என்பதிலிருந்து, கரிகாலன் ஆட்சி ஆந்திரநாடுவரை பரவி இருந்தது தெளிவன்றோ? அந்தச் சோழ மரபினர் 'எங்கள் முன்னவனான கரிகாலன், தான் வென்ற அரசரைக் கொண்டு காவிரிக்குக் கரை இடுவித்தவன்'[4], என்று பட்டயத்திற்கூறி மகிழ்வராயின், கரிகாலன் போர் வன்மையை என்னென்பது! 'கரிகாலன் இமயம் வரை சென்றவன், இமயத்தில் புலிக்கொடி நாட்டியவன், வழியில் இருந்த அரசரிடம் பரிசு பெற்று மீண்டவன்', என்று சிலப்பதிகாரம் செப்புகின்றது.

எனவே, இதுகாறும் கூறிய செய்திகளால், கரிகாற்சோழன் காலத்திற்றான் தொண்டைமண்டலம் சோழர் ஆட்சிக்கு உட்பட்டதாக இருத்தல் வேண்டும் என்று கொள்ளுதல் தவறாகாது. கரிகாலன் காலம் முதல் பல்லவர் கைப்பற்றும் வரை தொண்டைமண்டலம் சோழர் ஆட்சியிற்றான் இருந்ததென்பதை இதுகாறும் எந்த ஆராய்ச்சியாளரும் மறுத்திலர். ஆதலின், கரிகாலன் காலத்தைக் கண்டறிவோமாயின், அக்கால முதல் எத்துணை நூற்றாண்டுகள் தொண்டைமண்டலம் சோழர் ஆட்சியில் இருந்தது. என்னென்ன நலன்களைப் பெற்றது என்பன அறிய இடமுண்டாகும்.

வடநாடு சென்ற தமிழர் பலராவர். அவருள் ஒருவன் **கரிகாலன்**; ஒருவன் **செங்குட்டுவன்.** இவ்விருவர் காலங்களும் கடைச் சங்கத்தையும், தொண்டைமண்டலத்தையும் பொதுவாகத் தமிழக நிலையையும் பல்லவர்க்கு முற்பட்ட இந்திய நாட்டு வரலாற்று நிலையையும் அறியப் பேருதவி புரிவன ஆதலின், முதற்கண் செங்குட்டுவன் காலத்தைக் கண்டறிய முயல்வோம்:

செங்குட்டுவன் காலம்

கரிகாலன் காலத்தை ஆராயப் புகுந்த **திரு. ஆராவமுதன்** என்பார் தமது நூலில், ''தமிழ் வேந்தர் வடநாடு நோக்கிப் படை

யெடுத்த காலம் (1) அசோகனுக்குப் பிற்பட்ட மோரியர் (கி.மு. 232-கி.மு.184) காலமாகவோ, (2) புஷ்யமித்ர கங்காவுக்குப் பிற்பட்ட (கி.மு.148 - கி.மு.27) காலமாகவோ, (3) ஆந்திரர் ஆட்சி குன்றிய கி.பி. 3-ஆம் நூற்றாண்டின் தொடக்கமாகவோ இருத்தல் வேண்டும்''[5] என முடிபு கூறினர்.

இவர் கூறிய மூன்று காலங்களில் முதல் இரண்டு காலங் களும் பொருத்தமானவையே ஆகும். ஆயின், மூன்றாம் காலம் கி.பி.163-300 வரை அஃதாவது, குப்தர் பேரரசு ஏற்படும் வரை எனக் கொள்ளலே முறை. என்னை? கி.பி.163-இல் இறந்த (கவுதமீபுத்திர சதகர்ணியின் மகனான) புலுமாயிக்குப் பின்வந்த ஆந்திர அரசர் வலியற்றவர்[6] எனப்படுதலின் என்க. எனவே, தமிழரசர் வடஇந்தியா மீது படையெடுக்க வசதியாக இருந்த மூன்று காலங்களாவன- (1) கி.மு.232-கி.மு.184, (2) கி.மு.148-கி.மு.27, (3)கி.பி.163-300. இனி இவற்றுள் செங்குட்டுவன் காலம் யாதென ஆராய்வோம்.

செங்குட்டுவன் பத்தினிக்கு விழா எடுத்தபோது வந்திருந்த அரசருள் 'கடல்சூழ் இலங்கைக் **கயவாகு**' ஒருவன் எனச் சிலப்பதி காரம் செப்புகிறது. இலங்கையில் இருந்த பத்தினிச் சிலை ஒன்று இப்போது பிரிட்டிஷ் காட்சிச் சாலையில் இருப்பதைக் கொண்டும், சிலப்பதிகாரக் கூற்றைக் கொண்டும் - கயவாகு இலங்கையில் பத்தினிக்கொரு கோவில் எடுப்பித்திருத்தல் வேண்டும் என்பது தெளிவாகிறது. இக் கயவாகுவின் காலம் கி.பி. 171-193 என இலங்கைப் பட்டயம் இயம்புகின்றது.[7] (இரண்டாம் கயாவகுவின் காலம் கி.பி. 12ஆம் நூற்றாண்டு என்பதை ஈண்டு நினைவு கொள்ளல் நலமாகும்.) இதுவே செங்குட்டுவன் வாழ்ந்த காலம் ஆகும். இக்காலம் மேற்கூறிய மூன்று காலங்களில் இறுதிக் காலத்துடன் ஒன்றுபடுகிறது. இக்காலத்தே, கி.பி.166-196 வரை தமிழகத்துக்கு வடக்கே கங்கையாறு வரை சிறப்புற்றிருந்த ஆந்திர சதகர்ணி அரசன் யக்ஞஸ்ரீ[8] என்பவன். இச் 'சதகர்ணி' என்பதன் மொழி பெயர்ப்பே **நூற்றுவர் கன்னர்** எனச் சிலப்பதி காரம் செப்புகிறது. இந் நூற்றுவர் கன்னர் செங்குட்டுவனுக்கு நண்பர்; கங்கையாற்றைக் கடக்க உதவியவர். கயவாகுவின் காலமும் யக்ஞஸ்ரீயின் காலமும் ஒன்றுபடுதலால் இவ்விருவரும் செங்குட்டுவன் காலத்தவர் என்பதும் நூற்றுவர் கன்னர் என்று சிலப்பதிகாரம் குறித்தது **யக்ஞஸ்ரீ**[8] சதகர்ணியையே (அவன் ஆணை பெற்ற உயர் அலுவலாளரையே) என்பதும் நன்கு

புலனாகும். இக்கருத்தையே அறிஞர் பலர் உறுதிப்படுத்து கின்றனர்[9].

கயவாகுவின் காலம் கி.பி. 171-193

யக்ஞஸ்ரீயின் காலம் கி.பி. 166-196.

எனவே, கி.பி.166-193க்கு உட்பட்ட காலத்தே தான் செங்குட்டுவன் வடநாடு சென்று மீண்டிருத்தல் வேண்டும். இக்காலம் முற்கூறிய படையெடுப்புக்கு உகந்த மூன்றாம் காலத்தோடு (கி.பி. 163-300) ஒத்துவருதலும் காண்க.

கரிகாலன் காலம்

வடநாட்டுப் படையெடுப்புக்குரிய மூன்று காலங்களில் ஈற்றுக்காலத்தைச் செங்குட்டுவற்கு உரிமை ஆக்கினமையின், பிற இரண்டு காலங்களில் ஒன்றே கரிகாலனுடையதாகும். கரிகாலன் இலங்கைத் தீவை வென்று, ஆயிரக்கணக்கான அடிமைகளைக் கொணர்ந்தான் என்பது கவனித்தற்குரியது. இலங்கை வரலாறு கூறும் **மகாவம்சம்** ''(1) கி.மு.170 - கி.மு. 100 வரை இலங்கையைத் தமிழரசர் ஆண்டனர்; (2) கி.மு. 44 - கி.மு. 17-க்கு இடைப்பட்ட காலத்தில் 15 ஆண்டுகள் தமிழர் இலங்கையை ஆண்டனர்; (3) கி.பி.660-1065-க்கு உட்பட்ட இடைக்காலத்தில் தமிழர் இலங்கை மீது படை எடுத்தனர்...'' என்று கூறுகின்றது[10]. இவற்றுள் முதல் இரண்டு காலங்களில் ஒன்று கரிகாலன் தொடர்பு பெற்றதாகல் வேண்டும். இவ்விரண்டும் வடநாட்டுப் படையெடுப்புக்கு ஏற்ற காலங்களோடு பொருந்து கின்றனவா என்பதைக் காண்போம்.

1. வடநாட்டுப் படையெடுப்புக்கேற்ற முதற்காலம் கி.மு. 232 - கி.மு.184.

   இலங்கையைத் தமிழர் ஆண்ட முதற்காலம் கி.மு.170-கி.மு.100.

2. வடநாட்டுப் படையெடுப்புக்கேற்ற இரண்டாம் காலம் கி.மு.148-கி.மு.27.

   இலங்கையைத் தமிழர் ஆண்ட காலம் கி.மு.44 - கி.மு. 17க்கு உட்பட்ட 15 ஆண்டுகள்.

இவற்றுள் முன்னதைவிட இரண்டாம் காலமே மிகவும் பொருந்துவதாகும். இக்காலமே கரிகாலன் காலம் என்பதை

இலக்கியம் கொண்டும் நிறுவலாம். இக்காலத்தில் கடல் வாணிபம் உயர்நிலையில் இருந்தது. கி.மு. 39 முதல் கி.மு. 14 வரை ரோமப் பேரரசனாக இருந்த **அகஸ்டஸ்** என்பானிடம் பாண்டிய மன்னன் தூதுக் குழு ஒன்றை அனுப்பினான் என்பதும் நோக்கத் தக்கது. கரிகாலன் காலத்தில் புகார் சிறந்த துறைமுகப்பட்டினம் என்பதைப் பட்டினப்பாலையால் உணரலாம். இச்சிறப்புடைக் கடல் வாணிபம் கி.பி.215 வரை, அஃதாவது அலெக்சாண்ட்ரியப் படுகொலை வரை சிறப்புற நடந்து வந்தது.[11]

புதிய சான்று

சோழ மன்னருள் இமயம் வரை சென்று மீண்டவன் கரிகாலன் ஒருவனே என்பது வெளிப்படை. அவன் சென்று மீண்டது உண்மையே என்பதற்குப் புதிய சான்று ஒன்று கிடைத் துள்ளது. ''சிக்கிம் நாட்டுக்குக் கிழக்கே அதற்கும் திபேத்துக்கும் உள்ள எல்லையை வரையறுத்து நிற்கும் மலைத்தொடர்க்குச் **சோழ(ர்) மலைத்தொடர்** (Sola Range) என்றும், அதனை அடுத்துள்ள பெருங் கணவாய்க்குச் **சோழ(ர்) கணவாய்** (Sola Pass) என்றும் பெயர்கள் காணப்படுகின்றன. சோல(ழ) என்பது சிக்கிம், திபெத் மொழிகளில் உள்ள சொற்களுக்குப் பொருந்த வில்லை''[12] என இராவ்சாகிப் **மு. இராகவையங்கார்** அவர்கள் புதிதாகக் கண்டறிந்து வெளியிட்டுள்ள செய்திக்குத் தமிழகம் நன்றி பாராட்டக் கடமைப்பட்டுள்ளது.

இதுகாறும் கூறியவற்றால்; கரிகாற் சோழன் வடநாடு சென்று, சிலப்பதிகாரம் கூறுவதுபோல,

> ***பகைவிலக் கியதிப் பயங்கெழு மலையென***
> ***இமையவர் உறையும் சிமயப் பிடர்த்தலைக்***
> ***கொடுவரி ஒற்றிக் கொற்கையிற்***

பெயர்ந்தமை உண்மை என்பதும், அக்காலம் கி.மு.முதல் நூற் றாண்டின் இடைப்பட்ட காலமே ஆதல் வேண்டும் என்பதும் நன்கு விளங்கும் செய்திகளாம்.

வடநாட்டு நிலைமை

கரிகாலன் ஆட்சிக் காலம் எனக்கொண்ட கி.மு.60 கி.மு. 20-க்கு உட்பட்ட காலத்தில் மகதப் பேரரசு சுங்கர் கையினின்றும் கண்வ மரபினர் கைக்கு மாறிவிட்டது. கி.பி.73இல் 'வாசுதேவ கண்வா', மகத நாட்டு அரசன் ஆனான். அவனுக்குப் பின் மூவர்

கி.மு.28 வரை ஆண்டனர். அவருக்குப் பிறகு மகத நாடு ஆந்திரர் வசப்பட்டது. எனவே கரிகாலன் படையெடுத்த காலத்தில் கண்வமரபினரே மகத நாட்டை ஆண்டவராவர். அவர்கள் வலி யற்ற அரசர்களே[13]. அவர்கள் காலத்தில் கௌசாம்பியைக் கோநக ராகக் கொண்ட **வச்சிர நாடும்**, உச்சைனியைத் தலைநகராகக் கொண்ட **அவந்தி நாடும்** தம்மாட்சி பெற்றிருத்தல் வேண்டும். இல்லையேல், கரிகாலன் இமயம் சென்று மீண்டபோது மகத நாட்டரசன் பட்டி மண்டபமும், வச்சிர நாட்டு வேந்தன் கொற்றப் பந்தரும் அவந்தி வேந்தன் தோரணவாயிலும் கொடுத்தனர் எனச் சிலப்பதிகாரம் செப்புவதில் பொருள் இராதன்றோ? இந்நாட்டரசர் சந்திரகுப்தமௌரியன் காலத்திலிருந்து சிற்றரச ராகவும் அடிமைப்பட்டும் ஹர்ஷனுக்குப் பின்னும் இருந்து வந்தனர் என்பதற்கு வரலாறே சான்றாகும்[14].

கோச்செங்கட் சோழன்

இதுகாறும் கூறிவந்த சான்றுகளால் (1) **கரிகாற்சோழன் காலம்** ஏறக்குறைய கி.மு.60-கி.மு.20 எனவும், (2) செங்குட் டுவன் வடநாடு சென்ற காலம் ஏறக்குறைய கி.பி. 166 - 193 எனவும் கூறலாம். செங்குட்டுவன் 50 ஆண்டுகள் அரசாண்டவன் எனச் சிலப்பதிகாரம் கூறலாம், அவன் காலம் ஏறத்தாழக் கி.பி. 150 - 200 எனக் கோடலே பொருத்தமுடையதாகும். இச்சேரன் செங்குட்டுவனால் முறியடிக்கப்பட்ட சோழர் ஒன்பதின்மருள் ஒருவனான **சுபதேவன்** சிதம்பரத்தில் தலைமறைவாக வாழ்ந்து வந்தான். அவனுக்குச் சிவபிரான் அருளாற் பிறந்தவனே சிறந்த சிவபக்தனான **கோச்செங்கட் சோழன்** என்பவன்.[15] இவன் சோணாட்டைப் பேரரசனாக இருந்து ஆண்டான்; சேரனைப் புறங் காட்டச்செய்து களவழி பாடப் பெற்றான். எனவே, இவன் காலம் ஏறக்குறைய கி.பி.200 - 225 எனக் கூறலாம். இவனைப் பாடிய பொய்கையாரே முதல் ஆழ்வார் மூவருள் ஒருவராகிய **பொய்கை ஆழ்வார்**.[16] இக்கோச்செங்கட் சோழன் மணிமேகலையில் கூறப் பட்ட **பெருங்கிள்ளிக்குப்** பின் சோழ மன்னனாக இருந்திருத்தல் வேண்டும். இவன் சிவபிரான் அருளால் தோன்றியவன் ஆதலில், தான் பிறந்த சிதம்பரத்தைச் சிறந்த சிவப்பதியாக்கினான்; தில்லைவாழ் அந்தணரைக் கொண்டு முடிசூட்டிக்கொண்டான். அன்று முதல் சோழர்க்கு முடிசூட்டும் பொறுப்புத் தில்லைவாழ் அந்தணரிடம் விடப்பட்டது. இவன் பொய்கை ஆழ்வாரால் பாடப்

பட்டமையின், சைவ - வைணவ சமயங்களில் பொது நோக் குடையவனாக இருந்தான் என்பதும், கி.பி. 8 ஆம் நூற்றாண்டில் **திருமங்கை ஆழ்வார்** இவனைப் பாடி 70 கோயில்களைக் கட்டி யவன்[17] எனப் பாராட்டலால், இவன் திருமால் கோவில்களையும் கட்டியவன் என்பதும் நன்கு உணரலாம். கி.பி. 7 ஆம் நூற்றாண் டிலேயே இவனைப் பற்றிய புராணக் கதைகள் பலவாறு கிளம்பின என்பதிலிருந்து இவன் அப்பர் - சம்பந்தர் காலத்திற்குப் பல நூற் றாண்டுகள் முற்பட்டவன் என்பது நன்கு விளங்குமன்றோ?[18] சுருங்கக்கூறின், நாயன்மார் காலச் சைவ சமய வளர்ச்சிக்கு அடிப்படை இட்ட சிறந்த சைவன் இப்பேரரசன் என்றே கூறுதல் வேண்டும். கோச்செங்கட் சோழற்குப் பிறகும் களப்பிரர் புகுவுக்கு முன்பும் (கி.பி.225-250) சோணாட்டை ஆண்ட பேரரசர் **புகழ்ச் சோழ நாயனார்** என்பவராதல் வேண்டும். என்னை? இவர் பேரரசர்; பல நாடுகளை வென்றவர் எனச் சேக்கிழார் கூறலாலும், சோணாடு களப்பிரர் கைக்குப்போன கி.பி.3ஆம் நூற்றாண்டின் இடைக்கால முதல் விசயாலயச் சோழன் தோன்றிய கி.பி. 580 வரை சோழர் சிற்றரசராக இருந்தனர் என்பது வரலாறு கூறும் உண்மை ஆதலாலும் என்க.[19]

இனிக் கரிகாலன் காலம் முதல் புகழ்ச் சோழர் காலம் வரை (கி.மு. 60 - கி.பி. 250) சோணாட்டின் வட பகுதியாக இருந்த தொண்டை மண்டலம் எங்ஙனம் இருந்தது என்பதை நூல்களைக் கொண்டு காண்போம்.

காஞ்சியின் பழைமை

வடமொழிப் புராணங்களின் கூற்றுப்படி காஞ்சி மாநகரம் இந்தியாவில் உள்ள புண்ணியப் பதிகள் ஏழனுள் ஒன்றாகும். இயூன்-சங் கூற்றுப்படி, புத்தர் கி.மு. 5 ஆம் நூற்றாண்டில் காஞ்சி புரத்தில் வந்து சமய உண்மைகளை உரைத்தார்; அசோகன் பல தூபிகளை நாட்டிப் பௌத்த சமயக் கொள்கைகளைப் பரவச் செய்தான். நாலந்தாப் பல்கலைக்கழகத்தில் சிறந்த பேராசிரிய ராக இருந்த **தர்மபாலர்** காஞ்சிபுரத்தினர் என்று கூறப்பட்டுள் ளனர். அசோகன் கட்டிய தூபிகளில் ஒன்று இயூன்-சங் காலத்தில் 100 - அடி உயரத்தில் காஞ்சியில் இருந்ததாகத் தெரிகிறது.[20]

கி.மு.150 இல் இருந்த பதஞ்சலி தமது மாபாடியத்தில் காஞ்சிபுரத்தைக் குறிப்பிட்டுள்ளார். எனவே, கி.மு. 2-ஆம்

நூற்றாண்டிலேயே காஞ்சிமாநகர் சிறந்த கலைப்பீடமாக இருந்த தென்னலாம்.[21]

கி.மு. முதல் நூற்றாண்டில் சோணாட்டை ஆண்ட **கரிகாலன்** காலத்தில் சோழ நாட்டிற்கு வடக்கே தொண்டை மண்டலம் காவல் இடமாக இருந்தது. காஞ்சியைக் கரிகாலன் அழகு செய்தான்; மதில்களை எழுப்பினான்; வடவேங்கடம் வரை நாட்டை விரிவாக்கினான்; வேளாண் குடிகளைக் கொணர்ந்து நாட்டைச் செழிப்பாக்கினான். அவன் காலத்துத் **தொண்டைமான் இளந்திரையன்** சோழர் சார்பாக நின்று தொண்டை நாட்டை ஆண்டு வந்தான். அவன் காலத்தில் தொண்டைநாடு வளமுற்று இருந்தது.[22]

மாமல்லபுரம்

இது சிறந்த கடற்கரைப் பட்டினமாக விளக்கமுற்று இருந்தது. வடக்கே யிருந்து குதிரைகளைக் கொண்டு வந்த நாவாய்கள் சூழ்ந்திருந்தன. பரதர் மலிந்த தெருக்களும் காவலர் காத்த பண்டசாலைகளும் இருந்தன. அங்கிருந்த மாடங்களில் பெண்கள் பந்தை அடித்து விளையாடி மணற்பரப்பில் கறங்காடி னார்கள். கடற்கரையில் வானளாவிய மாடங்களில் வைத்த **விளக்குகள்** கடலிற் சென்ற நாவாய்களில் இருந்தவர்க்குத் துறையை அறிவித்தன.[23]

தொண்டைமான் காலத்தில், ஏன்? சங்க காலத்திலேயே காஞ்சிபுரம் **கச்சி** என்ற பெயர் பெற்று இருந்தது. அந்நகரம் சிறந்த உலக நகரங்களுள் ஒன்று; தேரோடும் தெருக்களையும் பழங்குடி களையும் **மதிலையும்** உடையது. இளந்திரையன் பாண்டவரைப் போலப் பகைவரை வென்றவன்; தொண்டையர் குடியிற் பிறந் தவன்; பகைவர் **அரண்களை அழித்தவன்**; யானைகள் கொணர்ந்த விறகால் வேள்வி செய்த முனிவர்கள் வாழ்ந்த மலைகட்கு உரியவன்; நான்கு குதிரைகள் பூட்டிய தேரை உடையவன்.[24]

ஆனால்; கி.பி. இரண்டாம் நூற்றாண்டில் இடைப் பகுதியிலும் கடைப்பகுதியிலும் அஃதாவது, சிலப்பதிகார மணிமேகலைக் காலத்தில் காஞ்சிபுரம் **இளங்கிள்ளி** என்பவன் ஆட்சியில் இருந்ததாகத் தெரிகிறது. அவன் **புத்தர் கோயில்** ஒன்றைக் கட்டியிருந்தான். அங்குச் சென்ற மணிமேகலை புத்த பீடிகையை அமைத்தாள்; தீவ திலகையையும் மணிமேகலா

தெய்வத்தையும் வழிபடக் கோட்டங்கள் அமைத்தாள்; பின்னர் அறவண அடிகளிடம் தவத்திறம் பூண்டு தருமம் கேட்டாள்; 'பவத்திறம் அறுக,' என்று அங்குத்தானே தவம் கிடந்தாள்.[25]

வலியற்ற வடஎல்லை

இளங்கிள்ளி காலத்தில் தொண்டைநாடு நெல்லூர்க் கோட்டத்தில் உள்ள **பாவித்திரி** (ரெட்டிபாளையம்) வரை பரவி யிருந்தது. அங்குக் கிடைக்கும் பட்டயங்கள் அப்பகுதியைக் **கடல்கொண்ட காகந்திநாடு**, என்று கூறுகின்றன. நகரி மலை களைச் சார்ந்த குறிஞ்சிப் பகுதி தொண்டை மண்டலத்தின் வட எல்லையாகும். அந்தப் பகுதியில், வடக்கே இருந்த **சாதவாகனர்** (ஆந்திரர்) க்கும் தொண்டை மண்டலத்தை ஆண்ட சோழர்க்கும் எப்பொழுதும் எல்லைப் பூசல்கள் நடந்து வந்தன. எனவே, அப் பகுதி வன்மை குன்றிய பகுதியாகும். அப்பகுதியில் இளங்கிள்ளி காலத்தில் சேரனும் பாண்டியனும் பெரும்படையோடு வந்து போரிட்டனர். **காரியாறு** (காலேரு-தெலுங்கில்) என்னும் ஆற்றங்கரையில் இளங்கிள்ளி அவர்களை முறியடித்தான். இந்தப் பலம் குன்றிய வட எல்லையே, சாதவாகனர் பேரரசில் தென் கிழக்கு மாகாணத் தலைவராக இருந்த **பல்லவர்** தொண்டை மண்டலத்தைக் கைப்பற்றப் பேருதவி செய்ததாகும்.[26] இந்த இளங்கிள்ளியின் ஆட்சி ஏறக்குறையக் கி.பி. 200 வரை இருந்தது என்னலாம்.

மணிமேகலை என்னும் காவியத்திலிருந்து, பெருங்கிள்ளி காலத்தில் புகார் கடல்கொண்டதென்பதை அறியலாம். அங்கு இருந்த அறவண அடிகள் முதலிய பௌத்தரும் சான்றோரும் பிறநாடு புக்கனர் என்பதால், சோழர் தலைநகரமும் உறையூருக்கு மாறி இருத்தல் வேண்டும் என்று கருத இடமுண்டு. இந்நிலை யில் இளங்கிள்ளிக்குப் பின் தொண்டை நாட்டை யாண்ட சோழ அரசியல் தலைவன் வன்மையற்றவனாக இருந்திருக்கலாம். மேலும், வடவர் படையெடுத்தபொழுது, தலைநகரை இழந்து வருத்த நிலையில் இருந்த சோழ வேந்தன் உடனே தக்க படை களை உதவிக்கு அனுப்ப முடியாமல் இருந்திருக்கலாம்; அல்லது உறையூரிலிருந்து படைகளை அனுப்ப முடியாது தவித்திருக்க லாம். இன்ன பிற காரணங்களால் ஏறக்குறைய 300 ஆண்டுகள் (கி. மு. 60 - கி.பி. 250) வரை சோழப் பேரரசுக்கு உட்பட்டு இருந்த தொண்டை மண்டலம், கி.பி. 3-ஆம் நூற்றாண்டின்

இடையில் **பல்லவர்** ஆட்சிக்கு மாறிவிட்டது. மணிமேகலையை நன்கு ஊன்றிப் படிப்பவர், கி.பி. 2 ஆம் நூற்றாண்டின் இறுதியில் சோழர் வலிகுன்றத் தொடங்கிய செய்தியை நன்கு உணரலாம்.

குறிப்புகள்

1. R. Gopalan's 'pallavas of Kanchi', pp. 26, 27.
2. திருக்குறிப்புத்தொண்ட நாயனார் புராணம், செ. 85.
3. K.A.N. Sastry's 'Cholas', Vol. I, pp. 121, 122.
4. Ibid. p. 44
5. Vide his 'Sangam Age', pp. 56, 57.
6. C.S. Srinivasachari 'History of India', p. 49.
7. Archaeological survey of Ceylon, xiii 1896, pp. 47-48.
8. V.A. Smith'sEarly History of India, p. 223 (4-th ed)
9. K.G. Sesha Iyer in the 'Christian College Magazine', Sep. Oct. 1917. Dr. S.K. Aiyangar's 'Manimekalai-in its Historical Setting' pp. 105, 106.
10. 'A Short History of Ceylon's pp. 722-725 by Dr. W. Geiger, in 'Buddhistic Studies' edited by Dr. B.C. Law.
11. V.S. Smith's Early History of India, p. 471.
12. கலைமகள் (1932) தொகுதி 1, பக். 62, 63.
13. V.S. Smith's Early History of India, pp. 215, 216.
14. V.S. Smith's Early History of India, p. 369.
15. Dr. S.K. Aiyangar's 'Ancient India', pp. 95-6.
16. Dr. S.K. Aiyangar's 'Early History of Vaishnavism i S. India', pp. 72, 75.
17. திருவானைக்கா, திரு அம்பர், நன்னிலம், வைகல், மாடக்கோயில் முதலியன இவனால் கட்டப்பட்டன.
18. R. Gopalan's Pallavas of Kanchi, p. 31
19. C.V. Iyer's 'Origin and Development of Saivism in S. India, p. 183.
20. Beal, Rec, II, p. 230.
21. D. Sircar's 'Successors of the Satavahanas', p. 140.
22. உலகநாத பிள்ளை, கரிகாற் சோழன், பக். 40
23. பெரும்பாணாற்றுப்படை, அடி. 320-336.
24. Ibid II. 410-500.
25. Ibid II. 28-30.
26. Dr. S.K. Aiyangar's 'Manimekalai-in its Historical Setting', pp. 49-50.

* * *

2. பல்லவரைப் பற்றிய சான்றுகள்

இலக்கியச் சான்றுகள்

சங்க நூல்களில் **பல்லவர்** என்பவரைப் பற்றிய குறிப்பே காணல் இயலாது. ஆனால், சங்க நூல்களின் காலமாகிய கி.பி. இரண்டாம் நூற்றாண்டிற்குப் பிற்பட்ட நூல்களில் பல்லவர் குறிக்கப்பட்டுள்ளனர்; காஞ்சி மாநகரம் பல்லவர் ஆட்சியில் சிறந்த கோநகரமாக விளக்கம் பெற்றிருந்தது என்பது குறிக்கப் பெற்றுள்ளது. அப் பிற்பட்ட நூல்களைக் காலமுறைப்படி ஈண்டு முறைப்படுத்திக் கூறுவோம்:

1. லோக விபாகம்

இது திகம்பர சமண நூலாகும். இதில் (1) பாணராட்டிரத்தில் உள்ள 'பாடலி'[1] என்னும் சிற்றூரில் சர்வநந்தி என்பவர் லோக விபாகம் என்னும் நூலைத் திருத்தி அமைத்தார்; (2) அங்ஙனம் இந்நூல் ஒழுங்காகச் செய்யப்பெற்ற காலம் காஞ்சி அரசன் **சிம்மவர்மன்** பட்டம் பெற்ற இருபத்திரண்டாம் ஆண்டாகும். அஃதாவது, சாக ஆண்டு 380; கிறித்தவ ஆண்டு கி.பி. 458. எனவே, சிம்மவர்மன் என்ற பல்லவன் பட்டம் பெற்ற யாண்டு 458 - 22 கி.பி. 436 ஆகும்.[2]

2. அவந்தி சுந்தரி கதை

இதுவும் வடமொழி நூல். இதன் முகவுரையில் **பாரவி** என்னும் வடமொழிப்புலவர் விஷ்ணுவர்த்தனன், துர்விநீதன், **சிம்ம விஷ்ணு பல்லவன்** என்பவரைக் கண்டு பரிசு பெற்றமை கூறப்பட்டுள்ளது. பாரவி பார்த்த மூவேந்தரும் ஏறக்குறைய ஒரே காலத்தவர் என்பதில் ஐயமில்லை. திர்வீநீதன் கி.பி. 604இல் அரசன் ஆனவன். விஷ்ணுவர்த்தனன் கி.பி. 614 இல் அரசன் ஆனான். ஆதலின், சிம்மவிஷ்ணு பல்லவன் காலமும் அதுவே ஆகும்.[3]

3. மத்த விலாசப் பிரகசனம்

இஃது, அப்பர் காலத்தவனாகிய **மகேந்திரவர்மன்** என்னும் பல்லவ அரசனால் வரையப்பெற்ற சிறிய நாடகம். இதனில்,

அக்காலத்திய புத்தர், காடாலிகர், சமணர் முதலிய பல சமய மக்கள் பழக்க வழக்கங்கள் குறிக்கப்பட்டுள்ளன. இவன் காலம் கி.பி. 615-630[4] என்பது ஆராய்ச்சியாளர் துணிவு.

4. சைவத் திருமுறைகள்

அப்பர் பாடியருளிய 4,5,6 ஆம் திருமுறைகளில் பல்லவர் சமணர் பற்றிய குறிப்புகள் காணப்படுகின்றன. **சம்பந்தர்** பாடிய பதிகங்களில் சமணரைப் பற்றிய குறிப்புகள், பாண்டியரைப் பற்றிய குறிப்புகள் காணக் கிடக்கின்றன. இவ்விருவரும் கி.பி. 7-ம் நூற்றாண்டினர் என்பது ஆராய்ச்சியாளர் முடிபு. இவர்கட்குப் பிற்பட்ட கி.பி. 9-ம் நூற்றாண்டின் முற்பாதியில் இருந்த **சுந்தரர்** பாடிய தேவாரத்தில்,

> ***.............மண்ணுலகம் காவல் பூண்ட***
> ***உரிமையால் பல்லவர்க்குத் திறைகொடா மன்னவரை***
> ***மறுக்கம் செய்யும்***
> *பெருமையாற் புலியூர்ச்சிற் றம்பலத்தெம் பெருமான்*[5]

என்னும் குறிப்புக் காணப்படுகின்றது. இக்குறிப்பால், பல்லவர் பேரரசர் என்பதும். அவரது ஆட்சிக்குள் சிற்றரசர் பலர் இருந்தனர் என்பதும், அவர்கள் திறை கொடுக்க மறுத்தனர் என்பதும் நன்கு புலனாகின்றன அல்லவா?

5. நாலாயிரப் பிரபந்தம்

திருமங்கை ஆழ்வார் கும்பகோணத்தை அடுத்த நந்திபுரம் (நாதன்கோவில் - இன்றைய பெயர்) என்னும் வைணவப் பதியைப் பற்றிச் சில குறிப்புகள் பாடியுள்ளார்; அது கோட்டை மதில்களை உடையது; காவல் மிகுந்தது. நந்திவர்ம பல்லவ மல்லன் பெயரால் நடத்தப்பெற்ற போர்களில் நென்மலி என்னும் இடத்துப் போர் ஒன்றாகும். அதனைத் திருமங்கை ஆழ்வார்,

> ***நென்மலியில் வெருவச் செருவேல் வலக்கைப்***
> ***பிடித்த படைத்திறல் பல்லவர்கோன்***

என்று பாடியுள்ளார்; வயிரமேகன் என்னும் இராட்டிரகூட அரசன் (கி.பி. 725-758) காஞ்சியில் பல்லவ மல்லனோடு இருந்தான் என்று வேறொரு பாட்டில் பாடியுள்ளார்;[6] பல்லவர் சாளுக்கிய ரோடு செய்த போரில் பயன்படுத்திய போர்க்கருவிகள், இசைக் கருவிகள் முதலியவற்றின் பெயர்களைக் குறிப்பிட்டுள்ளார். எனவே, இவர் நந்திவர்ம பல்லவ மல்லன்(கி.பி. 710-775)

காலத்தவர். இவர் பாடல்களும் பல்லவர் வரலாற்றுக்கு உதவி செய்வன ஆகும்.

6. நந்திக்கலம்பகம்

இந்நூல் மூன்றாம் நந்திவர்மன் (கி.பி. 825-850) காலத்தது; இவனைப் பற்றியது; இவன் போர்ச் செயல்களையும் நகரங் களையும் பிறவற்றையும் விளக்கமாகக் குறிப்பது. இவ்வரசன் **பல்லவர் கோன்,** மல்லை வேந்தன், மயிலை காவலன், காவிரி வளநாடன், எனப் பலபடப் பாராட்டப் பெற்றுள்ளான். இவன் தமிழ்ப் புலவர்களை ஆதரித்தவன் என்று செ. 104,107 கூறு கின்றன.

7. பாரத வெண்பா

இந்நூலின் சிறிதளவே இன்று கிடைத்துள்ளது. அதுவே 'உத்தியோக பருவம்' என்பது. அதன் முதற் பகுதியில் மூன்றாம் நந்திவர்மன் **தெள்ளாறு** என்னும் இடத்தில் பகைவர்களை முறியடித்த செய்தி கூறப்பட்டுள்ளது.

8. பெரிய புராணம்

இந்நூல் கி.பி. 12-ம் நூற்றண்டில் சேக்கிழார் என்னும் பெரும் புலவராற் பாடப்பட்டதாயினும், இதன்கண் இடம் பெற்றுள்ள பெரும்பாலான **நாயன்மார் காலம் பல்லவர் காலமே** ஆகும். சேக்கிழார் இரண்டாம் குலோத்துங்கச் சோழனது உயர் அலுவலாளர் ஆதலால், பல்லவர் பரம்பரை, ஆட்சிமுறை முதலிய விவரங்களை நன்கு அறிந்திருத்தல் கூடும்; மேலும் அவர் பல்லவர் நிலைபெற்று ஆண்ட தொண்டை மண்டலத்தைச் சேர்ந்தவர்; பல்லவபுரத்தை (பல்லாவரம்) அடுத்த குன்றத் தூரிற் பிறந்து வளர்ந்தவர்; பல்லவர் கோவில் பணிகளையும், **கல்வெட்டுச்** செய்திகளையும் செவிமரபுச் செய்திகளையும் நன்கு அறிந்தவர். இவ் வசதிகளைப் பெற்ற அப்பெரியார் பாடி யுள்ள பெரிய புராணத்தில் பல்லவர் காலத்திய தமிழகம் ஓவிய மாக விளக்கப்பட்டுள்ளதை நூலறிவும் நுண்ணறிவும் உடையார் நன்கறிவர். நாயன்மார் அறுபான் மூவருள் **காடவர் கோன் கழற் சிங்கர்** ஒருவர்; இவர் "கூடலர் முனைகள் சாய வடபுலம் கவர்த்து கொண்டு" அரசாண்டவர் என்று பெரிய புராணம் கூறுகிறது. இவரைத் **தொல்லைப்பல்லவர்,** என்றுங் கூறுகிறது. இதனால், சேக்கிழார் பல்லவருடைய பரம்பரைகளை (முன்னைப் பின்னை

நடைபெற்ற பல்லவர் பரம்பரைகளை) நன்கறிந்தவர் என்பது தேற்றமன்றோ? சேக்கிழார், **ஐயடிகள் காடவர் கோன் நாயனார்** என்பவர் வரலாற்றையும் பாடியுள்ளார். இந்த நாயனாரும் பல்லவ மன்னர்;

> **மன்னவரும் பணிசெய்ய வடநூல்தென் தமிழ்முதலாம்**
> **பன்னுகலை பணிசெய்ய**

ஆண்ட பேரரசர்; சைவப்பதிகளை வணங்கி வெண்பாக்கள் பாடிப் பேறு பெற்றவர்.

அப்பர் காலத்தில் வாழ்ந்த **குணபரன்** (கி.பி. 615-630) (குணதரன் - முதலாம் மகேந்திரவர்மன்) அப்பர்க்கு இழைத்த இன்னல்களும், அவன் சமணத்தைவிட்டுச் சைவனாக மாறினதும் பெரிய புராணத்துட் காணலாம். அவன் மகனான **நரசிம்மவர்மன்** (கி.பி. 630-668) சேனைத்தலைவரான பரஞ்சோதியார் (சிறுத் தொண்டர்) சாளுக்கியர் மீது படையெடுத்து **வாதாபி** வென்றதும், அவர் சம்பந்தர் நண்பரானதும் பெரியபுராணத்தில் காணலாம்.

பூசலார் நாயனார் காலத்துக் காடவர்கோனான **இராச சிம்மன்** (கி.பி. 680-710) எடுத்த கற்றளி (கைலாசநாதர் கோவில்) சிவபெருமான் அரசன் கனவிற் சென்று கூறினமை முதலிய செய்திகளைச் சேக்கிழார் பூசலார் புராணத்தில் விளக்கியுள்ளார். இறைவன் கனவிற் சென்று கூறியதாகக் கூறும் பெரியபுராணச் செய்தியே இராசசிம்மன் அசரீரி கேட்டதாகக் கைலாசநாதர் கோவில் கல்வெட்டு ஒன்றில் குறிக்கப்பட்டுள்ளது. எனவே, சேக்கிழார் பெருமான் கல்வெட்டுகளையும் **கருத்திற்கொண்டே புராணம் பாடியுள்ளார்** என்பது இங்கு அறியத்தக்கதாகும்.

பல்லவர் காலத்தில் அவர்கள் ஆட்சிக்கு உட்பட்டிருந்த தொண்டை நாட்டினரான **நரசிங்கமுனை அரையர், மெய்ப் பொருள் நாயனார்** (திருக்கோவலூர் அரசர்) முதலியவர் வரலாறுகளும்; சோழநாடு பல்லவர்க்கு உட்பட்டு சோழர் தலைமறைந்து முடியிழந்த குறுநில மன்னராகி வாழ்ந்தமையும், அத்தாழ் நிலையிலும் அவர்க்குப் படை வீரரும் படைத்தலைவர் பலரும் இருந்தமையும், பாண்டியர் சிறிது சிறிதாகக் களப்பிரரை யும் பின்னர்ப் பல்லவரையும் வென்று பேரரசை நிலைநிறுத்தின விவரங்களும், பல்லவர் ஆட்சிக் காலத்தில் நிகழ்ந்த நல்லனவும் தீயனவும் இன்னபிறவும், பெரிய புராணத்தில் மிகத் தெளிவாக

அறியலாம். இந்த விவரங்கள் ஆங்காங்கு இந்நூலில் விளக்கம் பெறும்.

இதுகாறும் கூறப்பெற்ற வடமொழி - தென் மொழி நூல்களை நன்கு படிப்பவர், சங்க காலத்திற்குப் பிறகு, வேங்கடத்திற்குத் தெற்கே **பல்லவர்** என்னும் புதிய மரபினர் ஏறக்குறைய 600 ஆண்டுகள் நிலைபெற்றுத் தமிழகத்தை ஆண்டிருந்தனர் என்பதை ஒருவாறு அறியலாம்.

ஊர்களின் பெயர்கள்

சங்க நூற்களில் காணப்பெறாத ஊர்ப்பெயர்கள் பிற்காலத்தில் காணப்படுகின்றன. அவற்றுள், பல்லாவரம் (பல்லவபுரம்) பல்லவ நத்தம், நந்திபுரம், பரமேசுவரமங்கலம், கேந்திர மங்கலம், மகேந்திரவாடி, மாமல்லபுரம் குமாரமார்த்தாண்டபுரம் என்பன. சில இவற்றால் **பல்லவர்** அரசர் என்பதும் நந்தி, பரமேசுவரன், மகேந்திரன், மகாமல்லன், குமாரமார்த்தாண்டன் என்பன பல்லவ அரசர் பெயர்கள் என்பதுவும் அறியக்கிடக்கின்றன.

குகைக் கோவில்களும் கற்கோவில்களும்

சங்க நூல்களில் கற்கோவில்களோ, குகைக்கோவில்களோ குறிக்கப்பெற்றில. ஆனால், பெரிய புராணத்தில் **கற்றளிகள்** (கற்கோவில்கள்) குறிப்பிடப்பட்டுள்ளன. அவை பல்லவரால் கட்டப்பட்டன என்பதும் விளக்கப்பட்டுள்ளன. இந்நூலறிவுடன், நாமும் மாமல்லபுரம், காஞ்சிபுரம், பல்லவபுரம், மகேந்திரவாடி, தளவானூர், சீயமங்கலம், திருச்சிராப்பள்ளி, சிங்கவரம், கீழ்மாவிலங்கை, திருக்குழுக்குன்றம், மாமண்டூர், வல்லம், மண்டபப்பட்டு, மேலைச்சேரி, சித்தன்னவாசல் முதலிய இடங்களில் உள்ள குகைக் கோவில்களையும் கற்கோவில்களையும் காண்கின்றோம். 'பெரியபுராணம் முதலிய நூல்களில் காணப்படும் பல்லவர் அமைத்தவை இவை', என்பதை ஒருவாறு உணர்கின்றோம்.

எனவே, இதுகாறும் கூறியவற்றால் (1) சங்க காலத்திற்குப் பிறகு தமிழ்நாட்டில் **பல்லவர்** என்னும் மரபினர் பேரரசர்களாக இருந்தனர் என்பதும், (2) அவர்கள் பல குகைக் கோவில்களையும் கற்கோவிற்களையும் அமைத்தனர் என்பதும்,(3) சிவ ஊர்கட்குத் தங்கள் பெயர்களை இட்டு வழங்கினர் என்பதும், (4) அவரும் பலர் சைவராக இருந்தனர் என்பதும் ஒருவாறு உணர்தல் கூடுமே அன்றி, அப்பல்லவர் வரலாறுகளை அறிதல் கூடவில்லை.

மாமல்லபுரம் கடற்கரைக் கோவில்

பட்டயங்களும் கல்வெட்டுகளும்

பழைய அரசர்கள் கோவில்களுக்கும் பிராமணர்களுக்கும் தானங்கள் தந்த விவரங்களைச் செப்புப் பட்டயங்களில் எழுதி வந்தனர். அவற்றில் 'இன்ன அரசன் பட்டமேற்ற இன்ன ஆண்டில்' என்பது சிறப்பாகக் குறிக்கப்பெற்றது. அத்துடன், சில பட்டயங்களில் அவ்வேந்தன் முன்னோர் பெயர்களும் அவர் தம் விருதுப் பெயர்களும் அவர்கள் செய்த போர்களும் அறச் செயல்களும் குறிக்கப்படலும் உண்டு. இத்தகைய பட்டயங்கள் அரசர் மரபுக்கேற்றபடியும் நாட்டுமுறைமைக்கு ஏற்றப்படியும் பல மொழிகளில் எழுதப் பெறும். பல்லவர் தமிழகத்தற்கே புதியவர் ஆதலில், அவர் பட்டயங்களும் கல்வெட்டுகளும் முதலில் **பிராக்ருத மொழியிலும், வடமொழி**யிலுமே வரையப் பெற்றன; பிற்காலப் பல்லவரே தமிழ் மொழியில் வரையத் தலைப்பட்டனர்.. இங்ஙனம் மூன்று மொழிகளில் அமைந்த பட்டயங்கள் சில கிடைத்துள்ளன. கி.பி. ஏழாம் நூற்றாண்டு முதல் ஆண்ட பல்லவர் கற்களில் பல செய்திகளைப் பொறித்துள்ளனர். அவற்றை அவர்கள் அமைத்துள்ள குகைக் கோவில்களிலும் கற்கோவில்களிலும் கண்டு மகிழலாம். பல்லவர்கள் அமைத்த பட்டயங்களையும் கல்வெட்டுகளையும் போல அவர்கள் காலத்துக் பிறநாட்டு மன்னர்கள் தம் பட்டயங்களைக் கொண்டும் ஓரளவு பல்லவர் வரலாற்றை அறியலாம். அம்முறையில் **கதம்பர், இரட்டர், சாளுக்கியர், நாகர், கங்கர், பாண்டியர், முத்தரையர்** முதலிய அரச மரபினர் பட்டயங்களும் கல்வெட்டுகளும் உதவி புரிகின்றன. இவை அமைவும் வாய்ப்புழி ஆங்காங்குக் குறிக்கப் பெறும்.

பிற நாட்டார் குறிப்புகள்

1. **இயூன்- சங்** என்னும் சீன வழிப்போக்கினர்(யாத்திரிகள்) ஹர்ஷனையும் இரண்டாம் புலிகேசியையும் பார்த்து விட்டு இறுதியில் காஞ்சிபுரத்தை அடைந்தார். அங்குச் சில மாதங்கள் தங்கியிருந்தார்; காஞ்சியைப் பற்றியும் தமிழ் மக்களைப் பற்றியும் பற்றியும் காஞ்சியில் இருந்த சமயங்கள், கோவில்கள் இவற்றைப் பற்றியும் தமது வழிப்போக்கு (பிரயாணம்) நூலில் குறித்துள்ளார். அவர் காஞ்சியில் இருந்த காலம் ஏறக்குறைய கி.பி. 640 ஆகும்.

2. ஏறக் குறைய அதே காலத்தில் இலங்கையை நோக்கிப் பல்லவர் படையெடுப்பு நடந்தது என்பதை இலங்கை வரலாற்று நூலாகிய **மகாவம்சம்** கூறுகின்றது . ஆதலில், இக்குறிப்பிட்ட இரண்டு நூல்களும் பல்லவர் வரலாற்றை அறிய உதவி புரி வனவே ஆகும்.

ஆராய்ச்சியாளர் உழைப்பு

கி.பி. 19 ஆம் நூற்றாண்டில் நமது நாட்டில் மேனாட்டு ஆராய்ச்சியாளர் பலர் இருந்தனர். அவருள் சிறந்தவரான **சர் வால்டர் எலியட்** என்பவரே முதன் முதல் பல்லவரைப் பற்றி எழுதினர். அவர் மகாபலிபுரத்தில் உள்ள குகைக் கோவில்களை அமைத்தவர் பல்லவரே, ' என்பதைக் கண்டு பிடித்தார். அதே நேரத்தில் **டாக்டர் பர்னெல்** என்பவர் அங்கு இருந்த கல்வெட்டு களை முயன்று படித்துணர்ந்து, ‘அவை பல்லவர் தம் கல்வெட்டு களே, என்பதை மெய்ப்பித்தார். பின்னர் **ஜேம்ஸ்பெர்கூசன்** என்பவர் மகாபலிபுரத்தைப் பார்வையிட்டு, ‘அங்குள்ள வேலைப் பாடுகள் கி.பி. 6, 7, ஆம் நூற்றாண்டுகளைச் சேர்ந்தவை’ என்று முடிவு கட்டினார். பிறகு, சென்ற நூற்றாண்டின் இறுதியிற்றான் பல்லவரைப் பற்றிய மேற்சொன்ன செப்புப் பட்டயங்களும் கல்வெட்டுகளும் வெளிப்போந்தன. அவற்றைக் கண்ட ஆராய்ச்சி யாளர் திகைப்பும் வியப்பும் கொண்டனர்; பல ஆண்டுகள் அவற்றை ஆய்ந்து வெளியிட்டனர்; இம்முயற்சியில் முதல் இடம் பெற்றவர் **டாக்டர் ப்ளீட்** (Dr. Fleet) என்பவரே. இவரது முயற்சிக்கு பின்னர்ப் பல கல்வெட்டுகளும் மகாபலிபுரம் ஒழிந்த பிற (பல்லவர் கோவில்கள் கொண்ட) இடங்களும் ஆராய்ந்து அறியப்பட்டன. பட்டயங்களும் கல்வெட்டுகளும் பேரறிஞர் பலரால்[7] பார்வையிடப்பெற்று விளக்கக் குறிப்புகளுடன் அச்சேறி வெளிப்போந்தன. இவற்றின் பின் கிடைத்த புதிய பட்டயங்களும் கல்வெட்டுகளும் ஆண்டு தோறும் ஆராய்ச்சி யாளர் வெளியிடும் தென் இந்திய கல்வெட்டு ஆண்டு அறிக்கை யில் வெளியாகி உள்ளன. இவையன்றி, இன்னும் எண்ணத் தொலையாத பல பட்டயங்களும் கல்வெட்டுகளும் இருத்தல் கூடும். அவை நாளடைவில் வெளிவரும். அவை வரவரப் பல்லவர் வரலாறு மேலும் விளக்கம் பெறும் என்பதில் ஐயமில்லை.

நூலாசிரியர் பலர்

டாக்டர் ப்ளீட் துரை[8]க்குப் பின்னர் வெங்கையா என்பவர் 1907 இல் பல்லவர் வரலாற்றை ஓரளவு தமிழ் நூல் உணர்ச்சியுடன்

திறம்பட ஆராய்ந்து வெளியிட்டுள்ளார்.[9] 1917 இல் பிரஞ்சுப் பேரறிஞரான **துப்ராய் துரை மகனார் பல்லவர்,** என்னும் பெயர் கொண்ட ஆராய்ச்சி நூலை வெளியிட்டார். இவர், அதுகாறும் எவரும் கண்டறியாத பல புதிய கல்வெட்டுகளையும் பல்லவர் சின்னங்களையும் கண்டு ஆராய்ந்து அரும்பாடுபட்டனர். இவர் **பல்லவர் சின்னங்கள், பல்லவர் ஓவியம்,** என்னும் பெயர் கொண்ட வெளியீடுகளையும் **டெக்கானது பண்டை வரலாறு,** என்னும் ஆராய்ச்சி மிக்க டெக்கானது பண்டை வரலாறு, என்னும் ஆராய்ச்சி மிக்க நூலினையும், **தென் இந்தியப் படிமக்கலை,**[10] என்னும் நூலையும் வெளியிட்டுள்ளார். இப் பெரியார் சிறப்பாகப் பல்லவர் வரலாற்றிற்குப் பெருந்துணை புரிந்தவர். இங்ஙனம் பல்லவர் வரலாற்றை வரைய முனைந்தவர் பலர் உளர். அவருள் தமது சென்னைப் பல்கலைக்கழக வரலாற்றுத் துறைப் பேராசிரியராக இருந்த **டாக்டர் கிருட்டினசாமி ஐயங்கார்** சிறந்தவர். இவர் 1923 இல் ''இந்திய வரலாற்று வெளியீடு' என்னும் தலைப்பில் அரிய ஆராய்ச்சிக் கட்டுரை ஒன்று வரைந்துள்ளார். கோபிநாதராவ், கே.வி. சுப்பிரமணிய ஐயர், அரங்கசாமி சரசுவதி முதலியோர்[11] வரைந்த ஆராய்ச்சிக் கட்டுரைகள் சில. **பேராசியர் பி.டி. சீனிவாச ஐயங்கார்** தமிழில் 'பல்லவர் சரித்திரம்' வெளியிட்டுள்ளார். 1928 இல் சென்னைப் பல்கலைக்கழக வரலாற்றுத் துறையில் ஆராய்ச்சி மாணவராக இருந்த திரு. **ஆர். கோபாலன்** என்பவர் பண்பட்ட ஆராய்ச்சி முறையில் பல்லவர் வரலாற்றை விளக்கமாக எழுதியுள்ளார். அவருக்குப் பின் பிரெஞ்சுப் பேரறிஞராக வுள்ள ஹீராஸ் பாதிரியார் பல்லவரைப் பற்றி அரிய ஆராய்ச்சி நூல் ஒன்றை வரைந்துள்ளார்.''[12]

கல்கத்தாப் பல்கலைக் கழக ஆராய்ச்சியாளராகவுள்ள **தினேஷ் சந்திர சர்க்கார்** 'சாதவாகனர்க்குப் பின் வந்த அரசர்,' என்னும் அரிய நூல் ஒன்றில் பல்லவரைப் பற்றி இயன்ற அளவு ஆய்ந்துள்ளார்.[13] **டாக்டர் மீனாட்சி** என்னும் அம்மையார் பல இடங்கட்கும் நேரே சென்று ஆராய்ந்து, 'பல்லவர் கால ஆட்சியும் வாழ்க்கையும்,' என்னும் **அரிய ஆராய்ச்சி நூலை** 1938 இல் வெளியிட்டுள்ளார். இவ்வம்மையார் பட்டுள்ளபாடு கூறுந் தரத்தன்று. இவரது நூல் பல்லவர் வரலாற்று நூல்களில் சிறப்பிடம் பெறத்தக்கது.

இவற்றுடன் ஆராய்ச்சி நின்று விடவில்லை. **ஆராய்ச்சி முடிவற்றது.** எந்த நேரத்திலும் எந்தப் பழைய இடத்தும் புதிய

பொருள் கிடைத்தல் கூடும்; புதிய பட்டயமோ, கல்வெட்டோ, வேறு புதை பொருளோ அகப்படல் கூடும். இந்த முறையில் ஆராய்ச்சியாளர் கண்ணும் கருத்துமாக இருந்து, கிடைக்கும் புதியவற்றைத் தம் ஆண்டறிக்கைகளில் அவ்வப்போது வெளியிட்டு வருகின்றனர். இவை அனைத்தையும் ஆராய்ந்து இயன்ற வரை ஒருவாறு பல்லவர் வரலாறு கூறலே நமது நோக்கமாகும்.

குறிப்புகள்

1. பாடலிக - பாடலிபுரம், திருப்பாதிரிப்புலியூர்.
2. Dr. S.K. Aiyangar's 'Some Contributions of South India to Indian Culture' pp. 193-194.
3. Dr. M. Venkataramanayya's article on 'Durvinita and Simha Vishnu' in J.O.R.
4. Ibid.
5. சுந்தரர் தேவாரம். ப. 90, செ. 4
6. பெரிய திருமொழி, வி. 10; i, 9, 8; ii. 9
7. Dr. Fleet. Hultzsch, Venkayya, Keilhorn, Krishna Sastry and others. They can be found in the Indian Antiquary, South Indian Inscriptions and the Epigraphia Indica.
8. Vide his 'Dynasties of the Kanarese Districts' in the Bombay Gazetteer.
9. Archaeological Annual Surver Report for 1906-7, pp. 217-243.
10. 'South Indian Iconography'
11. (1) Dr. Venkataramayya's articles on 'The Date of Pallava Malla', 'Durvinita and Vikramaditya I', 'The place of Virakurcha in the Pallava Genealogy', 'Mahendravarman I and Pulikesin II' etc.

    (2) Mr. M.S. Sarma's papers on 'Nirupatunga' 'The Chronoilogy of the Later Pallavas' etc.

    (3) T.N. Ramachandran's paper on 'The last days of Nirupatunga' etc .
12. Studies in Pallava History, (1933).
13. S. Sircar's Successors of the Satavahanas (1939).

* * *

3. பல்லவர் யாவர்?

பல்லவர் ஏறத்தாழ 700 ஆண்டுகள் தென் இந்தியாவில் நிலைத்து ஆட்சி புரிந்திருந்தும் அவர்களைப் பற்றிய பல பட்டயங்களும் கல்வெட்டுகளும் கிடைத்திருந்தும் - **அவர்கள் யார்? எங்கிருந்து வந்தனர்?** என்பன போன்ற கேள்விகட்கு ஏற்ற விடையளித்தல் எளிதன்று. அவர்களைப் பற்றிக் கிடைத் துள்ள மூலங்ளைக் கொண்டு, பட்ட முறைமையை முற்றும் முறைப்படுத்தவும் முடியவில்லை.

பலதிறப்பட்ட கூற்றுகள்

இந்திய வரலாற்று நூலாசிரியரான **வின்ஸென்ட்** ஸ்மித் என்பார். தமது 'பழைய வரலாறு' என்னும் நூலின் முதற் பதிப் பில், **பல்லவர்** என்பவர் **பஹ்லவர்** என்னும் பாரசீக மரபினர்,' என்றும், இரண்டாம் பதிப்பில், 'பல்லவர் என்பவர் தென் இந்தியா விற்கே உரியவர். அவர் கோதாவரிக்கும் கிருஷ்ணைக்கும் இடைப்பட்ட வேங்கி நாட்டவராகலாம்' என்றும், மூன்றாம் பதிப்பில், '**பஹ்லவர்** என்னும் சொல்லைப் **பல்லவர்** என்னும் சொல்லோடு ஒப்பிட்டுப் பார்த்து, அவ்வொப்புமை மட்டுமே கொண்டு பல்லவர் பாரசீகர் எனக் கூறல் தவறு. **பல்லவர் என்பவர் தென் இந்தியரே** ஆவர்,' என்றும் முடிவு கூறியுள்ளனர்.[1]

ஆயின், **ரைஸ்** என்னும் ஆராய்ச்சியாளர், பஹ்லவர் மரபினரே பல்லவர், என்று முடிவு செய்தனர்.[2] பேராசிரியர் **துப்ராய்** என்பவர், கி.பி. 150-இல் ருத்ரதாமன் என்னும் ஆந்திரப் பேரரசன் அமைச்சனான **சுவிசாகன்** என்பவன் பஹ்லவன். அவன் மரபினரே ஆந்திரப் பேரரசு அழிவுறுங் காலத்தில் அதன் தென்பகுதியைத் தமதாக்கி ஆண்டவராவர். பட்டயங்களில் காணப்படும் முதற் பல்லவர் அரசர் அல்லர். ஆந்திரப் பேரரசின் தென்மேற்கு மாகாணங்களை ஆண்டு வந்த சூட்டுநாகர் பெண்ணை மணந்து பட்டம் பெற்றவனே முதற்பல்லவன். அவனே வீர கூர்ச்சவர்மன் என்று பல்லவர் பட்டங்களில் கூறப் படுபவன்,' என்று வரைந்துள்ளார்.[3]

சாதவாஹனப் பேரரசும் தமிழகமும்
(கி.மு. 200 முதல் கி.பி. 250 வரை)

இங்ஙனம் பல்லவர் என்பார் பஹ்லவர் என்று முடிவு கொண்டவர் பலர் உளர். இலங்கையிற் சிறந்த ஆராய்ச்சியாளராக இருந்த **இராச நாயகம்** என்பவர், 'இலங்கையை அடுத்துள்ள **மணிபல்லவம்** (காரைத்தீவு) **பல்லவர்** பிறப்பிடமாகும். மணிமேகலையில் கூறப்பட்டுள்ள சோழனை மணந்த **பீலிவளை** என்பவள் நாகர் மகள் ஆவாள். அவள் பெற்ற மைந்தனே திரை யால் கடத்தப்பட்டுக் கரை சேர்ந்த முதல் பல்லவன். அவன் தொண்டைக் கொடியால் சுற்றப்பட்டு இருந்தமையின் **தொண்டைமான்** என்றும், திரைகளால் உந்தப்பட்டு வந்தமை யின் திரையன் என்றும் வழங்கப் பெற்றான். அவன் மரபினரே தம் தாயகம் பெயரைத் தாங்கிப் **(மணி- பல்லவம்) பல்லவர்**

எனப்பட்டனர். பல்லவர் முதல் அரசன் பெரும்பாணாற்றுப் படையில் புகழப்பெற்ற **தொண்டைமான் இளந்திரையன்** ஆவன், ' என விளக்கியுள்ளார்.[4]

யாழ்ப்பாணம் யாழ்ப்பாண மக்களால் 'மணிபுரம்' எனப்படு கிறது. அங்கு நாகரும் இருந்தமையால் 'மணி நாகபுரம் என்னும் பெயர் பெற்றது. இந்தியாவிலிருந்து இலங்கை நோக்கி வரு பவர்க்கு யாழ்ப்பாணம் ஒரு **போது** (போத்து- sprout) போலக் காணப்படுதலின், அது போது (போத்து) எனப்பட்டது. **போது, போத்து, பல்லவம்** என்பன. ஒரே பொருளைக் குறிப்பன. யாழ்ப் பாணத்திற்கு போந்தவர் ஆதலின், தம்மைப் **போத்தர்,** என்றும் **பல்லவர்,** என்றும் பல்லவ அரசர் கூறிக் கொண்டனர். **மணிபல்லவம்** என்னும் தீவு மணிமேகலையில் குறிப்பிட் டிருத்தல் காண்க. இவற்றை நன்கு ஆராயின், **பல்லவம்** என்னும் சொல் மணிமேகலை காலத்து மக்கட்கு விளங்கி இருத்தல் புல னாகும். பல்லவத்திலிருந்து வந்தவர் **பல்லவர்** என்று தம்மைக் கூறிக் கொண்டமை இயல்பே அன்றோ?[5] வீர கூச்சல் நாகர் மகளை மணந்து அரசு பெற்றான், என்று பல்லவர் பட்டயம் கூறுதலும், கரிகாலன் நாகர் மகளை மணந்து பெற்ற இளந்திரை யன் தொண்டை மண்டலம் ஆண்டான் என்பதும் ஆராய்ச்சிக்கு உரியன. மேலும், பல்லவர், இன்ன இடத்திலிருந்து தாம் வந்ததாக ஒரு பட்டயத்திலும் கூறிற்றிலர் என்பது கவனிக்கத்தக்கது.

ஆராய்ச்சியாளராகிய **எலியட், செவேல்** முதலியோர் 'தொண்டைமண்டலத்துப் பழங்குடியினரான **குறும்பர்** மரபினரே பிற்காலத்துப் பல்லவர், என்றும் முடிவு செய்தனர். குறும்பர் ஆடு மாடுகளை மேய்ப்பவர் இதனைக் கருத்திற் கொண்டு **பால் - அவர்** (பால் கறப்பவர் - குறும்பர்) என்பதே **பல்லவர்** எனத் திரிந்திருக்கலாம்' என முடிவு செய்தவரும் சிலராவர்.[6]

'மணிமேகலையில் கூறப்படும் **ஆதொண்டச் சக்கர வர்த்தி** குறும்பரை வென்று அவர் தம் **குறும்பர்** பூமியைத் தனதாக்கித் தன் பெயர் இட்டுத் **தொண்ட மண்டலம்** என வழங்கினான், என்பது செவிவழி வரும் செய்தியாகும். இது முன்னரே கூறப்பட்டது.

பல்லவர் தமிழர் அல்லர்

வின்ஸெண்ட் ஸ்மித் தமது மூன்றாம் பதிப்பில் கூறியதே பெரிதும் பொருத்தமுடையதாகத் தெரிகின்றது. ஏனையோர்

கருத்துகட்குக் கடுகளவும் சான்றில்லை. என்னை? பிராக்ருத மொழியில் வெளியிடப்பட்ட பல்லவ பட்டயங்களோ, அல்லது வட மொழியில் எழுதப் பெற்ற பல்லவர் பட்டயங்களோ, பிற கல்வெட்டுகளோ, 'பல்லவர் - பஹ்லவர் மரபினர்,' என்றோ, 'வேற்று நாட்டவர்,' என்றோ, 'திரையர் மரபினர் என்றோ, 'மணி பல்லவத் தீவினர், என்றோ குறிக்கவில்லை. சங்க காலத்தில் தொண்டை மண்டலத்தை ஆண்ட **இளங்கிள்ளி, இளந்திரையன்** என்பார்க்கும் **சிவஸ்கந்தவர்மன், புத்தவர்மன் வீரகூர்ச்சவர்மன்** என்பார்க்கும் தொடர்பு ஏதும் இருந்திருத்தல் இயலாது என்பதைச் சிறிதளவு அறிவுடையாரும் தெறிவுறத் தெரிதல் கூடும் அன்றோ? மேலும் பல்லவர் பட்டயங்கள் அனைத்தும் பிராக்ருத மொழி யிலும் பெரும்பாலான வட மொழியிலும் இருக்கின்றன. பல்லவர் சோழர் மரபினர் ஆயின் - இளந்திரையன் வழிவந்தவர் ஆயின் தமிழில் எழுதாது, தமிழ் மக்கட்கே புரியாத வடநாட்டு மொழியில் எழுதத் துணிந்திருப்பரோ?[7] கி.பி. 9 ஆம் நூற்றாண்டிற்கும் பிற்பட்ட சோழரோ, பாண்டியரோ வளர்க்காத முறையில் தமிழைப் புறக்கணித்து, வடமொழியைத் தமது ஆட்சியில் வளர்த் திருப்பரோ? பல்லவர் காலத்தில் வடமொழி தொண்டை மண்ட லத்தில் பேரரசு செலுத்தியது என்பது மிகையாகாது. **பாரவி, தண்டி** முதலிய வடமொழிப் புலவர் பல்லவர் ஆட்சியில் செல்வாக்குப் பெற்றிருந்தனர் என்பது தெரிகிறதேயன்றி, எந்தத் தமிழ்ப் புலவரும் கி.பி. எட்டாம் நூற்றாண்டு வரை பல்லவர் தம்மைப் 'பாரத்வாச கோத்திரத்தார்,' என்று பட்டயங்களிலும் கல்வெட்டு களிலும் கூறிக் கொள்கின்றனர். தமிழ் அரசர்கள் ' இருடிகள் கோத்திரம்' அறியாதவர்கள்; குடிவழி அறிந்தவர்கள்; **தமிழர்க்கு இருடிகள் கோத்திரம் ஏது?**[8] இன்ன பிற காரணங்களால், **பல்லவர் தமிழரின்** வேறுப்பட்டவர்கள் என்பதைத் தெளிவுறக் காணலாம். ஆயின், **பல்லவர் யாவர்?**

தொண்டை நாடும் சங்க நூல்களும்

வடபெண்ணை யாற்றைத் தென் எல்லையாகவும் சோணை யாற்றை வட எல்லையாகவும் அரபிக் கடலை மேற்கு எல்லை யாகவும் கலிங்கத்தையும் வங்க மாகாணத்தையும் கிழக்கு எல்லையாகவும் கொண்ட **ஆந்திரப் பெருநாடு** கி.மு. 184 முதல் கி.பி. 250 வரை செழிப்புற்று இருந்தது. வடபெண்ணை முதல் தென் பெண்ணை வரை இருந்த நிலப்பரப்பே அக்காலத்

தொண்டை மண்டலம் எனப்பட்டது. அஃது அருவாநாடு, அருவா வடதலை நாடு என இரண்டு பிரிவுகளாக இருந்தது. முன்னதில் காஞ்சி நகரம் உட்பட்டது. பன்னது காஞ்சி முதல் வட பெண்ணை வரை இருந்த நாடாகும். இது குன்றுக்கும் காடு களும் சூழ்ந்த இடமாகும். காளத்தி முதலிய மலையூர்களைத் தன்னகத்தே பெற்றது. அவ்விடம் இன்றும் 'தொண்டைமான் மாகணி' (மாகாணம்)எனப்படும். இரண்டு வெள்ளாறுகட்கு இடையபில் உள்ள நிலமே **சோழநாடு.** தென் வெள்ளாற்றுக்குத் தென்பால் உள்ள இடமே பாண்டிய நாடு. கொச்சி, திருவாங்கூர் நாடுகள் அடங்கிய இடமே பழைய சேர நாடாகும். குடகு முதலிய மலை நாட்டு இடங்களும் அவற்றைச் சார்ந்த கடற்கரையும் **கொங்காணம்** என்படும். அதனைச் சங்க காலத்தில் **நன்னன்** என்பவன் ஆண்டு வந்தான்.

வடக்கே இருந்த அருவா வடதலை நாட்டில் திருப்பதியைத் தன் அகத்தே கொண்ட மலை நாட்டுப் பகுதியைத் **திரையன்** ஒருவன் ஆண்டு வந்தான். அவன் தலை நகரம் **பாவித்திரி** என்பது அஃது இப்பொழுதைய கூடுர் தாலூக்காவில் உள்ள 'ரெட்டிபாளையம்' என்னும் ஊராகும். இந்நிலப்பகுதி முன்னாளில் **காகந்திநாடு** எனப்பெயர் பெற்றது. காகந்தி என்பது புகாரின் மறுபெயர் ஆகும். சோழர் இப்பகுதியைக் கைக்கொண்டமை யின், இதற்குக் காகந்தி நாடு (புகாருக்கு உரிமையான நாடு) என்று பெயரிட்டனர்) போலும்! **கரிகாற்சோழன்** காடு கெடுத்து நாடாக்கினான்; விளை நிலங்கள் ஆக்கனான்; ஏரி குளங்களை வெட்டுவித்தான்; தொண்டை மண்டலத்தை நாடாக்கினான்; நாகரிகத்தைத் தோற்றுவித்தான்', என்று **பட்டினப்பாலை** முதலிய தமிழ் நூல்கள் கூறுகின்றன. இங்ஙனம தொண்டை மண்டலம் சோழர் ஆட்சிக்கு வந்தது முதல் சோழர் மரபினர் ஒருவர் தொண்டை மண்டலத்தை சுண்ட செய்தி சங்க நூல்களில் காணக் கிடக்கிறது. 'திரையன்' அருவா வடதலை நாட்டை ஆண்ட போது, 'இளந்திரையன்' அருவா நாட்டை ஆண்டவன் என்பதும் அறியக்கிடக்கிறது. தொண்டை மான் இளம்திரையன் என்பவன் காஞ்சியை ஆண்ட தமிழ் அரசனாகப் பெரும்பாணாற் றுப்படையில் சிறப்பிக்கப்படுகிறான்.

தொண்டைமான் இளந்திரையன் காலத்தில், காளத்தி முதலிய மலைநாடுகளைச் சேர்ந்த காடுகளில் **களவர்** என்னும் வகுப்பினர் வாழ்ந்திருந்தனர். அவர்க்குத் தலைவனாக இருந்

தவன் **புல்லி** என்பவன். இவன் திரையனுக்கு அடங்கி இருந்த வனா அல்லது மாறுபட்டவனா என்பது அறியக்கூடவில்லை. இந்த அளவே **அகநானூறு** முதலிய சங்க நூல்களில் நாம் அறியக்கிடக்கும் உண்மை ஆகும்.

எல்லைப் போர்கள்

வடபெண்ணை யாற்றுக்கு வடக்கே **ஆதோனி**யைச் சுற்றி உள்ள நிலப்பரப்பு **சாதவாகனர்** (ஆந்திரர்) ஆட்சியின் தென்மேற்குப் பகுதியாக இருந்தது. அந்த இடம் 'சாதவாகனி இராட்டிரம்' என்று வழங்கப்பட்டது. சாதவாகனருடைய பெரும் படைத்தலைவனும் சூட்டுநாகர் மரபினனுமான **கந்தநாகன்** என்பவன் இந்தப் பகுதிக்குத் தலைவனாக இருந்தான். அதே காலத்தில் சாதவாகனரது தென் பகுதியை மேற்பார்த்து வந்த தலைவர்களே **பல்லவர்** ஆவர். ஆதலின், இந்தப் பகுதி தமிழ் அகத்தின் அருவா வடதலை நாட்டிற்கும் வடக்கின் கண்ணது ஆதலின், **எல்லைப் போர்கள்** பல நடந்த வண்ணம் இருந்தன. இப்போர்களைப் பற்றிய விவரங்கள் அறிய முடியாவிடினும், கி.பி. இரண்டாம் நூற்றாண்டின் தமிழ் அரசர்க்கும் ' ஆரியர்' என்று கருதப்பட்ட சாதவாகனர்க்கும் எல்லைப் புறச் சண்டைகள் நடை பெற்றன என்பதைச் சங்க நூல்களால் நன்கறியலாம். ஆரியப் படை கடந்த நெடுஞ்செழியன் என்னும் பெயரும், திருக் கோவ லூரை ஆண்ட மலையமான் ஆரியரை வென்றான் என வருவ தாலும் 'சோழர் ஆரியரை வென்றனர்,' என்னும் குறிப்புகள் தமிழ் நூல்களில் பல இடங்களில் வருதலும் இவ்வெல்லைப் போர் களையே குறித்தனவாதல் வேண்டும்.

கி.பி. இரண்டாம் நூற்றாண்டின் இடைப்பகுதியில் (சிலப்பதிகார காலத்தில்) தோன்றி வளர்ந்து வந்த இந்த எல்லைப் புறப் போராட்டங்கள் ஆதோனியைச் சேர்ந்த நிலப்பகுதிக்குத் தலைவராக இருந்த சாதவாகன அதிகாரிகட்கும் தென்பகுதித் தலைவர்கட்கும் நாளடைவில் வெற்றியை அளித்தனவாதல் வேண்டும். இன்றேல், அக்கால வழக்கில் இருந்த சாதவாகனர் கையாண்ட 'கப்பல்' நாணயங்கள்' வட பெண்ணை முதல் தென் பெண்ணை வரை காணக் கிடத்தற்குத் தக்க காரணம் வேண்டு மன்றோ?

சாதவாகனப் பெருநாடு

சாதவாகனப் பெருநாடு பல மாகாணங்களாகப் பிரிக்கப் பட்டு இருந்தன. அவற்றைச் சாதவாகன மரபினரும் உயர்ந்த தானைத் தலைவரும் மண்டலத் தலைவராக இருந்து ஆண்டு வந்தனர்.

விஷ்ணு குண்டர்

கோதாவரிக்கு வட பாற்பட்ட பகுதியை, வாகாடகர் பெண்ணை மணந்த தலைவன் ஒருவன் ஆண்டு வந்தான். அவன் மரபினர் **விஷ்ணு குண்டர்** எனப்பட்டனர். அவரது ஆட்சிக் காலத்தில் கி.பி. 450-550 என்னலாம்.[10]

சாலங்காயனர்

கோதாவரிக்கும் கிருஷ்ணைக்கும் இடைப்பட்ட வேங்கி நாட்டைச் சாலங்காயனர் என்பவர் கி.பி. 320 முதல் 500 வரை ஆண்டனர். அவர் தலைநகரம் வேங்கி (பெத்த வேங்கி) என்பது அவர்கள் நந்தி வழிபாட்டினர். (சாலங்காயன் -நந்தி) அவருள் இரண்டாம் அரசனான அத்திவர்மனே (கி.பி, 345- 370) சமுத்திர குப்தனை எதிர்த்த அரசர் பலருள் ஒருவன் ஆவன் . இறுதியில் இந்நாடு சாளுக்கியர் கைப்பட்டது.[11]

இக்குவாகர்-பிருகத் பலாயனர்

கிருஷ்ணை, குண்டூர்க் கோட்டங்களை இக்குவாகர் (இக்ஷ்வாகர்) என்பவர் மாகாணத் தலைவராக இருந்து ஆண்டனர். இவற்றுள் ஒருவனான சாந்தமூலன் என்பவன் கி.பி. 225இல் தன் ஆட்சி நிறுவி அந்நாட்டை ஆண்டான். இவன் மரபினர் சில ஆண்டுகளே அதனை ஆண்டனர். பிறகு அதனைப் பிருகத் பலாயனர் ஆண்டனர். இறுதியில் அப்பகுதி ஏறத்தாழக் கி.பி. 275 இல் பல்லவர் கைப்பட்ட தாகலாம். அதன் தலைநகரம் ‘தான்ய கடகம்’ என்பது. இந்நகரம் பல்லவர் வடபகுதிக்குத் ‘தான்யகடகம்’ என்பது.[12] இந்நகரம் பல்லவர் வட பகுதிக்குத் தலைநகரமாகச் சிவஸ் கந்தவர்மன் பட்டயத்தில் காணப்படுகிறது.[13]

ஆனந்தர்

குண்டூர், கிருஷ்ணைக் கோட்டங்களை இக்குவாகரிட மிருந்து ஆனந்தர் என்பவர் கைப்பற்றிக் கி.பி. 350 முதல் 450 வரை ஆண்டு வந்தனர். அப்பகுதி இறுதியிற் சாலங்காயனர் கைப்பட்டது.[14]

சூட்டுநாகர்

சாதவாகனப் பெருநாட்டின் தென்மேற்குப் பகுதி **சூட்டு நாகர்** என்பவர் ஆட்சியில் இருந்தது. அதனை ஆண்ட மாகாணத் தலைவருட் சிறந்தவனே **கந்தநாகன்** என்பவன். இம்மரபினர் சாதவாகனருடன் உறவு கொண்டிருந்தனர். இவர் தலைநகரம் **வனவாசி** என்பது. இவர் ஆட்சி கி.பி, 340 இல் கதம்பரால் பறிக்கப் பட்டு விட்டது.

பல்லவர்

சாதவாகனப் பேரரசில் கிருஷ்ணையாற்றுக்குத் தென்பாற் பட்ட நிலப்பகுதியே **பல்லவர்** ஆட்சியில் இருந்தது. பல்லவ மரபினர் சாதவாகனர் மாகாணத் தலைவராக இருந்து ஆண்டு வந்தவர். தம் பேரரசு வலி குன்றத் தொடங்கிய 225இல் தாம் ஆண்ட நாட்டைத் தமக்கே உரிமை செய்து கொண்டு விட்டனர்; பின்னர் வலுப்பெற்றதும், தொண்டை நாட்டைக் கைப்பற்ற முனைந்தனர்.

இங்ஙனம் சாதவாகனர் பேரரசில் தலைவராக இருந்த சாலங்காயனர், விஷ்னு குண்டர், இக்குவாகர், பிருகத்பாலயனர், சூட்டுநாகர், **பல்லவர்** என்பவர். அப்பேரரசு வலிகுன்றத் தொடங் கியதும், தாம்தாம் ஆண்டு வந்த மாகாணத்திற்குத் தாமே அரசராகி விட்டனர்.[15]

இதனாற்றான், (சாதவாகனப் பேரரசு **சத்ரபர், வாகாடகர்** என்ற புதிய மரபினர் படையெடுப்பால் நிலை தளர்ந்தபோது, தம் ஆட்சியை உண்டாக்கிக் கொண்ட) இந்த அரசருள் பலர், கி.பி. 340-ல் தெற்கு நோக்கிப் படையெடுத்த சமுத்திரகுப்தனை எதிர்த்தனர் என்பதை அல்லகாபாத் தூண் கல்வெட்டு உணர்த்து கிறது. சாதவாகனப் பேரரசு உடைபட்டுச் சிறிய பல நாடுகள் தோன்றியிராவிடின், சமுத்திரகுப்தனை இத்துணை அரசர் (இவருள் காஞ்சியை ஆண்ட **விஷ்ணுகோபன்** ஒருவன்) கோதாவரி. கிருஷ்ணை ஆறுகளண்டை எதிர்திருத்தல் இயலா தன்றோ?

பல்லவரும் தொண்டை நாடும்

இந்நிலைமை உண்டாவதற்கு முன்னரே, இந்தப் பல்லவ மரபினர் (மாகாணத்தலைவர்) தங்கள் எல்லைப் புறப்போர்களிற் சிறிது சிறிதாக வெற்றி பெற்று வந்தனர்.

இறுதியில் சோழர் பிடித்தாண்ட தொண்டை மண்டலத்தில் வலிமையுள்ள அரசன் இல்லாத அக்காலத்தில் பெரும் படையை அனுப்பிப் பகைவரை விரட்டியடிக்க வலியற்ற சோழன் சோழ மண்டலத்தை ஆண்ட அக்காலத்தில் -(வட எல்லையில் இருந்த) சாதவாகனப் பேரரசின் தென் பகுதியைச் சேர்ந்த அதிகாரிகள் பையப் பைய அருவா வடதலை நாட்டையும், பிறகு அருவா நாட்டையும் கைப்பற்றினர்.

'தொண்டைமான் சக்கரவர்த்திக்கும் **விசுவாவசுராச**னுக்கும் போர் நடந்தது' என்னும் செவிமரபுச் செய்தி ஒன்று **கர்னெல் மக்கென்சி** எழுதியுள்ள குறிப்புகளில் காணப்படுகிறது. விசுவாவசு ராசனோ தொண்டை மண்டலத்தை வென்ற முதல் பல்லவனோ என்பது விளங்கவில்லை. எனினும், இச்செய்தி பல்லவரது தொண்டை மண்டலப் படையெடுப்பைக் குறிப்பதென்பதில் ஐயமில்லை.

இங்ஙனம் கைப்பற்றிய நாட்டில், மக்களை இன்புறச் செய்ய வும் நாட்டில் அமைதியை உண்டாக்கவும் **பப்பதேவன்**[16] என்னும் அரசன் ஓர் இலக்கம் (லட்சம்) கலப்பைகளையும் பிறவற்றை யும் தந்தான் என்று செப்பேடு கூறுகின்றது. பின் வந்த அரசரும் புதிய நாட்டில் இருந்த கோவில்களுக்கு மானியங்கள் விட்டனர் என்னும் செய்தி செப்பேடுகளில் காணப்படுகிறது. இச் செப்பேடு களில் **பிராக்ருத மொழியே** காணப்படுகிறது. சாதவாகனப் பேரரசர் ஆட்சியின் தொடக்கத்தில் காணப்பட்ட செப்பேடுகளில் உள்ள பிராக்ருத மொழியிலேயே இப்பட்டயங்களும் காணப்படு கின்றன.[17] எனவே, இதுகாறும் கூறியவற்றால், சாதவாகனர் பேரரசில் தென் மாகாணத் தலைவராக இருந்தவரும் அவர் மரபினரும் கி.பி. மூன்றாம் நூற்றாண்டின் தொடக்கத்தில் அருவாவடதலை நாட்டை முதற்கண் கைப்பற்றி, உழவு, நாகரிகம் முதலியவற்றை நுழைத்தனர். பிறகு சோழ வேந்தர் வலியற்ற நிலையைக் கண்டதும், அருவா நாட்டையும் கைப்பற்றினர். சோழர் காலத்துத் தலைநகரமாக இருந்த கல்விக்கும் பல சமயங் கட்கும் நிலைக்களமாக இருந்த - காஞ்சியைத் தங்கள் கோநகர மாக ஆக்கிக் கொண்டனர் என்பன நன்கு விளங்குதல் கூடும் அன்றோ? இவர்களே தங்களைப் **பல்லவர்** என்று கூறிக் கொண் டனர்.

பல்லவர் அரச மரபினரே

இவர்கள் தம்மைப் 'பாரத்வாச கோத்திரத்தார்' எனக் கூறுதல் கட்டுக்கதை. இவர்கள் சிறந்த சத்திரியரே. கதம்ப-மயூரசன்மன் இவர்களைப் **'பல்லவ சத்திரியர்'** என்று கூறிய தாகத் தாளகுண்டாக் கல்வெட்டுக் கூறுகிறது. எனவே, பல்லவர் சத்திரியர் ஆவர். அவர்கள் வாகாடகர், சாலங்காயனர் முதலிய பிற அரச மரபினரோடு தொடர்பு கொண்டனர். ஆயின், தமிழ் வேந்தர் ஆல், வேம்பு, பனை இவற்றைத் தம் மரபுக்கு அடையாளமாகக் கொண்டவாறே ஆந்திர நாட்டிலிருந்து வந்த பல்லவரும் **தமிழ் முறை** பற்றிக் தம்மைப் (பல்லவக் கொடி-தொண்டைக் கொடி பற்றிப்) **பல்லவர்** என அழைத்துக் கொண்டனர் ஆவர்.[18]

காடவர் முதலிய பெயர்கள்

காடவன், காடவர்கோன், காடுவெட்டி என்பன பல்லவர்க்குப் பிற்காலத்தில் வந்த பெயர்கள். கி.பி. 8 ஆம் நூற்றாண்டிற்குப் பிறகே பல்லவர் கல்வெட்டுகளிலும் வருகின்றன. எனவே, இப் பட்டங்கள் தமிழ் மக்களால் இடப்பட்டதாதல் வேண்டும். பல்லவர் காடுகளை அழித்து நாடாக்கினமை இதனால் நன்கு புலனாகிறது.

குறிப்புகள்

1. Vide his 'Early History of India', (Ist ed.) p. 348, (2nd ed.) p. 423, (3rd ed.) p. 469.
2. Vide his 'Mysore and Coorg form Inscriptions', p. 53.
3. Vide his Ancient 'History of the Dekkhan', pp. 47-60.
4. 'Indian Antiquary', Vol. III, pp. 75-80.
5. Mysore, Gazetteer, Vol-II, Part II, p. 515-517.
6. Rea's 'Pallava Architecture', p. 2.
7. இப் பல்லவரைப் பார்த்தே கி.பி. 7 ஆம் நூற்றாண்டு முதல் பாண்டியரும் கி.பி. 10 ஆம் நூற்றாண்டு முதல் பிற்காலத்துச் சோழரும் சில வடமொழிப் பட்டயங்களை வெளியிட்டனர்; பெரும்பாலான தமிழ்ப் பட்டயங்களே ஆகும். சங்க காலத் தமிழ் அரசர் வடமொழியிலோ, பிராக்ருத மொழியிலோ பட்டயங்களை விடுத்தமைக்குச் சான்றில்லை.
8. சங்க காலத் தமிழரசர் 'இன்னவர் மருமானே' மருமகனே எனப் புலவரால் விளிக்கப்பட்டனரே அன்றிப் 'பாரத்வாசர்,' போன்ற முனிவர் மரபினராக யாண்டும் குறிக்கப் பெற்றிலர்.

9. Vide Dr. S.K. Aiyangar's Int. to 'The Pallavas of Kanchi' by R. Gopalan.
10. D. Sircar's 'Successors of the Satavahanas', pp. 97-140.
11. Ibid. pp. 73, 82, 83
12. Ibid, pp. 163-165.
13. Dr. K. Gopalachari's 'Early History of the Andhra Country', pp. 151-159.
14. D. Sircar's 'Sucessors of the Satavahanas', pp. 56, 62.
15. Ibid. Int. pp. 3-4.
16. 'பப்ப' என்பது 'அப்பன்' என்னும் பொருளது. இச் சொல் பல பட்டயங் களில் வருதல் கண்கூடு. ஆதலின், இஃது ஒரு மனிதன் பெயரன்று, எனவே, சிவஸ்கந்தவர்மன் தந்தை பெயர் இன்னதென்பது தெரிய வில்லை. - Vide D. Sircar's Successors of the Satavahanas, pp. 183-184 and Dr. C. Minakshis 'Administration and Social Life under the Pallavas', pp. 6-10.
17. Vide Dr. S.K. Aiyangar's Valuable Introduction to the 'Pallavas of Kanchi', by R. Gopalan.
18. Dr. C. Minakshi's Administration and Social Life under the Pallavas', pp. 12-13.
19. Ibid. pp. 17-1.

* * *

4. களப்பிரர் யாவர்?

களப்பிரர்

சென்ற பகுதியில் பல்லவரைப் பற்றிக் குறிப்பிடுகையில், காளத்தி முதலிய மலைப் பகுதிகளில் வாழ்ந்தவர் **களவர்** என்பவர் என்பது குறிக்கப்பட்டதன்றோ? இப்பெயர் கன்னடத்தில் **களபரு** என்று மாறும்; பின் வடமொழியில் **களப்ரா** என்று மாறுதல் பெறும். இது தமிழில் **களப்பிரர்** என உருப்பெறும். இவர்கள் ஒரு கூட்டத்தினர்; அரச பரம்பரையினர் அல்லர். இவர்கள் மூவேந்தரை வென்றவராகப் பாண்டியர் பல்லவர் பட்டயங்கள் குறிக்கின்றன.

தமிழகத்துக்கு வெளியே வேற்றரசர் பட்டயங்களில் இவர்கள் குறிப்பிடப்படாமையின், **இவர்கள் தென்னிந்தியாவினரே** என்பது தேற்றம். வேள்விக் குடி- சின்னமனூர்ப் பட்டயங்களில், 'கடுங்கோனுக்கு முன்னும் சங்கத்தில் பாரதம் பாடப்பட்ட தற்குப் பின்னும் பாண்டிய நாடு களப்பிரர் ஆட்சியில் இருந்தது. அப்பொழுது எண்ணிறந்த பேரரசர் ஆண்டு மறைந்தனர்' என்பது காணப்படுகிறது. பெரிய புராணத்தில் **மூர்த்திநாயனார்** காலத்தில் மதுரையில் வடுகக் கருநாடக வேந்தன் பாண்டி நாட்டைக் கைப்பற்றி அரசாண்டான் என்பது காணப்படுகிறது.

எனவே, வேள்விக் குடிப்பட்டயம் குறிப்பிடும் **கலியரசனே** பெரிய புராணம் கூறும் வடுகக் கருநாடக வேந்தனாக இருத்தல் வேண்டும்; அஃதாவது அவன் **களப்பிர அரசனாக** இருத்தல் வேண்டும் என்பது. கடைச் சங்கத்தின் இறுதிக் காலம் கி.பி. 250 எனக் கொள்ளினும், கடுங்கோன் களப்பிரரை விரட்டிப் பாண்டியர் அரசை நிலைநாட்டிய காலம் கி.பி. 575[1] எனக் கொள்ளினும், **களப்பிரர் பாண்டிய நாட்டை** ஏறக்குறைய **300 ஆண்டுகள் ஆண்டு வந்தனர்** என்பதை உறுதியாக உரைக்கலாம். எனவே, இக்களப்பிரர் ஏறக்குறையக் கி.பி. 250 இல் பாண்டி நாட்டைக் கைப்பற்றினர் என்னலாம்.[2]

களப்பிரர் இடையீடு
(கி.பி. 200 - 300)

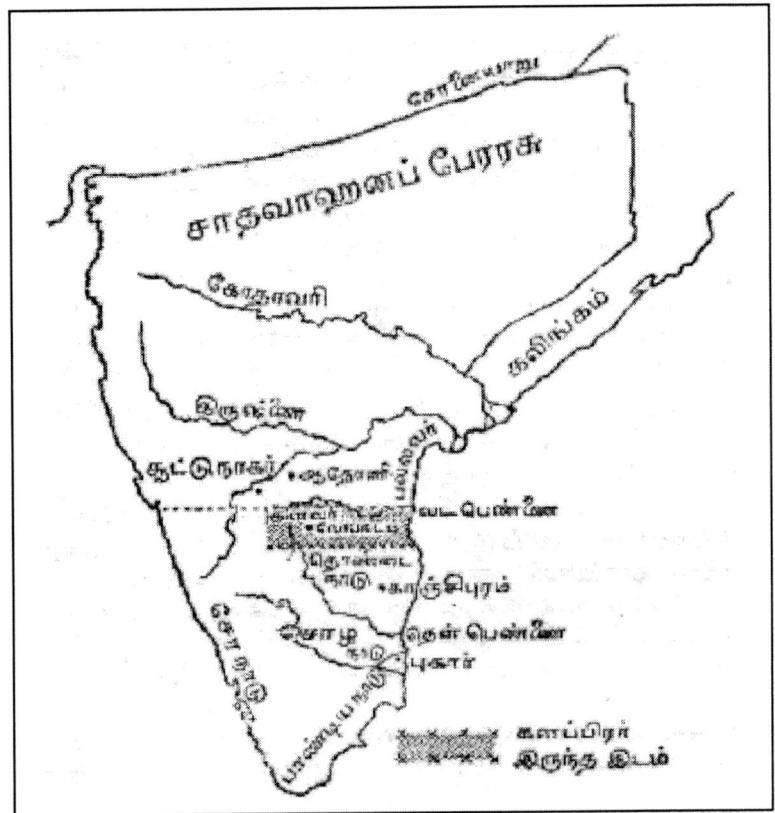

பல்லவரால் அழுத்தப்பட்ட களப்பிரர்

1. தொண்டை நாடு புகுந்த காலம் - (கி.பி. 200-225)
2. சோழ நாடு புகுந்த காலம் - (கி.பி. 225-250)
   சோழ நாட்டை ஆண்ட காலம் - கி.பி. 225- 575)
3. பாண்டிய நாடு புகுந்த காலம் - கி.பி. 250-300)
   பாண்டிய நாட்டை ஆண்ட காலம்-250-550)
4. ஏறக்குறையக் கி.பி. 550-க்குப் பிறகு வலிகுன்றி, பல்லவர் சிற்றரசராகவும் பாண்டியர் சிற்றரசராகவும் கி.பி. 10-ஆம் நூற்றாண்டு வரை இருந்தனர்.

புகாரைத் தலைநகரமாகக் கொண்டு அச்சுத **விக்ரந்தன்** என்னும் களப்பிர அரசன் ஆண்டு வந்தான் என்பதைப் புத்ததத்தர் குறிப்பிடுதல் கொண்டு உணரலாம்.[3] புத்ததத்தர் தென்னாட்டில் இருந்த பௌத்த துறவியாவர். அவர் **பாலி** மொழியில் 'அபிதம் மாவதாரம்' என்னும் நூலை எழுதியுள்ளார். அவர் தமது நூலில் மேற்சொன்ன செய்தியைக் குறிப்பிட்டுள்ளார். அப்பெரியார் காலம் புத்தகோஷரது காலமான கி.பி. 350 ஆகும்.[4]

'**அச்சுதக் களப்பாளன்**' என்னும் பெயரைக் கொண்ட வேந்தன் ஒருவன், முடியுடை மூவேந்தரையும் வென்று சிறைப் படுத்தினான்' என்று **தமிழ் நாவலர் சரிதை** கூறுகின்றது. கி.பி. 11ஆம் நூற்றாண்டினதான யாப்பருங்கலக் காரிகையில் ஒரு பாடல் அவன் சிறப்பைக் கூறுகிறது. அஃது,

அடுதிறல் ஒருவ! நிற் பரவுதும், எங்கோன்
தொடுகழற் கொடும்பூண் பகட்டெழில் மார்பில்
கயலொடு கலந்த சிலையுடைக் கொடுவரிக்
புயலுறழ் தடக்கைப் போர்வேல் அச்சுதன்
தொன்று முதிர் கடலுலகம் முழுவதுடன்
ஒன்றுபு திகிரி உருட்டுவோன்' எனவே.

என்பது. இது விளக்கத்தனார் என்னும் பண்டைப் பாவலர் பாடிய தாகும். யாப்பருங்கல விருத்தியில் மற்றொரு செய்யுள் காணப் படுகிறது. அது,

பொருகுடை வளாகம் ஒரு குடை நிழற்றி
இருபிறப் பாளர்க்(கு) ஈந்து மனமகிழ்ந்து
அருள்புரி பெரும் புகழ் அச்சுதக் கோவே!
நந்தி மாமலைச் சிலம்பு!
நந்தி! நிற் பரவுதல் நாவலர்க் கரிதே.

இச் செய்யுட்கள் பழையன என்பது இவற்றின் நடைகொண்டு கூறலாம். மேலும் முதற்பாட்டின் ஈற்றடி "ஒரு தனியாழி உருட்டு வோன். எனவே, என வரும் சிலப்பதிகார அடியை ஒற்றிவருதல் இதனை நன்கு வலியுறுத்தும். எனவே, தமிழ் நூல்களில் கூறப் படும் **அச்சுதன்** புத்ததத்தர் கூறிய அச்சுதனே என்பது தெளிவாதல் காண்க.

அறுபான் மும்மை நாயன்மாருள் ஒருவராகிய **கூற்றுவ நாயனார்** களப்பிரரே ஆவர். இவரைப் பற்றி நம்பியாண்டார் நம்பி,

ஓதம் தழுவிய ஞாலமெல்லா மொரு கோலில் வைத்தான்
கோதை நெடுவேல் களப்பாளன் ஆகிய கூற்றுவனே.

என்று கூறுதல் காண்க. 'இவர் பல அரசர்களை வென்றவர்; முடிபுனைய விரும்பித் தில்லைவாழ் அந்தணரை வேண்டினர். அவர்கள் இவர் இறைவனை வேண்ட, சிவபெருமான் தமது திருவடியை முடியாகச் சூட்டி அருளினார்' என்பதைப் **பெரிய புராணம்** விளக்கமாகக் கூறுகிறது. இவரும் கி.பி. 6 ஆம் நூற்றாண்டிற்கு முற்பட்டவர் என்பதில் ஐயம் இல்லை. மற்றொரு நாயனாரான **இடங்கழி நாயனார்** என்பவரும் இம் மரபினரே இவரும் கொடும்பாளூரை ஆண்ட குறுநில மன்னராவர்.[7]

களப்பிரர் - பல்லவர் போர்கள்

கி.பி. மூன்றாம் நூற்றாண்டின் தொடக்கத்தில் பல்லவர் தொண்டைமண்டலத்தைக் கைப்பற்ற முனைகையில், அவர்களால் தாக்குண்ட இக் களப்பிரர் அருவா வட தலை நாட்டைவிட்டுத் தொண்டை மண்டலத்திற்குள் நுழைந்தனர். இவர்கள் நுழைவால் சோழர் சிற்றரசு தொண்டை மண்டலத்தில் வீழ்ச்சியுற்றது. பல்லவர் தொண்டை நாட்டையும் கைப்பற்ற முனைந்த பொழுது, அவரிடம் போரிட்டுத் தோற்ற களப்பிரர் காஞ்சியை விட்டுப் பாலாற்றுக்குத் தெற்கே சென்றுவிட்டனர். அதனாற்றான் பப்ப தேவன் காலத்தில் **பாலாறு** பல்லவர் நாட்டின் தென் எல்லையாக இருத்திருத்தல் வேண்டும். பிறகு சிவஸ்கந்தவர்மன் இக் களப்பிரரோடு போரிட்டுத் தென்பெண்ணையாறு வரை பல்லவ நாட்டை விரிவாக்கி இருத்தல் வேண்டும்.[8]

கி.பி. 5 ஆம் நூற்றாண்டின் இறுதியில் அல்லது 6ஆம் நூற்றாண்டின் தொடக்கத்தில் இடைக்காலப் பல்லவருள் ஒருவனான '**புத்தவர்மன்** கடல் போன்ற சோழர் (களப்பிரர்)[9] சேனையை நடுங்கவைத்தான்' என்று ஒரு பட்டயம் கூறலாம், தொண்டை சோழ நாடுகளில் இருந்த களப்பிரர்க்கும் பல்லவர்க்கும் போர் நடந்த செய்தி அறியலாம்.

இக்களப்பிரர் அடிக்கடி பல்லவரோடு போரிட்டு வந்திருக்க வேண்டும். இவர்களைக் காஞ்சியினின்றும் துரத்தித் தொண்டை மண்டலம் முழுவதையும் கைப்பற்ற இடைக்காலப் பல்லவரும் இடருற்றவராதல் வேண்டும்.[10]

கி.பி. 6-ஆம் நூற்றாண்டின் கடைப்பகுதியில் பல்லவப் பேரரசனாக இருந்த **சிம்ம விஷ்ணு** (கி.பி. 575-615) **களப்பிரரை முறியடித்த பெருவீரன்** என்று வேலூர் பாளையப் பட்டயம் கூறுகின்றது. சிம்ம விஷ்ணுவின் பெயரனான முதலாம் நரசிம்ம வர்மன் (கி.பி. 630-660) இக்களப்பரரோடு போரிட்டான். கி.பி. 7ஆம் நூற்றாண்டின் கடையிலும் எட்டாம் நூற்றாண்டின் இடையிலும் சாளுக்கியர் இக்களப்பிரரைக் கண்டுள்ளனர். வடக்கே பல்லவராலும் தெற்கே பாண்டியராலும் அடிக்கடி தாக்குதல் பெற்று வலிகுன்றிய இக்களப்பிரர், கி.பி. 7, 8 ஆம் நூற்றாண்டு களில் தஞ்சைக்கு அருகிலும் கொடும்பாளூரிலும் முத்தரையர் என்னும் பெயருடன் சிற்றரசர்கள் ஆகிப் பல்லவர்க்கும் பாண்டி யர்க்கும் அடங்கி வாழ்ந்து வந்தனர்.[11]

சோணாட்டில் களப்பிரர்

தஞ்சைக்கடுத்த **செந்தலை** (சந்திரலேகா) என்னும் ஊர் முத்தரையர் காலத்தில் சிறந்த நகரமாக இருந்திருத்தல் வேண் டும். அங்குள்ள கோவில் மண்டபத் தூண்களில் இருக்கும் கல்வெட்டுக்களில் முத்தரையர் பரம்பரையைக் காணலாம்.

பெரும் பிடுகு முத்தரையன்
அல்லது
குவாவன் மாறன்
|
இளங்கோவதி அரையன்
அல்லது
மாறன் பரமேசுவரன்
|
பெரும் பிடுகு முத்தரையன் II
அல்லது
சுவரன் மாறன்

இந்த மூன்றாம் அரசன், 'ஸ்ரீமாறன், **ஸ்ரீகள்வர் காவலன்,** ஸ்ரீசத்ரு கேசரி, **ஸ்ரீகளப்ர காவலன்** எனப் பலவாறு வழங்கப் பட்டான்.[12] இம்மரபினர் பாண்டியரை வென்றவுடன் **மாறன்** என்ற பெயரிட்டுக் கொண்டனர்; **முத்து**+அரையர் - முத்துக்கள் கிடைக்கும் பகுதிக்கு (பாண்டிய நாட்டுக்கு) அரசர் என்று தம்மை அழைத்துக் கொண்டனர். இன்றேல், சேர சோழ, பாண்டியரை

வென்றனராதலின் **முத்தரையர்** (மு+தரையர்) எனப்பெயர் கொண்டனர் எனினும் பொருந்தும்.[13]

பாண்டி நாட்டில் களப்பிரர்

பாண்டி நாட்டில் முத்தரையர் அரசு செலுத்திய பொழுது தான் கி.பி, 470 இல் சமண சங்கம் மதுரையிற் கூட்டப்பட்டது. 'திகம்பர தரிசனம்' என்னும் சமண நூல் இதனைக் குறிக்கிறது. நாலடியாரும் பழமொழியும் அப்பொழுது பாடப்பட்டவையாக இருக்கலாம். நாலடியாரில் முத்தரையர் புகழப்பட்டுள்ளனர். யாப்பருங்கலவிருத்தி உரையால், தமிழ் **முத்தரையர் கோவை** ஒன்று இருந்ததாகத் தெரிகிறது. இம்முத்தரையர் (களப்பிரர்) சமணத்தை ஊட்டி வளர்த்தனர் என்பது நாலடியார் போன்ற (செ. 200, 243, 296) நூல்களால் நன்குணரலாம்.[14]

கி.பி. 8 ஆம் நூற்றாண்டினரான திருமங்கை யாழ்வார் சோழ நாட்டின் ஒரு பகுதியான ஆலிநாட்டை ஆண்ட சிற்றரசர் அவர் **கள்ளர் மரபினர்** என்ற திவ்யசூரி சரிதம் செப்புகிறது. கள்ளர் **சரப மரபினர்** என்று வடமொழியில் கூறப்படுவர்.[15] இன்றும் திருச்சிக்கோட்டத்தில் முத்தரையர் சமீந்தார்களாக இருக்கின்றனர். தெலுங்க நாட்டில் 'முத்து ராசாக்கள் ' என்னும் சமீந்தார் இருக் கின்றனர். மதுரைக்கோட்டத்தில் உள்ள மேலூரில் முத்தரையர் 'அம்பலக்காரர்' எனப்படுவர். 'இவர்கள் எல்லோரும் இக்காலத்துக் கள்ளர் வகுப்பினர் ஆவர் என்பர் ஆராய்ச்சியாளர்.[16]

பல்லவராலும் பாண்டியராலும் கி.பி. ஆறாம் நூற்றாண்டு முதல் 9 ஆம் நூற்றாண்டு வரை களப்பிரர் வலி குன்றிச் சிற்றரச ராக இருந்தனர். தஞ்சையை யாண்ட களப்பிரர் பல்லவர்க்கு அடங்கியவர்; கொடும்பாளுரை ஆண்ட களப்பிரர் பாண்டியர்க்கு அடங்கியவர். கி.பி. 9-ம் நூற்றாண்டில் இடைப்பகுதியில் சோழப் பேரரசை நிலைநாட்டிய **விசாயாலய சோழன்** தஞ்சையை யாண்ட களப்பிர அரசனிடமிருந்தே மீட்டான்.[17]

குறிப்புகள்

1. T.V.S. Pandarathar's Pandyas, p. 103.
2. C.V.N. Iyer's Saivism in S. India, p. 411-412.
3. K.A.N. Sastry's 'Cholas', Vol. I. p. 121
4. K.C. Law's Life and Works of Buddagosha, p. 43.

5. கம்மர்-கம்மாளர், அந்தணர் - அந்தணாளர் என்பது போலக் களப்பர் என்பது களப்பாளர் என வருதல் இயல்பு.

6. கூற்றுவ நாயனார் புராணம்

7. K.A.N. Sastry's Cholas, Vol. I, p. 150 foot-note.

8. R. Gopalan's 'Pallavas of Kanchi', pp. 36-37.

9. சோழர் இக்காலத்தில் தனித்துப் படையெடுத்தனர் எனல் பொருந் தாது என்னை? தொண்டைநாடும் சோணாட்டின் வடபகுதியும் களப்பிரர் கையில் இருந்தது என்பதைப் புத்ததத்தர் கூற்றால் உய்த் துணரலாம். அங்ஙனம் இருப்ப, களப்பிரரும் சோழரும் சேர்ந்து பல்லவரை எதிர்த்தனர் எனக் கோடலே பொருத்தமாகும்.

10. Dr. S.K. Aiyangar's Int. to the 'Pallavas of Kanchi', p. 22.

11. Ibid. p. 23.

12. R. Gopinatha Rao's article in 'Sen Tamil' Vol. 6.

13. M.S.R. Iyengar's Studies in S.I. Jainism, pp. 53-55.

14. Ibid.

15. M.R. Aiyangar's Alwargal Kalanilai, pp. 118, 119.

16. 'Studies in S.I. Jainism' pp. 56-57.

17. K.A.N. Sastry's Pandyan Kingdom, p. 84-85.

* * *

5. முதற்காலப் பல்லவர் (கி.பி. 250 - 340)

மூவகைப் பட்டயங்கள்

பல்லவர் பட்டயங்கள் பிராக்ருதம், வடமொழி, கிரந்த தமிழ் என மூவகை மொழிகளில் எழுதப்பட்டுள்ளன. எனவே, மொழி வல்லுநர் இவற்றை நன்கு ஆய்ந்து, முதலில் வெளிப்பட்டவை பிராக்ருதப் பட்டயங்கள்; பின்னர் வெளிப்பட்டவை வடமொழிப் பட்டயங்கள்; இறுதியில் வெளிப்பட்டவையே கிரந்த - 'தமிழ் பட்டயங்கள்' என்னும் முடிவிற்கு வந்துள்ளனர். அவர்களே, 'பிராக்ருத மொழியில் தீட்டப்பட்டுள்ள பட்டயங்கள் கி.பி. 3, 4-ஆம் நூற்றாண்டுகளைச் சேர்ந்தவை; வடமொழிப் பட்டயங்கள் கி.பி. 4, 5, 6-ஆம் நூற்றாண்டுகளைச் சேர்ந்தவை; கிரந்த - தமிழ்ப் பட்டயங்கள் கி.பி. 7-ஆம் நூற்றாண்டிலிருந்து கணக்கிடத் தக்கவை, என்றும் முடிவு கூறியுள்ளனர். இம்முறைப்படி ஆராயின், பல்லவர் பட்டயங்கள் மூவகைப்படும். அவற்றுள் முதலான பிராக்ருத மொழியின. அவற்றின் காலம் கி.பி. 3,4 ஆம் நூற்றாண்டுகள் ஆகும். மற்றவை மேற்சொன்ன இரண்டு காலங ்களைச் சார்ந்தவை ஆகும். ஆகவே, நாம் (1) பிராக்ருத மொழியில் பட்டயங்களை வெளியிட்ட பல்லவரை **முற்காலப் பல்லவர்** (கி.பி. 250-340) என்றும், (2) வடமொழியில் பட்டயங்களையும் வெளியிட்ட பல்லவரை **இடைக்காலப் பல்லவர்** (கி.பி. 340 - 575) என்றும், (3) கிரந்த - தமிழ் மொழியில் பட்டயங்களையும் கல்வெட்டுக்களையும் வெளியிட்ட பல்லவரைப் பிற்காலப் பல்லவர் (கி.பி. 575- 900) என்றும் இந்நூலுள் அழைப்போம்.

பிராக்ருத பட்டயங்கள்

முற்காலப் பல்லவர் பட்டயங்களில் சிறந்தவை **மூன்றே** ஆகும். அவை(1) மயிதவோலு- பட்டயங்கள், (2) ஹிரஹத கல்லிப் பட்டயங்கள், (3) குணபதேயப் பட்டயங்கள் என்பன. இவை மேனாட்டு அறிஞரால் நன்கு ஆராயப்பட்டுத் தக்க விளக்க வுரைகள் பெற்றவையாகும். இப்பட்டயங்கள் தம்மை விடுத்தவர் பெயர்களைக் குறிப்பிட்டு, தாம் எழுந்த காரணத்தையும் குறிப் பவை ஆகும். ஆதலின், இவற்றைக் கொண்டு முற்காலப் பல்லவர் பரம்பரை, போர், நாகரிகம், அரசியல் முதலிய வரலாற்றுக்குரிய செய்திகளை நன்கு அறியக்கூடவில்லை.

முதற்காலப் பல்லவர் நாடு
(கி.பி. 250- 340)

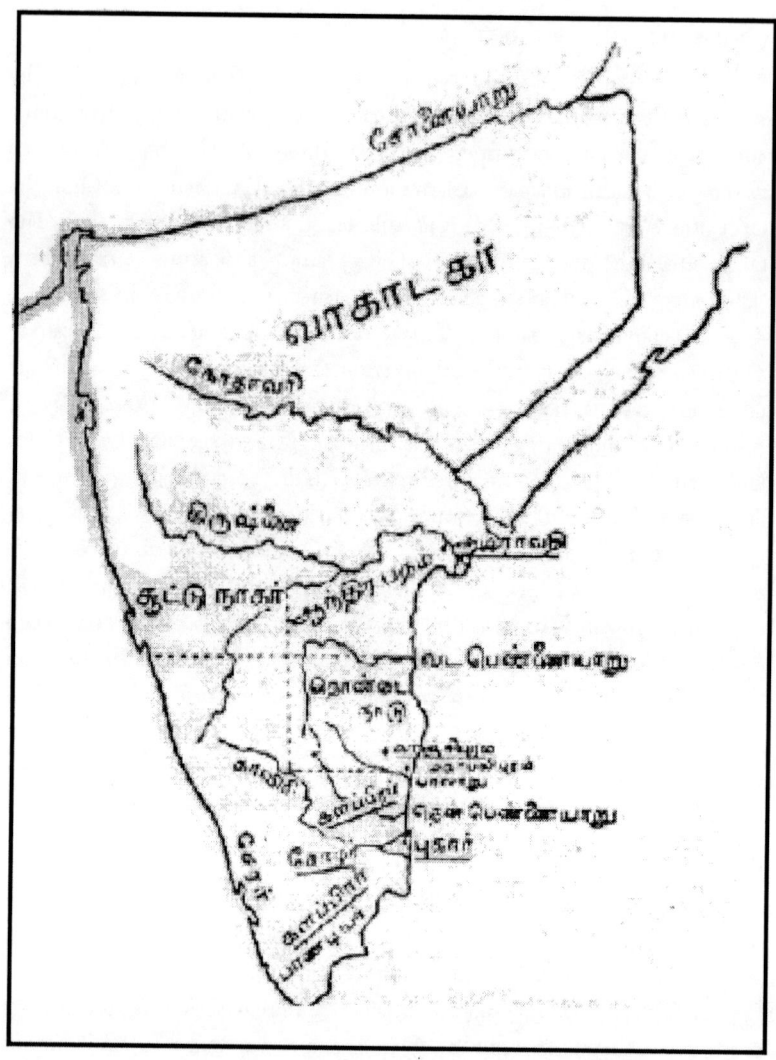

ஆந்திர பதமும் தொண்டை நாட்டின் வடபகுதியும் இக்காலப் பல்லவர் நாடாக இருந்தன.

1. மயிதவோலு - பட்டயம்

'இது பல்லவர் மரபினனும் பாரத்வாச கோத்திரத்தைச் சேர்ந்தவனும் ஆன **இளம் பேரரசன் (யுவமகாராசன்) சிவஸ்கந்த வர்மன்** வெளியிட்டது. ஆந்திர பதத்தில் (பல்லாரிக் கோட்டத்தில்) உள்ள 'விரிபரம்' என்னும் சிற்றூரை இரண்டு பிராமணர்க்கு உரிமையாகினமை இப்பட்டயத்தில் கூறப்பட்டுள்ளது. இவ்வுரிமை, இளவரசன் காலத்தில், பல்லவ அரசனாக இருந்தவனது ஆட்சி 10 ஆம் ஆண்டில் கொடுக்கப்பட்டது. இது காஞ்சியிலிருந்து விடப்பட்டதாகும். இது தான்ய கடகத்தில் இருந்த (பல்லவர்க்குரிய தெலுங்கு நாட்டைத் தலைவனாக இருந்து ஆண்ட) தலைவனுக்கு அனுப்பப்பட்டது.

2. ஹிரஹதகல்லிப் பட்டயம்

'ஹிரஹதகல்லி' என்பது பல்லாரிக் கோட்டத்தில் உள்ள சிற்றூர். இப்பட்டயம் பல்லவ - தர்ம - **மகா ராசாதி ராசன் சிவஸ்கந்தவர்மன்** விடுத்ததாகும். இஃது இவன் பட்டம் பெற்ற எட்டாம் ஆண்டில் விடப்பட்டது. **பப்ப மகாராசன்**[1] விடுத்த தானத்தை உறுதிப்படுத்தவும் விரிவுபடுத்தவும் இது விடப்பட்டது. தானம் பெற்ற தோட்டம் ஊர் 'சில்லரேக கொடுங்கா' என்பது அது சாதாவாகனராட்டிரத்தில் உள்ளது. இதில் அரசியல் அலுவலாளர் பெயர்களும் பிறவும் குறிக்கப்பட்டுள்ளன. சிவஸ்கந்த வர்மன் **அக்நிஷ்டோமம், வாஜபேயம், அசுவமேதம்** என்னும் பெரு வேள்விகளைச் செய்தவன் என இப்பட்டம் குறிக்கிறது.

3. குணபநேயப் பட்டயம்

இது விசய-ஸ்கந்தவர்ம மகாராசன் ஆட்சிக்காலத்தில், இளவரசன் புத்தவர்மன் மனைவியும் புத்தியங்குரன் தாயுமான **சாருதேவி** என்பவள் விடுத்தது. தாலூராவில் உள்ள **பெருமாள்** (நாராயணன்) **கோவிலுக்கு** அவ்விளவரசி நிலத்தைத் தானமாக விட்ட செய்தி இதில் காணப்படுகிறது. விசய- ஸ்கந்தவர்மனுக்கும் இளவரசன் புத்தவர்மனுக்கும் என்ன உறவு என்பது இதில் குறிக்கப்படவில்லை.

இவற்றால் அறியத்தக்கவை

சிவஸ்கந்தவர்மன் இளவரசனாக இருந்த பொழுது தன்னை 'இளம்பேரரசன்' (யுவ மகாராசன்) என்று கூறுவதால், அவன் தந்தை பேரரசனாகத்தான் இருந்தான் என்பது பெறப்படுகிறது.

பேரரசன் (மகாராசன்) என்னும் பட்டம் சாதாரண சிற்றரசரும் சாதாரண தனி அரசரும் வைத்துக் கொள்ளல் வழக்கமாக இருந்தது. ஆகலின், சிவஸ்கந்தவர்மனின் தந்தை ஒரு சாதாரண அரசனாகவே இருந்தான் என்பது வெளிப்படை இது. சிவஸ்கந்தவர்மன் பட்டம் பெற்ற பின், தன்னை 'மகா ராசாதிராசன்' என்று கூறிக் கொள்வதாலும் வலியுறும். சிவஸ்கந்தவர்மன் இங்ஙனம் தன்னைத்தான் பட்டம் பெற்ற 8-ஆம் ஆண்டிலே கூறிக் கொள்வதாலும், அவன் இளம் பேரரசனாக இருந்த பொழுதே காஞ்சியிலிருந்து பட்டயம் விடுத்தற்குச் சான்று இன்மையாலும், சிவஸ்கந்தவர்மன் பேரரசன் செய்யத்தக்க **அக்நிஷ்டோமம், வாஜபேயம், அஸ்வமேதம்**[2] என்னும் பெரு வேள்விகள் செய்துள்ளமையாலும் - பல்லவப் பேரரசை ஏற்படுத்தியவனும் அதற்குத் தலைநகரமாகக் காஞ்சியைக் கண்டவனும் இச் சிவஸ்கந்த வர்மனே ஆதல் வேண்டும் என்று கூறல் தவறாகாது.[3]

வடநாட்டு வெற்றி

சதவாகனர் வீழ்ச்சிக் காலத்தில் (கி.பி. மூன்றாம் நூற்றாண்டின் முற்பகுதியில்) கிருஷ்ணை - குண்டூர்க் கோட்டங்கள் கொண்ட நிலப்பகுதி **இக்குவாகர்** ஆட்சியில் இருந்தது. அப்பகுதிக்குத் தலைநகரம் தான்ய கடகம் அல்லது **அமராவதி** என்னலாம். அவர் மரபில் மூவர் ஆண்டமைக்குப் பட்டயங்கள் உள்ளன. அவர்கள் கி.பி. 3 ஆம் நூற்றாண்டின் இடையில் மறைந்தனர். பிறகு பிருகத்பலாயனர் தோன்றினர். அவர்கள் ஆண்ட பகுதிக்குத் தெற்கே சாதவாகனர் மாகாணத் தலைவர்களாக இருந்த பல்லவர், இரு திறத்தாரையும் வென்று ஆந்திர பதத்தைக் கைக் கொண்டனர். இங்ஙனம் செய்த பல்லவ அரசன் சிவஸ்கந்தவர்மனாகவே இருத்தல் வேண்டும். என்னை? ஆந்திர பதத்தில் உள்ள தன் பிரதிநிதிக்கு ஆணைவிடுத்த முதல் அரசன் இவனே ஆதலின் என்க.[4] மேலும் இவன் தன்னை முதலில் **இளம் பேரரசன்** என்றும், பிறகு **மகா இராசாதிராசன்** என்றும் கூறிக் கொண்டதாலும், பேரரசன் செய்ய வேண்டிய பெரு வேள்விகள் செய்தமையாதலும், இக்குவாகரும் சாதவாகனரும் வெளியிட்ட பட்டயங்களில் உள்ள பிராக்ருத எழுத்துகட்கு இவனது பட்டய எழுத்துகள் சிறிதே பிற்பட்டவை என்பது நன்கு தெரிதலின், இக்குவாகர்க்குப் பின் ஆந்திர பதத்தை ஆண்ட முதற்பல்லவன் -

அங்ஙனமே காஞ்சியைக் கைப்பற்றி ஆண்ட **முதற் பல்லவன் இவனே** ஆவன் எனத் துணிந்து கூறலாம்.

சிவஸ்கந்த வர்ம காலம்

இவன் விடுத்த பட்டயங்களின் உள்ளுறை பிராக்ருதத்தில் இருப்பினும், பட்டயம் கொடுக்கப்பட்ட செய்தி வடமொழியிலேயே இருத்தலாலும், குஷாணரைப் பின் பற்றிக் கி.பி. 4-ஆம் நூற்றாண்டின் தொடக்கத்தில் **குப்தர்** தம்மை 'மகா ராசாதிராசர்' என்று கூறிக் கொள்வதாலும், இவனும் இவனுக்குப் பிற்பட்டவரும் கி.பி. 350 இல் சமுத்திரகுப்தனை எதிர்த்த விஷ்ணுகோப பல்லவனுக்கு முற்பட்டவர் என்பது அறிஞர் முடிபாதலாலும் இன்ன பிற காரணங்களாலும், இவன் காலம் கி.மு. 300-325 எனத் துணிதலில் தவறில்லை.[5]

பிறர் கூற்று

(1) மயித வோலு, ஹீரஹதகல்லி- பட்டயங்கள் காஞ்சியிலிருந்து விடப்பட்டவை. முதல் பட்டயம் இளவரசனான சிவஸ்கந்தவர்மன் விடுத்தது. இரண்டாம் பட்டயம் சிவஸ்கந்த வர்மன் 'தர்ம மகா ராசாதிராசன்' ஆன பிறகு விடுத்தது. இந்த மயித வோலுப் பட்டயமே பல்லவர் பட்டயங்களில் பழமை வாய்ந்தது; சயவர்மனது (பிருகத் பலாயன அரசன்) கொண்ட முடிப்பட்டயங்கள், கௌதமீ புத்திர சதகர்ணி விடுத்த கார்லே - கல்வெட்டு, வசிஷ்டீபுத்திர புலுமாயி விடுத்த நாசிக் கல்வெட்டு ஆகிய இவற்றை ஏறக்குறைய ஒத்துள்ளது. எனவே, சிவஸ்கந்த வர்மன் மேற் சொன்ன அரசர் காலத்திற்கு மிகுந்த பிற்காலத்தில் இருந்திருத்தல் முடியாது . (2) மேலும் கி.பி. 4 ஆம் நூற்றாண்டின் இடையில் காஞ்சியை **விஷ்ணு** கோபன் ஆண்டதாகச் சமுத்திர குப்தன் கல்வெட்டுக் கூறுகிறது. குப்தனை எதிர்க்கத்தக்க அளவில் வன்மை பெற்ற பல்லவர். அதற்கு முன்னர்ச் சில தலைமுறையேனும் காஞ்சியில் ஆண்டவர் என்று கொள்ளலே ஏற்புடையதாகும். (3) காஞ்சியைப் 'பல்லவேந்திர புரி' என்று கதம்ப காகுத்தவர்மன் பட்டயம் கூறலாலும், அது மயூரசன் மனது வாக்கு எனக் கொள்ளின், மயூரசன்மன் காலம் கி.பி. 3 ஆம் நூற்றாண்டின் இடைப்பகுதி என்று சந்திரவல்லிக் கல்வெட்டுக் கூறலால், பல்லவர் காஞ்சியில் ஆளத்தொடங்கிய காலம் ஏறத்தாழக் கி.பி. 250- எனக் கோடல் தவறாகாது. (4) கி.பி. 200 அல்லது 250 -உடன் முடிவுற்ற சங்க கால நூல்களிலும் பல்லவர் குறிக்கப்படாமையும் ஒரு சான்றாகும். இன்னபிற காரணங்களால், **பல்லவரது ஆட்சித்**

தொடக்கம் ஏறக்குறைய கி.பி. 250 எனக் கோடலே பொருத்த முடையது. ......சிவஸ்கந்தவர்மனின் தந்தையே (பெயர் தெரிய வில்லை) காஞ்சியைப் பிடித்தாண்ட முதல் அரசனாகக் கூறலாம்.[6]

முடிவு

அறிஞர் கருத்துகள் பலவாக இருத்தலை நோக்க, கீழ்வரு மாறு முடிவு கொள்ளல் பொருந்துவாகும். (1) சிவஸ்கந்த வர்மனே தன் தந்தை ஆந்திர பதத்தை ஆண்டு வந்தபோது, தொண்டை நாட்டைக் கைப்பற்றி இருக்கலாம். (2) தான் காஞ்சி யிற்றானே தங்கித் தந்தை இறக்குமளவும் இளவரசனாகவே இருந்திருக்கலாம். (தந்தை இருப்ப, மகன் தனிமாகாணத்தை ஆளுதல் பல்லவர் பழக்கம் என்பதைப் பட்டயங்களே காட்டு கின்றன) (3) தந்தை இறந்த பிறகு பல்லவப் பேரரசுக்குக் காஞ்சியைத் தலைநகரமாக்கிப் பல நாடுகளை வென்று, தர்ம மகாராசாதிராசனாகி இருக்கலாம். இப்பேரரசன் காலம் ஏறத்தாழக் கி.பி. 250 - 275 எனக் கொள்ளலாம்.

இக்காலப் பல்லவர்

இவனுக்குப் பின் **விசய ஸ்கந்தவர்மன்** பல்லவ நாட்டை ஆண்டான் ஆயின், அவனுக்கும் சிவஸ்கந்தர்மனுக்கும் என்ன உறவு என்பது விளக்கவில்லை. அவனது ஆட்சிக் காலத்தில் இளவரசனான **புத்தவர்மன்** மனைவி **சாருதேவி** என்பவள் விட்ட பட்டயம் காணின், புத்தவர்மன் விசயஸ்கந்தவர்மனின் மகன் எனக் கோடலில் தவறில்லை. எனிலும் உறுதியாகக் கூறு வதற்கில்லை. புத்தவர்மனுக்குப் **புத்யங்குரன்** என்றொரு மைந்தன் இருந்தான் என்பதும் குணப்தேயப் பட்டயத்தால் தெரிகிறது.

இம்மூன்று பட்டயங்களைக் காண்கையில், இம்முற்காலப் பல்லவர் பெயர்களைக் கீழே வருமாறு முறைப்படுத்தலாம்.

பப்ப தேவன்[7]
|
சிவஸ்கந்தவர்மன்
|
விசயஸ்கந்தவர்மன்
|
இளவரசன் புத்தவர்மன்
|
புத்யங்குரன்

குறிப்புகள்

1. **பப்ப-அப்பன்** என்பது. எனவே, 'பப்பமகாராசன்' என்பது சிவஸ்கந்த வர்மன் தந்தையாதல் வேண்டும். ஆனால், அவனது இயற்பெயர் இன்னதென்பது விளங்கவில்லை. Vide D. Sircar's Successors of the Satavahanas p. 183.

2. **அக்நிஷ்டோமம்:** வசந்த காலத்தில் பலநாள் தொடர்ந்து செய்யப்படும் வேள்வி.

   வாஜ்பேயம்: உயர்ந்த அரச நிலையின் பொருட்டுச் செய்யப்படும் வேள்வி.

   அஸ்வ மேதம்: பேரரசன் என்பதை அரசர் பலரும் ஒப்புக் கொண் டமைக்கு அறிகுறியாகச் செய்யப்படும் பெருவேள்வி.

3. Vide Hera's 'Studies in Pallava History', p. 11.

4. Dr. K. Gopalachari's 'Early History of the Andhra country', pp. 157, 158.

5. D. Sircar's 'Successors of the Satavahanas' pp. 164-166, 247-248.

6. Dr. C. Minakshi's 'Administration and Social Life under the Pallavas' pp. 1, 2 & 10.

7. S.I.I. Vol. 2, p. 506 foot-note by H. Krishna Sastry.

   இடைக்காலப் பல்லவருள் ஒருவனான 'வீரகூர்ச்ச வர்மனே இந்தப் பப்பதேவன்' என்பது ஓர் ஆராய்யாளர் கருத்து - Vide 'The place of Virakurcha in the Pallava Genealogy', Madras Christian College Magazine, April, 1928.

* * *

6. இடைக்காலப் பல்லவர்
(கி.பி. 340 – 575)

சுற்றுப்புற நாடுகள்

இடைக்காலப் பல்லவர் பட்டயங்களைக் கொண்டு அவர்கள் வரலாறு அறிய முற்படுமுன், அவர் காலத்தில் இருந்த சுற்றுப்புற நாடுகளைப் பற்றிய தெளிவு இருத்தல் இன்றியமை யாதது ஆதலின், முதற்கண் அந்நாடுகளைப் பற்றி ஓரளவு அறிந்துகோடல் நலமாகும்.

விஷ்ணுகுண்டர் (கி.பி. 450- 700)

கோதாவரிக்கு வடபாற்பட்ட நிலப்பகுதியை ஆண்டவர் விஷ்ணுகுண்டர் ஆவர். இவர்கள் வாகாடகருடன் பெண்வழித் தொடர்புடையவராக இருந்தனர். இவர்கள் நிலப்பகுதி பையப் பையச் சாளுக்கியர் கைப்பட்டது.[1]

சாலங்காயனர் (கி.பி. 320-620)

கோதாவரி, கிருஷ்ணை யாறுகளுக்கு இடையில் இருந்து ஆண்டவர் **சாலங்காயனர்** எனப்பட்டனர். இவர்கள் தலைநகரம் **வேங்கி** என்பது. இவர்கள் நந்தி வழிபாட்டினர் (சாலங்காயன நந்தி) இம்மரபரசருள் இரண்டாம் மன்னனான அத்திவர்மனே (கி. பி 345 - 370) சமுத்திர குப்தனை எதிர்த்த அரசருள் ஒருவன். இந்நாடு கிருஷ்ணைக்குத் தெற்கே பரவியிருந்தது. அந்தப் பகுதி பல்லவர் கைப்பட்டது. மற்றப் பகுதி சாளுக்கியர் கைப்பட்டு அழிவுற்றது.[2]

ஆனந்தர் (கி.பி. 500- 600)

இக்குவாகர் ஆட்சியில் இருந்த குண்டூர்-கிருஷ்ணைக் கோட்டங்களைச் சேர்ந்த நிலப்பகுதி பல்லவர் கைக்கு மாறியது. பின் அப்பகுதி கி.பி. 350-450 வரை **ஆனந்தர்** என்ற அரச மரபினர் ஆட்சிக்கு உட்பட்டது. பின்னர் அப்பகுதி பல்லவர் ஆட்சிக்கே திரும்பிவிட்டது.[3]

இடைக்காலப் பல்லவர் நாடு
(கி.பி. 340- 575)

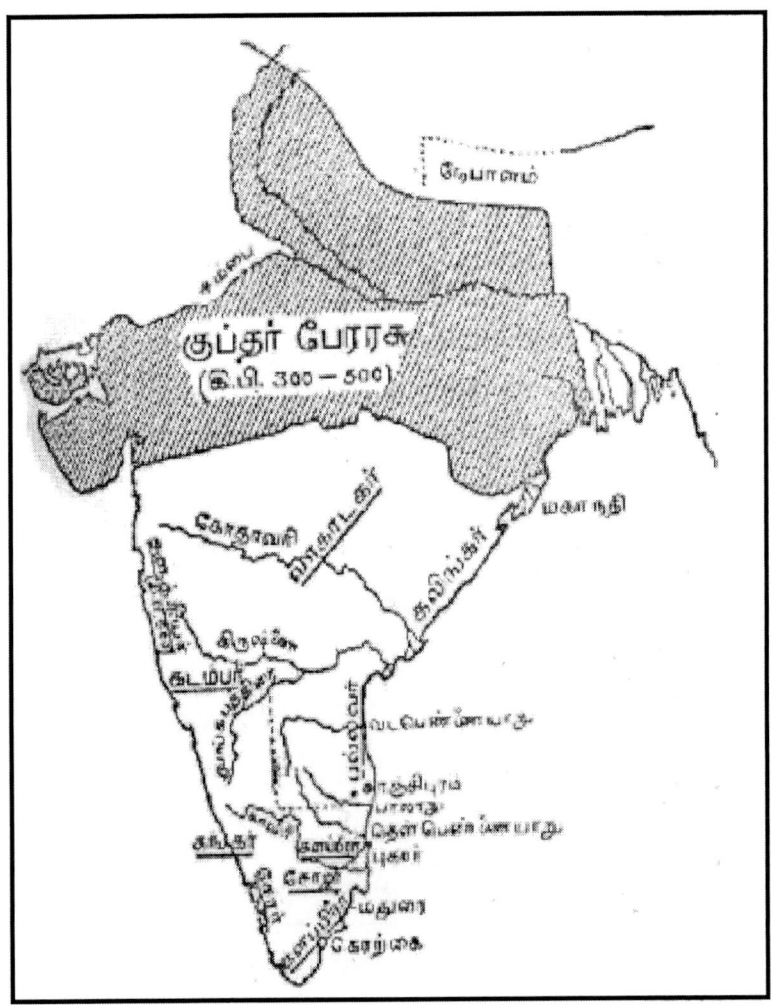

இக் காலப் பல்லவர் வடக்கிலும் வட மேற்கிலும் தெற்கிலும் ஓயாத போர்கள் செய்தனர், ஆதலின், **முற்காலப் பல்லவர்** நாடே இவர் காலத்தும் இருந்ததென்னலாம்.

சூட்டு நாகர் (கி.பி. 250- 350)

இவர் ஆந்திர சாதவாகனர்க்கு உறவினர்; இக்குவாகர்க்குப் பெண் கொடுத்தவர்; கி.பி. 220 இல் தனியாட்சி உண்டாக்கி ஆண்டவர். இவர் நாடு பம்பாய் மாகாணத்தின் தென்கோடிக் கோட்டங்களும் மைசூரின் வட பகுதியும் கடப்பை-அனந்தப்பூர்க் கோட்டங்களும் கொண்ட நிலப்பரப்பாகும். இது கிழக்கே திருப்பருப்பதத்தை எல்லையாகக் கொண்டது. ஏறக்குறையக் கி.பி. 350 இல் சமுத்திரகுப்தன் படையெடுத்துச் சென்ற பின், வீரகூர்ச்சவர்மன் என்னும் பல்லவன் இவர் தம் பெண்ணை மணந்து குந்தன நாட்டையும் பெற்றான் என்று பொருள்படும் முறையில் பல்லவர் பட்டயம் எழுதப்பட்டுள்ளது. இதன் தலைநகரம் **வைசயந்தி** எனப்படும் **வனவாசி** ஆகும்.

கதம்பர் (கி.பி. 350 - 600)

ஏறத்தாழக் கி.பி, 350 இல் மயூரசன்மன் என்னும் வீரமறையவன் திருப்பருப்பதத்தைச் சேர்ந்த நாடுகளைக் கைப்பற்றிப் பின் சித்தூர், வட ஆற்காட்டுக் கோட்டங்களை ஆண்ட பாண அரசரை அடிமைப்படுத்திப் பல்லவர் நாட்டு எல்லைப்புறத்தில் குழப்பம் உண்டாக்கிக் கொண்டு இருந்தான். அப்பொழுது அரசனாக இருந்த பல்லவன் மயூரசன்மனுடன் சந்து செய்து கொண்டு, அவனைத் தன் படைத்தலைவனாகவும் சிற்றரசனாகவும் ஏற்றுக் கொண்டான்: பின் மயூரசன்மன் நாளடைவில் குந்தள நாட்டிற்கே தனி அரசன் ஆனான். இவன் தன் நாட்டைப் பல வழிகளிலும் விரிவாக்கினான். இவன் மரபினர் கீழ்கண்டவராவர்:

மயூர சன்மன் (கி.பி. 350- 375)
|
கங்க வர்மன் (கி,பி. 375-400)
|
பகீரதன் (கி.பி. 400- 425)
|
இரகு — காகுத்த வர்மன் (கி.பி. 425 - 450)
|
சாந்தி வர்மன் (கி.பி 450 - 475)
|
மிருகேச வர்மன் (கி.பி. 475 - 500)
|
(கி.பி. 500- 525) இரவிவர்மன் — சிவரதன் — பானுவர்மன்
|
அரிவர்மன் (கி.பி. 535- 570)

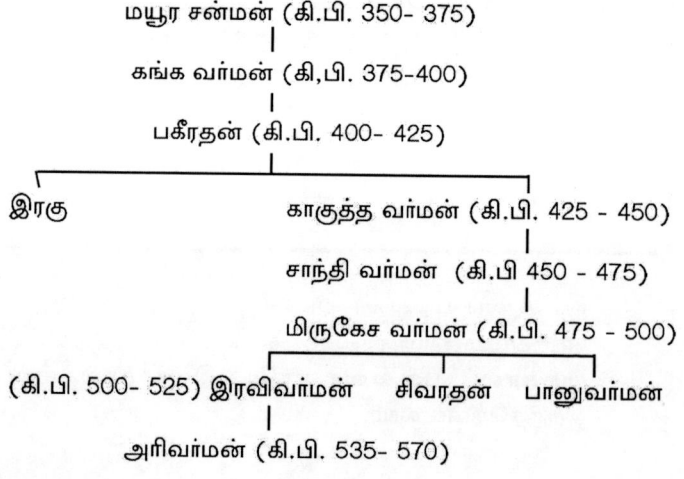

இக் கதம்பருள் உட்பிரிவுகள் சில உண்டு. மேற்பட்டியலிற் கண்ட காகுத்தவர்மனுக்கு மகனும் சாந்திவர்மனுக்கு இளவலு மான **கிருஷ்ணவர்மன்** என்பவன் வழியினர் ஒரு பிரிவினர் ஆவர். இக் கிருஷ்ணவர்மன் பல்லவரோடு நடத்திய போரில் இறந்து விட்டான். இவன் மகனான விஷ்ணுவர்மன் தன் பெரியப்ப னான சாந்தி வர்மன் அரசாட்சியில் தன்னைத் தர்ம **மகாராசன்** என்று ஒரு கல்வெட்டில் கூறிக் கொள்கிறான். எனவே கிருஷ்ண வர்மன் மரபினர் குந்தள நாட்டின் ஒரு பகுதியைத் தனிப்பட்ட முறையில் ஆட்சி செய்தவராவர். காகுத்தவர்மன் 'மூன்று நாடு கட்கு அரசன்' என்று தன்னைக் கூறிக் கொள்வதால் அவன் காலத்திலேயே குந்தள நாடு மூவகைக் கதம்பர் ஆட்சியில் இருந்த தென்பதை அறியலாம்.[5] ஆயினும் பிற்காலத்தில் இம் மரபினர்க் குள் போர் மூண்டது. 'இரவிவர்மன், கிருஷ்ண வர்மன் மரபைச் சேர்ந்த விஷ்ணு வர்மனைக் கொன்று, பல்லவனை முறியடித்தான். பலாசிகாவைத் தனதாக்கிக் கொண்டான்' என்று வரும் பட்டயச் செய்திகளால் கிருஷ்ண வர்மன், மரபினர் பலாசிகாவைக் (இப்போதைய ஹல்சி) கோநகரமாகக் கொண்டு குந்தள நாட்டின் தென்பகுதியை ஆண்டு வந்தவர் என்பது விளங்கும். மகாராசன் குமார வர்மன், அவன் மகன் மாந்தாத்ரி வர்மன், மாது வர்மன், தாமோதர வர்மன் முதலிய கதம்பர் மரபு ஒன்றும் குந்தள நாட்டில் இருந்ததாகத் தெரிகிறது. இவருள் வனவாசியைத் தலைநகரமாகக் கொண்டு ஆண்ட **சாந்தி வர்மன் மரபினர்க்கும் இடைக்காலப் பல்லவர்க்குமே ஓயாத போராட்டங்கள் நடைபெற்றன.** கதம்பர் மரபினர்க்குள் இடைக்காலப் பல்லவர்க்குமே ஓயாத போராட் டங்கள் நடைபெற்றன. கதம்பர் மரபினர்க்குள் போர்களும் கலகங் களும் நடந்த போதும்[6], கதம்பர் தமக்குத் தெற்கே இருந்த கங்கரை வெல்ல முயன்றபோதும், இவ்விருதிறத்தாரும் பல்லவர் உதவியை நாடினர். அப்பொழுது பல்லவர் தலையிட்டனர்.[7] மேலும் கதம்பர் பேரரசைத் தமது நாட்டிற்கு மேற்கே வளர விடுதல் பல்லவர் நன்மைக்கு ஏற்றதன்று. ஆதலின், பல்லவர் அடிக்கடி கதம்ப ருடன் இந்த இடைக்காலத்தில் தொடர்ந்து போரிட வேண்டியவர் ஆயினர்.

கதம்பர் சிங்க இலச்சினை, குரங்குக் கொடி, 'பெர்மத்தி' என்னும் வாச்சியம் முதலியவற்றை உடையவர். அவர் அனை வரும் தம்மைத் 'தர்ம மகாராசாதிராசர்' என்றே கூறிக் கொண்டனர். அவர் குல தெய்வம் வனவாசியில் உள்ள 'மதுகேசர்' ஆவர். கதம்ப

அரசர் பெரும்பாலும் சமணர்க்கே மிகுதியாகத் தானம் அளித்துள் ளனர்.[8]

கங்கர்

காவிரிக்குத் தெற்கே குடகு நாட்டையும் மைசூரின் ஒரு பகுதியையும் ஆண்டவர் கங்கர் என்பவர். இவர் தலைநகரம் **தழைக்காடு** என்பது. இவர்கள் சேர நாட்டிற்கு வடக்கே இருந் தனர். பல்லவர் பேரரசின் போது அதற்கு அடங்கி இருந்தனர்; கதம்பர் படையெடுத்தபோதெல்லாம் பல்லவர் துணையைப் பெற்று வாழ்ந்தனர். இவர்களில் முதல்வனான **மாதவன்** காலம் கி.பி. 350 என்னலாகும்.[9]

கங்க அரசர் **நாக மரபினர்;** நாகமரபைச் சேர்ந்த பெண் களை மணந்தனர்: அரவக் கொடியையே கொடியாகப் பெற்றவர்.[10]

தமிழகத்தரசர்

இந்த இடைக்காலத்தில் பல்லவ நாட்டிற்குத் தெற்கே வன்மை மிகுந்து இருந்தவர் **களப்பிரர்** ஆவர். அம்மரபினரே சோணாட்டின் பெரும் பகுதியையும் பாண்டிய நாட்டையும் ஏறக்குறையக் கி.பி. 250- 550 வரை ஆண்டு வந்தனர். இக்காலத் தில் சோழரும் பாண்டியரும் சிற்றரசராக இருந்து காலம் கழித்தனர்: எனினும், பல்லவரை எதிர்த்த பொழுதெல்லாம் களப்பிரரோடு சேர்ந்தே போரிட்டனர். எனவே, இத்தமிழ் வேந்தர்கள் இடைக் காலப் பல்லவர்க்கு ஓயாத துன்பத்தை விளைத்தே வந்தனர். இவரைப் பற்றிய விரிவு முன்னரே தரப்பட்டுள்ளதன்றோ?

அகச்சான்றுகள்

இடைக்காலப் பல்லவரைப் பற்றி அறியப் பெருந்துணை புரிவன வடமொழியில் வரையப்பட்ட செப்பேடுகளும் இரண் டொரு கல்வெட்டுகளுமே ஆகும். வடமொழி வளர்ச்சியில் நுண் ணறிவுடையார் இவற்றை ஆராய்ந்து இவற்றின் காலம் ஏறக் குறைய கி.பி. 340-575 எனக் கூறியுள்ளனர். செப்பேடுகள் பல இடங்களிலிருந்து பல்லவ அரசர்களால் விடப்பட்டுள்ளன. அவற்றில் பல முதற்காலப் பல்லவரைப் போலக் காஞ்சிபுரத்தி லிருந்து வெளியிட்டதாகத் தெரியவில்லை. அவை யாவும் தெலுங்க நாட்டில் உள்ள **'தாம்ராப, பலககட, மேன்மாதூர, தசனபுரம், பிகீரா, ஓங்கோடு, தர்சி, இராய கோட்டம்' சந்தலூர், உதயேந்திரம் உருவப்பள்ளி,** என்னும் இடங்களிலிருந்து வெளி யிடப்பட்டவை ஆகும்.

கல்வெட்டுகள் வாயலூர், அமராவதி என்னும் இடங்களிலிருந்து வெளியிடப்பட்டவை ஆகும். இப்பட்டயங்களும் கல்வெட்டுகளும் பிராக்ருதப் பட்டயங்களைப் போலவே அரசன் பட்டமேற்ற ஆண்டையே குறிக்கின்றன. ஆயின் பல்லவ அரசர் பலர் பெயர்களைக் குறிக்கும் இப்பட்டயங்கள் அவர்கள் முறையைக் கூறுவதில்லை. இதனால், அரசர் முறை வைப்பு உள்ளவாறு அறிதல் கூடவில்லை. இன்ன அரசன் இன்ன காலத்தவன் என்றும் உறுதியாக உரைக்க இயலவில்லை.

புறச்சான்றுகள்

(1) **கங்கர் கல்வெட்டு** ஆயின், இஃதே இடைக்காலத்தில் பல்லவ நாட்டை அடுத்த வேற்றுநாட்டரசர் பட்டயங்கள் சிலவற்றால், இவ்விடைக்காலப் பல்லவர் சிலர் ஆண்ட காலங்களைச் சற்றேறக்குறைய ஒருவாறு அறிய முடிகின்றது. மேலைக் கங்க அரசனான இரண்டாம் மாதவன் வெளியிட்ட பெனு கொண்டா - பட்டயங்களில் 'கங்க அரசனான தன் தந்தை அரிவர்மனையும் தன்னையும் கங்க நாட்டுப் பட்டயத்தில் ஏற்றிய பெருமை முறையே **பல்லவ அரசரான சிம்மவர்மன், கந்த வர்மன்** என்பவரையே சாரும்' என்று குறித்துள்ளான். இதனால் மேற்கூறப்பட்ட 'கங்க அரசர் காலத்தவர் சிம்மவர்மன், கந்த வர்மன், என்னும் பல்லவ அரசர்' என்பது எளிதிற் புலனாகின்றது. இக்கங்கர் பட்டயங்களை நன்கு சோதித்த **டாக்டர் ப்ளீட்** (Fleet) என்பார், 'பல்லவர் தயவால் பட்டம் பெற்ற கங்க அரசர் காலம் ஏறக்குறைய கி.பி. 475 என்னலாம்' என்று முடிவு கூறியுள்ளார்.

(2) **லோகவிபாகம்,** (3) **அவந்தி சுந்தரி கதா:** இவற்றைப் பற்றி இரண்டாம் பிரிவிற் கூறப்பட்டுள்ளது, ஆண்டுக் காண்க.

(4) **அலகாபாத் கல்வெட்டு** : வட இந்தியாவில் பெரும் புகழுடன் வாழ்ந்த **சமுத்திரகுப்தன்** என்னும் பேரரசன் ஏறக்குறையக் கி.பி. 350இல் டெக்காணை நோக்கிப் படையெடுத்து வந்தான். அவனை கிருஷ்ணை, கோதாவரி என்னும் யாறுகளைச் சார்ந்த நாடுகளில் இருந்த அரசர் பலர் ஒன்று சேர்ந்து எதிர்த்தனர். அவன் அவர்களை வென்று முடிவில் காஞ்சி அரசனாக இருந்த **விஷ்ணுகோபன்** என்பவனையும் வென்றதாக அவனது (அலகாபாத்தில் உள்ள) கல்வெட்டுக் கூறுகின்றது.

இதுகாறும் கண்ட வெளி அரசர் பட்டயங்களாலும் வடமொழி நூல்களாலும் கீழ்வரும் செய்திகளை ஒருவாறு அறியலாம்:

1. விஷ்ணு கோபன் காலம் ஏறக்குறைய கி. பி. 350

2. சிம்மவர்மனும் கந்தவர்மனும் கங்கரை அரசராக்கிய காலம் ஏறக்குறைய கி.பி. 436- 475

3. பிற்காலப் பல்லவருள் முதல்வனான சிம்மவிஷ்ணு வின் காலம் கி.பி. (575) - 615:

இடைக்காலப் பல்லவர் பட்டயங்களை நன்கு ஆராய்ந்த அறிஞர் கீழ்வருமாறு அரசமுறை வகுத்துள்ர்.

குமார விஷ்ணு I
|
கந்தவர்மன் I
|
வீரகூர்ச்சவர்மன்
|
கந்தவர்மன் II
|
(இவன் பிள்ளைகள் மூவர்)

சிம்மவர்மன் I	இளவரசன் விஷ்ணுகோபன்	குமாரவிஷ்ணு II
கந்தவர்மன் III	சிம்மவர்மன் II	புத்தவர்மன்
நந்திவர்மன் I	விஷ்ணுகோபவர்மன்	குமாரவிஷ்ணு 111
	சிம்ம வர்மன் III	
	சிம்ம விஷ்ணு	

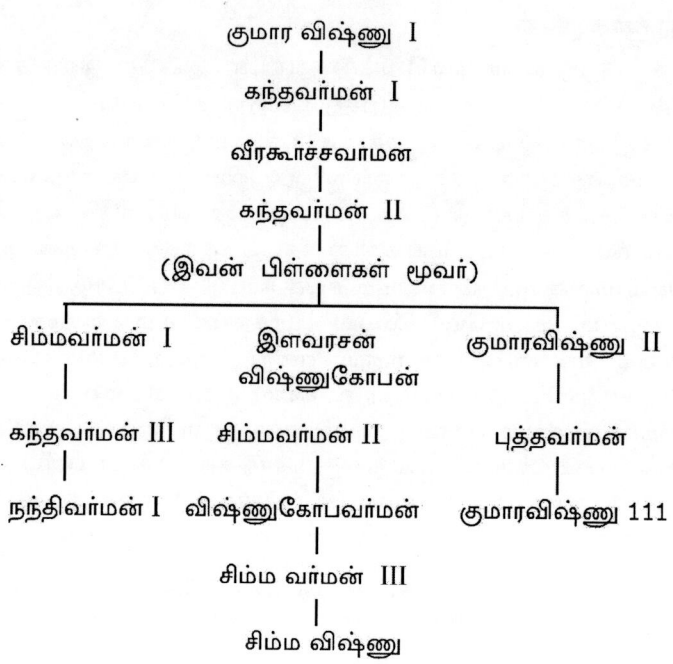

காலவரையறை

(1) களபர்த்திரி என்பவனைக் 'குடும்பத் தலைமணி' என்றும், 'இலக்குமி கணவன்' என்றும் பட்டயங்கள் குறித்தலால், கிருஷ்ணசாஸ்திரியார் கருத்துப்படி இவனுக்குக் ' குமாரவிஷ்ணு' என்னும் பெயர் இருந்தது என்று கோடலில் தவறில்லை. மேலும் இவனே சமுத்திரகுப்தனை எதிர்த்த விஷ்ணுகோபனாக இருக்க லாம். 'இருத்தல் இயலாது' என்று மறுக்கக் காரணம் ஒன்றும் இல்லை. முற்காலப் பல்லவருள் கடைசி அரசன் புத்தியங்குரன். இடைக்காலப் பல்லவருள் தலைமணி போன்றவன் களபர்த்திரி

அல்லது குமார விஷ்ணு இவ்விருவருக்கும் இடையில் வேறு அரசர் ஆள இடமில்லை.[12] இந்தக் குமார விஷ்ணுவின் ஆட்சிக் காலமும் சமுத்திரகுப்தன் படையெடுப்பின் காலமும் ஒத்திருத்தலின், குமார விஷ்ணுவும் அலகாபாத் கல்வெட்டில் குறிக்கப் பட்ட விஷ்ணுகோபனும் **ஒருவனே** எனத் துணியலாம்.

எனவே, முதலாம் குமார விஷ்ணு (விஷ்ணுகோபன்) சமுத்திர குப்தன் காலத்தில் காஞ்சியரசனாக இருந்தான் என்பது தெளிவு. ஆகவே, அவனது காலம் ஏறக்குறைய கி.பி. 340-350 எனக் கூறலாம்.

(2) லோகவிபாக நூலின்கணக்குப்படி சிம்மவர்மன் பட்டம் பெற்ற ஆண்டு கி.பி. 436 ஆகின்றது. அனைவரும் (அவன் மகனான) கந்தவர்மன் என்னும் மற்றொரு பல்லவனையும் அரிவர்மனும் இரண்டாம் மாதவனும் பட்டமேற உதவி புரிந்தவர் எனக் கி.பி. 475 இல் போந்த இரண்டாம் மாதவனது பட்டயம் கூறலால், அங்ஙனம் அவர்களைப் பட்டயத்தில் ஏற்றியவர் நமது பல்லவர் பட்டியலில் உள்ளபடி முதலாம் சிம்மவர்மனும் அவன் மகனான மூன்றாம் கந்தவர்மனுமே ஆவர்.

எனவே, கங்கர் பட்டயம் கண்ட அரசனும் அரிவர்மனும் சிம்மவர்மன் பட்டம் பெற்ற கி.பி. 435 முதல் பட்டயத் தோற்றம் வரை (கி.பி. 475 வரை) ஆண்டிருக்கலாம். அஃதாவது, சிம்ம வர்மன், அவன் மகன் கந்தவர்மன் ஆகிய இருவரும் கி.பி. 436 முதல் 475 வரை ஆட்சிபுரிந்திருக்கலாம் எனக் கோடலில் தவறில்லை.[13]

கங்கர் வரலாற்றை ஒருவாறு ஆராய்ச்சி செய்த ஆசிரியர் ஒருவர் கங்கர் பட்டயங்களைச் சோதித்து, (1) அரிவர்மன் காலம் ஏறத்தாழக் கி.பி. 436-460 என்றும், (11) இரண்டாம் மாதவன் காலம் கி.பி. 460- 500 என்றும் குறித்துள்ளார்.[14]

இது பொருந்துவதாயின், பல்லவ வேந்தருள் (1) முதலாம் சிம்மவர்மன் காலம் கி.பி. 436-460 எனவும், (11) மூன்றாம் கந்தவர்மன் காலம் ஏறத்தாழக் கி.பி. 460-475 எனவும் கொள்ள லாம்.

(3) சிம்மவர்மன் பட்டம் பெற்றது கி.பி. 436 எனின், அவன் தந்தையான கந்தவர்மன் II ஆட்சி அதே ஆண்டில் முடிவுற்ற தாகும். அவனது 33 ஆம் ஆட்சி ஆண்டுப் பட்டயம் இருத்தலை நோக்க,[15] அவன் ஏறக்குறைய 36 ஆண்டுகள் ஆண்டதாகக்

கொள்ளலாம். அங்ஙனமாயின், அவனது ஆட்சிக் காலம் கி.பி. 400-436 என்றாகிறது.

(4) முதலாம் குமார விஷ்ணுவின் காலம் ஏறக்குறையக் கி.பி. 341-350 எனக் கொண்டதாலும், இரண்டாம் கந்தவர்மன் காலம் கி.பி. 400- 436 எனக் கொண்டதாலும், இவ்விருவர்க்கும் இடைப்பட்ட முதலாம் கந்தவர்மன், வீரவர்மன் என்பவர் ஆட்சிக் காலம் 50 ஆண்டுகள் ஆகின்றது.

எனவே வரலாற்றாசிரியர் மதிப்பிடும் 25 வருட ஆட்சி ஒவ்வொருவர்க்கும் கணக்காகிறது; அஃதாவது, முதலாம் கந்த வர்மன் காலம் கி.பி. 350-375; வீரவர்மன் காலம் கி.பி. 375- 400.

(5) "விஷ்ணுகோபன் ஈ.றாக அரசர் பலர் காலமான பின்னர் பல்லவர் குடும்பத்தில் **நந்திவர்மன் பிறந்தான். அவன் சிவ னருளால் நாக அரசனை அடக்கினான்,**" என்று வேலூர்ப் பாளையப் பட்டயங்கள் கூறலால், விஷ்ணுகோபன் உள்ளிட்ட அரசர் பலருக்கு பிற்பட்டவன் நந்திவர்மன் I என்பது மட்டுமே தெரிகிறது; காலம் உறுதியாகக் கூறக்கூடவில்லை.

நமது பட்டியலில் விஷ்ணுகோபன் மகன் மூன்றாம் சிம்மவர்மன் குறிக்கப்பட்டுள்ளான். அவன் மகனே பிற்காலப் பல்லவர் முதல்வனான **சிம்மவிஷ்ணு** என்பவன். இவன் காலம் கி.பி. 575-615 என ஆராய்ச்சியாளர் கூறுவர்.

எனவே, நந்திவர்மனும் அவனுக்கு பிற்பட்ட மூன்றாம் சிம்மவர்மனும் ஏறக்குறையக் கி.பி. ஆறாம் நூற்றாண்டின் இடைப் பட்டவர் (கி.பி. 525-575) ஆவர். ஏனையோர் அனைவரும் ஏறத்தாழக் கி.பி. 475-க்கும் 535-க்கும் இடைப்பட்டவர் ஆகலாம்.

பல்லவர் வரலாற்றில் துன்பம் தரத்தக்க பகுதி இஃது ஒன்றே ஆகும். இரண்டாம் கந்தவர்மன் மக்கள் மூவர் - அவரவர் வழி வந்தவர் பலர் - இவருள் இவருக்குப் பின் இவர் பட்டம் பெற்றனர் - அக்காலம் இன்னது - என வரையறுத்துக் கூற இயல வில்லை.

இதனாற்றான், ஆராய்ச்சியாளர் பல குழப்பமான முடிவுகளை வெளியிட்டுத் தம்மைக் குழப்பிக் கொண்டதோடு படிப்பவரை யும் குழப்பி விட்டனர். பல்லவர் பட்டியலை வகுத்தவர் பலர் - அவற்றிற்குக் காரணங் கூறியவர் பலர். அவற்றுள் ஒன்றேனும்

முற்றத் தெளிவு தாராமையின், ஈண்டு இடம் பெற்றிலது. அவர்கள் ஒருமுறை பற்றி அரசர் முறை வைப்பை முயன்று முடிக்கின்றனர்; பின்னர்ச் சில உண்மைகளைத் தக்க காரணம் கூறி வற்புறுத்த முயல்கையில் அம்முறை வைப்புத் தவறா கின்றது.

அத் தவற்றை மறைக்கப் 'பட்டயத்தில் இந்தத் தொடர் முன்னதாக இருக்க வேண்டும், இவன் அவன் பாட்டனாக இருக்க வேண்டும். இவன் 40 ஆண்டுகட்கு மேலும் அரசாண் டிருக்கலாம் அன்றோ?' என்றெல்லாம் கூறி இடர்ப்படுகின்றனர். இவ்வளவு குழப்பத்திற்கும் இவ்விடைக் காலப் பல்லவர் பரம்பரை இடம்தருகின்றது.

இரண்டாம் கந்தவர்மன் மக்கள் மூவர் பரம்பரையினரும் ஒரே பட்டத்தை அடுத்தடுத்துப் பெற முடியுமா? அங்ஙனம் பெற்றனரா? என்பது தெளிவாகவில்லை. ஆயின், 'விஷ்ணு கோபனுக்குப் பின் அவன் மகன் பட்டம் பெறாமல் நந்திவர்மன் பட்டம் பெற்றான்' என்பதால் பரம்பரை மாறி- பங்காளிகள் மாறி மாறித் **தேவைக்கேற்றப்படி அரசு கட்டில் ஏறினர்** எனக் கோடலே பொருந்துவதாகும். நந்திவர்மனுக்குப் பிறகு சிம்ம விஷ்ணுவின் (கி.பி. 575-615) தந்தையான **மூன்றாம் சிம்மவர்மன்** பட்டம் பெற்றான் என்பது தெரிகிறது.

(6) இளவரசன்-விஷ்ணுகோப வர்மன் பல்லவர் மாகாணம் ஒன்றைப் பிரதிநிதியாக இருந்து ஆண்டிருக்கலாம். அதன் தலைநகரம் பலக்கடவாக இருக்கலாம். அதிலிருந்துதான் உருவப் பள்ளி - பட்டயம் வெளியிடப்பட்டது.[16]

இதுகாறும் கூறி வந்த காலவரையை (நாம் பார்த்த அளவு) அரசர் பெயருடன் இங்குக் குறித்து மேற்செல்வோம்;

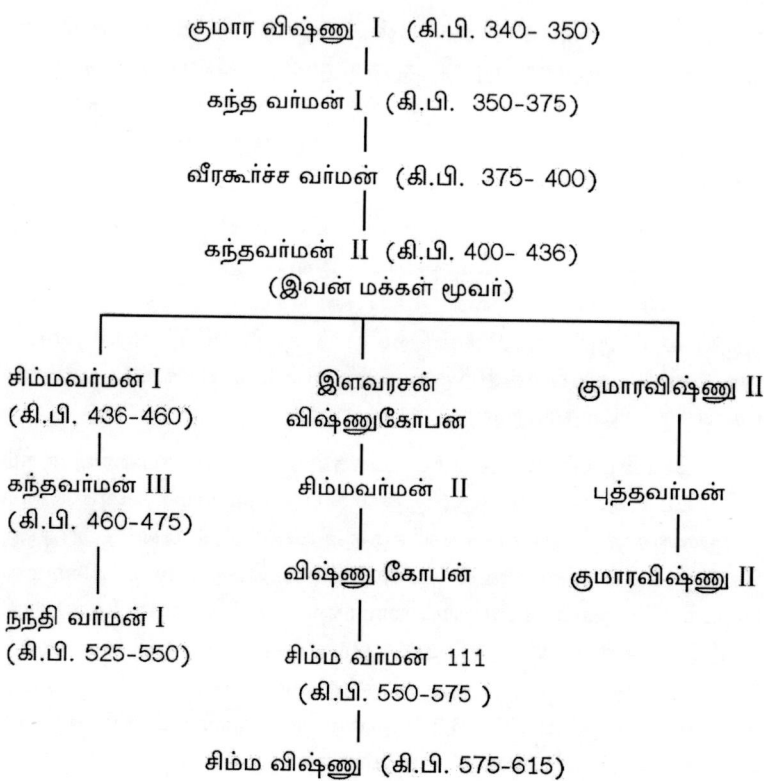

குமார விஷ்ணு I (கி.பி. 340- 350)

கந்த வர்மன் I (கி.பி. 350-375)

வீரகூர்ச்ச வர்மன் (கி.பி. 375- 400)

கந்தவர்மன் II (கி.பி. 400- 436)
(இவன் மக்கள் மூவர்)

சிம்மவர்மன் I
(கி.பி. 436-460)

கந்தவர்மன் III
(கி.பி. 460-475)

நந்தி வர்மன் I
(கி.பி. 525-550)

இளவரசன்
விஷ்ணுகோபன்

சிம்மவர்மன் II

விஷ்ணு கோபன்

சிம்ம வர்மன் 111
(கி.பி. 550-575)

சிம்ம விஷ்ணு (கி.பி. 575-615)

குமாரவிஷ்ணு II

புத்தவர்மன்

குமாரவிஷ்ணு II

குழப்பமான காலம்

இத்தகைய குழப்பங்கட்கெல்லாம் என்ன காரணம்? ''இந்தக் காலம் பல்லவர் வரலாற்றில் குழப்பமான காலமாகும். பல்லவர் வடக்கிலும் தெற்கிலும் போரிட வேண்டியவர் ஆயினர். உள் நாட்டிலும் குழப்பம் இருந்திருத்தல் வேண்டும். இந்தக் காலத் திலேதான் **கதம்பர்** ஆட்சி தோன்றியது. **கங்கர்** ஒருபுறம் தலை யெடுக்கலாயினர். தமிழகத்தில் நிலையாக இருந்த முடியுடைச் சோழ பாண்டியரை விரட்டி நாட்டைக் கைப்பற்றிப் பல்லவரை யும் எதிர்த்துப் போர் செய்து கொண்டிருந்த களப்பிரர் குழப்பத் தால் இடைக்காலப் பல்லவர் தென் பகுதியில் அல்லலுற்றனர். மேலும், சமுத்திர குப்தன் படையெடுப்பால் பல்லவர் நாடும் அரசும் குழப்பமுற்றன.[17] அந்த இழிநிலையில் **கதம்பர்** பல்லவரைத் தாக்கிப் போர் விளைக்கலாயினர்.[18]

பலவகைப் போர்கள்

இந்தக் குழப்பமான இடைக்காலத்தில் (கி.பி. 340-575) நடந்த போர்கள் பல; போரிட்ட அரசுகள் பல இவை ஏறத்தாழக் கால முறைப்படுத்தி விளக்கமாக இங்கு(முதன் முறையாக) த் தரப் படுகின்றன.

சமுத்திரகுப்தன் படையெடுப்புக்கு ஆளானவருள், காஞ்சியை ஆண்ட **விஷ்ணுகோபன்** ஒருவன். அவன் குப்தனிடம் போரிட்டுத் தோற்றான் என்பதில் ஐயமில்லை. அந்த அமயத் திற்றான் பல்லவனுடன் போரிட்டு மயூரசன்மன் குந்தள அரசை ஏற்படுத்தினான்.[19]

வாகாடகர் போர்

மூன்றாம் நந்திவர்மன் (கி.பி. 825-850) வெளியிட்ட வேலூர் பாளையப் பட்டயத்தில் '**கந்தசிஷ்யன்** இருபிறப்பாளர் தம் கடிகாவை (கல்லூரியைச்) **சத்தியசேனன்** என்ற அரசனிட மிருந்து மீட்டான்' என்னும் செய்தி காணப்படுகிறது. அதே பட்டயத்தில் மேற்சொன்னதை அடுத்தே 'அவனுக்குப் பின் வந்த **குமாரவிஷ்ணு** காஞ்சியைக் கைப்பற்றினான்' என்பது குறிக்கப்பட்டுள்ளது.

இந்த இடைக்காலத்தில் பல்லவரோடு மாறுபட்ட சுற்றப்புற அரசருள் 'சத்தியசேனன்' என்ற பெயருடன் எவனும் இருந்த தில்லை. இதைச் சொன்ன வேலூர்ப் பாளையப் பட்டயமே பின்னர்ச் சோழர் படைகளைப் பெயரிட்டுக் குறிக்கிறது. அங்ஙனம் சோழரை அறிந்திருந்த பிற்காலப் பல்லவர் (பட்டயம் வெளியிட் டவர்) சத்தியசேனன் இன்னவன் எனக் கூறாததையும், குமார விஷ்ணு காஞ்சியை இன்னவர் கையிலிருந்து மீட்டான் என்பதைத் தெளிவாகக் கூறாமையும் நோக்க, இச்சத்தியசேனன் என்பவன் , 'முற்றிலும் புதியவன் - வெளிநாட்டான்' எனக் கோடலில் தவ றில்லை. அங்ஙனமாயின் இவன் யாவன்?

வாகாடகர் படையெடுப்பு (?)

சமுத்திரகுப்தன் படையெடுப்பால் வலுவிழந்த ஆந்திர நாட்டு அரசரை வென்று, **வாகாடகர்** என்ற அரச மரபினர் ஆந்திரப் பெருநாட்டின் வட பகுதியைக் கவர்ந்தனர். அவருள் ஒருவனான **முதலாம் பிருதிவிசேனன்** (கி.பி. 350-390) என்பவன் தெற்கு நோக்கிப் படையெடுத்தான்; கதம்ப அரசனை

(கங்கவர்மனை)ப் போரில் முறியடித்தான்.[20] இப்படையெடுப்பு ஏறத்தாழக் கி.பி. 350-360இல் நடந்திருக்கலாம்.[21] இந்தப் பிருதிவி சேனனே கதம்பரை வென்ற பிறகு, அணித்திருந்த பல்லவரையும் தாக்கக் காஞ்சியைக் கைப்பற்றி இருக்கலாம்; தன் இளவரசன் அல்லது தானைத் தலைவனான 'சத்தியசேனன்' என்பவனைக் காஞ்சிக்கு அரசனாக்கி மீண்டிருக்கலாம்; காஞ்சியும் அதற்கு வடபாற்பட்ட நிலப்பகுதியும் சிறிது காலம் சத்தியசேனன் ஆட்சியில் இருந்திருக்கலாம். அக்காலத்தில் தமது பழைய ஆந்திர பதத்திற்கு ஓடிவிட்ட பல்லவர் வழிவந்த கந்தவர்மன் தக்க படையுடன் வந்து, முதலில் இருபிறப்பாளர் கடிகையை (கல்லூரியை) க் கைப்பற்றி இருக்கலாம்.

'கடிகா' என்பது காஞ்சி அன்று

கடிகா என்பது கல்லூரியையும் அஃது இருந்த ஊரையுமே குறிக்கும். அது (காஞ்சியில் கல்லூரி இருப்பினும்) காஞ்சியைக் குறிக்காது. காஞ்சி 'பல்லவனாம்புரீ' என்று தெளிவாகக் கதம்பரது தாள குண்டாக் கல்வெட்டில் குறிக்கப்பட்டுள்ளது; 'மயூரசர்மன் பல்லவனாம்பபுரீ (காஞ்சி) அடைந்து கடிகாவில் சேர்ந்தனன்' என்று தெளிவுற அதே கல்வெட்டுக் குறித்துள்ளது. ஆதலின், 'கடிகா' என்று வேலூர்ப் பாளையக் கல்வெட்டில் காணப்படுவதும், இரண்டாம் கந்தவர்மனால்கைப்பற்றப் பட்டதும் காஞ்சி அன்று; மேலும், அவனுக்குப் பின்வந்த அவன் மகனான 'குமார விஷ்ணு **காஞ்சி**யைக் கைப்பற்றினான்' என வரும் கல்வெட்டுத் தொடரும் இம்முடிவிற்கு அரண் செய்தல் காண்க.

'கடிகா என்பது யாது?

வேலூர் பாளையப் பட்டயத்தில் 'கடிகா ' எனத் தனித்து வந்திருத்தலால், இது வட ஆற்காட்டுக் கோட்டத்தில் பாணபுரத் திற்கு ஏழு கல் தொலைவில் உள்ள **கடிகாசலம்** எனப்படும் சோழசிங்கபுரமே ஆகும். இதனைக் **கடிகை** என்றே திருமங்கை யாழ்வார் குறித்துள்ளார். வடமொழிச் சொல்லான 'சீதா' என்பது தமிழில் 'சீதை' என வருதல் போலக் 'கடிகா' என்னும் வடசொல் தமிழில் 'கடிகை' எனப்பட்டது. வட ஆற்காட்டுக் கோட்டத்தில் உள்ள திருவல்லம் கல்வெட்டு ஒன்று (இரண்டாம் நந்திவர்மன் காலத்தது) இந்த இடத்தில் (கடிகாசலத்தில்) இருந்த கடிகையையே குறித்தலைக் காணலாம். இங்குச் சிறந்த பெருமாள் கோவில் இருக்கிறது. இங்கு வைணவர்க்கென்று ஒரு கல்லூரி

(கடிகா) இருந்திருத்தல் இயல்பே. இக் கடிகாவை இரண்டாம் நந்தி வர்மன் ஆதரித்தான் என்பது தெரிகிறது.[22]

இரண்டாம் நந்தவர்மன் காலத்தில் 'கடிகா' என்றது கடிகா சலத்தைக் குறித்ததெனின், இவன் பெயரான மூன்றாம் நந்தி வர்மன் காலத்து வேலூர்ப் பாளையப் பட்டயத்தில் 'கடிகா' என்ற சொல் கடிகாசலத்தையே குறித்ததாதல் வேண்டுமன்றோ?

முடிவு

கி.மு. 350 முதல் 400-க்குள் உண்டான இச்செயல்கள் (இரண்டாம் கந்தவர்மன் கடிகாவைக் கைப்பற்றியதும் குமார விஷ்ணு காஞ்சியைக் கைப்பற்றியதும்) கதம்பர் கல்வெட்டு களிற் காணப்படாமையிலும், வேறு எந்தக் கல்வெட்டுகளிலும் நூல்களிலும் காணப்படாமையாலும், இக் காலத்தில் நடந்த இந்த நிகழ்ச்சிகள் வாகாடகரை விரட்ட நடந்தனவாகக் கோடலே பொருத்தமாகும்.

வாகாடகர்பால் நாட்டை இழந்த பல்லவர் (வீரகூர்ச்ச வர்மன்?) சூட்டு நாகருடன் உறவு கொண்டான். 'பெண்ணையும் அரச நிலையையும்' அடைந்தான். அவனால் வளர்க்கப்பெற்ற இரண்டாம் கந்தவர்மன் தொண்டை நாட்டைக் கைப்பற்ற விழைந் தான்; கடிகாசலம் வரை இருந்த தொண்டை நாட்டுப் பகுதி யையே கைப்பற்ற முடிந்தது. அவற்றிற்குப் பின் அவன் மக்கள் மூவருள் ஒருவரான குமாரவிஷ்ணு மேலும் முயன்று காஞ்சியைக் கைப்பற்றி வெற்றி கொண்டான்.

இங்ஙனம் காஞ்சியில் மீண்டும் பல்லவ அரசு நிலைபெற்ற பின்னரே, இக் குமாரவிஷ்ணு மகனான புத்தவர்மன் சோழரை யும் வென்றான் என்று வேலூர்ப் பாளையப் பட்டயம் பகர்கின்றது.

வேலூர்ப் பாளையப் பட்டயம் சோழர் என்றும் கதம்பர் என்றும் தெளிவாகக் குறிப்பிட்டு, சத்தியசேனன் இன்னவன் என்று குறியாது விடுத்தமையும், குமாரவிஷ்ணு இன்னவரிட மிருந்து காஞ்சியை மீட்டான் என்பதைக் குறியாமையும் நோக்கிச் சிந்திப்பார்க்கு, நாம் மேலே விளக்கிக் கூறிய அனைத்தும் பொருத்தமாகக் காணப்படும்.[23]

திருக்கழுக்குன்றம் - கல்வெட்டு

'கந்தசிஷ்யம் என்ற இரண்டாம் கந்தவர்மன் திருக்கழுக்குன்றத்துச் சிவன் கோவிலுக்கு நிபந்தம் விட்டிருந்தான்; அது மீட்டும் முதல் நரசிம்மவர்மன் காலத்தில் புதுப்பிக்கப்பட்டது' என்று இராசராசச் சோழன் கல்வெட்டுக் குறித்தலால்[24], திருக்கழுக்குன்றம் முதல் கடிகாசலம் வரை இருந்த நிலப்பகுதி இவன் கையில் இருந்தது என்பதை அறியலாம். இவன் இங்ஙனம் காஞ்சிக்கு அண்மை (ஏறத்தாழ 35 கல் தொலைவு) வரையுள்ள நாட்டைப் பிடித்தமையாற்றான், குமாரவிஷ்ணு எளிதிற் காஞ்சியைக் கைப்பற்ற முடிந்தது போலும்!

இதுகாறும் கூறியவை பொருந்துமாயின், பல்லவர் காஞ்சியை மீட்க வாகாடகருடன் **இருமுறை** போர் செய்தனர் என்பது கோடல் தரும்.

கி. பி. 7 ஆம் நூற்றாண்டினனான நரசிம்மவர்மன் மேலைச் சாளுக்கியரை வென்று, அவர் தம் தலைநகரை அழித்துப் பதின் மூன்று ஆண்டுகள் வசப்படுத்தி இருந்தான்[25] என்பதை நோக்க - அவனுக்கு பின் வந்தவருள் ஒருவனான இரண்டாம் நந்திவர்மன் காலத்தில், சாளுக்கிய - இரண்டாம் விக்கிரமாதித்தன் காஞ்சியைக் கைப்பற்றிச் சிலகாலம் அங்குத் தங்கி இருந்தான்[26] என்பதை நோக்க- இரண்டாம் கந்தவர்மனுக்கு முன்னும் இரண்டாம் குமார விஷ்ணுவுக்கு முன்னும் (சில ஆண்டுகளேனும்) காஞ்சிமா நகரம் பல்லவர் வசமின்றிப் பகைவர் ஆட்சியில் இருந்திருத்தல் வேண்டும் என்பது நன்கு தெளிவாதல் கூடும்.

''ஏறக்குறைய கி.பி. 350இல் வடக்கே சமுத்திரகுப்தன் படையெடுப்பால் அல்லது கதம்பர் துன்பத்தால் காஞ்சியைச் சுற்றியுள்ள தம் நாட்டை விட்டுப் பல்லவர் ஆந்திர நாட்டிற்கு விரட்டப்பட்டிருக்கலாம். குமாரவிஷ்ணு என்னும் பல்லவ அரசன் (காஞ்சியை மீட்டவன்) வரை ஒன்பதின்மர் 'பல்லவப் பேரரசர்' என்றும், 'அறப்பேரரசர்' என்றும் கூறப்பட்டுள்ளனர்,'' என்று சிறந்த ஆராய்ச்சி அறிஞரான கிருஷ்ண சாத்திரியார் கூறுதல் காண்க.[27]

சாதவாகனப் பேரரசின் தென்மேற்குப் பகுதியை ஆண்டிருந்த 'சூட்டு நாகர் மகளை முதலாம் கந்தவர்மன் மகனான **வீரவர்மன்** மணந்தான்; அம் மணவன்மையால் நாட்டைப் பெற்றான்'[28] என்று பல்லவர் பட்டயம் ஒன்று கூறலாலும், அவன்

மகனான இரண்டாம் கந்தவர்மனது ஓங்கோட்டுப் பட்டயம், 'வீரவர்மன் பல போர்களில் வெற்றி கண்டான்' என்று கூறலாலும், அக்காலத்தில் (கி.பி. 375-400) காஞ்சியும் அதனைச் சார்ந்த நாடும் வாகாடகர் மேற்பார்வையில் இருந்ததாலும் (?) சூட்டு நாகர் துணையைக் கொண்டு வாகாடகரை எதிர்த்து ஓரளவு நிலப்பகுதி யைப் கைக்கொண்டிருக்கலாம் என்பது தெளிவாகிறது. இந்த வீரவர்மன் சூட்டுநாகர் மகளை மணந்ததால் அவர்தம்நாட்டைப் (அவர்க்கு ஆண் மகவு இன்மையால்) பெற்றான் எனக் கோடலி லும் தவறில்லை. ஏனெனில், ஏறத்தாழக் கி.பி. 350இல் கதம்ப அரசை வனவாசியில் தோற்றுவித்த மயூரசன்மன் பல்லவரிட மிருந்தே சூட்டுநகர் ஆண்ட நாட்டைப் பெற்றான் என்று கதம்பர் பட்டயம் கூறுதலால் என்க. சிவஸ்கந்தவர்மன் (கி.பி. 300- 325) வெளியிட்ட மயிதவோலு, ஹிரஹதகல்லிப் பட்டய மொழிக்கும் சிறிதளவே வேறுபாடு. கதம்பரது பட்டயம் பிற்காலத்தது என்பது, உணரக்கிடத்தலால் சிவஸ்கந்தவர்மனுக்குப் பிறகு அண்மை யிலேயே கதம்பர் அரசு தோன்றியிருத்தல் வேண்டும். வீரவர்ம னுக்குப் பின்வந்த இரண்டாம் கந்தவர்மன் வாகாடகரிடமிருந்து முன்சொன்ன **கடிகாசலமும்** அதனைச் சுற்றி இருந்த நிலப் பகுதியையும் கைப்பற்றினான் என்பது பொருத்தமாகக் காணப் படுகிறது.[29]

பல்லவர்- கதம்பர் போர்கள்

1. ஏறக்குறையக் கி.பி. 350 இல் **மயூர சர்மன்** பல்லவரைத் துன்புறுத்திச் சமாதானத்திற்கு வரச் செய்து, அவரிடம் குந்தள நாட்டை மேற்பார்க்கும் உரிமை பெற்றான். அவனுக்குப் பின் வந்த கங்க வர்மன், பாகீரத வர்மன், காகுத்த வர்மன் ஆகிய இவர்கட்கு அரசர்க்குரிய பட்டங்கள் இல்லாதிருத்தலை நோக்க - இவர்க்குப் பின் வந்த சாந்தி வர்மன், மிருகேசவர்மன் முதலி யோர்க்குத் 'தரும மகாராசர்' முதலிய பட்டங்கள் இருத்தலைக் காண, முன் சொல்லப்பட்டவர் பல்லவர்க்கு அடங்கிய சாமந்த ராக இருந்து குந்தள நாட்டைப் பாதுகாத்து வந்தனர் எனக் கொள்ள லாம்.[30] அஃதாவது காகுத்தவர்மன் (கி.பி. 425- 450) கால முதல் கதம்பர் தம்மாட்சி ஏற்படுத்த முயன்று பல்லவரோடு போரிட் டிருத்தல் வேண்டும். அத்துடன் கதம்பர் தெற்கே இருந்த கங்க நாட்டையும் கைப்பற்ற முனைந்திருத்தல் வேண்டும் என்னை? கங்கரை அடிக்கடி வென்றதாகக் கதம்பர் பட்டயங்கள்

குறிக்கின்றமையின் என்க. கங்கர் பல்லவர் தணையை நாடினர். கதம்பரை அடக்கிவைக்கக் கங்கர்க்குப் பல்லவர் உதவ வேண்டியவர் ஆயினர்.

2. **அரிவர்மன்** கி.பி. 436 முதல் 460 வரை கங்க நாட்டை ஆண்டான். இவன் காலப் பல்லவ அரசன் **முதல் சிம்மவர்மன்.** அவன் பட்டம் பெற்ற ஆண்டு கி.பி. 436. அக்காலத்தில் கதம்ப அரசனாக (கி.பி. 425-450) இருந்தவன் **காகுத்த வர்மன்.** அவன் குப்தர்க்கும் வாகாடகர்க்கும் பெண் கொடுத்த பெருமையுடையவன்.[31] அவனது தாளகுண்டாப் பட்டயமே, மயூர சன்மன் பல்லவர் மீது கொண்ட பகைமையையும் கதம்ப அரசு உண்டான வரலாற்றையும் குறிப்பது. எனவே, காகுத்தவர்மன் பல்லவர் மீது வெறுப்புற்றவன் என்பது அவனது கல்வெட்டால் நன்கறியலாம். அவன் இளவரசனாக இருந்த போதே பல போர்கள் செய்தவன்.[32] அவன் அரிவர்மன் பட்டம் பெறத் தடை செய்தனனோ, அல்லது அரசனாக இருந்த அவனைப் போரிட்டு வென்றனனோ தெரியவில்லை. இதனிற் சிம்மவர்மன் தலையிட வேண்டியதாயிற்று. அவன் தன் தலையீட்டில் வெற்றியும் பெற்றான்; அரிவர்மன் கங்க அரசன் ஆனான்.

3. கங்க அரசனான **இரண்டாம் மாதவன்** கி.பி. 450 முதல் 500 வரை அரசாண்டான். அப்பொழுது இருந்த பல்லவன் சிம்மவர்மன் மகனான **மூன்றாம் கந்தவர்மன்** அப்பொழுது ஏறத்தாழப் பட்டம் பெற்ற கதம்ப அரசன் **மிருகேசவர்மன்** என்பவன். இவன் தன் பாட்டனைப் போலவே கங்க அரசன்மீது படையெடுத்தான் போலும்! ‘இவன் கங்கரை வென்று பல்லவரை நடுக்க வைத்தான்’. என்று ‘ஹல்சி’ பட்டயம் பகர்கின்றது. ‘பல்லவ அரசனான கந்தவர்மனால் நான் அரசு கட்டில் ஏறினேன்’ என்று கங்க அரசனான இரண்டாம் மாதவன் குறித்துள்ளான். இவற்றை நோக்க, உண்மை வெளியாகிறது. அஃதாவது, ‘அரசனாக இருந்த கங்க அரசனை மிருகேசவர்மன் விரைந்து சென்று போரிட்டுக் கதம்பனை வென்று, தன் நண்பனாக இரண்டாம் மாதவனை மீட்டும் அரசன் ஆக்கினான்’ என்பது.

இவன் பங்காளியான விஷ்ணுவர்மன் இவனுக்கு மாறாகக் காஞ்சிப் பல்லவனைச் சரண் அடைந்தான். அதனாற் போர் மூண்டது. இரவிவர்மன் தன் பங்காளியுடனும் பல்லவனுடனும் போரிட்டான்.[33]

4. திருப்பர்வதத்தை ஆண்ட கதம்ப மரபினருள் முதல்வன் **முதலாம் கிருஷ்ணவர்மன்**. அவன் காகுத்தவர்மன் மகனாவன். அவன் காலம் கி.பி. 475- 480 ஆகும். அவன் அக்காலப் பல்லவ அரசனிடம் படுதோல்வி அடைந்தான் என்று கல்வெட்டே கூறுகிறது. அக்காலப் பல்லவன் **இரண்டாம் சிம்மவர்மனாக** இருக்கலாம்.[34]

5. கி.பி. 500 முதல் 535 வரை கதம்ப அரசனாக இருந்தவன் மிருகேச வர்மனது மகனான **இரவிவர்மன்** என்பவன். இவன், 'காஞ்சி அரசனான சண்டதண்டனை அழித்தான்' என்று 'ஹல்சி' பட்டயம் பகர்கின்றது.[35] இவன் காலத்தில் ஏறத்தாழக் காஞ்சி அரசனாக இருந்தவன் (முதலாம் நந்தி வர்மனுக்கு முற்பட்ட) **விஷ்ணு கோபவர்மன்** ஆவன்.

முடிவு

இந்த இரவி வர்மனுக்குப் பிறகு கதம்ப அரசர் எவரும் தாம் பல்லவரை வென்றதாகக் குறிக்கவில்லை. இதற்குக் காரணம், பின் வந்த கதம்பர், வடக்கே சாளுக்கிய அரசை உண்டாக்கி அதனை வலுப்படுத்த முயன்ற சாளுக்கியருடன் ஓயாது போரிட வேண்டியவர் ஆயினர் என்பதேயாகும்.[36]

பல்லவர்- சோழர் போர்

'காஞ்சியைக் கைப்பற்றிய குமாரவிஷ்ணுவின் மகனான **புத்தவர்மன்** சோழருடைய கடல் போன்ற சேனைகட்கு வடவைத் தீப்போன்றவன்' என்று வேலூர் பாளையப் பட்டயம் பகர்கின்றது. இதனால், நாம் முன்னர்க் கூறியாங்கு, குமாரவிஷ்ணு காஞ்சியைக் கைப்பற்றிய பின், தெற்கே இருந்து தமக்கு இடை யறாத துன்பத்தை உண்டாக்கிவந்த களப்பிரரை வெல்லவோ, அல்லது எஞ்சிய தொண்டை நாட்டையும் சோணாட்டையும் கைப்பற்ற வேண்டும் என்ற ஆர்வத்தாலோ புத்தவர்மன் தன் படை யுடன் சென்றான். பல்லவரை எதிர்க்கச் சோழரும் களப்பிரருடன் சேர்ந்திருப்பர். போரின் விளைவு தெரிந்திலது. எனினும், இப்போரில் புத்தவர்மன் வெற்றி பெற்றதாகக் கூறற்கிடமில்லை. ஏன்? கி.பி. 575இல் அரசனாக வந்த சிம்மவிஷ்ணுவே காவிரி வரையுள்ள நாட்டை வென்றனாதலின் என்க. எனவே, காஞ்சி மீது படையெடுத்துவந்த களப்பிரரையும் சோழரையும் புத்தவர்மன் விரட்டி இருக்கலாம்; மேற்கொண்டு தெற்கு நோக்கிப் போக வில்லை எனக் கோடலே பொருத்தமாகும்.

சாளுக்கியர் தோற்றம்

கி.பி. ஆறாம் நூற்றாண்டின் தொடக்கத்தில் கதம்ப நாட்டிற்கு வடக்கே சிற்றரசராக இருந்து உயர்நிலைக்கு வந்தவர் சாளுக்கியர். அவருள் முதல்வன் **விசயாதித்தன், வாதாபி**யைத் தலைநகராகக் கொண்ட சாளுக்கிய அரசை ஏற்படுத்தினான்.

பல்லவர் சாளுக்கியர் போர்கள்

விசயாதித்தனுக்கும் திரிநயனப் பல்லவற்கும் போர்கள் நடந்தன என்று கதை கூறப்படுகிறது. அது மெய்யென்பார் சிலர். பொய் என்பார் சிலர். சாளுக்கியர் பேரரசை ஏற்படுத்த முனைகையில், பேரரசராக இருந்த பல்லவர்க்குப் பகைமை தோன்றல் இயல்பன்றோ? ஆதலின், இன்று நாம் அறிய முடியாத வகையில் கி.பி. 5 ஆம் நூற்றாண்டின் இறுதியிலும் ஆறாம் நூற்றாண்டின் தொடக்கத்திலும் மேற்சொன்ன போர்கள் நிகழ்ந்திருந்திக்கலாம். மேலும், இடைக்காலப் பல்லவர் ஆந்திரபதத்திலும் (சாளுக்கிய நாட்டிற்கு அண்மையில்) இருந்து அரசாண்டானர் என்பதை நினைவிற் கொண்டால், இக் கதை உண்மையாக இருக்கும் என்று நம்பலாம். இது நிற்க.

(1) விசயாதித்தன் மகனான **ஜயசிம்மன்** சாளுக்கிய அரசனானபொழுது அவனுடன் பல்லவரும் இராட்டிர கூடரும் ஓயாது போரிட்டனர். எனிலும், ஜயசிம்மன் தன் அரசை நிலை நிறுத்திக் கொண்டான். அவனுக்குப் பின் வந்த அவன் மகனான **இரணதீரனும்** பல்லவருடன் போரிட்டான்.[37]

இவர்கள் காலத்தில் பல்லவ அரசனாக இருந்தவன் பெரும்பாலும் **முதலாம் நந்தி வர்மன்** (கி.பி. 525-550) ஆவன். இவன் 'விஷ்ணுகோபன் ஈறான அரசர் பலர் இறந்த பின் பிறந்தவன்; சிவபிரான் அருளால் வன்மை மிக்க **நாக அரசனை** நடனம் செய்வித்தான்' என்று வேலூர் பாளையப் பட்டயம் பகர்கின்றது. இந்த 'நாக அரசன்' யாவன்? 'சூட்டு நாகர், கதம்பர், சாளுக்கியர்' ஆகிய மூவரும் தம்மை 'மானவ்ய கோத்திரத்தார்' என்றும், **நாக மரபினர்** என்றும் கூறிக் கொண்டனர்.[38] இவருள் சூட்டு நாகர் நந்திவர்மன் காலத்தில் வரலாற்றிலிருந்தே மறைந்து விட்டனர்; கதம்பரும் சாளுக்கியரும் போர்களில் ஈடுபட்டு இருந்தனர். மேலும் இரவிவர்மனுக்குப் பின் வந்த கதம்பர் பல்லவருடன் போர் செய்த குறிப்புக் கல்வெட்டுக்களில் இல்லை. அவர்கள் ஓய்வின்றி வடக்கே சாளுக்கியரிடம் போராடின காலம்

அது. ஆதலின் நந்திவர்மன் நடுங்கச் செய்த நாக அரசன் சாளுக்கியனாகத்தான் இருத்தல் வேண்டும்; அவன் ஜயசிம்மன் அல்லது இரணதீரன் ஆதல் வேண்டும். இங்ஙனம் கி.பி. 6 ஆம் நூற்றாண்டில் தொடங்கிய சாளுக்கியர் - பல்லவர் போர்கள் சாளுக்கியர் பேரரசு ஒழிந்த கி.பி. 8-ஆம் நூற்றாண்டுவரை தொடர்ந்து நடந்தன என்பது இங்கு அறியத்தகும்.

(2) இரணதீரன் மகன் **முதலாம் புலிகேசி** கி.பி. 550 முதல் 566 வரை அரசனாக இருந்தான். இவன் பல சிற்றரசரை வென்று அடிமைப்படுத்திக் கி.பி. 560-ல் 'பரிவேள்வி' செய்தவன். இவன் மகன் **முதலாம் கீர்த்திவர்மன்** (கி.பி. 566-598) இவனே கதம்பர் அரசைக் குலைத்துக் கதம்ப நாட்டைச் சாளுக்கியப் பெருநாட்டில் சேர்த்துக் கொண்டவன். இவ்விருவர் காலங்களிலும் சாளுக்கியர் - பல்லவர் போர்கள் நடந்தன.[39] இந்தக் காலங்களிலும் பல்லவ அரசானக இருந்தவன் **மூன்றாம் சிம்ம வர்மன்** ஆவன். இக் குறிப்புகளுடன், 'மூன்றாம் சிம்மவர்மன் தன் **பகைவரைப்** போர் களில் வென்றான்' என வரும் வேலூர் பாளையப் பட்டயக் குறிப்பை ஒப்பிட்டு உணர்க.

போர்களின் பட்டியல்

இதுகாறும் கூறப்பெற்ற பல போர்களையும் கீழ்வருமாறு முறைப்படுத்திக் கூறலாம் :-

போர் எண்	ஏறத்தாழப் போர் நடந்த காலம்	போரிட்ட பல்லவர்	போரிட்ட இருதிறத்தார்
1	கி.பி. 340-350	குமார விஷ்ணு I	பல்லவர் - குப்தர் போர் I
2	345- 360	குமாரவிஷ்ணு I (அல்லது) கந்தவர்மன் I	பல்லவர்-கதம்பர் போர்
3	350- 375	வீரகூர்ச்சவர்மன்	பல்லவர் வாகாடகர் போர் I
4.	400-436	கந்தவர்மன்	பல்லவர்-வாகாடகர் போர் II
5.	436-460	சிம்மவர்மன்	பல்லவர்- கதம்பர் போர் II

போர் எண்	ஏறத்தாழப் போர் நடந்த காலம்	போரிட்ட பல்லவர்	போரிட்ட இருதிறத்தார்
6.	436-460	குமார விஷ்ணு II	பல்லவர்-வாகாடகர் போர் III
7.	460-475	கந்த வர்மன் III	பல்லவர்- கதம்பர் போர் III
8.	460-475	புத்தவர்மன் போர்	பல்லவர்-சோழர்
9.	475-480	சிம்மவர்மன் II	பல்லவர் கதம்பர் போர் IV
10.	500-525	விஷ்ணுகோப வர்மன்	பல்லவர்- கதம்பர் வர்மன் போர் V
11.	525-550	நந்தி வர்மன் 1	பல்லவர் - சாளுக்கியர் போர் I
12.	550-575	சிம்மவர்மன் III	பல்லவர் - சாளுக்கியர் போர் II

இங்ஙனம், வடமொழிப் பட்டயங்களை வெளியிட்ட இடைக்காலப் பல்லவருட்பலர், ஏறத்தாழத் தமது காலம் முழுவதுமே (கி.,பி 340-575) **குப்தர் வாகாடகர், கதம்பர், சாளுக்கியர், சோழர்** என்பவரோடு ஓய்வின்றிப் போர் செய்ய வேண்டிய தேவை ஏற்பட்டதாலும், அடிக்கடி தமது பேரரசின் சில பகுதிகள் பகைவர் கைப்பட்டமையாலும், தமது தலைநகரமே கைமாறிய தாலும், தம் செப்பேடுகளையும் கல்வெட்டுகளையும் காஞ்சியிலிருந்து விடுத்திலர் என்பது நன்கு அறியத்தக்கது. ''நெல்லூர், குண்டூர்களை ஆண்ட இடைக்காலப் பல்லவர் (1) வீரகூர்ச்ச வர்மன் (2) இரண்டாம் குமார விஷ்ணு (3) இரண்டாம் கந்த வர்மன் (4) வீரவர்மன் (5) மூன்றாம் கந்த வர்மன் (6) இரண்டாம் சிம்ம வர்மன். (7) அவன் மகன் விஷ்ணு கோபவர்மன் ஆவர்'' என்று அறிஞர் அறைதலும் நோக்கத்தக்கது.[40]

குறிப்புகள்

1. D. Sircar's successors of the Sattavahanas, pp. 97-140.
2. Ibid. pp. 73. 82, 83.
3. Ibid. pp. 56, 62; Dr. K. Gopalacheri's 'Early History of the Andhra Country, pp. 186-195.
4. D. Sircar's Successors of the Sattavahanas, pp. 232.
5. D. Sircar's Successors of the Sattavahanas pp. 258-259.
6. Ibid. pp. 281, 283
7. R. Gopalan's 'Pallavas of Kanchi', pp. 66, 67.
8. Mysore Gazetteer, Vol. II, part II, p. 505.
9. M.V. Krishna Rao's Gangas of Talakad, pp. 13, 14.
10. Ibid. p. 180.
11. Ep. Carnataka Vol. III, No. 142, M.E.R. 1914, p. 82.
12. Prof. Dubrueil's Ancient History of the Dekkhan, p. 54.
13. M.V. Krishna Rao's 'Gangas of Talakad', pp. 11, 12.
14. Ibid. pp. 29, 31.
15. Omgodu plates of Skandavarman II
16. D. Sircar's Successors of the Satavahanas, p. 205.
17. Dr. S.K. Aiyangar's Int. to 'The Pallavas of Kanchi' by R. Gopalan. pp. 19-21.
18. Moraes's 'The Kadambakula', p. 26.
19. Ibid. pp. 16, 17.
20. Prof. Dubrueil's 'Ancient History of Dekkhan', pp. 98-100.
21. R. Gopalan's 'Pallavas of Kanchi', p. 71.
22. D.C. Minakshi Ad. and S. Life under the Pallavas, pp. 197-199.
23. எனினும் இது முடிந்த முடிபன்று; மேலும் ஆராயாச்சிக்குரியது.
24. K.A.N. Sastry's 'Cholas', Vol. II, Part I, p. 486.
25. Dr. S.K. Aiyangar's Int. to the 'Pallavas of Kanchi', p. 27.
26. R. Gopalan's 'Pallavas of Kanchi', p. 124.
27. Ep. Indica, Vol. 15, No. II. p. 249.
    C.V.N. Iyer's 'Saivism in S. India', pp. 295, 296.

28. D. Sircar's 'Successors of the Satavahanas', p. 223.
29. இது மேலும் ஆராய்ச்சிக்கு உரிய பகுதியாகும். 'சமுத்திர குப்தன் படை யெடுப்புக்குப் பின் காஞ்சி நகரம் சோழர் கையிலிருந்தது. அவரிட மிருந்தே குமாரவிஷ்ணு மீட்டான்' என எழுதிய ஆராய்ச்சியாளர் பலர் அவர் கூற்றுப் பொருந்தாது என மறுத்தார் பலர்.
30. M.V. Krishna Rao's 'Gangas of Talakad', p. 27 'கங்கவர்மன் அஞ்சத்தக்க போர்கள் புரிந்தவன் பாகீரத வர்மன் பேரரச னாக இருந்தான்; சந்திர குப்தன் காளி தாசனைத் தூது அனுப்பி இவனிடம் பெண் கொள்ள முயன்றான் எனின் இவனது சிறப்பை என்னென்பது' - Moraes's Kadamba kula, pp. 18-23.
31. Ibid. pp. 21-22, 26
32. Ibid. p. 23
33. Moraes's 'Kadamba kula', pp. 39-40.
34. Ibid. p. 33
35. Ind. Ant. Vol. VI, p. 24; முதலாம் பரமேசுவர வர்மன் தன்னை **உக்கிரதண்டன்** எனக் கூறிக் கொள்ளல் இங்கு நினைவு கூர்தற்குரியது.
36. M.V.K. Rao's 'Gangas of Talakad', pp. 37-38.
37. S.I.I. Vol. II, p. 510.
38. Bombay gazatteer, pp. 180, 277-280, 286.
39. M.V. Krishna Rao's 'Gangas of Talakad' , p. 38.
40. D. Sircar's 'Successors of the Satavahanas', p. 391.

* * *

7. பிற்காலப் பல்லவர் (கி.பி. 575-900)

இக்காலச் சிறப்பு

1. இக்காலத்தில் பெரும்பாலான நாயன்மாரும் ஆழ்வாரும் தமிழகத்தில் வாழ்ந்தனர். சமணரோடு போரிட்டுச் சைவ வைணவ சமயங்களைப் பரப்பினர்; பேரரசர்களையும் சமயம் மாறும்படி செய்தனர். தமிழ் மக்கள் இக்காலத்தில் சிறந்த முறையில் சமயப் பற்றுடையர் ஆயினர். மக்கள் மனப்போக்கை உணர்ந்த பொறுப்பு வாய்ந்த அரசர், மக்கள் உள்ளம் உவப்பப் பல கோயில்களைக் கட்டினர்; தாமும் மெய்யான பக்தியில் ஈடுபட்டனர். இச் சமயப் போராட்டத்தில் இருந்த ஆழ்வார்களும் நாயன்மார்களும் பாடி யருளிய நாலாயிர திவ்யப் பிரபந்தப் பாடல்களும் தேவாரப் பாடல்களும் இக்கால அரசர் நிலை, நாட்டு நிலை, சமயங்கள் நிலை, மக்கள் நிலை முதலியவற்றை நன்கு விளக்குகின்றன.

2. இக்காலத்திலே தான் புகழ் பெற்ற பெருவீரரான பல்லவர் பலர் வாழ்ந்திருந்தனர். அவர்கள் தெற்கே காவிரியாறு வரையும் வடக்கே கிருஷ்ணையாறு வரையும் மேற்கே சாளுக்கிய நாடு வரையும் தங்கள் பேரரசை விரிவாக்கி ஆண்டனர். இக்காலத்தே தான் வரலாற்றுப் புகழ் பேற்ற சாளுக்கியர்- பல்லவர் போர்களும், இராட்டிரகூடர்-பல்லவர் போர்களும் பிறவும் நிகழ்ந்தன.

3. இக்காலப் பல்லவர் குகைக் கோவில்களையும் மலைக் கோவில்களையும் கற்கோவில்களையும் அமைத்து அழியாப் புகழ் பெற்றவர் ஆவர். இவர்க்கு முற்பட்ட காலங்களில் தமிழகத்துக் கோவில்கள் மரத்தாலும் மண்ணாலும் செங்கற்களாலுமே கட்டப்பட்டவை. அவை நாளடைவில் அழிந்துவிட்டன.

4. இக்காலத்திற்றான் பல்லவ நாட்டில் **வடமொழி** சிறப்பாகப் போற்றி வளர்க்கப்பட்டது. வடமொழி வல்ல மறைவர் பல ஊர்களைத் தானமாகப் பெற்றனர். வடமொழிக் கல்லூரிகள் தோற்றமெடுத்தன. புகழ் பெற்ற கிராதார்ச்சுனீயம் இயற்றிய **பாரவி** (தாமோதரர்)யம் காவ்ய தர்சம் செய்த **தண்டி** என்னும் வடமொழிப் புலவரும் பல்லவரால் பாராட்டப் பெற்றனர்.

5. இக்காலத்தே தமிழ் மொழியும் ஓரளவு வளர்ந்த தென்றே கூறலாம். தேவாரத் திருமுறைகள், நாலாயிரப் பாடல் கள், நந்திக் கலம்பகம், பாரத வெண்பா முதலியன இக்காலத்தே தான் எழுந்தவை.இவற்றை அருளிச் செய்த அடியாரும் ஆழ்வாரும் புலவர்களும் பல்லவர் மதிப்பைப் பெற்றிருந்தனர் என்பதில் ஐயமில்லை.

இக்கால வரலாற்றுக்குரிய மூலங்கள்

1. இக்காலப் பல்லவர் செப்புப் பட்டயங்களையும் பெரு வாரியான கல்வெட்டுகளையும் வெளியிட்டுள்ளனர். அவை தமிழ்நாடெங்கும் பரந்து கிடக்கின்றன. அவற்றுள் சிலவே இன்று காறும் வெளியாகி இருப்பவை; பல படித்து முடியாமலும் அச்சாகி வெளிவராமலும் இருக்கின்றன. அவை வெளிப்படுமாயின், இக்காலப் பல்லவர் வரலாறு பெரிய மாறுதலைப் பெறலாம்; இதுகாறும் உணரமுடியாத பல உண்மைகளை உணரலாம். கல்வெட்டுகள் பலவும் அரசர் அல்லது பெருமக்கள் கோவில் களுக்கும் மறையவர்க்கும் சமயக் கல்விக்கும் நிலம் விட்டதை அல்லது பிறவகை அறச் செயல்களைக் குறிப்பிடுவனவாகும். இவற்றில் **சிம்ம விஷ்ணு** முதலாக வந்த அரசர் பரம்பரை கூறப் பட்டிருக்கும் செப்புப் பட்டயங்களிலும் அரசர் பெயர்கள் குறிக்கப் பட்டுள்ளன. ஒவ்வொன்றும் அது வெளிப்பட்டபோது இருந்த அரசன் பெயரையும் அவனது ஆட்சி ஆண்டையும் குறிப்பிடு கிறது. சில கல்வெட்டுக்களும் பட்டயங்களும் அரசர் மரபை யும் அவர் தம் பிற செயல்களையும் குறிப்படுதல் இல்லை. கல்வெட்டுக்களில் பழமையானவை முதல் மகேந்திரவர்மன் வெட்டு வித்தவையே ஆகும். அவை தென் ஆற்காடு, திருச்சிராப் பள்ளி செங்கற்பட்டுக் கோட்டங்களில் உள்ள குகைக்கோவில் களில் உள்ளன. மற்றவை மாமல்லபுரத்தில் உள்ள மலைக் கோவில்களிலும் பிற கோவில்களிலும், காஞ்சிபுரத்தில் உள்ள கைலாசநாதர் கோவிலிலும் பிற இடங்களிலும் இருக்கின்றன. எனினும், இப்பலவகைப் பட்டயங்களையும், கல்வெட்டுக்களை யும் தொகுத்து அமைதியாக இருந்து ஆராய்ச்சி செய்யின், இக்காலப் பல்லவர் பரம்பரை, அவர் தம் வரலாறு, அவர் கால நாட்டு நிலை முதலியவற்றைப் பேரளவு அறியலாம்.

2. இவற்றோடு, இக்காலப் பல்லவர் வரலாற்றை அறியப் பெருந்துணை புரியும் புறக்கருவிகளில் முதலிடம் பெறத்தக்கவை,

இக்காலத்தே பல்லவர் நாட்டைச் சுற்றிலும் இருந்து அரசாண்ட சாளுக்கியர், இராட்டிரகூரர், கதம்பர், கங்கர், பாண்டியர், முத்தரையர், (களப்பிரர்) பாணர் இவர்தம் பட்டயங்களும் கல்வெட்டுகளும் ஆகும்.

3. சைவசமய குரவர் பாடியருளிய தேவாரத் திருமுறை களும், வைணவப் பெரியார்கள் பாடியருளிய நாலாயிர திவ்விய பிரபந்தப் பாக்களும் பல்லவரைப் பற்றிய குறிப்புகள் தரத்தக்க இலக்கியங்கள் ஆகும்.

4. கி.பி. 615-630 இல் மகேந்திரவர்மன் வெளியிட்ட **மத்த விலாசப் பிரகசனம்**, அவந்திசுந்தரீகதா, பாரதவெண்பா, நந்திக் கலம்பகம், பெரிய புராணம் என்பன சிறந்த வரலாற்றுக் குறிப்புகள் கொண்டவையாகும்.

5. **மகாவம்சம்** - இஃது இலங்கை வரலாறு கி.பி. 7 ஆம் நூற்றாண்டில், நரசிம்மவர்மன் காலத்தில் இலங்கை நோக்கிப் பல்லவர் படை சென்றமை - இலங்கை அரசனை நீக்கிப் பட்டத் திற்கு உரியவனை அரசனாக்கினமை முதலிய செய்திகள் இதனிற் காணலாம்.

இத்துணைச் சான்றுகளையும் துணையாகக் கொண்டு பிற்காலப் பல்லவர் வரலாற்றை ஒருவாறு காண்போம்.

காசக்குடி, கூரம், வேலூர் பாளையப் பட்டயங்களை ஆராயின், இப் பிற்காலப் பல்லவர் பட்டியல் அடுத்த பக்கத்தில் உள்ளவாறு அமையும்.

இப் பட்டியல், இடைக்காலப் பல்லவர் பட்டியலைப் போல் குழப்பம் தருவதன்று; இன்னவருக்குப்பின் இன்னவர் பட்டம் பெற்றனர் என்பதை ஏறக்குறையத் தெளிவாகத் தெரிவிக்கிறது. பட்டியலைப் பார்ப்பின் சிம்மவிஷ்ணு காலமுதல் ஏறக்குறைய 150 ஆண்டுகள் ஒரே பரம்பரை அரசர் ஆண்டு வந்தமை தெளி வாகும். அந்த ஒன்றரை நூற்றாண்டுக் காலத்தில் பீமவர்மன் முதல் இரண்ய வர்மன் ஈறான ஐவரும் எந்நிலையில் இருந்தனர் என்பதை அறியக்கூடவில்லை. அவர்கள் மாகாணத் தலைவர் களாக அல்லது சேனைத் தலைவர்களாக இருந்திருக்கலாம். சிம்மவிஷ்ணுக்குத் தம்பியான பீமவர்மன் வழியில் வந்த **இரண்டாம் நந்திவர்மன்** கி.பி. எட்டாம் நூற்றாண்டின் தொடக்கத் தில் பல்லவப் பேரரசன் ஆனான். பின்னர் அவன் வழியினரே கி.பி. 900 வரை பல்லவ மன்னராக இருந்து மறைந்தனர்.

- மூன்றாம் சிம்மவர்மன்
  - சிம்ம விஷ்ணு
    - மகேந்திரவர்மன் I
    - நரசிம்மவர்மன் I
    - மகேந்திர வர்மன் II
    - பரமேசுரவர்மன் I
    - நரசிம்மவர்மன் II
      - பரமேசுவர வர்மன் II
      - மகேந்திர வர்மன் III
  - பீமவர்மன்
    - புத்தவர்மன்
    - ஆதித்தவர்மன்
    - கோவிந்தவர்மன்
    - இரணியவர்மன்
    - நந்திவர்மன் II
    - தந்திவர்மன்
    - நந்திவர்மன் III
    - நிருபதுங்கவர்மன்
    - அபராசிதவர்மன்

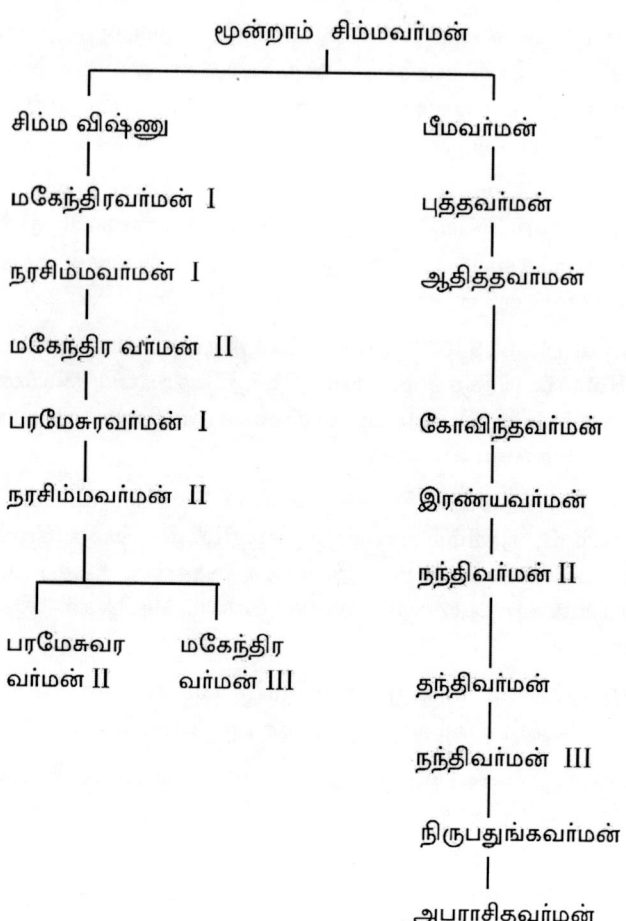

8. சிம்ம விஷ்ணு (கி.பி. 575-615)

சிம்ம விஷ்ணு காலம்

சிம்ம விஷ்ணு புகழ்பெற்ற பிற்கால அரசருள் முதல்வன் ஆவன். இவன் இடைக்காலப் பல்லவர் பட்டியலில் உள்ள மூன்றாம் சிம்மவர்மன் மகன்; முதல் நந்திவர்மனுடைய (ஒன்று விட்ட) உடன்பிறந்தான் மகன்.

சிம்ம விஷ்ணு காலத்திய பல்லவப் பேரரசு
(கி.பி. 575- 615)

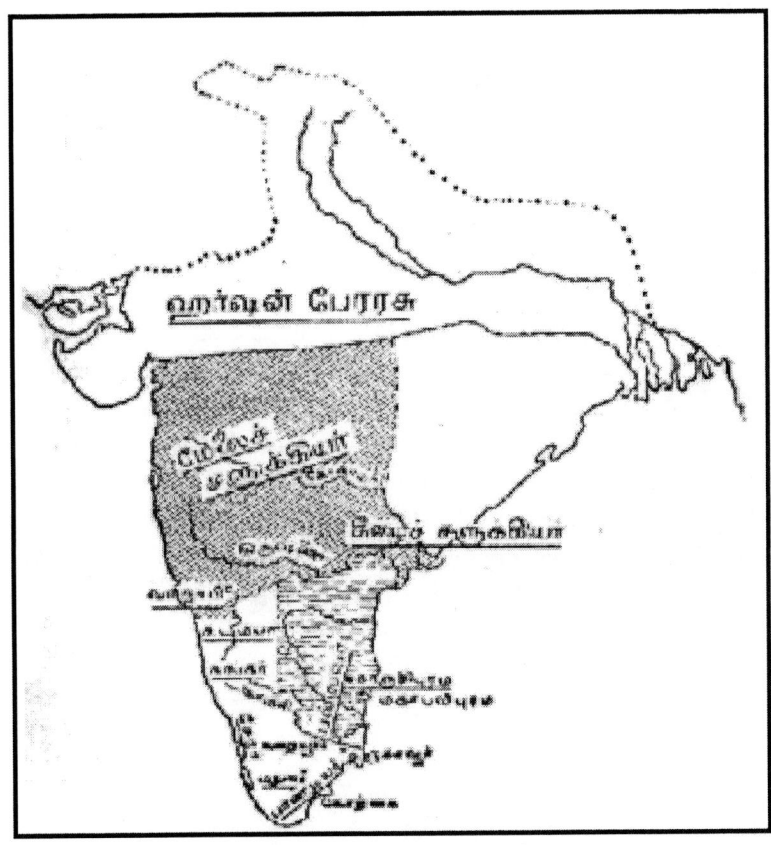

(காசக்குடி, வேலூர் பாளையம், கூரம் பட்டயங்களை ஒப்பு நோக்கிக் காணின், இப்பிற்காலப் பல்லவர் முதல்வனான **சிம்ம விஷ்ணு** நந்திவர்மனுக்குப் பின் பட்டம் பெற்றவன் ஆவன்.) இவனுக்குப் **பீமவர்மன்** என்றொரு தம்பி இருந்தான். அவன் இவனது ஆட்சியில் வட பகுதியை ஆண்டு வந்தான் போலும்! சிம்மவிஷ்ணு காலத்துப் பட்டயம் எதுவும் கிடைத்திலது. மேற் கூறிய அவந்தி சுந்தரி கதையினால் இவன் காலம் அறிதல் முடிகிறது. 'சிம்மவிஷ்ணு கங்க அரசனான துர்விநீதன், சாளுக்கிய விஷ்ணு வர்த்தனன் இவர்தம் காலத்தவன்' என்று அந்நூல் கூறுகிறது. துர்விநீதன், கி.பி. 605 இல் பட்டம் பெற்றவன்.[1] விஷ்ணு வர்த்தனன் கி.பி. 614 இல் பட்டம் பெற்றவன்.[2] இவர்கள் அரசராக இருந்த பொழுது சிம்மவிஷ்ணுவும் அரசனாக இருந்தான் என்று மேற்சொன்ன நூல் கூறலால் சிம்மவிஷ்ணு குறைந்தது கி.பி. 615 வரையேனும் அரசனாக இருந்திருத்தல் வேண்டும்.

சிம்மவிஷ்ணு சிறப்பு

இவன் மகனான முதலாம் மகேந்திர வர்மன், தான் இயற்றிய மத்தவிலாசத்தில் தன் தந்தையைச் சிறப்பித்துள்ளமை காண்க; ''சிம்மவிஷ்ணு 'பல்லவகுலம்' என்ற உலகைத் தாங்கும் குலமலை போன்றவன். அவன் நுகர்ச்சிப் பொருள்கள் அனைத்தையும் உடையவன்; பல நாடுகளை வென்றவன்; வீரத்தில் இந்திரனைப் போன்றவன்; செல்வத்தில் குபேரனை ஒத்தவன். அவன் அரசர் ஏறு.''[3]

போர்ச் செயல்கள்

மூன்றாம் நந்திவர்மன் காலத்திய வேலூர் பாளையப் பட்டயத்தில் சிம்மவிஷ்ணுவைப் பற்றிப் சில குறிப்புகள் காணப் படுகின்றன. ''இவனது புகழ் உலகெல்லாம் பரவியுள்ளது. இவன் காவிரி பாயப்பெற்ற செழிப்பான சோழ நாட்டைச் சோழரிட மிருந்து கைப்பற்றினான்.''[4] ...... பிறகு இப்பூவுலகில் சிங்கம் போன்ற **சிம்மவிஷ்ணு** தோன்றினான். அவன் பகைவரை அழிப்பதில் ஈடுபட்டிருந்தான்; **களப்பிரர், மழவர், சோழர், பாண்டியர்** ஆகியவரை வெற்றி கொண்டான்''[5] என்பது காணப் படுகிறது.

சிம்மவிஷ்ணு வேறு அரசருடன் போர் செய்தமைக்கு உரிய சான்றுகள் கிடைத்தில. ஆதலின், இவன் தென்னாட்டு அரசருடன்

தான் பெரும்போர் செய்து வென்று, காவிரியாறு வரையுள்ள தமிழ்நாட்டைக் கைப்பற்றினான் என்பது தெளிவாகிறது. இவனுக்கு முற்பட்ட நந்திவர்மன் முன்னோரும் இவனுடைய முன்னோரும் காஞ்சியில் இருந்தமைக்குரிய சான்று இன்மையாலும், அவர்கள் அனைவரும் ஆந்திர நாட்டிலிருந்தே பட்டயங்களை வெளியிட்டிருத்தலாலும், இரண்டாம் குமாரவிஷ்ணு காஞ்சியைக் கைப்பற்றினன் எனக் கூறலாலும், அவன் ஒருவனே காஞ்சியிலிருந்து பட்டயம் விடுத்ததாகத் தெரிவதாலும்- இடைக்காலப் பல்லவர் ஆட்சியில் காஞ்சிபுரம் வாகாடகரிடமிருந்து மீட்கப் பெற்ற பின்னரும் கைமாறியதோ என்று எண்ணவேண்டுவதாக இருக்கிறது. இந்தச் சிம்ம விஷ்ணுவுக்கு முற்பட்டவர் காஞ்சியில் இருந்திலர் என்பதாலும், சிம்ம விஷ்ணு ஒருவனே சோழர் களப்பிரர் முதலிய தென்னாட்டரசரை வென்று காவிரியாறு வரை பல்லவப் பேரரசை நிறுத்தினான் என்பதனாலும், இவனது ஆட்சித் தொடக்கத்தில் சாளுக்கியப் போர் இன்மையாலும், **இவன் காலத்தில் காஞ்சி களப்பிரரிடமிருந்து கைப்பற்றப்பட்டது** என்று நினைக்கலாம். காஞ்சியைப் கைப்பற்றாமல் இவன் காவிரி வரையுள்ள நாட்டைப் பிடித்துக் காஞ்சியை தலை நகரமாகக் கொண்டு அரசாளுதல் இயலாதன்றோ? இவன் காஞ்சியைக் கைப்பற்றினான் என்பதை இலக்கியச் சான்றும் உறுதிப்படுத்துகின்றது.[6]

"பல்லவர் மரபில் சிம்மவிஷ்ணு என்பவன் தோன்றினான்; **கற்றவர் கூட்டத்தினின்று இறுதிப் பகைமையை** அறவே நீக்கினான். அவன் தன் வீரத்தாலும் பெருந்தன்மையாலும் பகை அரசர்களுடைய அசையும் பொருள்களையும் அசையாப் பொருள்களையும் தனக்கு உரிமை ஆக்கிப் கொண்டான்" (**அவந்தி சுந்தரி கதா சாரம்**) இக்குறிப்புக் காசக்குடிப் பட்டயச் செய்திகளைப் போன்று இருத்தல் காணத்தக்கது. "கற்றவர் கூட்டம் இருக்கும் இடத்தினின்று (காஞ்சிபுரத்தினின்று) இறுதிப் பகைவரைப் நீக்கினான்' என்பதே இதன் பொருள். 'சத்தியசேனன் என்னும் அரசரிடமிருந்து இருபிறப்பாளரது **கடிகாவை** இரண்டாம் கந்தவர்மன் மீட்டான்' என்ற போதும், 'இருபிறப்பாளரது கடிகா (கல்லூரி) இருந்த காஞ்சிபுரத்தை' என்றே பொருள் கொள்ளப்பட்டது.[7] எனவே, இங்குக் 'கற்றவர் கூட்டம்' என்பது **காஞ்சிமா நகரைக்** குறிக்கிறது என்பதில் ஐயமில்லை. 'காஞ்சியைக் கைப்பற்றியதால் சிம்மவிஷ்ணு கற்றவரைப் பகைவரிடமிருந்து

காப்பாற்றினான்' என்று மேற்கூறிய வடமொழி நூல் கூறு கின்றது.[8]

கும்பகோணத்தை அடுத்த கஞ்சனூர்ப் பட்டயத்தில், **சிம்ம விஷ்ணு சதுர்வேதி மங்கலம்**[9] என்பது காணப்படுகிறது. மேலும், சிம்மவிஷ்ணுவின் மகனான முதலாம் மகேந்திரவர்மன் புதுக்கோட் டைச் சீமையில் உள்ள சித்தன்ன வாசலில் குகைக்கோவில் அமைத்துள்ளான். அவன் தமிழ் நாட்டின் எப்பகுதியையாவது பிடித்தான் என்பதற்குச் சான்றில்லை. அவன் காலத்தில் தென் னாட்டில் போரே இல்லை. ஆதலின் புதுக்கோட்டை வரையுள்ள சோழநாட்டைச் சிம்ம விஷ்ணுவே வென்று அடிமைப்படுத் தினவன் ஆவன்.[10]

தமிழ் வேந்தருள் மலவர் (மலையர்) என்பவர் **மலாடு** என்னும் நாட்டினர். மலாடு தென் ஆற்காட்டு மாவட்டத்தைச் சேர்ந்த திருக்கோவலூர் முதலிய இடங்களைக் கொண்ட நடு நாடாகும். இந்நடு நாட்டினர் கி.பி. 8 ஆம் நூற்றாண்டிலும் சிற்றரச ராக இருந்தமை தெளிவு. சிம்ம விஷ்ணுவோடு போர் செய்த தமிழ் வேந்தருள் மலாடரும் சேர்ந்தனர் என்பதில் வியப்பில்லை.

'சிம்ம விஷ்ணு' என்னும் பெயரைக் கொண்டே இவன் வைணவன் என்பதை நன்குணரலாம். இரண்டாம் நந்திவர்மன் காலத்திய உதயேந்திரப் பட்டயம் இவனைப் **பக்தி ஆராதித்த - விஷ்ணு** - சிம்ம விஷ்ணு[11] என்று குறிப்பிடுதலை நோக்க, இவன் பரம பாகவதனாக இருந்தவன் என்பது தெளிவு. இவன் சீய மங்கலத்தில் உள்ள குகைக்கோவிலை அமைத்திருக்கலாம். சிங்க உருவங்களும் மகேந்திரன் கல்வெட்டும் உடைய அக்குகைக் கோவில் சிம்ம விஷ்ணுவின் காலத்ததாக இருக்கலாம்.[12]

ஆதிவராகர் கோவில்

மகாபலிபுரத்தில் ஆதிவராகர் கோவில் இருக்கின்றது. அக் கோவிலில் இரண்டு உருவச் சிலைகள் உள்ளன. இவற்றைக் கர்னல் மக்கன்ஸி, பெர்கூசன், பர்கஸ் முதலிய அறிஞர் கண்டு தம் நூல்களில் குறிப்பிட்டுள்ளனர். எனினும், 'இவை இன்னாரைக் குறிப்பன' என்பதை அவர்கள் கண்டறியக் கூடவில்லை. இச் சிலைகளை 1913 இல் கண்ட இராவ்பகதூர் கிருஷ்ண சாஸ்திரி களும் முதலில் இவை யாரைக் குறிப்பன என்பதை உணர வில்லை. பின்னர் 1922 இல் புதைபொருள் ஆராய்ச்சியாளர் இச் சிலைகளின் மேல் பொறிக்கப்பட்டுள்ள கல்வெட்டுகளைக் கண்டுபிடித்தனர். பின்னரே, இவை **சிம்ம விஷ்ணு**வையும் அவன் மகனான முதலாம் மகேந்திர வர்மனையும் குறிப்பன என்பது

வெளிப்பட்டது. பின்னர்க் கிருஷ்ண சாஸ்திரிகள் அக் கல்வெட்டு கள் பல்லவ-கிரந்த எழுத்துக்கள் கொண்டவை. ஆதிவராகர் குகைக்கோவிலுள் வடபுறப் பாதையில் **ஸ்ரீ சிம்மவிஷ்ணு போதாதி ராஜன்** என்பது பொறிக்கப்பட்டுள்ளது.[13] அதன் அடியில் ஓர் ஆண் நிலை மீது உயர்ந்த முடி (கிரீடம்) உள்ளது. மார்பிலும் கழுத்திலும் அணிகள் காணப்படுகின்றன. அவ்வுருவத்திற்கு இரு புறங்களிலும் முடியணிந்த பெண்மணிகளின் உருவங்கள் நின்ற நிலையில் காணப்படுகின்றன. அவ்வுருவங்கட்கு நேர் எதிரே தென்புறப் பாறைமீது **ஸ்ரீ மகேந்திர போதாதிராஜன்** என்பது பொறிக்கப்பட்டுள்ளது. அதன் அடியில், முடியும் அணிகளும் அணிந்த மகேந்திரன் நின்றிருப்பதாக உருவம் செதுக்கப்பட் டுள்ளது. அவன் வலக்கை உட்கோவிலைச் சுட்டியபடி உள்ளது; இடக்கை முதல் இராணியின் வலக்கையை பற்றியபடி உள்ளது. அவனுடைய இராணிமார் இருவர் உருவங்களும் நின்ற கோலத் தில் காணப்படுகின்றன.

அக் குகைக் கோவிலில் சிம்ம விஷ்ணுவின் உருவம் காணப் படலால், அஃது அவனால் கட்டப்பட்டதென்று ஆராய்ச்சியாளர் கருதுகின்றனர். சிம்ம விஷ்ணு சிறந்த வைணவ பக்தன் ஆதலா லும், காஞ்சியையும் சோழநாட்டையும் கைப்பற்றிய பெருவீரன் ஆதலாலும் தன்னைப் பற்றிய நினைப்பும் பக்தியின் சிறப்பும் நிலைத்திருக்க இக் குகைக்கோவிலை அமைத்தான் எனக் கூறு வதில் தவறில்லை; மேலும், அவன் ஆந்திர நாட்டிலிருந்து வந்தவன்; ஆதலால் **தமிழ்நாட்டிற்கே** புதிய குகைக்கோவிலை மாதிரியாக அமைத்து மகிழ்ந்தான் என்பது நம்பத்தக்கதே. இதனைக் கண்ட பின்னரே மகேந்திரவர்மன் பல குகைக்கோவில் களை அமைக்கத் தொடங்கினான் என்று கொள்ளுதலும் சாலப் பொருத்தமுடையதே. மேலும் மகேந்திரன் அமைத்த குகைக் கோவில் தூண்களைப் போல இக் குகைக்கோவில் தூண்கள் செம்மையுற்றன அல்ல."[14]

வாகாடகர் அசந்தாக் குகைகளில் வியத்தகு வேலைப்பாடு களைச் செய்தனர். அவற்றைக் கண்டு அவருடன் கொள்வனை-கொடுப்பனை வைத்திருந்த விஷ்ணுகுண்டர் என்னும் மரபினர் கிருஷ்ணயாற்றங்கரையில் பல குகைக் கோவில்களை அமைத் தனர். அவற்றை எல்லாம் சிம்மவிஷ்ணுவும் அவன் மகன் மகேந்திர வர்மனும் பார்வை யிட்டிருத்தல் கூடியதே. அந்நினைவு கொண்ட அவர் மாமல்லபுரத்திலும் பிற இடங்களிலும் குகைக் கோவில் களை அமைத்திருத்தல் வேண்டும்.[15]

சிம்மவிஷ்ணு வைணவன் ஆதலால் இவன் உருவச்சிலை ஆதிவராகர் கோவிலில் இருத்தல் வியப்பன்று. ஆனால், முதலில் சமணனாகவும் பிறகு சைவனாகவும் மாறிய மகேந்திரவர்மன் சிலை அங்கு இருத்தலே எண்ணத்தக்கதாகும். அவன் இளவரசனாக இருந்த பொழுது தன் தந்தையுடன் வைணவக் கோவிலுக்குப் போதல் மரபாக இருந்திருக்கலாம். அவன் பட்டம் பெற்ற பிறகே சமணனாக மாறி இருக்கலாம். எனவே, இக் கோவில் சிம்மவிஷ்ணு காலத்திற்றான் அமைக்கப்பட்டது எனக் கோடல் பொருத்தமானதே.[16]

சிம்மவிஷ்ணு கலை வல்லவன்

சிம்மவிஷ்ணு அவையிற் சிறந்த புலவராக இருந்தவர் வடமொழி வல்லுநரான **தாமோதரர்** எனப்பெயர் கொண்ட **பாரவி** என்பவர். இவர் எங்ஙனம் பல்லவன் அவையை அடைந்தார் என்பதை இவர் மரபில் வந்த **தண்டி** என்னும் வடமொழிப் புலவர் தமது அவந்தி சுந்தரி கதையில் வரைந்துள்ளார். அது கீழ்வருமாறு:

"தென் நாட்டில் பல்லவப் பேரரசனான சிம்மவிஷ்ணு ஆண்டு கொண்டிருந்தான். அவன் புலவர்க்குப் புரவலனாக இருந்தான். ஒரு நாள் புதியவன் ஒருவன் அவன் அவைக் களத்திற்கு வந்து, நரசிம்ம அவதாரத்தைப் பற்றிய பெருமாள் துதி ஒன்றை வடமொழியிற் பாடினான். அச் செய்யுளில் இருந்த சொல்லழகும் பொருள் அழகும் அரசனை ஈர்த்தன. உடனே அவன் பாடகனை நோக்கி, 'இதனைச் செய்தவர் யாவர்?' என்று ஆவலோடு கேட்டான். பாடகன், 'ஐயனே, வட மேற்கே ஆரிய நாடு என ஒரு நாடு உண்டு. அதில் அனந்தபுரம் என்பது ஓர் ஊர். அஃது ஆரிய நாட்டின் தலைமணி ஆகும். அப்பகுதியில் கௌசிக மரபிற் பிறந்த பிராமணர் சிலர் இருந்தனர். அவர்கள் அதனை விட்டு அசலபுரத்திற்[17] குடியேறினர். அப்பிராமணருள் ஒருவர் நாராயணசாமி என்பவர். அவர் மைந்தர் **தாமோதரன்** என்பவர். அவர் சிறந்த வடமொழிப் புலவராகிப் **பாரவி** எனப்பட்டார். அப் புலவர் (கீழைச் சாளுக்கிய) **விஷ்ணுவர்த்தன னுக்கு** நண்பர் ஆனார். ஒரு நாள் அவர் அவ்வரசனைத் தொடர்ந்து காட்டிற்குச் சென்றான். அரசன் வேட்டையாடி விலங்கிறைச்சி தின்றான்; புலவரையும் தூண்டித் தின்னச் செய்தான். அப் பாவத்தைத் தொலைக்க அப்புலவர் புறப்பட்டுப் பல இடங்கட்கும் சென்றார்; இறுதியில் (கங்க அரசனான) **துர்விநீதன்** அவையை அடைந்தார்; இப்பொழுது அங்கு இருந்து வருகிறார். நான் பாடிய பாடல் அப்பெரும் புலவர் பாடியதே ஆகும்' என்றான்."

புலவர் புரவலன்

உடனே சிம்மவிஷ்ணு ஆட்களைப் போக்கிப் பாரவியைத் தன் அவைக்கு வருமாறு பலமுறை தூண்டினான். பராவி காஞ்சி நகரம் வந்து சேர்ந்தார். அரசன் அவருக்கு நல்ல விடுதி ஒன்றை அளித்துப் பிற வசதிகள் அனைத்தும் செய்து கொடுத்தான். பாரவி தம் புலமையால் அரசனை மகிழ்வித்து, ஓய்வு நேரங்களில் பாக்கள் இயற்றிக் கொண்டிருந்தார்.[18]

இவன் காலத்து அரசர்

சாளுக்கிய நாட்டில் கி.பி. 609 இல் அரியணை யேறிய இரண்டாம் புலிகேசி அரசனாக இருந்தான்; அவன் கி.பி. 642 வரை ஆண்டான். கங்க நாட்டைத் துர்விநீதன் (கி.பி 605-650) என்பவன் ஆண்டு வந்தான். தெற்கே மாறவர்மன் அவனி சூளாமணி என்ற பாண்டியன் (கி. பி 600-625) பாண்டிய நாட்டை ஆண்டு வந்தான். நாசிக்கிலும் வேங்கி நாட்டிலும் விஷ்ணுவர்த்தனன் என்பவன் (கி.பி. 614-635) ஆண்டு வந்தான்.

குறிப்புகள்

1. Dr. V. Venkataramanayya's article on 'Durvinita and Vikramaditya I' (Triveni)
2. Same Scholar's article on 'Mahendravarman and Pulikesin II', Miscellany of Paper's published by G.V.R. Pantulu's 70th Birth-day Celebration Committee.
3. Mattavilasam (Sanskrit), p. 3.
4. S.I.I. Vol. II, p. 510.
5. Ibid. p. 346.

களப்பிரர் - இவரைப் பற்றி முன்னரே கூறப்பட்டுள்ளது. இவர் தொண்டை நாட்டின் ஒரு பகுதியையும் சோழ நாட்டின் பெரும் பகுதி யையும் ஆண்டு வந்தனர்.

சோழர் - களப்பிரர் ஆட்சிக்குட்பட்டும் படாமலும் சிறிதளவு நிலப் பாகத்தை ஆண்டவர் இந் நிலைமை கி.பி. 880 வரை இங்ஙனமே இருந்தது. இவர் தலைநகரம் **உறையூர்.**

மழவர் - இவர்கள் மழ(மலை) நாட்டினர்; 'மலாடர்' என்னும் கூறப் படுவர். இவர்கள் திருக்கோவலூர் முதலிய மலைப்பகுதியில் வாழ்ந் தவர். மெய்ப்பொருள் நாயனார் மலாடர் (மழவர்) அரசர் ஆவர்.

பாண்டியருள் கி.பி, 250- 550 வரை களப்பிரர்க்கு உட்பட்டுக் கிடந்த பாண்டிய நாட்டை மீட்ட **கடுங்கோன்** அல்லது அவன் மகன் **மாறவர்மன்** அவனி சூளாமணி சிம்ம விஷ்ணுவை எதிர்த்திருக்கலாம்.

6. (1) "கொங்கு தேச ராசாக்கள் வரலாற்றைக் காணின், துர்விநீதன் காஞ்சி உள்ளிட்ட திராவிடத்தை வென்றான் என்பது காணப்படுகிறது" என அறிஞர் (Sewells 'List of the Antiquarian Remains in the Madras Presidency', p. 177) கூறல் காண்க.

(2) "சாளுக்கிய இரணராகன், முதல் புலிகேசி இவர்கள் காலத்திற் சாளுக்கிய-பல்லவர் போர்கள் நடந்தன. முதற் புலிகேசி எல்லோரையும் தான் அடக்கியதாகக் கூறிக் கொண்டு கி.பி. 560-ல் பரிவேள்வி செய்தான்" என அறிஞர் (M.V.K. Rao's Gangas of Talakad, p. 38) கூறல் காண்க.

எனவே, குமாரவிஷ்ணுவுக்குப் பிறகு காஞ்சி களப்பிரர் கைப்பட்டதோ, கங்கர் கைப்பட்டதோ, சாளுக்கியர் கைப்பட்டதோ தெரியவில்லை. கி.பி. 475 முதல் 515 வரை அரசாண்ட கதம்ப அரசனான இரவிவர்மன், தான் காஞ்சி அரசனை (சண்டதண்டனை) அழித்தான் என்று 'ஹல்சி' பட்டயம் கூறலாம், காஞ்சி கதம்பர் கைக்கு மாறியதோ என்பது ஐயமாக இருக்கிறது. இது நன்கு ஆராய வேண்டிய செய்தியாகும். பிற சான்றுகள் கிடைத்தாற்றான் இஃது ஒரு முடிவு வருதல் கூடும்.

7. R. Gopalan's 'Pallavas of Kanchi', p. 53.
8. Heras's Studies in Pallava History, p. 20.
9. திருவொற்றியூரை அடுத்த மணலி என்னும் கிராமம் அக் காலத்தில் 'சிம்ம விஷ்ணு சதுர்வேதி மங்கலம்' என்றே பெயர் பெற்றிருந்தது. - 211 of 1912.
10. Ibid. p. 21
11. S.I.I. Vol. II, p. 74
12. Prof. Dubreil's 'Pallava Antiquities', Vol. I, p. 40.
13. Archaeological Report 1922-3, p. 94.
14. Heras's 'Studies in Pallava History', p. 75
15. Prof. Dubreil's 'The Pallavas', p. 35.
16. Dr. S.K. Aiyangar's 'The Antiquities of Mahabalipuram', p. 31.
17. அசலபுரம் 'நாசிக்' என்பதற்கருகில் உள்ளது. கி.பி. 614 இல் விஷ்ணு வர்த்தனன் அப்பகுதியை இளவரசனாக இருந்து ஆண்டான்.
    - Dr. N. Venkataramanayya's article on 'Mahendravarman I and Pulikesin II'
18. M.E.R. 1921, p. 48.

* * *

9. மகேந்திரவர்மன்

[கி.பி. 615– 630][1]

முன்னுரை

சிம்மவிஷ்ணுவின் மகனான **மகேந்திரவர்மன்** கிட்டத் தட்டக் கி.பி. ஏழாம் நூற்றாண்டின் தொடக்கத்தில் பல்லவ அரியணை ஏறினான். (1) இவனது அரசியலின் முதற் பகுதியில் சமணம் உயர்நிலையில் இருந்தது; பிற்பகுதியில் சைவம் உயர் நிலைக்கு வந்தது. இவனே சமணத்தினின்று சைவத்திற்கு மாறி னான்; (2) குகைகளைக் கோவில்களாகக் குடைந்தவன் இவனே; பாறைகளைக் கோவில்களாகக் குடைந்தவன் இவனே; (3) இவன் காலத்திற்றான் பல்லவர்-சாளுக்கியர் போர் உச்சநிலை அடைந் தது. அப்போராட்டம் இவனுக்குப் பின் 150 ஆண்டுகள் வரை ஓய்ந்திலது. (4) சிற்பம், ஓவியம், இசை, நாடகம் முதலிய நாகரிகக் கலைகள் இவனது ஆட்சியில் வளர்ச்சியுற்றன. இவன் காலத்தவரே **அப்பர் சுவாமிகள்.**

இரண்டாம் புலிகேசி

இவன் சாளுக்கியப் பேரரசன்; கி பி. 610 இல் சாளுக்கிய அரியணை ஏறினான். இவன் கதம்பர், கங்கர், ஆளுபர், மயூரர் முதலிய சிற்றரசை அடக்கிப் பேரரசசை நிலைநாட்டச் சில ஆண்டுகள் ஆயின. இவன் தம்பி விஷ்ணுவர்த்தனன் 'நாசிக்' (அசல புரம்) கைத் தலைநகரமாகக் கொண்டு சாளுக்கிய நாட்டின் வடபகுதியை ஆண்டு வந்தான்; அப்பொழுது 'இளவரசன்' என்ற பெயருடனே இருந்தான். அவன் அங்குக் கி.பி. 614 முதல் ஆளத்தொடங்கினான் என்னலாம். புலிகேசி வெளியிட்ட 'அய்ஹொளே' கல்வெட்டுக் கி.பி. 634-635-க்குரியது; அதனில், தான் வேங்கியை வென்று,(பிறகு) பல்லவ நாட்டைத் தாக்கிய தாகக் குறித்துள்ளான்.[1]

படையெடுப்பு

புலிகேசி படையெடுப்பைப் பற்றி, மேற்சொன்ன 'அய் ஹொளே' கல்வெட்டு ''அழுக்கற்ற வெண் சாமரங்களையும்

நூற்றுக்கணக்கான கொடிகளையும் குடைகளையும் பிடித்துக் கொண்டு புலிகேசியின் படைகள் சென்றன. அப்பொழுது கிளம்பின தூளியானது எதிர்க்க வந்த பல்லவவேந்தன் ஒளியை மங்கச் செய்தது. புலிகேசியின் பெரும் படைக்கடலைக் கண்டு காஞ்சி அரசன் காஞ்சிபுரக் கோட்டைக்குள் புகுந்து கொண்டான்''[2] என்று கூறுகிறது. இரண்டாம் நந்திவர்ம பல்லவன் வெளியிட்ட காசக்குடிப் பட்டயம்; ''மகேந்திரன் தன் பகைவரைப் **புள்ளலூரில்** அழித்தான்'' என்று குறிக்கிறது.[3]

காசிக்குடிப் பட்டயம் சாளுக்கியர்பெயரைக் குறிப்பிடா விடினும், வரலாற்று ஆசிரியர் அனைவரும் 'பகைவர்' என்றது சாளுக்கியரை என்றே கொண்டுள்ளனர். எனவே, காசக்குடிப் பட்ட யத்தில் கூறியுள்ள செய்தி மகேந்திரன் - புலிகேசி போரேயாகும் என் பதில் ஐயமில்லை.

இப்பட்டயங்களில் ஒவ்வொன்றும் தன் அரசன் வென்ற தாகவே கூறுகிறது. 'இஃது எங்ஙனம் பொருந்துவது' என்பதே ஆராயத்தக்கது: புலிகேசியினது பட்டயத்தில், 'பல்லவ அரசன் ஒளிந்து கொண்டான்' என்பது கூறப்பட்டுள்ளதே அன்றி, அவன் தோற்றது அல்லது காஞ்சியைச் சாளுக்கியர் கைப்பற்றியது குறிக்கப்படவில்லை. மேலும், புலிகேசியினது ஆட்சியில் பல்லவ நாடு அவன் கைப்பட்டதாகவும் தெரியவில்லை. மேற்கூறிய சாளுக்கியன் கல்வெட்டு, ''துள்ளி விழும் கயல் மீன்களைக் கண் களாகக் கொண்ட காவிரி, சாளுக்கியனது யானைகளின் மதநீர் விழுந்ததால் ஓட்டம் தடைப்பட்டுக் கடலிற் கலக்க இயலா தாயிற்று. புலிகேசியும் பல்லவப் பனியைப் போக்கும் கடுங் கதிரவனாய்ச் சேர சோழ பாண்டியரைக் களிப்புறச் செய்தான்'' என்று கூறுகிறது. இதனால், மகேந்திரவர்மன் புலிகேசியுடன் போர் புரிய முடியாமல் ஒளிந்து கொண்ட செய்தி அவன் பகைவராகிய தமிழ் வேந்தரை மகிழச் செய்தது என்பது தெரிகிறதே அன்றி, சாளுக்கியன் பல்லவனைத் தோற்கடித்தான் என்பது தெரிய வில்லை. காவிரிவரை சென்ற சாளுக்கியன் திரும்பிக் காஞ்சிபுரம் வழியே வருகையில் **புள்ளலூர்** என்னும் இடத்தில் மகேந்திரன் அவனைத் திடீரெனத் தாக்கினானாதல் வேண்டும். போர் நடந்த **புள்ளலூர்** காஞ்சிபுரத்திற்கு 10 கல் தொலைவில் உள்ளது. அதுவரை பகைவர் படையை வரவிட்டமையே தனக்கொரு வெற்றியாகப் பல்லவன் நினைத்தான் போலும்! தன் நாட்டிற்குள் வந்து புகுந்த பகைவனை வெளிச் செல்ல முடியாத நிலையில்

சுற்றி வளைத்துக் கொண்டான் போலும்! பல்லவன், தனக்கு வசதி யான இடத்தில் வந்து பகைவன் சேரும்வரை சாளுக்கியர் பட்டயம் கூறுவது போலக் காஞ்சிபுரக் கோட்டைக்குள் இருந்தான்; பகைவன் தன்னை எதிர்ப்பவர் இல்லைஎன்று இறுமாந்து சுற்றித் திரிந்து காஞ்சிக்கு அருகில் வந்ததும், திடீரென அவனை வளைத்துக் கொண்டு போரிட்டுப் பகைவரை அழித்தான். இதுவே நடந்த செய்தி என்பதை இரண்டு பட்டயங்களையும் கூர்ந்து கவனிப்பவர் நன்குணரலாம். மேலும், மகேந்திரன் மகனான நரசிம்மவர்மனது ஆட்சியில் இப் புலிகேசியே இரண்டாம் முறை படையெடுத்து வந்தான் என்பது காணப்படுகிறது. மகேந்திரன் காலத்தில் அவன் வெற்றி பெற்றது உண்மையாயின், நரசிம்மவர்மன் காஞ்சியில் அரசனாக இருந்தான் என்பதோ பொருத்தமற்றது அல்லவா?[4]

பல்லவர் - கங்கர் போர்

'புள்ளலூர்' என்பது பல்லவர் பட்டயத்தில் வருதல் போலச் சாளுக்கியர் கல்வெட்டில் வருதல் இல்லை. ஆனால், கங்க அரசனான **துர்விநீதன்** கல்வெட்டில், அவன் அந்தரி, ஆலத்தூர், போலுளரே (புள்ளலூர்) பேர்நகர (பெருநகரம்) இவற்றில் நடந்த போர்களில் வென்றான் என்பது கூறப்படுகிறது. எனவே, துர்விநீதனும் புலிகேசியுடன் சேர்ந்து (பகைவர் என்ற பல்லவர் பட்டயம் கூறுமாறு) மகேந்திரனுடன் போரிட்டனன் என்பது புலனாகிறது. கங்கன் போரிடக் காரணம் என்ன? இதற்கு விடை கங்கர் கல்வெட்டே கூறுகிறது. 'துர்விநீதன் காடு வெட்டியை (பல்லவனை) ப் போரில் வென்று தன் மகள் வயிற்றுப் பேரனைச் சாளுக்கிய அரசு கட்டிலில் அமர்த்தினான்' என்று 'ஹும்சா'வில் கிடைத்த கல்வெட்டு கூறுகிறது.[5] மற்றொரு கன்னடக் கல் வெட்டு, 'மகேந்திரனது சேனைத் தலைவனான வேடராசனுடன் போர் செய்த சீலாதித்தனது சேனைத் தலைவனான பெத்தணி சத்தியாங்கன், மகேந்திரன் சேனையைக் கலக்கி விட்டு வீர சுவர்க்கம் அடைந்தான்''[6] என்று கூறுகிறது. கீழைச் சாளுக்கிய நாட்டில் விஷ்ணுகுண்டரை விரட்டிச் சாளுக்கியர் அரசு ஏற்பட்ட வுடன், விஷ்ணுகுண்டர் நண்பனான மகேந்திரவர்மன் அவர்கட்கு உதவி செய்து, குப்ஜ விஷ்ணு வர்த்தனன் (துர்விநீதன் மருமகன்) இறந்தபின் நாட்டை விஷ்ண குண்டர் பெற முயன்றிருக்கலாம். விஷ்ணுவர்த்தனன் மகன் இரண்டாம் புலிகேசிக்குத் தம்பி மகன்; கங்க-துர்விநீதனுக்கு மகள் வயிற்றுப்பேரன். ஆதலின், அவனுக்குப்

பரிந்து அவ்விருவரும் பல்லவனை ஒழிக்க முயன்று படையெடுத்தனர் போலும்! அப்பொழுது நடந்த போர்களில் மகேந்திர வர்மன் **புள்ளலூரில்** கங்கனையும் சாளுக்கியனையும் முறியடித்திருத்தல் வேண்டும்; பெரு நகரத்திலும் போரிட்டிருத்தல் வேண்டும். இப்போர்கள் ஒன்றில் துர்விநீதன் படைத்தலைவன் மடிந்திருத்தல் வேண்டும். இத் தோல்விக்குப் பிறகே கங்கரும் சாளுக்கியரும் தம் முயற்சியைக் கைவிட்டு ஓடினராதல் வேண்டும்.

சமணமும் சைவமும்

மகேந்திரவர்மன் முதலில் சமணனாக இருந்து பின் சைவன் ஆனவன் என்று பெரிய புராணம் கூறுகின்றது. இதனையே அவனது திருச்சிராப்பள்ளி மலைக்கோவில் கல்வெட்டும் கூறுகின்றது. அது, ''லிங்கத்தை வழிபடும் குண பரன் என்னும் பெயர் கொண்ட அரசன் இந்த லிங்கத்தினால் புறச்சமயத்திலிருந்து திரும்பிய ஞானம், உலகத்தில் நீண்ட நாள் நிலைநிற்பதாக''[7] எனக் கூறுகிறது.

இவன் வல்லம், தளவானூர், சீயமங்கலம், பல்லாவரம், திருச்சிராப்பள்ளி முதலிய இடங்களில் சிவன் கோவில்களையும், மகேந்திரவாடியில் பெருமாள் கோவிலையும் அமைத்துள்ளான். இவை அனைத்தும் இவன் சமணனாக இருந்து செய்திருத்தல் இயலாது. இவ்வேலை நடைப்பெறச் சில ஆண்டுகள் ஆகி இருக்கலாம். எனவே, இவன் சுமார் கி.பி. 620 இல் சமணத்தை விட்டு சைவனாகி இருக்கலாம். இவன் சமணனாக இருந்தபொழுது சமணர் சொற்கேட்டு அப்பர்க்குப் பல கொடுமைகள் இழைத்தான். இறுதியில் இவன் சைவன் ஆனதும், குடிகள் சைவராக மாறியதில் வியப்பில்லை அன்றோ? எனவே, தொண்டைநாட்டில், அதுகாறும் உயர்நிலையில் இருந்த சமணம் இழிநிலை உற்றது; சைவ சமயம் வளர்ச்சி அடையத்தொடங்கியது. அரசனே திருப்பாதிரிப் புலியூரில் இருந்த சமணப் பள்ளிகளையும் பாழிகளையும் இடித்து, அக்கற்களைக் கொணர்ந்து திவதிகையில் ஒரு சிவன் கோவிலைக் கட்டி, அதற்குத் தன் பெயரால் **குணபர ஈச்சரம்**[8] என்று பெயரிட்டு வழங்கினான். எனில், மகேந்திரன் காலத்தில் தொண்டை நாட்டுச் சைவ நிலையை என்னென்பது! மகேந்திரன் ஆட்சி தொண்டை நாட்டோடு நின்றதில்லை அன்றோ? அது புற கோட்டைவரை பரவி இருந்ததால், பல்லவ

நாடு முழுவதும் சைவ சமய வளர்ச்சி வெளிப்படையாகத் தோன்றியது.

இவன் காலத்தரசர்

பல்லவர்க்குக் கொடிய பகைவரான மேலைச் **சாளுக்கியர்** கிருஷ்ணையாறு வரை ஆண்டு வந்தனர். சாளுக்கியர் படை யெடுப்பால் நாட்டை இழந்த **கதம்பர்** சிற்றரசராக இருந்தனர். இவர்கட்குத் தெற்கே இற்றை மைசூர்ப் பகுதியைக் **கங்கர்** ஆண்டு வந்தனர். அவர் தலைநகரம் தழைக்காடு என்பது. வடக்கே கோதாவரிக்கும் கிருஷ்ணை யாற்றிற்கும் இடையில் **கீழைச் சாளுக்கியர்** ஆண்டு வந்தனர். தெற்கே பாண்டியர் வன்மையுடன் ஆண்டு வந்தனர். பாண்டிய நாட்டிற்கும் பல்லவர் நாட்டிற்கும் இடையே **சோழர், களப்பிரர்** என்போர். சிற்றரசர்களாக இருந்து சில ஊர்களை ஆண்டு வந்தனர். களப்பிரர் ஒரு கால் பல்லவரை யும் மற்றொரு கால் பாண்டியரையும் தழுவிக் காலத்திற்கு ஏற்றாற் போல வாழ்ந்து வந்தனர். சோழருள் ஒரு பிரிவினர் பல்லவர் துணையால் வடக்கே சென்று கடப்பை, கர்நூல் கோட்டங்களைச் சிற்றரசராக இருந்து ஆண்டு வந்தனர். அவர்கள் தம்மை 'ரேநாண்டுச் சோழர் - கரிகாலன் மரபினர்' என்று கல்வெட்டுக் களில் கூறிக் கொண்டனர்.⁹

ஆந்திர அரசர் தெலுங்கு நாட்டின் சில பகுதிகளை ஆண்டனர். குண்டூர்க் கோட்டத்தையும் அதற்கு வடக்கே உள்ள கடற்கரை வெளியையும் பீமவர்மன் மரபினர் ஆண்டு வந்தனர். இங்ஙனம் சிற்றரசர் பலர் மகேந்திரன் நாட்டில் இருந்தனர்.

மகேந்திரன் அமைத்த கோவில்கள்

இம்மன்னன் பல்லாவரம், சீயமங்கலம், திருவல்லம், திருக்கழுக்குன்றம், மண்டபப்பட்டு, மாமண்டூர், தளவானூர், சிங்கவரம், மகேந்திரவாடி, திருச்சிராப்பள்ளி, புதுக்கோட்டை யைச் சேர்ந்த சித்தன்னவாசல் முதலிய இடங்களில் உள்ள மலைக் கோவில்களை அமைத்தான். இவற்றுள் (1) மாமண்டூர், மகேந்திர வாடி, சிங்கவரம், நாமக்கல் என்னும் இடங்களில் குடையப் பட்டவை **பெருமாள் கோவில்கள்** ஆகும். (2) சீயமங்கலம், பல்லாவரம், வல்லம், தளவானூர், திருக்கழுக்குன்றம், திருச்சிராப் பள்ளி என்னும் இடங்களில் குடையப்பட்டவை **சிவன்**

கோவில்கள் ஆகும். (3) மண்டபப் பட்டில் மும்மூர்த்தி கோவிலும், (4) சித்தன்னவாசலில் சமணர் கோவிலும் குடையப்பட்டன.

கோவில் அமைப்பு

மகேந்திரன் கோவில்களைக் கண்டவுடன் எளிதில் 'இவை மகேந்திரன் கட்டியவை எனக் கூறிவிடலாம். இக் குகைக்கோவில்கள் அனைத்தும் மலைச்சரிவுகளில் குடைந்து அமைத்தவை. இவை மலை உச்சியினும் இரா; அடியிலும் இரா; இடையிற்றான் இருக்கும். இத்தகைய இடத்தில் ஒரு கோவிலைக் குடையும் பொழுது, ஆங்குத் தூண்களையும் சுவர்களையும் மூர்த்தங்களையும் செய்வதற்காக இடம் விட்டு, மிகுந்த இடமே குடையப்பட்டிருக்கும்.

தூண் கீழும் மேலும் சதுரமானது; நடுவில் மூலை செதுக்கப்பட்டது. தூணில் முழு உயரம் ஏழு முழம்; மேற் சதுரமும் கீழ்ச் சதுரமும் இரண்டிரண்டு முழம் உயரம் இருக்கும்; சதுரத்தில் தாமரை மலர் செதுக்கப்பட்டிருக்கும். தூண்களின் புறங்களில் மகேந்திரன் பட்டப் பெயர்கள் பல செதுக்கப்பட்டிருக்கும், தூணின் போதிகை சதுரக் கற்பலகையால் இயன்றது. கோவிற் சுவர்களின் மீது சித்திர வேலை காணப்படும். கோவில் நடுவில் இறையகம் (கர்ப்பக் கிருகம்) இருக்கும். அதன் இருபுறங்களிலும் வாயிற் காவலர் (துவாரக பாலகர்) உருவங்கள் அமைந்திருக்கும். அக்காவலர் பாகை உடையவர். அவர்தம் வலக்கை இடக்கை மீது இருக்கும். இடக்கை ஒரு தடியை பிடித்திருக்கும். அக்காவலர் தடிமீது முன்புறம் சிறிது சாய்ந்தபடி, பார்ப்பவரை அடிக்க முயல்பவரைப் போலக் காணப்படுவர்.

கோவிற் சுவர்கள் மீது புராணக் கதைகளைக் குறிக்கும் அழகிய சிலைகள் செதுக்கப்பட்டிருக்கும். கோவிற் சுவராகிய பாறையிலேயே (பெருமாள் கோவிலாயின்) விஷ்ணு வடிவம் செதுக்கப்பட்டிருக்கும். இக் கோவில்கள் பலவற்றில் மகேந்திரன் காலத்துக் கல்வெட்டுகள் இருக்கும். அவை வடமொழியிலும் தென்மொழியிலும் பொறிக்கப்பட்டு இருக்கும்.

(1) பல்லாவரம் குகைக்கோவில்

சென்னைக்கடுத்த **பல்லாவரம்** என்னும் புகைவண்டி நிலையத்துக்கு எதிரே பல குன்றுகள் லாடம் போன்ற அமைப்பில்

இருக்கின்றன. அவற்றின் இடையே சிற்றூர்கள் இருக்கின்றன. அவற்றுட் பெரியது 'ஜமீன் பல்லாவரம்' என்பது, அந்த ஊரில் உள்ள குன்றில் இன்று முஸ்லீம் தொழுகை இடமாக அமைந் துள்ள மண்டபமே **மகேந்திரவர்மன்** அமைத்த **குகைக்கோவில்** ஆகும். இது மலைச் சரிவில் குடையப்பட்டுள்ளது. ஏறக்குறைய 24 அடி நீளமும் 12 அடி அகலமும் உள்ளது. 5 கற்றூண்களை உடையது; முன் மண்டபத்திற்குள் 5 சிறிய **உள் அறைகள்** உள்ளன. அவ்வறைகளில் சிலைகள் வைக்க மேடைகள் இருக் கின்றன. அங்கு ஐந்து தெய்வங்களின் சிலைகள் இருந்தன வாதல் வேண்டும். இப்பொழுது நடு அறையுள் முஸ்லீம் **பீலி** வைக்கப்பட்டுள்ளது. இதற்கு அடுத்த இரு பக்க அறைகள் வெறுமையாக இருக்கின்றன. கடைசிப் பக்க அறைகள் இரண்டும் கதவு அமைந்து பூட்டப்பட்டுள்ளன. குகைக் கோவில் முழுவதும் சுண்ணாம்பு அடிக்கப்பட்டுள்ளது. மேல் விட்டம் முழுவதும் **கல்வெட்டுகள்** காணப்படுகின்றன. ஆயின், இன்று அவை படிக்க இயலாத நிலையில் சுண்ணாம்பு படிந்துள்ளன. கற்றூண் கள் மேலே குறிப்பிட்ட அளவுள்ளன. இக்குகைக் கோவிலில் உள்ள ஐந்து உள் அறைகளை மகேந்திரன் காலத்துச் சிலைகள் அங்கு இல்லாத பிற்காலத்திற் கண்ட பல்லவபுர மக்கள், உண்மை அறியாது இக் கோவிற்குப் 'பஞ்ச பாண்டவர் கோவில்' என்று பெயரிட்டனர். அப்பெயரே இன்றளவும் வழங்கி வருகின்றது. கல்வெட்டுகளில் மகேந்திரன் விருதுப் பெயர்கள் வடமொழி யிலும் தெலுங்கிலும் உள்ளன.

(2) பல்லவபுரம்

இக்குகைக் கோவிலுக்கு எதிரே சுற்றிலும் காணப்படும் மலைகளுக்கு இடையில் பழைய **பல்லவபுரம்** இருந்திருக்க வேண்டும். தெருக்களின் பழைய பெயர்களும் ஆங்காங்கே சிதைந்த பல கோவில்களின் காட்சியும், பல தெருக்கள் ஆங்காங்கே சிதைந்து இருத்தலும், தோண்டும் இடங்களில் எல்லாம் உறை கிணறுகளும் மட்பாண்டச் சிதைவுகளும் பழங்காலத் தாழிகளும் இன்ன பிறவும் கிடைத்ததும், மலைகட்கு இடையே அமைந்த இப் பெருவெளி மகேந்திரன் காலத்தில் இயற்கை அரண் கொண்ட முதல்தர நகரமாக இருந்திருத்தல் வேண்டும் - பல்லவனால் அமைந்தமையின் **பல்லவபுரம்** எனப் பெயர் பெற்றதாதல் வேண்டும் என்னும் செய்திகளை நன்கு

உணர்த்தும். 'பல்லவபுரம்' என்னும் பெயர் இன்று **பல்லாவரம்** எனவும், லால்குடி தாலூகாவில் உள்ள பல்லவபுரம் ' பல்லவரம்' எனவும் வழங்குகின்றன.

(3) வல்லம்

வல்லம் என்பது செங்கற்பட்டிற்குக் கிழக்கே திருக்கழுக் குன்றத்திற்குப் போகும் சாலையில் இரண்டு கல் தொலைவில் உள்ளது. அங்கு ஒரு சிறிய குன்று இருக்கிறது. அக்குன்றில் மூன்று குகைகள் இருக்கின்றன. நடுக்குகை பெரியது. அதன் வாயிலில் உள்ள இரண்டு தூண்களில் ஒரு கல்வெட்டுத் **தமிழில்** உள்ளது. அது,

பகாப்பிடுகு லளிதாங்குபரன்
சத்துரு மல்லன் குணபரன்
மயேந்திரப் போத்தரசன் அடியான்
வயந்தபிரி அரசர் மகன் கந்தசேனன்
செய்வித்த தேவ குலம்

என்பது.

அஃதாவது, 'மகேந்திரனது சிற்றரசனான வசந்தப் பிரியன் மகனான கந்தசேனன் குடைவித்த கோவில்' என்பது பொருள். அதனால், இக்கோவில்'வசந்தேசுவரம்' எனப்பட்டது. இது சிறிய உள்ளறையையும் முன் மண்டபத்தையும் உடையது. வாயிலுக்கு இரு புறங்களிலும் சிலைகள் உள்ளன. வலப்பக்கம் ஜேஷ்டா தேவியின் சிலையும் இடப்பக்கத்தில் **பிள்ளையார்** சிலையும் இருக்கின்றன. உள்ளறையில் **லிங்கம்** ஒன்று இருக்கிறது. அந்த லிங்கம் வட்ட வடிவினது. உள்ளறையில் இரு பக்கங் களிலும் வாயிற் காவலர் நிற்கின்றனர். அவர்கள் நேரே பார்க்கின் றனர். கால்கள் ஒன்றன் மேல் ஒன்றாகக் குறுக்கிட்டுள்ளன. அவர் தலையில் இரண்டு கொம்புகள் இருக்கின்றன. அவர் கைகள் தடிமீது பொருந்தி இருக்கின்றன.

(4) மாமண்டூர்

இது கச்சிக்குத் தெற்கே ஆறு கல் தொலைவில் உள்ளது. இங்குள்ள ஒரே சிறிய குன்றில் நான்கு கோவில்கள் உள்ளன. அவற்றில் மாமண்டூர்ச் சிற்றூரை நோக்கியுள்ள இரண்டு குகை களில் ஒன்று மகேந்திரன் கல்வெட்டைப் பெற்றுள்ளது. அஃது இவன் புகழைப் பலவாக விரித்துக் கூறுகின்றது. அக் கோவில்

தூண்களும், அவற்றில் உள்ள தாமரை மலர்களும் மகேந்திர வாடியில் உள்ளவற்றைப் பெரிதும் ஒத்துள்ளன. உள்ளறையில் சிலை இருந்திருத்தல் வேண்டும். இங்கும் ஓர் ஏரி மகேந்திரனால் வெட்டப்பட்டது.

(5) மகேந்திரவாடி

இவ்வூர் அரக்கோணத்திற்கு அணித்தாயுள்ள **சோழ சிங்கபுரம்** (சோளிங்கர்) என்னும் புகைவண்டி நிலையத்திற்குத் தென் கிழக்கே மூன்றுகல் தொலைவில் உள்ளது. ஊருக்குக் கிழக்கே உள்ள வெளியில் ஒரு குன்று இருக்கிறது. அதன் கீழ்புறத்தில் ஒரு சிறிய குகைக் கோவில் இருக்கின்றது. இக்கோவில் வல்லத்துக் கோவிலைப் போன்றே காணப்படுகின்றது. தூண் நடுவில் பட்டயங்கள் செதுக்கப்பட்டுள்ளன. சதுரப் பகுதிகள் தாமரை மலர்களால் அழகு செய்யப்பட்டுள்ளன. இங்குள்ள கல்வெட்டில் அரசன் **குணபரன்** எனப்பட்டுள்ளான். கல்வெட்டுப் பகுதி 'கல்வெட்டுகள்' என்னும் தலைப்பின் கீழ்க் காண்க. இது பெருமாள் கோவில்; 'மகேந்திர விஷ்ணு கிரஹம்' என்னும் பெயருடையது. இங்கிருந்த ஏரி மகேந்திரன் வெட்டியதாகும்.

(6) தளவானூர்

இது தென் ஆற்காட்டுக் கோட்டத்தில் உள்ளது; 'பேரணி' என்னும் புகைவண்டி நிலையத்துக்கு மேற்கே ஐந்து கல் தொலைவில் உள்ளது. இவ்வூருக்கு வடக்கே, 'பஞ்ச பாண்டவர் மலை' இருக்கின்றது. அதன் தென் பக்கத்தில் மகேந்திரன் குடைவித்த கோவில் இருக்கிறது. அது 'சத்துரு மல்லேஸ்வராலயம்' என்னும் பெயர் கொண்டது. அக்கோவிலின் உள்ளறை குகை வாயிலை நோக்காது இடப்புறமாக இருக்கின்றது. அஃதாவது குகை தெற்கு முகமாக இருக்கிறது; உள்ளறை கிழக்கு நோக்கி இருக்கிறது. இடப்புறமுள்ள வாயிற் காவலர் வணக்கம் தெரிவிப்பவர் போல ஒரு கையைத் தலைக்குச் சரியாகத் தூக்கி நிற்கின்றனர். வலப்புறக் காவலர் தடிமீது கை வைத்து நிற்கின்றனர். உள்ளறையில் லிங்கம் இருக்கின்றது.

தூண்கள் மகேந்திரவாடியில் உள்ளவற்றை ஒத்துள்ளன. தூண்கள் மீது ஒருவகைத் தோரணம் செதுக்கப்பட்டுள்ளது. அது 'திருவாசி' எனப்படும். அஃது இருபக்கங்களிலும் உள்ள மகர மீன்களின் வாய்களிலிருந்து கிளம்பி நடுவில் உள்ள ஒரு சிறிய மேடையில் கலக்கின்றது. அம்மேடைமீது சிறிய இசைவாணர்

(கந்தர்வர்) இருக்கின்றனர்; மகரமீன்கள் கழுத்து மீதும் இசை வாணர் இருக்கின்றனர். திருவாசியில் இரண்டு வளைவுகள் இருக்கின்றன. அதனால் அஃது 'இரட்டைத் திருவாசி' எனப்படும். இங்குள்ள கல்வெட்டில் ஒரு பகுதி தமிழ்ப் பாட்டு; மற்றது வடமொழிப் பாட்டு. கோவில் உள்ள இடம் அக்காலத்தில் **வெண்பட்டு** எனப்பட்டது போலும்!

(7) சீயமங்கலம்

இது வடஆர்க்காட்டுக் கோட்டத்தில் வந்தவாசிக் கூற்றத்தில் தேசூருக்கு ஒரு கல் தெற்கே இருக்கின்றது. இது சிம்ம மங்கலம், அஃதாவது 'சிம்ம விஷ்ணு சதுர்வேதி மங்கலம்' என்னும் பெயர் பெற்றிருந்திருக்க வேண்டும். அது மருவிச் 'சீயமங்கலம்' ஆயிற்றென்னலாம். இங்குள்ள கோவில், பல இருட்டறைகளைத் தாண்டி அப்பால் இருக்கிறது. இங்குள்ள தூணில், ''அவனிபாஜனப் **பல்லவேஸ்வரம்** என்னும் இக் கோவில் லளிதாங்குரன் என்னும் காவலனால் குடையப்பட்டது'', என்னும் கல்வெட்டுக் காணப்படுகிறது. உள்ளூறை லிங்கமும் வாயிற்காவலர் உருவங்களும் வல்லத்தில் இருப்பன போன்றே அமைந்துள்ளன. இக்குகையின் இரு பக்கங்களிலும் சில சிலைகள் காணப்படுகின்றன. அவை இருக்கும் மாடங்களின் உச்சியில் 'இரட்டைத் திருவாசி' என்னும் தோரணங்கள் செதுக்கப்பட்டுள்ளன.

(8) மண்டபப்பட்டு

இது புதுவைக்கு அடுத்த சின்னபாபு சமுத்திரம் என்னும் புகைவண்டி நிலையத்திற்குத் தெற்கே இரண்டு கல் தொலைவில் உள்ளது. கல்வெட்டுக் குகைவாயிலில் பொறிக்கப்பட்டுள்ளது. இதுவே, **'கல், மரம், உலோகம், சுண்ணாம்பு இல்லாமல்** பல்லவன் கோவில் அமைத்தான்' என்பதை உணர்த்தும் கல்வெட்டாகும். எனவே, இக்கோவிலே மகேந்திரன் அமைத்த முதல் கோவிலாக இருக்கலாம்.

இக்கோவிலில் மூன்று உள்ளறைகள் உள்ளன. அவை பிரம்மன், திருமால், சிவன் என்னும் மூவர்க்கும் உரியன. காவலர் தடிகளில் பாம்புகள் சுற்றிக்கொண்டிருப்பதாகச் செய்துள்ளவை கவனத்தற்குரியது.

(9) திருச்சி மலைக்கோவில்

திருச்சிராப்பள்ளிக் குன்றின் நடுவில் குடைந்து அமைத்த சிவன் கோவில் சிறந்த வேலைப்பாடு கொண்டதாகும். இதன்

மேல்புறச்சுவரில் ஏழடிச் சதுரமுள்ள இடத்தில் கண்ணையும் கருத்தையும் ஈர்க்கும் பதுமைகள் செதுக்கப்பட்டுள்ளன.

அவற்றுள் நடுவணது கங்காதரனைக் குறிப்பது. அதன் முகஒளியும் நிற்கும் நிலையும் காணத்தக்கவை. கங்கை அணிந்த சிவபெருமானே எதிரில் நிற்பது போன்ற காட்சியை அச்சிலை அளித்து நிற்றல் வியப்பினும் வியப்பே! அச்சிலை, சிவபிரானது சடையிலிருந்து விழும் கங்கையை வலக்கையில் தாங்கியும் பூணூலாகப் போட்டுள்ள பாம்பின் தலையைப் பிறிதொரு வலக் கையால் பிடித்தும், கண்மணிமாலையை இடக்கை ஒன்றில் பிடித்தும், மற்றோர் இடக்கையை இடுப்பில் வைத்தும் நிற்கின்ற காட்சி கண்டுகளிக்கத் தக்கதாகும். இச் சிலையின் வலக்காலின் கீழ் **முயலகளைக்** குறிக்கும் சிறிய கற்சிலை ஒன்று இருக்கிறது. சிவனைச் சுற்றிலும் அடியார் நால்வர் வணங்குதல் போலவும், மேலே யாழோர் (கந்தர்வர்) இருவரும் சிறிய மனிதன் ஒருவனும் மிதத்தல்போலவும் சிலைகள் செதுக்கப்பட்டுள்ளன. இச் சிற்றுளி வேலைபாட்டைக் கண்டு வியவாத ஆராய்ச்சி அறிஞர் இல்லை. "இக்கோவிலை 'சத்யசந்தன், சத்ருமல்லன், குணபரன்' என்னும் விருதுகள் பூண்ட அரசன் அமைத்தான்", என்று இங்குள்ள கல்வெட்டுக் குறிக்கிறது.

(10) நாமக்கல் மலைக்கோவில்

இங்குள்ள அரங்கநாதன் மலைக்கோவில் மகேந்திரன் அமைத்தாகும். இங்குள்ள **பள்ளிக்கொண்ட பெருமாள்** உருவம் சிறந்த செதுக்கு வேலை வாய்ந்தது. இதுபோன்ற வேலைப்பாடு உலகில் எங்குமே இல்லை என்னலாம். கோவிலும் அற்புத அமைப்பு பெற்றது. முன் மண்டபத்துக்கு வெளியிடம், மூங்கி லால் செய்த தாழ்வாரத்தைப் போல மலையைக் குடைந்து அமைக்கப்பட்டுள்ளது. இதன் அழகையும் வேலைத்திறத்தை யும் நேரிற் காண்பவரே உணர்வர்; எழுத்தால் உணர்தலோ - உணர்த்தலோ இயலாது! இயலாது!! கோவிற் சுவர்களில் திருமால் அவதாரக் கதைகள் அழகொழுகும் சிலைகள் வாயிலாக உணர்த்தப் பட்டுள்ளன.[10]

இதுகாறும் கூறிவந்த செய்திகளால் கீழ்வருவனவற்றைச் சுருக்கமாக உணரலாம்.

1. உள்ளறையில் லிங்கம் வைத்த கோவில்கள் பல. அந்த லிங்கங்கள் உருண்டை வடிவின; பட்டை வடிவின அல்ல.

2. வாயிற்காவலர் நேர்ப்பார்வை உடையவர். அவர் கையை உயர்த்தி வணக்கம் தெரிவிப்பவராக அல்லது தடிமீது கைவைத்தவராக இருப்பர்.

3. தூண்கள் எல்லா இடங்களிலும் சதுரத் தூண்களாகவே இருக்கின்றன; கீழும் மேலும் நான்கு முகங்களையும் இடையில் எட்டு முகங்களையும் உடையன. சதுரப்பகுதிகள் தாமரை மலர்களைக் கொண்டிருக்கும்.

4. மாடங்களின் மேல் உள்ள தோரணங்கள் 'இரட்டைத் திருவாசி'யே ஆகும்.

5. பெரும்பாலும் தூண்களில் கல்வெட்டுகள் காணப்படும் ; அரசன் பட்டப் பெயர்களும் பிற செய்திகளும் பொறிக்கப்பட்டிருக்கும்.

மகேந்திரவர்மனும் மகாபலிபுரமும்

மகாபலிபுரத்தில் உள்ள கோவில்களில் பழமையான அமைப்பு உடையவை **ஆதிவராகர் கோவில்** ஆகும். அதனைச் சிம்மவிஷ்ணு அமைத்தான் என்று பலர் கூறுவர். அதனை அமைத்தவன் மகேந்திரவர்மனே என்பர் சிலர்; அதற்கேற்ற காரணமுங் கூறுவர்[11] மகாபலிபுரத்தில் உள்ள கோவில்கள் நரசிம்மன் அமைத்தவையே என்பர் பலர். ஆயினும், அவற்றை நன்கு சோதித்துப் பார்ப்பின், தருமராசர் மண்டபமும், கொடிக்கால் மண்டபமும் மகேந்திரவர்மன் காலத்தவை என்பதை நன்குணரலாம். "தருமராசர் மண்டபம் தென்ஆர்க்காட்டுக் கோட்டத்தில் மண்டபப்பட்டில் உள்ள மகேந்திரவர்மன் அமைத்த கோவிலைப் போன்ற வேலைமுறை கொண்டதாகக் காண்கிறது. முன்னதில், பின் சுவரில் வெட்டப்பட்டுள்ள (பிரமன், விஷ்ணு, சிவன் இவர்க்காக) மூன்று உள்ளிடங்கள் இருத்தல் போலவே, தருமராசர் மண்டபத்திலும் இருத்தல் கவனித்தற்குரியது. கொடிக்கால் மண்டபம் மகேந்திரவாடியில் உள்ள பெருமாள் கோவிலின் அளவு, வேலைப்பாடு முதலியவற்றைக் கொண்டதாகும். வாயிற்காவலர் நிலையிற்றான் சிறிது வேறுபாடு காணப்படுகிறது. மகேந்திரவாடியில் உள்ள வாயிற் காவலர் இரண்டு கைகளை உடையவர்; நின்ற நிலையினர்; முன்புறம் நோக்கியவர். கொடிக்கால் மண்டபத்தில் உள்ள வாயிற்காவலர் பெண்கள்; என்னை? அக்கோவில் துர்க்கையின் கோவிலாதலால் என்க. எனினும், அப்பெண்களின் பிற அமைப்புகள் (ஆண்) வாயிற் காவலர் அமைப்புகளையே ஒத்துள்ளன.

ஒருவர் கையில் தடியும், மற்றவர் கையில் வில்லும் இருக்கின்றன. ஆனால், இருவரும் முன்புறம் நோக்கியும் இருத்தல் கவனித்தற்குரியது. பிற்காலப் பல்லவர் அமைத்த வாயிற்காவலர் உருவங்கள் பக்கங்களில் பார்வையைச் செலுத்தியபடி இருத்தலைக் காணலாம். கொடிக்கால் மண்டபக்கூரையைத் தாங்கியுள்ள கற்றூண்கள் இரண்டும் மகேந்திரவர்மன் காலத்து வேலைப்பாட்டைக் கொண்டுள்ளன. இறை உறை உட்கோவிலின் தரை, மண்டபத் தரையை விட இரண்டடி உயரமாக அமைக்கப்பட்டுள்ளது; படிக்கட்டுகளை உடையது. முதற் படிக்கட்டு மகேந்திரவாடியில் உள்ள கோவிற் படிக்கட்டைப்போல அரைமதி அளவினதாக இருக்கின்றது. இவ்விரண்டு கோவில்களின் எல்லாக் குறிப்புகளையும் ஒத்திட்டுப் பார்ப்பின், இவை இரண்டும் ஒரே அரசன் காலத்தில் குறிப்பிட்ட கல்தச்சரைக் கொண்டே அமைக்கப்பட்டவை என்பது தெளிவாகும்.[12]

'மகாபலிபுரத்தில் மகேந்திரன் காலத்துக் கோவில்களே இல்லை. எல்லாம் அவன் மகனான நரசிம்மவர்மன் என்னும் மகாமல்லன் அமைத்தவையே' என்று ஆராய்ச்சியாளர் பலர் நன்கு ஆராயாது கூறிவிட்டனர். பல்லாவரத்திலிருந்து புதுக்கோட்டை வரை பல இடங்களில் குகைக்கோவில்களை அமைத்த மகேந்திர வர்மன், காஞ்சிக்கு அண்மையில் உள்ள மகாபலிபுரத்தைக் கவனியாது இருந்திருத்தல் முடியுமா என்பதை அவர்கள் எண்ணிப் பார்த்திலர். இதுகாறும் கூறிய ஒப்புமைச்செய்திகளால், தருமராசர் மண்டபமும் கொடிக்கால் மண்டபமும் மகேந்திரன் காலத்தன என்பதை நன்குணரலாம் அன்றோ?''[13]

இக்கோவில்கட்கு மூலம்

கிருஷ்ணையாற்றங்கரையில் விநுகொண்டாவைத் தலை நகரமாகக் கொண்டு கி.பி. 450 - 620 வரை ஆண்ட **விஷ்ணு குண்டர்** என்னும் மரபினர் **பெசவாடா, மொகல்ராசபுரம், உண்டவல்லி, சித்தநகரம்** முதலிய இடங்களில் குகைக்கோவில்களை அமைத்தனர். அவர்கள் நாடு கி.பி. 610-க்குப் பிறகு சாளுக்கியர் ஆட்சிக்குட்பட்டதால், அவர் தம் கோவில்கள் சிலவே ஆயின. அக்கோவில்களை மகேந்திரவர்மன் பார்த்து மகிழ்ந்தவன் ஆதலின், அவற்றைப் போலவே தன் நாட்டிலும் பல குகைக் கோவில்களை அமைத்தான்.[14] திருச்சிராப்பள்ளி, வல்லம், மாமண்டூர் முதலிய இடங்களில் உள்ள குகைக் கோவில்கள்

உண்டவல்லியில் உள்ள குகைக்கோவில்களைப் போலவே அமைக்கப்பட்டவையாகும்.[15] கிருஷ்ணையாற்றங் கரையில் உள்ள குகைக்கோவில்களைப் பார்த்த பிறகு மகேந்திரன் அமைத்த முதல் குகைக்கோவில் - சுண்ணாம்பு, செங்கல் முதலியன இல்லாமல் அமைத்த தமிழ்நாட்டு முதற் குகைக்கோவில் மண்டபப்பட்டில் உள்ள கோவிலே ஆகும். இவனுக்கு முற்பட்ட பல்லவர் காலத்தில் **கற்கோவில்கள் இல்லை** என்பது இவனது மண்டபப்பட்டுக் கல்வெட்டால் நன்கறியலாம். சாருதேவி காலத்துப் பெருமாள் கோவிலும், இரண்டாம் கந்தவர்மன் காலத்துத் திருக்கழுக்குன்றக் கோவிலும் மண்ணாலும் மரத்தாலும் கட்டப்பட்டவை. ஆதலால், அவை அழிந்துபோயின. என்றும் அழியாமல் இருக்கத்தக்க நிலையில் கோவில்களைக் கற்களைக் கொண்டு - பாறைகளைக் கொண்டு - மலைகளைக் குடைந்து அமைத்த பெருமை மகேந்திரவர்மனுக்கே உரியதாகும். தமிழ்நாட்டு ஓவிய சிற்பக் கலைகட்குக் கற்கள் வாயிலாகப் புத்துயிர் தந்து நிலைக்கச் செய்தவன் இப்பெருந்தகையே ஆவன்.[16]

மகேந்திரன் கல்வெட்டுகள்

இப்பேரரசன் கல்வெட்டுகளுள் பெரும்பாலன இவன் அமைத்த கோவில்களில் பொறிக்கப்பட்டுள்ளன. அவற்றைக் கொண்டே இவன் வரலாறு. சமயம், திருப்பணி முதலியவை பற்றி அறிய இடம் உண்டாகிறது. ஆதலின் அவற்றுட் சில காட்டாக ஈண்டுத் தருதும் :

(1) திருச்சிராப்பள்ளி மலைக்கோவில் கல்வெட்டுகள்

(1) யாற்றை விரும்பும் இறைவன்...... தோட்டங்களையும் விரும்பத்தக்க குணங்களையும் உடைய **காவிரி** யாற்றைக் கண்டு. அவள்மீது காதல் கொள்வான் என்று மலையரையன் மகள் ஐயமுற்றுத் தான் பிறந்தகத்தை விட்டு இம்மலை மீது நின்றுகொண்டு, **இவ்யாறு பல்லவனது** என்று சொல்லிக் கொண்டே இருக்கிறாள்.

(2) **குணபர** அரசன் லிங்கத்தைப் பூசிப்பவன் ஆதலின், இதற்கு எதிர்முறையில் இருந்து திரும்பிவந்த அவனது அறிவு (இக்கோவிலில் அவன் வைத்துப் பூசித்த) லிங்கத்தால் உலகெலாம் பரவட்டும்.

(3) **சீயமங்கலக் கல்வெட்டு :** **அவனிபாஜன** பல்லவேசுரம் என்னும் இக்கோவிலை லளிதாங்குர மன்னன் தன் உள்ளத்தைப்

பேழையாகவும் நன்மையை அதனுள் வைக்கும் அணியாகவும் கொண்டு அமைத்தான்.

(4) **மகேந்திரவாடிக் கல்வெட்டு :** நல்லவர் அனைவரும் மிகப்புகழ்வதும் மக்கட்கு இன்பம் பயப்பதும் ஆகிய அழகிய 'மகேந்திர விஷ்ணுக்ருகம்' என்னும் முராரியின் பெருங் கற்கோவிலை மகேந்திரனது **பேரூரில்** மகேந்திர தடாகத்தின் கரையில் பாறையைப் பிளந்து குணபரன் அமைத்தான்.[17]

மகேந்திரன் பட்டப்பெயர்கள்

இப்பெருந்தகைக்குப் பல பட்டப்பெயர்கள் இருந்தன. அவற்றுள் சில வருமாறு : **குணபரன்,** அவனிபாஜனன், லளிதாங்குரன், புருஷோத்தமன், சத்திய சந்தன், **விசித்திர சித்தன்**[18], நரேந்திரன், **சேத்தகாரி**[19], போத்தரையன், சத்துரு மல்லன், மகாப்பிடுகு[20], நயபரன், விக்ரமன், கலகப் (போர்) பிரியன், மத்த விலாசன், அநித்தியராகன்[21], சங்கீரண சாதி, நரவாகனன், உதார சித்தன், பிரகிருதிப்பிரியன், **அலுப்தகாமன்**[22], நிரபேக்ஷன் (ஆசையற்றவன்) முதலியன. பல தெலுங்குப் பட்டங்கள் இருத்தலையும் குண்டூர்க் கோட்டத்தில் 'சேஜர்லா' என்னும் இடத்தில் இவன் கல்வெட்டுக் காணப்படலையும் நோக்க, இவன் கிருஷ்ணையாறுவரை ஆண்ட பேரரசன் என்பது நன்கு விளங்குகிறது.

மகேந்திரன் வளர்த்த கலைகள்

மகேந்திரவர்மன் நாகரீகக்கலைகளான **இசை, நடனம், சிற்பம், ஓவியம், நாடகம்** இவற்றை நலமுற வளர்த்தவன். புதுக்கோட்டைச் சீமையில் உள்ள இவன் கல்வெட்டுகளே இவற்றை விளக்கவல்லன. **சித்தன்னவாசல்** குகைக் கோவில் இவன் காலத்தது. அதில் உள்ள காரைச் சுவர்க் **கோலங்கள்** (Frecoes) கி.பி. 7-ஆம் நூற்றாண்டில் தமிழ்நாட்டு ஓவியக்கலையை உலகிற்கு உணர்த்தும் ஆற்றல் பெற்றுள்ளன. அவற்றைக் கண்டு வியவாத ஆராய்ச்சியாளர் இல்லை; ஓவியத்திறவோர் (நிபுணர்) இல்லை. அங்கு ஓவியக்கலையில் நடனக்கலையை உணர்த்தலே பின்னும் சிறந்ததாகும். யாழோர் (கந்தருவ) நடனமாதர் இருவர் நடிப்பைக் குறிக்கும் ஓவியங்களே கண்ணையும் கருத்தையும் ஈர்ப்பனவாகும். அக்கோவில் சமணர் கோவிலாதலின் **தீர்த்தங்கரர்** உருவச் சிலைகள் காண்கின்றன. அவற்றால் அக்காலச் சிற்பக்கலை உணர்வை நன்குணரலாம். இங்ஙனம் சித்தன்னவாசல் குகைக்கோயில்

ஓவியம், சிற்பம், நடனம் என்னும் மூன்று சிறந்த கலைகளைத் தெளிவாக உணர்த்தும் கலைக்கூடமாக விளங்குகின்றது. இதன் விளக்கம் ''இசையும் நடனமும்.'' ''ஓவியமும் சிற்பமும்'' என்னும் பகுதிகளில் விரிவாகக் கூறப்பட்டுள்ளது. ஆண்டுக் காண்க.

நடனத்தில் விருப்புடையவர் இசையில் விருப்புடைய ராகவே இருப்பர் என்பது உறுதி. ஆதலில், மகேந்திரவர்மன் இசை நுட்பம் உணர்ந்தவனாதல் வேண்டும். இதற்குத் தக்கசான்று புதுக்கோட்டைச் சீமையைச் சேர்ந்த **குடுமியா மலையில்** உள்ள கல்வெட்டே ஆகும். 'இந்தக் கல்வெட்டு இசை மாணவர் நன்மைக் காகப் பண்களை வகுத்துத் தந்த உருத்திராச்சாரியார் என்பவர் மாணவனாக அரசன் கட்டளைப்படி வெட்டப்பட்டது' என்பதே அக்கல்வெட்டின் சாரம். மாமண்டூரில் உள்ள ஒரு கல்வெட்டில் உள்ள புகழ்ச்சி மொழிகளையும் அதில் சுரம் (ஸ்வரம்,) வர்ணம் இவற்றை வகுத்த வான்மீகியாரைப்பற்றிக் காணப்படும் குறிப்பை யும், மத்த விலாசப் பிரகசனம் பற்றிய குறிப்பையும் , குடுமியா மலைக் கல்வெட்டிற்கும் திருச்சிராப்பள்ளியில் உள்ள குகைக் கோவில் கல்வெட்டிற்கும் உள்ள ஒருமைப்பாட்டையும் கண்டு வியந்த ஆராய்ச்சியாளர், 'குடுமியாமலைக் கல்வெட்டு மகேந் திரன் கட்டளையாற்றான் வெட்டப்பட்டது. அவன் இசையில் வல்லவனாக இருத்தல் வேண்டும்' என்று அழுத்தமாகக் கருது கின்றனர்.[23]

மகேந்திரன் - நூலாசிரியன்

மாமண்டூர்க் கல்வெட்டில் குறிக்கப்பட்ட மத்தவிலாசப் பிரகசனம்[24] என்னும் நூல் சில ஆண்டுகட்கு முன்னரே திருவிதாங் கோட்டில்[25] வெளியிடப்பட்டது. இந்நூல் வடமொழியில் வரையப் பட்டது. மகேந்திரவர்மன் வடமொழிப் புலவன் என்பதை இந்நூல் மெய்ப்பிக்கிறது. இது, கி.பி. ஏழாம் நூற்றாண்டின் முற்பகுதியில் பல சமயத்தாரும் தனிப்பட்ட நிலையில் வாழ்க்கை நடத்தியதை ஓரளவு எடுத்துக் காட்டுகிறது. **காபாலிக சமயத்தவன்** ஒருவன் ஒழுக்கம் கெட்ட **காபாலினி**[26] ஒருத்தியுடன் குடித்து மயங்கிக் கிடத்தல், அப்பொழுது அவன் கையில் இருந்த காபாலத்தை (பிச்சைப் பாத்திரம்) ஒரு நாய் கவர்ந்து செல்லல், அதனை அறியாத காபாலிகன் அவ்வழியே சென்ற பௌத்த துறவியை மறித்துப் பூசல் இடல், இப்பூசலைத் தீர்க்க ஒழுக்கம் கெட்ட **பாசுபத சமயத்தான்** ஒருவனைக் காபாலிகன் அழைத்தல்,

இறுதியில் வெறியன் ஒருவனிடமிருந்து காபாலத்தைப் பெறுதல் ஆகிய செய்திகளை விளங்கக் கூறும் சிறுநூலே மத்தவிலாசப் பிரகசனம் என்பது. இந்நூலில் மகேந்திரன் சிறப்பும் - சத்ரு மல்லன், அவநிபாஜனன், குணபரன், மத்தவிலாசன் என்னும் விருதுப்பெயர்களும் இடம் பெற்றுள்ளன.

இதனால் அறியப்படுவன

மகேந்திரவர்மன் காலத்தில் பௌத்தம், காபாலிகம், பாசு பதம் முதலிய சமயங்கள் இருந்த நிலையை இச்சிறு நூல் நன்கு விளக்குகிறது. (1) பிராமணனுக்குப் பூணூல் எத்துணைச் சிறந்ததோ அத்துணைச் சிறந்தது காபாலிகனுக்குக் காபாலம். அவன் அதனை இழந்தால் குறித்த காலத்திற்குள் அதனை அடைந்து தீரவேண்டும் என்பது விதி. அவன் தன் உடம்பெங்கும் சாம்பல் பூசிப் பார்வைக்கு அருவருப்பாக இருப்பான்; மண்டை ஓட்டில் மதுவை அருந்துவான். அவன் மாட்டுக் கொம்பொன்றை யும் ஏந்தித் திரிவான்; வழிபாட்டின்போது அதனை ஊதுவான்; அதனில் நீர் அருந்துவான். காபாலிக ஆடவர் காபாலிகப் பெண் டிருடன் கள்ளங் கபடில்லாமல் பழகி வந்தனர். (2) பௌத்த துறவிகள் ஊன் உண்டு வந்தார்கள்; பல பௌத்தப் பள்ளிகளை (விகாரங்களை) நடத்திக் கொண்டு இன்பமாகக் காலங்கழித்து வந்தனர்; தங்கள் சமயக் கட்டளைகளை மீறி வந்தனர்; தங்கள் குறைகளை மறைக்கவே உடலை மூடித் திரிந்தனர். அவர்கள் தலைவரான புத்தர், 'வேதங்கள், மகாபாரதம் இவற்றிலிருந்தே தம் சமயக் கொள்கைகளைத் திருடினார்' என்பது காபாலிகள் பௌத்தர் மீது கூறும் குறைபாடு ஆகும். இச்செய்தியிலிருந்து மகேந்திரன் காலத்தில் காஞ்சியில் பல புத்தப் பள்ளிகள் இருந்தன என்பது தெளிவாகிறது. இவனுக்குப் பிற்பட்ட நரசிம்மவர்மன் காலத்தில் காஞ்சிக்கு வந்த **இயூன்-சங்**[27] காஞ்சியில் பல பள்ளிகள் இருந்தமை பற்றி எழுதியுள்ள குறிப்பு இத்துடன் ஒன்றுபடுதல் கவனிக்கத் தக்கது.

நூல் எழுதப்பெற்ற காலம்

இந்நூலுட் சமணரைப் பற்றியும் ஓரளவு இழித்துக்கூறலால் இது, மகேந்திரன் சைவனாக மாறிய பிறகே செய்யப்பட்டதாக இருக்கலாம். திருச்சிராப்பள்ளியில் லிங்க வழிபாட்டை உயர்த்திக் கூறிய இவன் - சமணத்தை விட்டுச் சைவனான இவன் - சைவ னான பிற்காலத்தில் இதனை எழுதினான் என்பது இதனை

ஒருமுறை வாசிப்பின் நன்கு விளங்கும். இவன் சமணத்தை விட்ட பொழுதே பல்லவ நாட்டில் சமணம் வீழ்ச்சியுற்றது; சைவம் ஓங்கலாயிற்று. சமண பௌத்தர் பழக்க வழக்கங்கள் இழிந்த நிலைக்கு வரலாயின. அவற்றைக் கண்ட தமிழ் மக்கள் அச் சமயத் துறவிகளை வெறுக்கலாயினர். இவ்வுண்மையை அப்பர், சம்பந்தர், ஆழ்வார்கள் இவர்தம் அருட்பாடல்களில் நன்கு காண லாம். சங்க காலத்திற் சிறப்புற்று நல்ல உரிமையோடு இருந்த சமண பௌத்த சமயங்கள், பிற்காலத்தில் அவற்றைச் சேர்ந்த வருடைய தீய பழக்க வழக்கங்களால் இழிநிலையை அடைய லாயின என்பதே இதன் கருத்தாகும்.

சிறந்த குணங்கள்

மகேந்திரவர்மனைப் பற்றிய கல்வெட்டுகளிலிருந்து, 'இவன் வடமொழியிற் சிறந்த புலமை உடையவன், இசைக் கலையை வல்லாரிடம் முறைப்படி பாடம் கேட்டவன்; சிற்ப - ஓவிய - நடனக் கலைகளில் பேரார்வம் கொண்டவன்; போரிற் சிறந்தவன்' என்பவற்றை நன்கறியலாம். இவன் செய்த மத்த விலாசத்திலிருந்து, 'இவன் தந்தைபால் மிக்க மதிப்புடையவன்; தன் நாட்டுப் பல சமயங்களை ஆராய்ந்து அறிந்தவன்; கலாவிநோதன்' என்பவற்றை நன்கறியலாம். இவன் எச்சமயத் தில் இருப்பினும், அதனைப் பழுதற உணர்ந்தவன் என்பதற்குச் சித்தன்ன வாசல் (சமணத்தைப் பற்றிய) சித்திரங்களும் திருச்சி ராப்பள்ளி மலைக்கோவில் (சைவத்தைப் பற்றிய) கல்வெட்டும் தக்க சான்றாகும்.

குறிப்புகள்

1. Vide Dr. N. Venkataramanayya's article on 'Mahendravarman and Pulikesin II'.
2. Epigraphia Indica, VI, p. 11.
3. S.I.I. II, p. 356.
4. Hera's 'Studies in Pallava History', pp. 32-33
5. Epigraphia Carnataca, Vol. VIII, No. 35.
6. Mysore Archaeological Report, 1923, p. 83.
7. S.I.I. Vol. I, p. 29.
8. குணபரன் - மகேந்திரவர்மன் - திருநாவுக்கரசர் புராணம், செ. 146
9. K.A.N. Sastry's 'Cholas', Vol. I, p. 122.

10. P.T. Srinivasa Iyengar's 'Pallavas' Part II, pp. 9, 10.
11. Heras's 'Studies in Pallava History', pp. 71-75.
12. Longhurst, 'Archaeological Survey of Inida', Memoir No. 33, pp. 10-13.
13. Hera's 'Studies in Pallava History', pp. 77, 78.
14. Dubrueil's 'The Pallavas', p. 35.
15. R. Gopalan's 'Pallava Kanchi', p. 161.
16. Heras's 'Studies in pallava History', p. 81, 82.
17. S.I.I. Vol. I, pp. 29, 30, 40.
18. சிற்ப ஓவியக் கலைஞன்
19. கோவில்கள் அமைத்தவன்
20. பகைவர்மேல் இடிபோலப் பாய்பவன்
21. நடன இசைக் கலைகளில் அறிஞன்
22. 'கலப்புப் பிறவியுடையவன் - தந்தை பல்லவன், தாய் தமிழ்ப் பெண் ஆக இருக்கலாம் ' என்பவர் திரு. **பி. டி. சீனிவாச ஐயங்கார்,** Vide his 'Pallavas' part II, p. 13. இது தவறு. 'சங்கீரணம்' என்னும் தாளவகை களைப் புதியனவாகக் கண்டுபிடித்தவன் என்பதே இதன் பொருள்.
23. இசையைப் பற்றிப் பிற்பகுதியிற் காண்க.
24. இதன் **தமிழ் மொழிபெயர்ப்பைச்** 'செந்தமிழ்ச் செல்வி' யிற் காண்க.
25. 'திருவிதாங்கோடு' என்பதே பழைய பெயர்.
26. சாதவாகனர் காலத்திலும், காபாலினியர் தெலுங்க நாட்டில் இருந்தனர். Dr. K. Gopalacheri's 'Early History of the Andhra Country', p. 123.
27. Beal's Records, Vol. II, p. 229.

* * *

10. நரசிம்மவர்மன்

[கி.பி. 630 – 668[1]]

மகேந்திரவர்மனைப் போன்ற பெருவீரனாகவே அவன் மகனான **நரசிம்மவர்மன்** விளங்கினான். இவனது ஆட்சி தென் இந்திய வரலாற்றில் சிறப்பிடம் பெற்றதாகும். இவன் காலத்தில் சிறப்பாகக் குறிப்பிடத்தக்கவை ; (1) வாதாபியைக் கைப்பற்றினமை, (2) இலங்கைப் படையெடுப்பு, (3) கோவில்களும் கோட்டைகளும் அமைத்தமை. (4) சீனச்செலவினன் காஞ்சிக்கு வந்தமை. (5) தமிழ்நாட்டுச் சைவநிலை முதலியன.

பல்லவர் - சாளுக்கியர் போர்

(1) **பட்டயக் கூற்று** : மகேந்திரவர்மனிடம் படு தோல்வி யுற்ற இரண்டாம் புலிகேசி, நரசிம்மவர்மன் பட்டம் பெற்ற சில ஆண்டுகட்குள் பல்லவ நாட்டின் மீது படையெடுத்தான். முன் போலவே புலிகேசி காஞ்சியை அண்மினான். காஞ்சிக்கு அருகில் உள்ள **மணிமங்கலம்** முதலிய இடங்களில் கடும்போர் நடந்தது. இப்போரைப் பற்றியும் இதன் பின்விளைவுகளைப் பற்றியும் பல்லவர் பட்டயங்களே விரிவாகக் கூறுகின்றன. சாளுக்கியர் பட்டயங்களில் இவை ஒருவாறு குறிப்பிடப்பட்டுள்ளனவே அன்றித் தெளிவாக இல்லை.

(2) **கூரம் பட்டயங்கள் கூறுவது**: கீழ் மலையிலிருந்து கதிரவனும் திங்களும் தோன்றினாற்போல இப்பல்லவர் மரபில் வந்தவனும் - வணங்காமுடி மன்னர் தம் முடி மேல் இருக்கும் சூடாமணி போன்றவனும் - தன்னை எதிர்த்த யானைக் கூட்டத்திற்குச் சிங்கம் போன்றவனும் - நரசிங்கப் பெருமானே தோன்றினாற்போல வந்தவனும் - சேர, சோழ, பாண்டிய, களப்பிரரை அடிக்கடி முறியடித்தவனும் - பல நூறு போர்கள் புரிந்தவனும் - **பரியலம், மணிமங்கலம், சூரமாரம்** முதலிய இடத்துப் போர் களில் புலிகேசி தோற்று ஓடியபொழுது 'வெற்றி' என்னும் மொழியை அவனது முதுகாகிய பட்டயத்தின் மீது எழுதினவனும் ஆகிய நரசிம்மவர்மன் -"[2] என்பது.

(3) **உதயசந்திர மங்கலப் பட்டயங்கள் கூறுவது** : "நரசிம்மவர்மன் அகத்தியனைப் போன்றவன்; அடிக்கடி வல்லப அரசனை (சாளுக்கியனை)ப் பரியலம், மணிமங்கலம், சூரமாரம்

முதலிய இடத்துப் போர்களில் வென்றவன் ; வாதாபியை அழித்தவன்''[3] என்பது.

(4) **வேலூர் பாளைப் பட்டயங்கள் கூறுவது :** விஷ்ணுவைப் போன்ற புகழுடைய நரசிம்மவர்மன் தன் பகைவரை அழித்து, வாதாபியின் நடுவில் தன் வெற்றித் தூணை நாட்டினான்''[4] என்பது.

பல போர்கள்

முதல் இரண்டு பட்டயங்களிலும் போர் நடந்த இடங்கள் முறைப்படி குறிக்கப்பட்டுள்ளன. இவற்றுக்கப்பால் வேறு இடங்களிலும் போர் நடந்துள்ளது. எனினும், முதல் மூன்றே குறிப்பிடத் தக்கவை. இம் மூன்று இடங்களில் **மணிமங்கலம்** ஒன்றே இன்னும் அப்பெயருடன் இருக்கின்றது. அது காஞ்சிக்கு இருபது கல் தொலைவில் உள்ளது. பிற இடங்கள் இன்னவை எனக் குறிக்கக்கூடவில்லை. வைப்பு முறையை நோக்கின், காஞ்சியிலிருந்து செல்லும் ஒருவன் பரியலம்,மணிமங்கலம், சூரமாரம் என்னும் ஊர்களை முறையே கடக்க வேண்டியவன் என்பது புலனாகிறது. புலிகேசி முதல் படையெடுப்பிலும் காஞ்சி வரை எதிர்ப்பின்றி வந்துவிட்டான் என்பதையும் இம்முறையும் எதிர்ப்பின்றிக் காஞ்சிவரை வந்தனன் என்பதையும் நோக்க - எதிரியைத் தம் நாட்டிற்குள் நன்கு இழுத்துப் பிறர் உதவியை அவன் பெறாத வாறு செய்து, அவனை வளைத்து முறியடித்தலையே மகேந்திர வர்மனும் அவன் மகனான நரசிம்மவர்மனும் நோக்கமாகக் கொண்டிருந்தனர் என்பது நன்கு விளங்குகின்றது. சாளுக்கிய சேனை நெடுந்தூரம் வந்ததால் களைப்புற்றிருத்தல் இயல்பே. அந்நிலையில் புதிய பல்லவர் சேனை அவர்களை எதிர்த்து வளைத்து அழித்தலும் தோற்றோடச் செய்தலும் எளிதான செயலே ஆகும். இந்நோக்கம் கொண்டே பல்லவர் இச்சூழ்ச்சி முறையைக் கையாண்டனர் போலும்! மேலும், பல்லவர் தம் நாட்டு இடங்களை நன்கறிவர். எந்த இடுக்கான இடத்தில் பகைவரை மடக்கி அடிக்கலாம் என்பதைத் தம் நாட்டிற்றான் அவர்கள் நன்கறிதல் கூடும்.[5]

முதலாம் விக்கிரமாதித்தன் (சாளுக்கியன்) விடுத்த **கர்நூல்** பட்டயங்களில், 'இரண்டாம் புலிகேசி பகை அரசர் **மூவரால்** தோற்கடிக்கப்பட்டான்' என்பது காணப்படுகிறது. இச்செய்திக்குச் சான்று என்னை? மூவருள் ஒருவன் நரசிம்மவர்மன் ; மற்ற இருவரும் யாவர்? வேண்டுமாயின் அவருள் ஒருவனாகச் சிம்மவிஷ்ணு

இளவலான இரண்யவர்மன் மரபினருள் ஒருவனைக் கொள்ளலாம்; அவர்கள் தெலுங்கு நாட்டில் பல்லவர் மாகாணத் தலைவராக இருந்தனராதலின் என்க. மூன்றாம் அரசன் யாவன்? இதற்கு விடை இலங்கை வரலாறு இயம்புதல் காண்க; '**மானவன்மன்** என்னும் இலங்கை அரசன் பகைவனால் பட்டம் இழந்து நரசிம்மனிடம் அடைக்கலம் புகுந்தான். இருவரும் மனம் ஒத்த நண்பர் ஆயினர். மானவன்மன் காஞ்சியில் இருக்கையில், புலிகேசி காஞ்சி மீது படையெடுத்தான். உடனே நரசிம்மவர்மன் மானவன்மனைக் காஞ்சியில் விட்டுப் போர்க்களம் சென்றான். ஆயினும், தன்னைக் காத்து வரும் பேரரசன் தனியே போர்க்களம் சென்று போர் புரி தலைக் காணப்பொறாத மானவன்மன், பெரும் படையுடன் சென்று நரசிம்மனோடு சேர்ந்து புலிகேசியைத் தாக்கினான்; அவனைத் தோற்கடிப்பதில் பல்லவனுக்குப் பேருதவி புரிந்தான்.''[6]

சாளுக்கியன் ஓட்டம்

''புலிகேசியின் முதுகாகிய தகட்டில் நரசிம்மவர்மன் 'வெற்றி' என்பதைப் பொறித்தான்,''[7] என்று கூரம் பட்டயங்கள் கூறுதல் கவனிக்கத்தக்கது. பல்லவர் படைக்கு முன் நிற்க முடியாமல் புலிகேசி முதுகு காட்டி ஓடினான்'' என்பதே இதன் பொருள். முதற் போர் **பரியலம்** என்னும் இடத்தில் நடந்தது. புலிகேசி பின்வாங் கினான்; பிறகு இரண்டாம் போர் **மணிமங்கலம்** என்னும் இடத் தில் நடந்தது; புலிகேசி மேலும் பின்வாங்கினான்; இறுதிப் போர் **சூரமாரத்தில்** நடந்தது; பின் சாளுக்கியன் ஆற்றானாய் ஓட லானான். பல்லவன் அவனைவிடாது துரத்திச் சென்றான். அப் பொழுது வழியில் பல இடங்களில் சிறு போர்கள் நடந்தன; பின்னர்ச் சாளுக்கியன் திரும்பிப்பாராது ஓடியதால் பல்லவர் சேனை அவன் படையைத் துரத்திச் சென்றே, சாளுக்கியர் தலை நகரமான வாதாபியுள் நுழைந்துவிட்டது.

வாதாபி கொண்டது

வாதாபி நகரம் நரசிம்மவர்மன் கைப்பட்டது. வாதாபி என்னும் நகரத்தை அழித்த காரணம் பற்றியே நரசிம்மவர்மன். 'வாதாபி என்னும் அசுரனை அழித்த அகத்தியர், போன்றவன்' என்று கூறப்பட்டான். எனவே, சாளுக்கியன் மீதிருந்த சினத்தை நரசிம்மவர்மன் அவனது தலைநகரை அழித்துத் தீர்த்துக்கொண் டான் என்பது தெரிகிறது. நகரத்தின் பல இடங்கள் அழிக்கப்பட் டிருக்கலாம். கோவில்கள் வருவாய் இன்றித் தத்தளித்தன; பல அழகிய பழைய கட்டடங்கள் இன்றும் இருத்தலால், நகரம் முழுவதும் பாழாக்கப்படவில்லை என்பது தெளிவு. பல்லவன் வாதாபி கொண்ட காலம் கி.பி. 642 என்பர் ஆராய்ச்சியாளர்.

அந்நகரம் ஏறத்தாழ 13 ஆண்டுகள் பல்லவர் கையில் இருந்ததென்னலாம் (கி.பி. 642 - 655)[7]. வாதாபியில் தக்கிண - ஈரப்பன் கோவிலுக்கருகில் உள்ள **கம்பம்** ஒன்றில் நரசிம்மவர்மனது பதின்மூன்றாம் ஆண்டுக் கல்வெட்டு ஒன்று காணப்படுகிறது. அது சிதைந்து இருத்தலால்,'வாதாபி' என்னும் சொல்லும், 'நரசிம்ம வர்மன்' என்னும் சொல்லுமே படிக்கக் கூடியனவாக உள்ளன. நரசிம்மவர்மன் தன் வெற்றியை அத்தூண்மீது பொறித்தனன் போலும்![8]

சேனைத்தலைவர் - பரஞ்சோதியார்

கி.பி. 12 ஆம் நூற்றாண்டில் குலோத்துங்கச் சோழனது உயர் அலுவலாளராக இருந்த **சேக்கிழார் பெருமான்**, இவ் வாதாபி கொண்ட செய்தியைத் தாம் கேட்டு அறிந்தவரை கூறி யுள்ளது காண்க:

மன்னவர்க்குத் தண்டுபோய் வடபுலத்து வாதாபித்
தொன்னகரம் துகளாகத் துளைநெடுங்கை வரையுகைத்தும்
பன்மணியும் நிதிக்குவையும் பகட்டினமும் பரித்தொகையும்
இன்னன எண்ணிலகவர்ந்தே இகலரசன் முன்கொணர்ந்தார்''[9]

இதனால், (1) நரசிம்மவர்மனின் தானைத் தலைவர் அறுபத்து மூன்று நாயன்மாருள் ஒருவரான, **சிறுத்தொண்டர்** என்ற **பரஞ்சோதியார்** என்பதும் (2) அவரே வாதாபியுள் நுழைந்து சாளுக்கியருடைய நகரைச் சூறை ஆடி யானைகளைச் செலுத்தி நகரைப் பாழக்கி, சாளுக்கியருடைய கரிகளையும் பரிகளையும் செல்வத்தையும் கவர்ந்து சென்று நரசிம்மவர்மன் முன் வைத்தார் என்பதும் தெளிவாதல் காண்க. இச் செய்தியால், நரசிம்மவர்மன் மணிமங்கலம் முதலிய இடங்களில் சாளுக்கியனை வென்ற பிறகு காஞ்சிக்குத் திரும்பிவிட்டான் என்பது தெளிவா கிறது. அவன் சென்ற பிறகு, பரஞ்சோதியார் பல்லவ சேனையுடன் புலிகேசியின் படையைத் தொடர்ந்து சென்று, ஆங்காங்கு நடந்த சிறிய போர்களில் தோற்கடித்து, இறுதியில் வாதாபியுள் நுழைந்தார்; பல்லவன் ஆணைப்படி, கற்கம்பத்தில் அவனது பெருவெற்றியைக் குறித்து மீண்டார் என்பனவற்றை நன்குணரலாம்.

சாளுக்கியர் பட்டயச்சான்று

இரண்டாம் புலிகேசியின் மகனான முதலாம் **விக்கிரமாதித் தனது** கர்நூல் பட்டயம், ''இரண்டாம் புலிகேசி பகைவர் மூவரால் தோல்வியுற்றான் - வாதாபியில் இருந்த கோவில்கள் வருவா

யின்றித் தவித்தன.....'' என்று கூறுகின்றது. இந்த விக்கிரமாதித்தன் மகனான **விநயாதித்தனது** சோரப்-பட்டயம், ''சாளுக்கியர் மரபின் அழிவிற்கும் தாழ்விற்கும் பல்லவரே பொறுப்பாளிகள்'',[10] என்று முறையிடுகின்றது. இவ்விரண்டு பட்டயங்களாலும், வாதாபி கொண்ட செயல் பிற்பட்ட சாளுக்கியரை எந்த அளவு வருந்தச் செய்துள்ளது என்பதை நன்குணரலாம்.

வாதாபி கொண்டவன்

புலிகேசி, வாதாபி படையெடுப்புக்குப் பின் என்ன ஆயினன் என்பது தெரியவில்லை. அவனைப் பற்றிய பிற்செய்தி ஒன்றுமே தெரிய வழி இல்லை ஆதலின், அவன் போரில் இறந்தனனோ என்பது நினைக்க வேண்டுவதாக இருக்கிறது. இங்ஙனம் சாளுக்கியர் தலைநகரம் நாசமுற சாளுக்கியர் பிற்காலத்திலும் தன் செயலை எண்ணி எண்ணி வருந்தச் செய்த தனது வீரச் செயலை நினைத்து, நரசிம்மவர்மன் தன்னை **வாதாபி கொண்டவன்** என்று அழைத்துக் கொண்டான்.

பல்லவர் - பாண்டியர் போர்

நரசிம்மவர்மன் காலத்தில் தமிழ்நாட்டில் தம் மாட்சியோடு இருந்தவர் **பாண்டியரே** ஆவர்; அவருள் நான்காம் அரசனான அரிகேசரி பராங்குசன் என்ற **நெடுமாறன்** கி.பி. 640 முதல் 680 வரை ஆண்டுவந்தான். இவன் சேரரையும் பிற தென்னாட்டுக் குறுகில மன்னரையும் அடக்கித் தெற்கே பேரரசனாக இருந்தவன். இவன் சோழனிடம் பெண் கொண்டிருந்தான்; கொடும்பாளூரை ஆண்ட களப்பிரர் இவனுக்கு உட்பட்டிருந்தனர். சுருங்கக் கூறின், 'இவன் தெற்கே சேர, சோழ, பாண்டிய, களப்பிரர் தலைவன்' எனக் கூறலாம்.[11]

பட்டயங்கள்

இவன் 'சங்கரமங்கை என்ற இடத்தில் பல்லவனைப் புறங்கண்டான்' என்று சின்னமனூர்ப் பட்டயம் கூறுகின்றது. 'நரசிம்மவர்மன் சேர, சோழ, பாண்டிய, களப்பிரருடன் போரிட்டான்' என்று கூரம் பட்டயம் கூறுகின்றது. இவ்விரண்டு கூற்றுக்களையும் நோக்க, நரசிம்மவர்மன் காலத்தில் பல்லவர் - பாண்டியர் போர் நடந்ததென்றே கருதுதல் வேண்டும்.

போர் நடந்த காலம்

ஆயின், இப்போர் எப்பொழுது நடைபெற்றது? பல்லவன் இரண்டாம் புலிகேசியைப் போரிட்டுத் துரத்திச் சென்ற காலத்

திற்றான் இது நடைபெற்றதாகல் வேண்டும். என்னை? புலிகேசி தனது முதற் படையெடுப்பில், 'காவிரிக் கரையை அடைந்து தமிழரசர் மனமகிழப் பல்லவனைப் புறங்கண்டான்' எனச் சாளுக்கியர் பட்டயம் கூறலால் என்க. இரண்டாம் புலிகேசி பல்லவ நாட்டில் நுழைந்தவுடன், அவனை எதிர்த்துத் துரத்தலே பல்லவனது பெருவேலை ஆயிற்று. அவன் தனது முழுவன்மையும் சேர்த்துப் புலிகேசியைத் தாக்கிப் பல இடங்களிற் புறங்கண்டு இறுதியில் வாதாபியையும் அழித்தான் அன்றோ? அந்தச் சமயமே, சேர, சோழ, களப்பிரரைச் சேர்த்துக் கொண்டு பாண்டியன் தெற்கே இருந்து பல்லவ நாட்டைத் தாக்க வசதியானது.

முடிவு

இதனை உணர்ந்துதான் போலும், நரசிம்மவர்மன் வாதாபிப் படையெடுப்பைத் தன் தானைத் தலைவரான பரஞ்சோதி யாரிடம் ஒப்படைத்துத் தான் தெற்கே நோக்கிச் சென்று, தமிழரசரை வென்று துரத்தினான். முதலில் நரசிம்மவர்மனது எல்லைப்புறப் படை சங்கரமங்கையில் தோல்வியுற்றிருத்தல் வேண்டும்; பிறகு நரசிம்மன் பெரும்படை வந்தவுடன் போர் பல்லவர்க்குச் சாதகமாக மாறியிருத்தல் வேண்டும். இங்ஙனம் விளக்கமாகக் கொள்ளின் பல்லவர் பாண்டியர் பட்டயக் கூற்றுகள் பொருத்தமாதல் உணரலாம்.

பல்லவர் - கங்கர் போர்

இரண்டாம் புலிகேசிக்குப் பிறகு கி.பி. 642 முதல் கி.பி. 654 வரை சாளுக்கிய நாடு குழப்பத்தில் இருந்தது. இரண்டாம் புலிகேசியின் மக்கள் மூவர். அவர் சந்திராதித்தன், ஆதித்தவர்மன், (முதலாம்) **விக்கிரமாதித்தன்** என்பவர். சந்திராதித்தல் இறந்த பிறகு, பின் இருவர்க்கும் அரியணை பற்றிய பூசல் உண்டாயிற்று.

ஆதித்தவர்மன் நரசிம்மவர்மன் துணையை வேண்டினான். விக்கிரமாதித்தன் தன் தாய்வழிப் பாட்டனான துர்விநீத கங்கன் துணையை நாடினான். துர்வீநீதற்கு நரசிம்மன் மேல் தீராப் பகைமை உண்டு என்னை? நரசிம்மன் கொங்கு நாட்டைக் கைப்பற்றித் துர்விநீதனுடைய ஒன்றுவிட்ட தம்பியை அதற்கு அரசனாக்கி வைத்திருந்தமையால் என்க. துர்விநீதன் தன் படையுடன் விக்கிரமாதித்தற்கு உதவி செய்தான். நரசிம்மன் ஆதித்த வர்மற்குப் படை உதவினன் போலும்!

'துர்விநீதன் இராவணன் என்று அனைவரும் அஞ்சத்தக்க காஞ்சிநகரக் காடுவெட்டியை வென்ற பிறகு, தன் மகள் மகனைச் சயசிம்ம வல்லபனது நாட்டிற்கு அரசன் ஆக்கினான்' என்று

‘நகர்’ - கல்வெட்டுக் கூறுகிறது. இதனால், துர்விநீதன் நரசிம்ம வர்மனை வென்று தன் பெயரனான விக்கிரமாதித்தனைச் சாளுக்கிய அரசனாக்கினான் என்பது தெரிகிறது.

உண்மை என்ன?

விக்கிரமாதித்தன் தன் பாட்டன் உதவியை நாடினான். அதை அறிந்த ஆதித்தவர்மன் வேறு வழியின்றி நரசிம்மவர்மனது துணையை நாடி இருக்கலாம். நரசிம்மன் சாளுக்கியர் அரசியலில் விசேடக் கவனம் செலுத்தாமல், வந்தவனுக்கு உதவியாக ஒரு படையை அனுப்பி இருக்கலாம். அப்படையைத் துர்விநீதன் முறியடித்து வெற்றி பெற்றிருக்கலாம். நரசிம்மனால் அனுப்பப் பட்ட படையை வென்றமையால், பாவம்! துர்விநீதன் பேரரச னான நரசிம்மவர்மனையே நேரில் வென்றதாகக் கருதி மகிழ்ந்து, தன் மகிழ்ச்சியைக் கல்வெட்டிலும் காட்டிவிட்டான் என்று கோடலே ஈண்டைக்குப் பொருத்தமாகும். ஏனென்றால், நரசிம் மனையே பெரும் போரில் வென்றவனாயின், துர்விநீதன் அதன் பயனாகக் கொங்கு நாட்டைக் கைப்பற்றி இருத்தல் வேண்டும் ; அவன் தான் அங்ஙனம் செய்ததாகக் குறிக்கவில்லை; துர்விநீதன் வெற்றியால் பல்லவர்க்கு எந்தவிதமான குறைவும் ஏற்பட்டதாகத் தெரியவில்லை; பல்லவர் பட்டயங்களில் இவனைப் பற்றியே பேச்சே இல்லை.

இலங்கைப் போர் I

நரசிம்மவர்மன் காலத்தில் இலங்கைப் பட்டத்திற்கு உரிய **மானவன்மன்** என்னும் இளவரசன் காஞ்சிக்கு வந்தான். அவன் அட்டதத்தன் என்பவனால் துரத்தியடிக்கப்பட்டவன். அட்டதத்தன் மானவன்மனது அரசைக் கவர்ந்தவன். செயலற்ற மானவன்மன் நரசிம்மனை அடைக்கலம் அடைந்தான் ; அவனுடன் இருந்து பணிவுடன் எல்லா வேலைகளையும் செய்து பல்லவன் நன்மதிப் பைப் பெற்றான். அதனாற்றான் மானவன்மனைக் காஞ்சியில் விட்டு நரசிம்மவர்மன் புலிகேசியை எதிர்க்கச் சென்றான். அப் பேரரசனுக்கு இடர்வராமற் காக்க மானவன்மன், பிறகு பெருஞ் சேனையுடன் சென்று போரிற்கலந்து கொண்டு பல்லவன் வெற்றிக்குத் துணை செய்தான். இச்செயலால் மட்டற்ற மகிழ்ச்சி கொண்ட நரசிம்மவர்மன் மானவன்மனுக்கு மாப்படை, மக்கட் படை, மரக்கலப்படை இவற்றை உதவி இலங்கைக்கு அனுப்பி னான். படை உதவிபெற்ற மானவன்மன், இலங்கையில் இறங்கி முதலில் நடந்த போரில் வெற்றி பெற்றான். ஆயினும் அடுத்த போரில் தோல்வியுற்றான். அவன் உடன் சென்ற சேனை

அவனைக் கைவிட்டது. அதனால் மானவன்மன் மீண்டும் காஞ்சிக் குத் திரும்பினான்.

இலங்கைப் போர் II

அவனது துயரைக் கண்டு மனம் பொறாத பல்லவப் பேரரசன், தன் படைகள் அனைத்தையும் ஒன்று திரட்டி மானவன்ம னிடம் ஒப்புவித்துத் தானும் **மாமல்லபுரம்** என்ற துறைமுகத் திற்குச் சென்றான். பல்லவன் தானும் கப்பலில் ஏறுவதாகத் தன் படைவீரரை நம்புமாறு செய்தான்; அதனால் மகிழ்ந்த வீரர் இலங்கை நோக்கிச் சென்றனர்; கடும்போர் செய்தனர். மானவன் மன் வெற்றி பெற்று இலங்கை அரியணை ஏறினான்.[12] இங்ஙனம் இலங்கை இளவலுக்குப் பல்லவப் பேரரசன் செய்த துணிச்ச லான உதவியைப் பாராட்டிப் பேசிய காசக்குடிப் பட்டயம், 'நரசிம்மன் இலங்கையில் பெற்ற வெற்றி இராமன் இலங்கையில் பெற்ற வெற்றி போன்றது'[13] என்பது குறிப்பிட்டுள்ளது.

சீன வழிப்போக்கன்

ஹர்ஷனது பேரரசையும் இரண்டாம் புலிகேசியினது சாளுக் கியப் பேரரசையும் பார்வையிட்டுப் பௌத்த இடங்களைக் கண்டு போகவந்த சீன வழிப்போக்கனான **இயூன் - சங்** என்பவன் காஞ்சிக்கு வந்தான். அவன் ஏறக்குறையக் கி.பி. 642 இல் வந்தான். அவன் காஞ்சியைச் சுற்றியுள்ள நாட்டைத் **திராவிடம்** என்று குறிப்பிட்டுள்ளான். "நிலம் செழிப்புள்ளது; நல்ல விளைவு தருவது; நாடு வெப்பமானது. மக்கள் அஞ்சா நெஞ்சினர்; உண்மைக்கு உறைவிடமானவர்! கற்றவரையும் உயர்ந்த கொள்கை களையும் மதிப்பவர். இந்நாட்டில் 100 சங்கிராமங்கள் இருக் கின்றன[14]; **பதினாயிரம்** பௌத்தத் துறவிகள் இருக்கின்றனர். சைவ, வைணவ, சமணக் கோவில்கள் ஏறத்தாழ 80 இருக்கின்றன. திகம்பர சமணர் பலர் திராவிட நாட்டில் இருக்கின்றனர். புத்தர் காஞ்சிக்கு வந்து பலரைப் பௌத்தராக்கியதாக இந்நாட்டில் கூறப்படுகிறது. அசோகன் திராவிட நாட்டில் பல தூபிகளை அமைத்தான். அவற்றுள் சில காஞ்சியைச் சுற்றிலும் பழுதுற்ற நிலையில் இருக்கின்றன. நாலந்தாப் பல்கலைக் கழகத்தில் சிறந்த பேராசிரியராக இருந்த தர்மபாலர் காஞ்சிப்பதியினர் என்னும் செய்தி இங்குக் கூறப்படுகிறது. "நான் பாண்டிய நாட்டையும் சென்று கண்டேன்.[15] அங்குச் சிலரே உண்மைப் பௌத்தராக இருக்கின்றனர். பலர்பொருள் ஈட்டுவதிலேயே ஈடுபட்டுள்ளனர். பாண்டிய நாட்டில் பௌத்தம் அழிநிலையில் உள்ளது. பல இடங் களில் பௌத்தமடங்கள் இருந்தமைக்குரிய அறிகுறிகள் தென்

படுகின்றன,'' என்று அந்த வழிப்போக்கன் தன் குறிப்புப் புத்தகத் தில் வரைந்துள்ளான். மேலும் அவ்வறிஞன், ''காஞ்சி ஆறு கல்கற்றளவுடையது. அது கடற்கரை நோக்கி இருபது கல் விரிந் துள்ள நகரம் ஆகும். இங்கிருந்து பல கப்பல்கள் இலங்கைக்குப் போகின்றன, '' என்று கடல்வாணிபச் சிறப்பையும் விளக்கியுள் ளான்.[16]

குகைக் கோவில்கள்

நரசிம்மவர்மன் தன் தந்தையைப் போலவே கோவில்கள் அமைப்பதில் பேரவாக் கொண்டவன். இவன் முதலில் மகேந்திர வர்மனைப் பின்பற்றிக் குகைக் கோவில்களையே அமைத்தான். இவன் அமைத்த கோவில்களைக் கண்டறிதல் எங்ஙனம்? இவன் அமைத்த குகைக் கோவில்களில் இவனுடைய விருதுப் பெயர்கள் பொறிக்கப்பட்டுள்ளன. கோவில்களில் ஓவிய வேலை மிகுதி யாக இருக்கும். குகைக் கோவிலின் முன்மண்டபச் சுவர்களில் மிக்க அழகிய சிலைகளும் அணிஅணியாய் அன்னப்பறவை களும் சிறுமணிக் கோவைகளும் வெட்டுவித்திருக்கும். மகேந்திரன் அமைத்த கோவில் தூண்கள் சதுரமாயும் கனமாயும் இருக்கும். ஆனால், நரசிம்மவர்மன் எடுத்த கோவில் தூண்களின் போதிகை கள் உருண்டு காடிகள் வெட்டி இருக்கும். போதிகைக்குக் கீழ்த் தூணின் மேற்புறம் உருண்டும் பூச்செதுக்கப்பட்டும் இருக்கும். தூண்களின் அடியில் ஏறக்குறைய இரண்டு முழ அகலமும் இரண்டு முழ உயரமும் கொண்டு திறந்த வாயுடன் இருக்கும் சிங்கங்கள் தூண்களைத் தம் தலைமீது தாங்கி இருத்தல் போன்ற வேலைப்பாடு காணப்படும். இவற்றை நோக்க, இம் மன்னர் மன்னன் தன் பெயரைக் குறிக்கவே இச்சிங்கத்தூண்களை அமைத் தனனோ என்பது எண்ண வேண்டுவதாக இருக்கிறது.[17]

நாமக்கல் மலையடியில் இருக்கின்ற நரசிங்கப் பெருமாள் குகைக் கோவில் இம் மன்னன் காலத்தது. அதன் சுவர்களில் புராணக் கதைகள் சிற்பவேலையில் விளக்கப்பட்டுள்ளன. **திருச்சிராப்பள்ளி** மலையடியில் தென்மேற்கு மூலையில் உள்ள குகைக் கோவில் இவன் காலத்தது. இதன் கிழக்குப் பக்கத்தில் சிவன் கோவிலும் மேற்குப் பக்கத்தில் பெருமாள் கோவிலும் குடையப்பட்டுள்ளன. இவ்விரண்டு கோவில்களுக்கும் இடை யில் உள்ள பெரிய மண்டபச் சுவர்மீது சிவன், பிரமன், இந்திரன், துர்க்கை, **கணபதி** ஆகியவர் உருவங்கள் செவ்வையாய்ச் செதுக்கப்பட்டுள்ளன. கோவில் முன் மரவிட்டங்கள் போலக் கல்லில் அமைத்துள்ள வேலைப்பாடு கண்டு இன்புறத்தக்கது.

இக்கல் விட்டங்களில் நுனியில் பெருவயிறு கொண்ட 'குபேரன்' உருவங்கள் அமைக்கப்பட்டுள்ளன.

திருச்சிராப்பள்ளிக்கு வடமேற்கே உள்ள **திருவெள்ளறை யில்** மலைமீது பழைய பெருமாள் கோவில் ஒன்று இருக்கிறது. அம்மலையினடியில் பெரிய குகைக் கோவில் குடையத் தொடங்கி வேலை முடியாமல் நிறுத்தப்பட்டது. குடைந்த அளவு காணப் படும் வேலைப்பாடு நரசிம்மன் காலத்ததென்று கூறலாம். புதுக்கோட்டையைச் சார்ந்த குடுமியா மலையில் மகேந்திரனது இசையைக் குறிக்கும் கல்வெட்டிற்கு அண்மையில் உள்ள குகைக் கோவில் நரசிம்மவர்மன் காலத்தது. அதன் அமைப்புப் போன்றே இருக்கின்றது. புதுக்கோட்டையைச் சேர்ந்த **திருமய்யத்தில்** மகேந்திரன் அமைத்த சிவன் கோவிலுக்குப் பக்கத்தில் உள்ள வைணவக் குகைக் கோவிலும் நரசிம்மன் அமைத்ததே ஆகும்.[18]

மகாபலிபுரமும் நரசிம்மவர்மனும்

மகாபலிபுரத்தில் மகேந்திரவர்மன் தொடங்கிவிட்ட வேலையை - சிற்ப ஓவியக் கலைகளை நரசிம்மவர்மன் தொடர்ந்து நடத்திப் பெருவெற்றி பெற்றான். இவனது வெற்றிக்கு, இவன் கி.பி. 642 இல் பெற்ற **வாதாபி வெற்றியே** சிறந்த காரணம் ஆகும். வாதாபியில் இரண்டாம் புலிகேசியின் சிற்றப்பன் ஆன **மங்களேசன்** அழகுற அமைத்த குகைக் கோவில்கள் பல உண்டு. அவை வேலைப்பாடு கொண்டவை. அவ்வேலைப்பாடு கண் ணையும் கருத்தையும் ஈர்ப்பவை. அவற்றைக் கூர்ந்து பார்வை யிட்ட நரசிம்மவர்மன் மகாபலிபுரத்தில் அவைபோல அமைத் துள்ளான் என்பது இரண்டையும் ஒப்பிட்டுப் பார்க்கையில் நன்கு விளங்குகிறது. இப்பேரரசன் சாளுக்கியர் வளர்த்த கலைகளை நன்கு அறிந்து, சிலவற்றை மாதிரிக்கு எடுத்துச் சென்றேனும் கோவில்களை அமைத்தான் போலும் என்று எண்ணத்தக்க விதமாக ஒருமைப்பாடு காணப்படுகிறது.

நரசிம்மவர்மன் மகாபலிபுரத்தில் மூவகை வேலைப்பாடு களைக் காட்டியுள்ளான். அவை (1) குகைக் கோவில்கள், (2) தேவர்கள், (3) கற்சிலைகள் என்பன.

1. குகைக் கோவில்கள்

மகிடாசுர மண்டபம், வராக மண்டபம், திரிமூர்த்தி மண்டபம் ஆகிய இம் மூன்றும் நரசிம்மன் அமைத்த குகைக் கோவில்கள் என்பதை உறுதியாகக் கூறலாம். இம் மண்டபத் தூண்களில் காணப்படும் வேலைப்பாடும் சிறப்பாக வராக

மண்டபத் தூண்களில் காணப்படும் சிறந்த வேலைப்பாடும், வாதாபியில் உள்ள தூண்களில் உள்ள வேலைப்பாட்டையே ஒத்துள்ளன. இவ்வேலைப்பாடு கி.பி. 642 இல் வாதாபியில் இருந்து மகாபலிபுரம் வந்து, பிறகு தென் இந்தியா முழுவதும் பரவிவிட்டது. தூண்களின் மேலிருந்து கூரை வரையுள்ள வேலைப்பாடு, பிற்காலச் சோழர் கோவில்களில் காணப்படுதல் காண்க.

(அ) குகைக்கோவிற் சிற்பங்கள் : வாதாபி - குகைக் கோவிற் சுவர்களில் சிற்பவேலை மிகுதியாக உண்டு. அவ்வேலை நரசிம்மன் அமைத்த குகைக்கோவிற் சுவர்களிலும் காணலாம். இவ்வேலைப்பாடு, சுவர்களை அணி செய்வதோடு, அவையுள்ள இடம் சுவர் என்னும் எண்ணத்தையே மறக்கச் செய்வது கவனிக் கத்தக்கது. வாதாபி - குகைக்கோவில் சுவர்களில் உள்ள புராணச் செய்திகளைக் குறிக்கும் ஓவியங்கள் பல மகாபலிபுரத்திலும் காணப்படல் கவனித்தற்குரியது - வராக அவதாரம், வாமன அவதாரம் ஆகிய இரண்டும் ஈரிடத்துக் குகைக்கோவில்களிலும் இருத்தல் காண்க. கஜலக்குமி, துர்க்கை இவர்தம் உருவச் சிலைகள் ஈரிடத்துக் குகைக்கோவில்களிலும் இருக்கின்றன. மகிடாசுர மண்டபச் சுவரில் பொறிக்கப்பட்டுள்ள பாம்பணைப்பள்ளி (அநந்த சயனம்) **உண்டவல்லி** குகைக்கோவில் சுவரில் உள்ளதைப் போன்று இருக்கிறது. மற்ற உருவங்களும் இரண்டிடத்தும் ஒத்திருக்கின்றன. ஆயின், மகிடாசூரனை வெல்லுதலைக் குறிக்கும் சிற்பவேலை பல்லவர்க்கே உரியது என்னலாம். அஃது எங்கும் அக்காலத்தில் காணப்படாததாகும். துர்க்கை தன் ஊர்தியான சிங்கத்தின்மீதும் இவர்ந்து எருமைத் தலை கொண்ட அசுரன் மீது அம்புகளைப் பொழிகின்றாள். அசுரனைச் சுற்றிலும் அவன் படைகள் இருக்கின்றன. இப்படைகளைப் பொறித்ததால், இக் காட்சி சிறப்படைந்துள்ளது. இக்காட்சியை அமைத்த சிற்பிகள் சிறந்த அறிஞர் ஆவர். இத்தகைய சிறந்த காட்சி காணல் அருமையே ஆகும். **இது பல்லவர்க்குரிய தனிச் சிறப்பு** என்றே கூறலாம்.[19]

(ஆ) மண்டபங்கள் - கோவில்களே : மகாபலிபுரத்தில் 'மண்டபங்கள்' என்று கூறப்படுபவை மண்டபங்கள் அல்ல. அவை கோவில்களே ஆகும். ஒவ்வொன்றிலும் இறை உள்ளிடம் (மூலத்தானம்) இருக்கின்றது. அந்த இடங்களில் சிவலிங்கம் இருந்ததாம். இப்பொழுது வேலைப்பாடு கொண்டு காணப்படும் மண்டபம், உள்ளிடத்திற்கு 'வெளி மண்டபம்' ஆகும். எனவே, **மண்டபங்கள்** எனப்படுபவை அனைத்தும் **கோவில்களே**

என்பதில் ஐயம் இல்லை. இதனை அறியாத பாமர மக்கள் 'மண்ட பம்' என்றும், அங்குள்ள சிற்பங்களை நோக்கி, 'இது மகிடாசுர மண்டபம்,' 'இது வராக மண்டபம்' 'இது திரிமூர்த்தி மண்டபம்' என்றும் பெயர் இட்டனர். இவற்றையே ஆராய்ச்சியாளரும் குறித் தனர். ஆதலின், இப்பெயர்கள் இன்றளவும் தவறாகவே வழங்கு கின்றன.

2. ஒற்றைக்கல் கோவில்கள்

மகேந்திரன் குகைக் கோவில்களை அமைத்தான். அவனைப் பின்பற்றிய நரசிம்மவர்மன் தன் பெயரை நிலைநாட்ட, ஒரு **கல்லையே கோவிலாக** அமைக்கும் புதிய வேலையில் இறங்கிப் பெருவெற்றி பெற்றான். இவை கோவில்கள் என்பதை அறியாத பாமர மக்கள், 'தேர்கள்' என்றும், ஐந்து கோவில்கள் ஒரே வரிசை யில் இருத்தல் கண்டு, 'பாண்டவர் தேர்கள்' என்றும் பெயரிட் டனர். அவர்கள் இட்ட பெயர்களே இன்றளவும் அறிஞர் எழுதி வருகின்றனர். எனவே, அம்முறைப்படியே நாமும் குறிப்போம். இந்த ஐந்து தேர்களும் வேறு வேறு அமைப்புடையவை. இவை தமிழகத்தில் மண், செங்கல், மரம் இவற்றில் ஆகி அந்நாள் இருந்த பழைய கோவில்களை நமக்கு நினைப்பூட்ட அமைத் தவை ஆகும். இந்த ஐந்தும் இராவிடில், பழங்காலக் கோவில் களைப் பற்றிய எண்ணமே நமக்கு இராது போயிருக்கும்.[20] மரத் தாலும் மண்ணாலும் செய்யப்பட்ட கோவில்களில் பல வேலைப் பாடுகள் இருந்தன. அவை இக்கற்கோவில்களில் அப்படியே காணப்பட்டன. மரவேலைகள் எல்லாம் கல்லிற் செதுக்கிக் காணப்படுகின்றன. திருச்சிராப்பள்ளியில் மகேந்திரவர்மன் குகைக்கோவிலில், மரத்தால் எளிதிற் கட்டும் **வேலி** கல்லில் செதுக்கப்பட்டுள்ளது காண்க. நாமக்கல் கோவிலில் வளைந்த மூங்கில்களை வைத்து இறக்கப்பெற்ற **தாழ்வாரம்** போன்ற அமைப்பை மலையில் குடைந்துள்ளமை காண்க. திருச்சிராப் பள்ளியில் உள்ள கீழ்க்குகைக்கோவிலில் மரவிட்டம் போலக் கல் நீட்டிக் கொண்டிருத்தல் காணத்தக்கது.[21]

(அ) தருமராசன் தேர் : இது சிவன்கோவில், இது மூன்று தட்டுக்களைக் கொண்ட மேற்பாகத்தை (விமானத்தை) உடை யது. இரண்டாம் தட்டின் நடுவில் உள்ளிடம் வெட்டப்பட் டுள்ளது. அது மாடப்புரை போலச் சிறியது. அதன் அடியில் சோமாஸ் கந்தச் சிலை செதுக்கப்பட்டிருக்கிறது. இக்கோவில் கும்ப(விமான) வளர்ச்சியே காஞ்சியில் உள்ள கைலாசநாதர் கோவில் கும்பம் ஆகும். அதன் வளர்ச்சியே தஞ்சைப் பெரிய

கோவில் கும்பமாகும். இம் மூன்றையும் ஒப்பிட்டுப் பார்ப்பவர் இவ் வுண்மையை நன்கு உணரலாம்.

(ஆ) பீமசேனன் தேர் : இதன் மேற்கூரை அமைப்பும் சாளர அமைப்பும் காஞ்சியில் உள்ள அமைப்பைப் பெரிதும் ஒத்துள்ளன. எனவே, இக்கோவில் அக்காலத்தில் பௌத்த சமயக் கலைவளர்ச்சி தென்னாட்டில் பரவி இருந்ததை மெய்ப்பிக்கிறது என்னலாம். விமானத்தைச் சுற்றிலும் வழிவிடப்பட்டுள்ளது. மேலிடம் 45 அடி நீளம், 25 அடி அகலம், 26 அடி உயரம் உள்ளது. அஃது அறச்சாலை அல்லது பொதுஇடம் போல இருக்கிறது. அதன் தூண்கள் அடியிற் சிங்கங்களை உடையன. இக்கோவில் அமைப்பை, மிகப் பிற்பட்ட காலத்ததான சிதம்பரம் ஆயிரக்கால் மண்டபத்தின் அமைப்பிற் காணலாம்.

(இ) அர்ச்சுனன் தேர் : இது தருமராசர் தேரைப் போன் றதே. இதுவும் சிவன் கோவில் ஆகும். இது **புத்தப்பள்ளி அமைப்பை** உடையது. இது 11 சதுர அடி அமைப்புடையது. விமானம் நான்கு நிலைகளை உடையது.

(ஈ) திரௌபதி தேர் : இது போன்ற கோவில் காணக் கிடைத்தல் அருமை. இது தமிழ் நாட்டில் ஊர்த்தேவதைகட்கு இருக்கும் சிறு கோவில்போல அமைந்துள்ளது. இதன் அடித்தளம் 11 சதுர அடி; உயரம் 18 அடி . இதில் உள்ள துர்க்கையின் சிலை யில் அமைந்துள்ள வேலைப்பாடு பல்லவர் சிற்ப அறிவை நன்கு விளக்குவதாகும். இங்குள்ள கல்யானை, கற்சிங்கம், நந்தி என்பன காணத்தக்கவை. இக்கோவில் தமிழகத்தின் பண்டைச் சிறுகோவிலை நினைப்பூட்டுவதாகும்.[22]

(உ) சகாதேவன் தேர் : இது பண்டைப் பௌத்தர் சைத்தி யத்தை ஒத்துக் காணப்படுகிறது. இது போன்ற பெரிய துர்க்கை யின் கோவில் ஒன்று சாளுக்கிய நாட்டில் 'அய்ஹோளே' என்னும் இடத்தில் இருக்கின்றது. அதனைச் சாளுக்கிய மன்னனான இரண்டாம் விக்கிரமாதித்தன் கட்டினான். இங்ஙனம் பல்லவர், சாளுக்கிய வேலையைப் பாராட்டிக் கொண்டாற் போலவே, சாளுக்கியரும் பல்லவர் வேலையைப் பாராட்டிக் கொண்டனர் என்பதற்கு இதுபோன்ற பலசான்றுகள் காட்டலாம். சகாதேவன் தேர் போன்ற அமைப்புடைய விமானங்கள் பல தமிழகத்தில் பிற்காலத்தில் கட்டப்பட்டன. அவற்றுள் ஒன்று திருத்தணிகை யில் உள்ளது.[23]

இந்தக் கோவில்களின் முன்புறம், இவற்றில் உறைந்த தெய்வங்கட்குரிய ஊர்திகள் கல்லில் அமைக்கப்பட்டுள்ளன. அவை நந்தி, சிங்கம், யானை என்பன. அவை முறையே சிவபெருமான், துர்க்கை, இந்திரன்[24] இவர்தம் ஊர்திகள் ஆகும்.

3. கற்சிற்பங்கள்

பாறைகள் மீது புராணக் கதைகளைப் பாடங்கள் வாயிலாக விளக்கும் முறையில் நரசிம்மவர்மன் பெயர் பெற்றவன். இதற்கு மகிடாசுர மண்டபச் சுவரில் உள்ள சிற்பங்களே போதியவை. எனினும், அவற்றைவிடப் பெரியபாறைகள் மீது செதுக்கியுள்ள கோவர்த்தன மலையைக் கண்ணன் ஏந்தி நிற்றல், **கங்கைக் காட்சி** ஆகிய இரண்டுமே கண்கொண்டு பார்க்கத்தக்கவை.

(அ) கோவர்த்தன மலையைப் பிடித்துள்ள கண்ணனும் அவன் அருகில் உள்ள பலராமனும் பெரியவராகத் தெய்வத் தன்மையுடன் காணப்படுகின்றனர். ஏனையோர் சிறியவர்களாகக் காண்கின்றனர். அம்மக்களது கவலை கொண்ட முகமும் சிறிது தெளிவடைந்த மனநிலையும் சிலைகளில் நன்கு உணர்த்தப் பட்டுள்ளன. இவர்கட்கு இடையே இடையர் வாழ்க்கையைக் குறிக்கும் சில காட்சிகளைச் சிற்பிகள் மலையடியில் காட்டி யிருத்தல் போற்றத்தக்கது. அக்காலச் சிற்பிகளது கூர்ந்த அறிவு வியத்தற்குரியதே ஆகும். அக்காட்சிகளில் வியக்கத்தக்கது கறவையின் காட்சி. ஒருவன் பால் கறக்கிறான்; பசு தன் கன்றை நக்குகிறது. இந்த வேலைப்பாடு தெளிவானதும் அழகானதுமாகும்.

(ஆ) **கங்கைக்கரைக் காட்சி** : இதனை 'அர்ச்சுனன் தவம்' எனப் பலர் கூறுவர்.[25] ஆனால், இங்குள்ள காட்சிகள் அதற்கு மாறாகவே இருக்கின்றன. ஆறு - (மலை மீதிருந்து தண்ணீர் விழுந்து கொண்டிருக்கப் பழைய காலத்தில் ஏற்பாடு செய்யப் பட்டிருந்தது என்பதை உணர்த்தும் அறிகுறிகள் இன்னும் காணப் படுகின்றன). அதன் நடுவில் நாகர் மகிழ்ச்சியோடு நீராடல் - பிராமணன் ஒருவன் தண்ணீர்க் குடத்தைத் தோள்மீது சுமந்து போதல் - நீர் அருந்த ஆற்றண்டை மான் ஒன்று வருதல் - ஆற்றுக்கு மேற்புறம் இரண்டு அன்னப் பறவைகள் ஆற்றில் வீழ்ந்து நீராட நிற்றல் - கீழ்ப்புறம் ஒரு சிறிய பெருமாள் கோவிலைச் சுற்றிலும் முனிவர் பலர் இருந்து தவம் செய்தல் - இவர்களைப் பார்த்துப் பூனை ஒன்று பின்னங் கால்கள் மீது நின்று முன்னங்கால்களைத் தலைக்கு மேல் சேர்த்து யோக நிலை யில் இருத்தல் - அதனைக் கண்ட எலிகள் அச்சம் நீக்கி அன்பு

கொண்டு அதனைப் பணிதல் - ஆகிய இக்காட்சிகள் அனைத்தும் இமயமலை அடிவாரத்தில் கங்கைக்கரைக் காட்சிகளையே ஒத்துள்ளன.

இச்செய்திகள் அனைத்தும் மகாபாரதம் - உத்தியோக பருவத்துள் கூறப்பட்டுள்ளவையே ஆகும்.[26] இவற்றைச் செதுக்கிய சிற்பிகளின் திறனை என்னென்பது! பூனை தவம் செய்வதையும் காட்டி நகைச்சுவை ஊட்டும் அப்பேரறிஞர் கலை உணர்வே உணர்வு![27]

(இ) மகா மல்லபுரம் : நரசிம்மவர்மன் கொண்ட பல பெயர்களுள் **மகா மல்லன்** என்பது சிறந்தது. அவன் மகாபலி புரத்தைச் சிறந்த கடற்கரைப் பட்டினமாக்க முயன்றான்; மலை மீது கோட்டை ஒன்றை அமைக்க முயன்ற அடையாளம் காணப் படுகிறது. அவன் காலத்தில் மகாபலிபுரம் சிறந்த துறைமுகப் பட்டினமாக இருந்தது. எனவே, பல கட்டிடங்கள் அங்கு இருந் திருத்தல் வேண்டும் அன்றோ? இங்ஙனம் அந்நகரத்தைப் பெரிதாக்கிய இப்பேரரசன் அதற்குத் தன் பெயரை இட்டு **மகாமல்லபுரம்** என்று வழங்கினான். ஆனால், நாளடைவில் அப் பெயர் மாறி ‘மகாபலிபுரம்’ என்று வழங்கலாயிற்று. இம்மகாமல்ல புரம் கரிகாற் சோழன், தொண்டைமான் இளந்திரையன் முதலிய சோழ மன்னர் காலத்தில் சிறந்த கடற்றுறைப் பட்டினமாக இருந்தது என்பதைப் **பத்துப்பாட்டால்** அறியலாம்.

கோட்டைகள் கட்டிய கொற்றவன்

நரசிம்மவர்மன் காஞ்சிபுரத்தில் ஒரு கோட்டையைக் கட்டி னான் என்பர் சிலர். ஆனால், அக்கோட்டை இவன் தந்தை காலத்திலே இருந்தது என்பது சாளுக்கியர் பட்டயத்தால் வெளி யாவதால், இவன் அப்பழைய கோட்டையைப் புதுப்பித்தான் என்று கோடலே பொருத்தமுடையது. திருச்சிராப்பள்ளிக்கு அடுத்த லால்குடியை அடுத்துப் **பெருவளநல்லூர்** இருக்கின்றது. அதற்கு அண்மையில் பல்லவரம் (பல்லவபுரம்) என்னும் சிற்றூர் உள்ளது. அதனில் நரசிம்மவர்மன் காலத்துக் கோட்டை ஒன்று பாறைமீது அமைந்து இருந்தது. அக்கோட்டை முழுவதும் அழிந்து விட்டது. ஆயினும் அதன் அடிப்படையை இன்னும் காணலாம்.

அங்குப் பல்லவர் காலத்துப் பெரிய செங்கற்கள் இன்னும் கிடைக்கின்றன. அவ்வூருக்கு அருகில் பல்லவர்க்கும் சாளுக்கி யர்க்கும், பல்லவர்க்கும் பாண்டியர்க்கும் போர்கள் நடந்துள்ளன. ஆதலின், அப்பல்லவபுரம் பழைய காலத்தில் பல்லவர் ஆண்ட

சோழ நாட்டின் தலைநகரமாக இருந்ததுபோலும்! அப் பல்லவ புரப் பாறை மீது ஒரு கல்வெட்டு அழிந்து கிடக்கிறது.[28]

பட்டப் பெயர்கள்

நரசிம்மவர்மன் தான் அமைத்த கோவில்களில் தன் பட்டப் பெயர்கள் பலவற்றை வெட்டுவித்துள்ளான். அவற்றுட் சில **மகாமல்லன்,** ஸ்ரீபரன், ஸ்ரீமேகன், ஸ்ரீநிதி, இரணசயன், அத்தியந் காமன், அமேயமாயன், நய நாங்குரன்', என்பன.

அக்கால அரசர்

(அ) சாளுக்கியர் : விந்தமலைக்குத் தென்பாற்பட்ட இடத்தில் இரண்டு பேரரசுகளே நிலைபெற்று இருந்தன. ஒன்று **சாளுக்கியர்** பேரரசு; மற்றொன்று **பல்லவர்** பேரரசு. சாளுக்கியர் வடக்குத் தெற்காக விந்தமலை முதல் துங்கபத்திரை வரை, கிழக்கே கிருஷ்ணை கோதாவரி யாறுகட் கிடைப்பட்ட நிலம் வரை தங்கள் பேரரசை நிலைப்படுத்தி இருந்தனர். இச் சாளுக் கியப் பேரரசைநிலை நாட்டியவன் இரண்டாம் புலிகேசியே ஆவன். அவன் முதலில் மகேந்திரவர்மனாலும் பின்னர் நரசிம்ம வர்மனாலும் தோற்கடிக்கப்பட்டுத் தலைநகரையும் இழந்த செய்தி முன்னரே விளக்கமாகக் கூறப்பட்டதன்றோ? அவனுக்குப் பின் அவன் மகனான முதலாம் **விக்கிரமாதித்தன்** (கி.பி. 655 - 680) ஆண்டான் எனினும், வாதாபி வெற்றிக்குப் பின் பல்லவ அரசன், பகைவர் பயமின்றி நாட்டை அமைதியாக ஆண்டு வந்தான்; தந்தை விட்டுச்சென்ற கோவிற் பணிகளைக் குறைவறச் செய்தான்.

(ஆ) கங்கர் : கிருஷ்ணையாறு முதல் காவிரியாறு வரை பல்லவப் பேரரசு நிலைத்திருந்தது. அதற்கு மேற்கே முற்சொன்ன பூவிக்கிரமன் (கி.பி. 608 - 670) கங்க நாட்டை ஆண்டு வந்தான்.

(இ) சேரர் : கங்க நாட்டுக்குத் தெற்கே சேரர் சிறப்பின்றிப் பாண்டியர்க்கு அடங்கிப் பெயரளவில் அரசராக இருந்து ஆண்டு வந்தனர்.

(ஈ) களப்பிரர் : சோழநாட்டின் பெரும் பகுதி (காவிரியாறு வரை) பல்லவப் பேரரசில் கலந்து விட்டமையால், சிம்மவிஷ்ணு காலத்திலிருந்தே **களப்பிரர்** வலிகுன்றிச் சிற்றரசர் ஆகி விட்டனர். அவர்கள் தஞ்சாவூர், கொடும்பாளூர் முதலிய இடங் களில் முறையே பல்லவர்க்கு அடங்கிய சிற்றரசராகவும் பாண்டி யர்க்கு அடங்கிய சிற்றரசராகவும் இருந்து வந்தனர்.

(உ) சோழர் : சோழர் திருவாரூர், உறையூர் உள்ளிட்ட பகுதியைச் சிற்றரசராக இருந்து ஆண்டு வந்தனர்; பாண்டியர்க்குப் பெண்கொடுத்தும் அவரிடமிருந்து பெண் பெற்றும் உறவு கொண்டாடி வந்தனர்.

ஏறத்தாழக் கி.பி. 575 இல் கடுங்கோன் என்னும் பாண்டியன் களப்பிரர் ஆட்சியிலிருந்து பாண்டிய நாட்டை மீட்டுப் பாண்டிய ஆட்சியை நிலைநிறுத்தினான். அப் பாண்டியர் பட்டியலைக் காணின், நரசிம்மவர்மன் காலத்துப் பாண்டியன், நாம் முன் சொன்ன நெடுமாறன் என்பது விளங்கும்.

பாண்டியர் பட்டியல்

1. கடுங்கோல் (கி.பி. 575 - 600)
2. மாறவர்மன் அவனி சூளாமணி (கி.பி.600-625)
3. சேந்தன் - சயந்தவர்மன் (கி.பி. 625-640)
4. அரிகேசரி மாறவர்மன் - பராங்குசன் (நின்றசீர் நெடுமாற நாயனார்) (கி.பி. 640-680)

நெடுமாறன் தென்பாண்டி நாட்டில் தனக்கு அடங்காதிருந்த பரவரை வென்று அடக்கினான்; செழித்த குறுநாட்டை அழித்தான் ; பிறகு பலமுறை சேரனை எதிர்த்துப் போரிட்டு இறுதியில் அவனைக் கைப்பிடியாகப் பிடித்தான்; அவன் உற்றார் உறவினரையும் படைகளையும் சிறைப்பிடித்தான். இங்ஙனம் தனது நாட்டை முதலில் பலப்படுத்திப் பிறகு மேற்கில் இருந்த சேரனை வென்று, பேரரசை நிலை நிறுத்தினான். இவன் காலத்திற்றான் பல்லவர் - பாண்டியர் போர் தொடக்கமானது.[29]

குறிப்புகள்

1. Dr. N. Venkataramanayya's article on 'Durvinita and Vikramaditya' (Triveni), p. 116.
2. S.I.I. Vol. I, p. 152.
3. Indian Antiquary, Vol. VIII, p. 277
4. S.I.I. Vol. II, p. 508.
5. Indian Antiquary, Vol. X, p. 134.
6. Mahavamsa, part II, p.35 (Colombo, 1909)
7. Dr. S.K. Aiyangar's Int. to the 'Pallavar of Kanchi', p. 27.

8. Indian Antiquary, Vol. IX, p. 100.
9. சிறுத்தொண்டர் புராணம் , செ. 6.
10. Indian Antiquary, Vol. XIX, p. 151-152.
11. Ibid. Vol. X, p. 100.
12. Mahavamsa (Tourmour's translation), Ch. 7.
13. S.I.I. Vol. II, p. 343.
14. சங்கிராமம் - பௌத்த மடங்கள்
15. இவன் பாண்டிய நாடு சென்றபோது நெடுமாறன் அரசு கட்டில் ஏறினான். - Vide T.V.S. Pandarathar's 'Pandyas', p. 14.
16. Beal, Records Vol. II, p. 118.
17. Archaeological Report for 1918-1919. pp. 16-30. இத்தகைய தூண்கள் காஞ்சி வைகுந்தப் பெருமாள் கோவிலுக்குள் இருக்கின்றன.
18. P.T.S. Iyengar's 'Pallavas', part II, pp. 38-40.
19. Hera's 'Studies in Pallava History', pp. 86-87.
20. Hera's 'Studies in Pallava History', pp. 89.
21. P.T.S. Iyengar's 'Pallavas', part II, pp. 41-43.
22. A.V.T. Iyer's 'Indian Architecture' Bk. II, p. 225.
23. Heras's 'Studies in Pallava History', pp. 89-90.
24. இந்திரன் கோவிலா, ஐராவதேசுவரர் (சிவனார்) கோவிலா என்பது புரியவில்லை. சிலப்பதிகார காலத்தில் ஐராவதத்திற்குக் கோவில் இருந்தமை தெளிவு. இஃது ஆய்வுக்குரியது.
25. A.V.T. Iyer's 'Indian Architecture' Vol. II-B, p. 227.
26. Heras's 'Studies in Pallava History', pp. 91-92.
27. இஃது அர்ச்சுனன் தவத்தையோ, கங்கைக்கரைக் காட்சியையோ குறிப்பதன்று; இது **சமணர் தொடர்புடைய ஒரு காட்சி** என்பது திரு. **மயிலை சீனி. வேங்கடசாமி** அவர்கள்.
28. P.T.S. Iyengar's 'Pallavas', part II, pp. 43-44.
29. K.A.N. Sastry's 'Pandyan Kingdom', pp. 51-53.

* * *

11. பரமேசுவரவர்மன்

(கி.பி. 670 – 685)[1]

இரண்டாம் மகேந்திரவர்மன் (668-670)

இவன் நரசிம்மவர்மன் மகன். இவன் வரலாறு கூறும் பட்டயம் ஒன்றும் இதுகாறும் கிடைத்திலது. 'இவன் அவ்வவ் வகுப்பார் நடக்க வேண்டும் முறைகளைக் கூறும் அறநூல் வழி ஆண்டான்' என்று மட்டுமே வேலூர் பாளையப் பட்டயம் கூறு கிறது. இவன் நெடுங்காலம் ஆண்டவன் என்பது தெரியவில்லை. இவனுக்குப் பின் வந்த **பரமேசுவரவர்மன்** காலம் கி.பி. 670-685 என்னலாம்.

பல்லவர் - சாளுக்கியர் போர்

பரமேசுவரன் காலத்தில் சாளுக்கிய அரசனாக இருந்தவன் இரண்டாம் புலிகேசி மகனான **முதலாம் விக்கிரமாதித்தன்** (கி.பி. 655-680) ஆவன். அவன் சிறந்த போர் வீரன். அவன் தன் தந்தை அடைந்த இழிவையும் தலைநகரம் அடைந்த அழிவையும் போக்கிக் கொள்ள அவாவிப் பல்லவ நாட்டின் மீது படையெடுத் தான். இப்படையெடுப்பைப் பற்றிச் சாளுக்கியர் பட்டயங்களும் பல்லவர் பட்டயங்களும் குறிப்புகள் தருகின்றன. அவ்விரண் டையும் ஆராய்ந்து முடிவு காணலாம்.

சாளுக்கியர் பட்டயங்கள்

(1) முதலாம் விக்கிரமாதித்தன் வெளியிட்ட **கர்நூல்** பட்டயம் கூறுவது : ''விக்கிரமாதித்தன் தன் தந்தையின் பட்டத் தைத் தன் வலிமையால் அடைந்தான்; மூன்று கூட்டரசரை வென்று தன் உரிமையை நிலைநாட்டினான் ; தன் பகைவரைப் பல நாடுகளில் வென்று தன் உரிமையைப் பெற்றான்,'' என்பது.

(2) இவனே வெளியிட்ட **கத்வல்** பட்டயம் கூறுவது : ''ஸ்ரீ வல்லபனாகிய விக்கிரமாதித்தன் நரசிம்மவர்மனது பெருமையை அழித்தான்; மகேந்திரன் செல்வாக்கை அழித்தான்; ஈசுவர போத்தரசனை (பரமேசுரவர்மனை) வென்றான். இவன் மகா மல்லன் மரபை அழித்தமையால், 'இராச மல்லன்' என்னும் விருதுப்

பெயரைப் பூண்டான். இவன் (பரம) ஈசுவர போத்தரசனைத் தோற்கடித்தான்; தென் நாட்டின் ஒட்டியாணமாக விளங்கும் காஞ்சியைக் கைப்பற்றினான். அதன் பெரிய **மதிற்சுவர்** ஏற முடியாததும் உடைக்கக் கடினமானதும் ஆகும். அம்மதிலைச் சுற்றித் தாண்ட முடியாத ஆழமான அகழி இருந்தது" என்பது.

(3) விநயாதித்தன் வெளியிட்ட **சோரப்** பட்டயம் கூறுவது : "பல்லவர் கோவைத் தோற்கடித்த பிறகு விக்கிரமாதித்தன் காஞ்சியை அடைந்தான்,"[2] என்பது. **கேந்தூர்ப்** பட்டயம், "**தமிழரசர் அனைவரும்** கூடி விக்கிரமாதித்தனை எதிர்த்தனர்," என்று கூறுகிறது.

பல்லவர் பட்டயங்கள்

(1) பரமேசுவரவர்மன் வெளியிட்ட **கூரம்** பட்டயம் கூறுவது: பரமேசுவரவர்மன் **பிறர் உதவி இன்றி**, பல இலக்கம் வீரரைக் கொண்ட விக்கிரமாதித்தனை, கந்தையைச் சுற்றிக் கொண்டு ஓடும்படி செய்தான்,"[4] என்பது.

(2) இரண்டாம் நந்திவர்மன் வெளியிட்ட **உதயேந்திரப்** பட்டயம் உரைப்பது : "பரமேசுவரவர்மன் **பெருவளநல்லூரில்** நடந்த பெரும்போரில் **வல்லபன்** (விக்கிரமாதித்தன்) படையை முறியடித்தான்,"[5] என்பது.

(3) மூன்றாம் நந்திவர்மன் வெளியிட்ட **வேலூர்ப் பாளையப்** பட்டயம் பகர்வது : "பரமேசுவரவர்மன் தன் பகைவர் அகந்தையை அடக்கியவன். அவன் சாளுக்கிய அரசனது பகைமையாகிய இருளை அழிக்கும் பகைவனாக இருந்தான்,"[6] என்பது.

ஆராய்ச்சி

இருதிறத்தார் பட்டயங்களும் வெற்றி ஒன்றையே குறித்தல் காண, முடிவு கூறல் கடினமாக இருக்கின்றது. ஆயினும் இரண்டு சிறப்பு மொழிகளை இங்குக் காணல் வேண்டும்: (1) சாளுக்கியர் காஞ்சியைக் கைப்பற்றியது: (2) பல்லவர் பெருவள நல்லூரில் சாளுக்கியரைத் தோற்கடித்தது. இரண்டும் உண்மையாகவே இருத்தல் வேண்டும் என்பது தெரிகிறது. இவை இரண்டும் ஒரே படையெடுப்பில் - வெவ்வேறு காலத்தில் உண்டானவை எனக்கொள்ளின், உண்மை புலனாகும்.

விக்கிரமாதித்தன் முதலில் பல்லவனைத் தோற்கடித்துக் காஞ்சியைக் கைப்பற்றினான். பிறகு நேரே ('கத்வல்' பட்டயம்

கூறுமாறு) சோழ நாட்டில் உள்ள உரகபுரத்தை (உறையூரை) அடைந்து தங்கினான். பல்லவர் பட்டயம் கூறும் பெருவள நல்லூர் திருச்சிராப்பள்ளிக்கு 12 கல் தொலைவில் உள்ளது; எனவே, அஃது உறையூர்க்கும் அண்மையதே ஆகும். விக்கிர மாதித்தன் தோல்வியுற்ற இடம் **பெருவள நல்லூர்** ஆகும். எப்பொழுதும் தான் தோற்ற செய்தியை எந்த அரசனும் தன் பட்டயத்தில் கூறான் அல்லவா? ஆதலின், காஞ்சியை இழந்த தாகப் பல்லவர் பட்டயங்கள் கூறவில்லை. பெருவள நல்லூரில் தோற்றதாகச் சாளுக்கியர் பட்டயங்கள் கூறவில்லை. இங்ஙனம் காணின், முதலில் வெற்றி கொண்ட சாளுக்கியன் முடிவில் இழிவான தோல்விபெற வேண்டியவன் ஆயினான் என்பது பெறப்படும்.

போர் நடந்த முறை

இப் போரைப் பற்றிச் சிறந்த அறிஞரான **ஈராஸ் பாதிரியார்** பின்வருமாறு கூறுகிறார்: ''பல்லவர் படை வழக்கம்போலக் காஞ்சிக்கு அண்மையிலேயே இருந்திருக்கலாம்; சாளுக்கியர் படை முன்னதைத் தோற்கடித்திருக்கலாம். தோற்ற படை கோட்டைக்குள் ஒளிந்துகொண்டது. உடனே சாளுக்கியர் படை அரிதின் முயன்று அகழியைக் கடந்தது: ஏற்முடியாத மதில் மீது முயன்று வருந்தி ஏறியது; மதிலைத் துளைத்தது; இறுதியிற் காஞ்சியைக் கைப்பற்றியது......... பரமேசுவரவர்மன் தப்பி ஓடி விட்டான். அதனால் எதிர்ப்பவர் இன்றிச் சாளுக்கியன் தன் பெரும்படையுடன் பல்லவநாடு முழுவதும் சுற்றுப்போக்குச் செய்து, இறுதியில் காவிரிக்கரையில் உறையூரில் வந்து தங்கி னான். அவன் அப்பொழுது தான் தான் அடைந்த வெற்றிக்கு அறிகுறியாகக் கத்வல் பட்டயம் (25-4-674 இல்) வெளியிட்டான்.

''இதற்கு இடையில் பரமேசுவரவர்மன் ஆந்திர நாடு சென்று, பெரும்படை திரட்டித் தெற்கே வந்து, தன் வெற்றியில் வெறிகொண்டிருந்த சாளுக்கியனைத் திடீரென எதிர்த்தான்; போர் பெருவள நல்லூரில் கடுமையாக நடந்தது. (இப்போரின் கடுமையைக் கூரம் - பட்டயம் தெளிவாக விளக்குகிறது) போர் பல நாட்கள் நடந்தன. இறுதியில் பல்லவப் பேரரசன் வெற்றி பெற்றான். இருதிறத்தார்க்கும் கடுமையான இழப்பு (நட்டம்) உண்டானது. சாளுக்கிய மன்னன் புறங்காட்டி ஓடி ஒளிந்தான்.''[8]

கயிலாசநாதர் கோவில் கல்வெட்டு ஒன்று, 'பரமேச்சுரன் வாதாபியை அழித்தான்' எனக் கூறலால், இவன் விக்கிர

மாதித்தனைத் துரத்திச் சென்று, நரசிம்மனைப் போலவே சாளுக்கியர் தலைநகரையும் அழித்து மீண்டான்' என்பதை அறியலாம்.[9]

போர் வருணனை

இப் போரைப்பற்றிக் - **கூரம்** - பட்டயம் வருணித்தல் காண்க : ''கணக்கற்ற வீரரும் கரிகளும் பரிகளும் நடந்து சென்றமையாற் கிளம்பிய தூளி கதிரவனை மறைப்பக் கதிரவன் ஒளி சந்திரன் கோட்டைபோல் மங்கியது. முரசொலி இடியோசை போல அச்ச மூட்டியது. உறையில் இருந்து வெளிப்பட்ட வாட்கள் மின்னல் போலக் கண்களைப் பறித்தன. கரிகள் கார்மேகங்கள் போல அசைந்தமை கார்காலத் தோற்றத்தைக் காட்டியது. போரில் உயர்ந்த குதிரைகள் நின்றிருந்த காட்சி கடல் அலைகள் போலத் தோன்றியது. அவற்றின் இடையில் கரிகள் செய்த குழப்பம் கடலில் அச்சுறுத்தும் பெரிய உயிர்கள் வரும்போது உண்டாகும் கழலை ஒத்திருந்தது. கடலிலிருந்து சங்குகள் புறப்பட்டாற் போலச் சேனைக் கடலில் இருந்து வீரர் சங்கொலி எங்கும் பரப்பினர். கத்தி, கேடயம் முதலியன பறந்தன. பகைவர் போரிடடு வீழ்ந்து கிடந்த நிலைமை, காண்டாமிருகத்தால் முறிக்கப்பட்ட செடிகளும் மரங்களும் வீழ்ந்து கிடைக்கும் நிலையை ஒத்திருந்தது. போர் வீரர்கள் நாகம், புன்னாகம் முதலிய மரங்கள் நிறைந்த காடுகளை ஒப்ப அணியணியாக நின்றனர். வீரர் வில்லை வளைத்து அம்பை விடுத்தபோது உண்டான ஓசை, காட்டில் காற்றுத் தடைப்பட்ட காலத்தில் உண்டாகும் பேரோசையை ஒத்திருந்தது. கரிகள் ஒன்றோடொன்று பொருதபொழுது தந்தங்கள் குத்திக் கொண்டு எடுபடாது நின்றன. குதிரை வீரர், வாட்கள் ஒன்றுடன் ஒன்று பின்னிக் கொண்டு எடுக்க முடியாமல் நின்றன. சிலர் மயிர் பிடித்து இழுத்துச் சண்டையிட்டனர். 'கதைகள்' ஒன்றோடு ஒன்று மோதின. செந்நீரும் கரிகளின் மதநீரும் நிலத்தில் தோய்ந்து பரந்த காட்சி, தரையில் மஞ்சள் பூசினாற்போல ஆயிற்று. வீரர்களுடைய, கரி- பரிகளுடைய தலைகளும் கைகளும் கால்களும் தொடைகளும் பிறவும் வெட்டுண்டு சிதறுண்டன. இரு திறத்தாரும் முன்னும் பின்னும் அலைந்து, ஓடிச் சண்டையிட்டனர். ஆறாக ஓடின இரத்தத்தின்மேல் பாலமாக அமைந்த யானை உடலங்கள் மீது வாள் வீரர் நின்று போரிட்டனர். அப்பொழுது வெற்றி அணங்கு 'வெற்றி' என்னும் ஊஞ்சலிலிருந்து ஆடினாள். இறந்த வீரர் கைகளில் வாள் முதலின அப்படியே இருந்தன. அவர்கள் போரிட்ட நிலையிலேயே இறந்து கிடந்தனர். அவர்

கண்கள் சிவந்திருந்தன. பெருவீரர் அணிந்திருந்த அணிகள் யாவும் பொடியாகிக் கிடந்தன. பேய்கள் முதலியன செந்நீர் குடித்து மதிமயங்கின. முரசுக்கேற்ற தாளம் போலத் தலை அற்ற முண்டங்கள் கூத்தாடின. பல நூறாயிர வீரருடன் வந்த விக்கிர மாதித்தன்; தனியனாய்க் கந்தையைப் போர்த்துக் கொண்டு ஓடி ஒளித்தான். இப்போரில் சண்டையிட்ட பரமேசுவரவர்மனது போர்ப் பரியின் பெயர் **அரிவாரணம்**; குதிரையின் பெயர் **அதிசயம்**.''[10]

சாளுக்கியர் - பாண்டியர் போர் (கி.பி. 674 - 675)

'விக்கிரமாதித்தன் உறையூரில் தங்கிய பிறகு பாண்டிய நாட்டைத் தாக்கினான்; பாண்டியன் நெடுமாறன் மகனான கோச்சடையன் அவனை எதிர்த்து மங்கலாபுரத்தில் முறியடித் தான்' என்று வெங்கையா, பி.டி. சீனிவாச ஐயங்கார் முதலியோர் கூறுவர்.[11] இது தவறு என்னை? 'கோச்சடையன் **மங்கலாபுரத் தில் மகாரதரை**[12] வென்றான்' என்று பட்டயங்கள் பகர்கின்றனவே அன்றி வேறில்லை ஆதலின் என்க.

விக்கிரமாதித்தனை நெல்வேலியில் வென்றவன் நெடு மாறனே ஆவன் என்பதை ''வில்வேலிக் **கடல்தானையை** நெல்வேலிச் செருவென்றும்'' என வரும் வேள்விக்குடிச் செப் பேட்டு அடி, குறிப்பாக உணர்த்துகிறது. 'வில்வேலி' என்பவன் சாளுக்கியன் படைத் தலைவனாக இருக்கலாம். ''**வில்லவனை** நெல்வேலியிற் புறங்கண்ட பராங்குசன்'' என்பது சின்னமனூர்ச் செப்பேட்டு அடி 'வில்வேலி, வில்லவன்' என்பன **'வல்லபன்**, வல்லவன்' என்பவற்றின் திரிபாகலாம். வல்லபன் என்பது சாளுக் கியர்க்கு இருந்த பொதுப்பெயர் ஆகும். தென்னாட்டில் அக் காலத்தில் **கடல்போன்ற தானை** உடைய பேரரசர் வேறு இல்லை. பல்லவர் படை எனின், பட்டயங்கள் வெளிப்படை யாகக் குறித்திருக்கும். விந்தமலைக்குத் தென்பால் அந்நாளில் இருந்த பேரரசுகள் - கடல் போன்ற தானை உடையவை இரண்டே யாகும். ஒன்று பல்லவ அரசு; மற்றொன்று சாளுக்கிய அரசு. அத்தகைய பெரும் படையையுடைய பேரரசனை வென்றமை யாற்றான், நெடுமாறனுக்கு இரண்டு நூற்றாண்டுகட்குப் பின் இருந்தவரான சுந்தரர்,

நிறைக்கொண்ட சிந்தையான் நெல்வேலி வென்ற
நின்றசீர் நெடுமாறன் அடியார்க்கும் அடியேன்[13]

என்று தமது **திருந்தொண்டத் தொகையுட்** கூறியுள்ளார். இதனால், நெடுமாறன் பெற்ற வெற்றிகள் அனைத்திலும் நெல்வேலியில் பொருது பெற்ற வெற்றியே பெருஞ்சிறப்புடையது என்ற கருத்துக் கி.பி. 9 ஆம் நூற்றாண்டு மக்களிடைப் பரவி இருந்தது என்பது நன்கு தெரிகிறது. ஆதலின், நெல்வேலிப் போர் எளிதானதன்று. அங்குப் பாண்டியனை எதிர்த்தவன் பெரு வேந்தனாக இருத்தல் வேண்டும்; போர் கடுமையாக நடந்திருத்தல் வேண்டும்; இறுதியில் நெடுமாறன் வெற்றி பெற்றிருத்தல் வேண்டும். இன்றேல் பிற போர்களை விட்டு நெல்வேலிப் போரைச் சுந்தரர் போன்றார் குறித்திரார்.

இக்கருத்துடன், வெங்கையா, பி.டி. சீனிவாச ஐயங்கார் போன்றார் கூறும் சாளுக்கியர் பாண்டியர் போர், அவர்கள் கூறும் கோச்சடையன் காலத்தில் நடந்ததாகக் கொள்ளாமல், நெடுமாறன் காலத்தில் நடந்ததாகக் கொள்ளின், நெல்வேலிப் போர் 'நெடுமாறன் - விக்கிரமாதித்தன்' போராகவே முடிதலைக் காணலாம். சிறிது பொறுமையும் நடுவு நிலைமையும் கொண்டு **கேந்தூர்க் கல்வெட்டுக்**[14] கூற்றையும் நோக்கி ஆராயின், இஃது உண்மை என்பது தோற்றும்.

ஈராஸ் பாதிரியார் கூறுமாறு, எதிர்ப்பவர் இன்றி, உறையூர் வரை (பல்லவ நாட்டின் தென் எல்லை முடிய) வந்த சாளுக்கிய மன்னன் வீணாக அங்குப் பொழுதைப் போக்கிக் கொண்டு இருந்தான் என எண்ணுதலோ - தன்னைத் திடீரெனப் பல்லவன் பெருஞ்சேனையுடன் தாக்க வரும்வரை உறையூரில் இன்பமாகப் பொழுதுபோக்கினன் என எண்ணுதலோ தவறாகும் அன்றோ? ஆராய்ச்சி உணர்வுடையார் இங்ஙனம் எண்ணார். மேலும், பரமேசுவரவர்மன் ஆந்திரநாடு சென்று பெருஞ்சேனை திரட்டிக் கொண்டு திடீரென வந்து தாக்கச் சிறிது காலம் ஆகி இருத்தல் வேண்டும். பேரரசனான பல்லவனை எதிர்த்து முறியடித்த பெருவேந்தன், அவனுக்கு அடுத்தபடி இருந்த பாண்டியனை எதிர்த்தல் இயல்பேயாம். இவற்றை எல்லாம் நன்கு எண்ணின், இப்பொழுது குறித்துக் காட்டக்கடினமாகவுள்ள - பட்டயங்களில் கூறப்பெற்ற **நெல்வேலி**[15] என்னும் இடத்தில், வெற்றியில் ஆழ்ந்து கிடந்த விக்கிரமாதித்தனுக்கும் சிவபத்தியில் ஆழ்ந்து கிடந்த நெடுமாறனுக்கும் போர் நடந்தது; முடிவில் நெடுமாறன் வெற்றி பெற்றான்' என்பவற்றை ஒருவாறு ஊகிக்கலாம்.

பெரியபுராணம் பாடிய **சேக்கிழார்** பிற்காலச் சோழருள் ஒருவரான இரண்டாம் குலோத்துங்கன் அரசியல் உயர் அலுவ லாளராவர். **அவர் பல்லவர் பட்டயங்களை நன்றாகப் படித்து நூல் செய்தவர்** என்பது - பூசலார் (இராசசிம்மன் காலத்து நாயனார்) புராணத்தாலும் கழற்சிங்க நாயனார் புராணத்தாலும் சிறுத்தொண்டர் புராணத்தாலும்[16] பிறவாற்றாலும்[17] சிறப்புற உணர லாம். ஆதலின் சேக்கிழார் கி.பி.12 ஆம் நூற்றாண்டினர் ஆயி னும், அவர் வரைந்துள்ள நூலில் காணப்படும் வரலாற்றுக் குறிப்பு கள் அந்தந்த **அரசர் முதலியோர் காலத்தனவாகவே இருத்தல் காணத்தக்கது.** சேக்கிழார் பிறரைப் போல வாயில் வந்ததைப் பாடிச் செல்பவர் அல்லர். இதனை நன்கு உணரின், 'நெடுமாறன் நெல்வேலியில் யாருடன் சண்டையிட்டான்? - எப்படிச் சண்டை யிட்டான்? - எப்பொழுது சண்டையிட்டான்?' என்பன நன்கு விளங்கும்; 'புரியவில்லை - புரிந்துகொள்ள முடியவில்லை' என்று வரலாற்று ஆசிரியரால் கைவிடப்பட்ட நெல்வேலிப் போரின் விவரங்கள் அத்துணையும் தம் காலத்துக் கிடைக்கத் தக்க சான்றுகளைக் கொண்டு சேக்கிழார் பெருமான் விளக்கி இருத்தல் தெளிவுற விளங்கும்.

நெல்வேலிப் போர்

''நெடுமாறன் சம்பந்தரால் சைவனாக்கப்பட்ட பிறகு, **சேயபுலத் தெவ்வர்** (நெடுந் தூரத்திலிருந்து வந்த பகைவர்) **தம் கடல்போன்ற** கரிகளுடனும் பரிகளுடனும் வீரருடனும் **அமர் வேண்டிப் (தாமாகவே)** பாண்டியனை எதிர்த்தனர். பாண்டியன் அவர்களை நெல்வேலியில் எதிர்த்தான்'', என்று தொடங்கிய சேக்கிழார், 5 பாக்களில் இருதிறத்தாரும் போரிட் டதை அழகாக விளக்கியுள்ளார். அப்போர் இருபெரு வேந்தர் போராகவே காண்கின்றது. மேலும் அந்த வருணனையைப் பரமேசுவரவர்மன் வெளியிட்ட கூரம் பட்டயத்தில் காணப்படும் பெருவளநல்லூரில் நடந்த போர் வருணனையோடு ஒப்பிட்டுப் பார்த்தால் பெருஞ்சுவை பயக்கும் என்பதில் ஐயமில்லை. இங்ஙனம் போர் வருணனை செய்த பெரும் புலவர் இறுதியில், ''பாண்டியன் படைக்கு ஆற்றாமல், **வடபுலத்து முதல் மன்னர்** (First rate king of the north) படைசரிந்தது; நெடுமாறன் வாகை புனைந்தான்,'' என்று கூறி முடித்துள்ளார்.[18]

இப்போரில் நெடுமாறனுக்குத் துணையாக அவன் மகனான கோச்சடையன் சென்றிருக்கலாம்; அல்லது அவனே தலைமை

பூண்டு போரை நடத்தியிருக்கலாம்; **ரண ரசிகன்** எனப்பட்ட விக்கிரமாதித்தனை வென்றமையால் தன்னை **ரண தீரன்** என அழைத்துக் கொண்டிருக்கலாம். இங்ஙனமே விக்கிரமாதித் தனை வென்ற பரமேசுவரவர்மன் தன்னை **ரணசயன்** என்றும், (அவனுக்கு உதவியாகச் சென்ற) அவன் மகனான இராசசிம்மன் தன்னை **ரணசயன்** என்றும் கூறிக்கொண்டனர் என்பது இங்கு அறியற்பாலது. இங்ஙனம் ஒரே காலத்தில் போரில் சம்பந்தப் பட்ட (பிற்காலச்) **சத்யாசிரயனும்** அவன் சிற்றரசனான **குந்தம ரசனும்** தம்மைத் **திரவுளமாரி** (தமிழர்க்குக் கொள்ளை நோய் போன்றவர்) எனக் கூறிக் கொண்டனர் என்பது மேலைச் சாளுக் கியர் கல்வெட்டுகளால் அறியலாகும்.

இங்ஙனம் நெடுமாறனோடு போரிட்டுத் தோற்ற சாளுக் கியனைப் பின்னர்ப் பரமேசுவரவர்மன் பெருவள நல்லூரில் வன்மையுற எதிர்த்துத் தோல்வியுறச் செய்தானாதல் வேண்டும். '**தமிழரசர் அனைவரும்** கூடி விக்கிரமாதித்தனை எதிர்த்தனர்' என்னும் கேந்தூர்ப் பட்டய மொழியும் இங்குக் கருதற்பாலது. இதுகாறும் கூறிய நெல்வேலிப் போரைப் பற்றிய செய்திகளை நடுவுநிலை வழாத வரலாற்று ஆசிரியன்மார் நன்கு ஆராய வேண்டுகிறோம்.

பல்லவர் - கங்கப் போர்

பரமேசுவரன் காலத்தில் கங்க அரசனாக இருந்தவன் **பூவிக்கிரமன்** (கி.பி. 650 - 670); அவன்பின் **முதலாம் சிவமாறன்** (கி.பி.679-726) அரசன் ஆனான். இவருள் பூவிக்கிரமன் 'விழிந் தம்' முதலிய பல இடங்களில் பல போர்கள் பல்லவனோடு செய்த தாகக் கூறப்படுகிறது;[19] ஆயின், பல்லவர் பட்டயங்களில் இவை குறிக்கப்பெற்றில.

கூரம் - கோவில் (முதற் கற்கோவில்)

பரமேசுவரவர்மன் சிறந்த சிவ பத்தன். இவன் தன் பெருநாட் டின் பல பாகங்களில் சிவன் கோவில்களைக் கட்டினான்; பல வற்றைப் புதுப்பித்தான். இவன் கூரம் என்ற சிற்றூரில் சிவன் கோவில் ஒன்றைக் கல்லாற கட்டினான்; அதற்கு இவ்வரசன் 'பரமேசுவர மங்கலம்' எனத் தன் பெயர் பெற்ற சிற்றூரை மானியாக விட்டான். அங்குக் கட்டப்பட்ட கோவில் **வித்யாவிநீத** பல்லவ - பரமேசுவர க்ருகம்' எனப் பெயர் பெற்றது. இக்கோவிலே தமிழகத்து **முதல் கற்கோவில்** ஆகும்.[20]

இப்பொழுது பெரிய சிவன் கோவில்களில் நடக்கும் எல்லா வழிபாடுகளும் இவன் காலத்திலும் நடந்து வந்தன என்பதைக் கூரம் பட்டயத்தால் அறியலாம். கோவிலில் **பாரதம்** சொல்லச் செய்த அரசன் இவன். கூரம் பட்டய முதல் இரண்டு சுலோகங்கள் பரமேசுரனை (கடவுளை) வாழ்த்தியுள்ளன.

மகாபலிபுரம்

இவன் மகாமல்லபுரத்தில் **கணேசர் கோவில்** ஒன்றை ஒரு கல்லால் அமைத்தான்; **இராமாநுசர் மண்டபம்** என்பதையும் அமைத்தான்; தர்மராசர் தேரின் மூன்றாம் அடுக்கை முடித்தான்; அந்த அடுக்கில் **ரணசயன்** (ரணரசிகனான விக்கிரமாதித்தனை வென்றவன்), **'அத்யந்த காமப்** பல்லவேசுவர க்ருகம்' என்பவற்றை வெட்டுவித்தான். இவற்றால், இவன் 'ரணசயன், அத்யந்த காமன்' என்னும் பெயர்களைத் தரித்தவன் என்பது புலனாகிறது. இவன் கணேசர் கோவிலில் வெட்டுவித்த 11 வடமொழிச் சுலோகங்கள் படித்து இன்புறத்தக்கவை. அவை அரசனுக்கும் சிவனுக்கும் பொருள் பொருந்தும்படி சிலேடையாக அமைந்தவை. அவற்றுட் சில கீழே காண்க:

சிறந்த சிவபந்தன்

(1) காமனை அழித்த சிவன் படைத்தல் காத்தல், அழித்தல் ஆகிய முத்தொழிலுக்கும் காரணன்; இவன், அகாரணனான **அத்யந்தகாம**னுக்கு வேண்டியதெல்லாம் கொடுப்பானாக.

(2) கால் பெருவிரலால் கயிலாயத்தையும் தசானனையும் பாதாளம்வரை அழுத்திய அஜனை **(சிவனை) ஸ்ரீநிதி (தலைமேல்) வைத்துள்ளான்.** (பரமேசுவரன் சிவனைத் தலையின் தாங்கியுள்ளான்.[21]

(3) பத்தி நிறைந்துள்ள மனத்தில் பவனை (சிவனை) யும், கைம்மீது அழகிய நகைபோல நீலத்தையும் தாங்கியுள் ...பரன் நீண்டகாலம் வெற்றியுறுவானாக.

(4) பகைவர் நாட்டை வென்று **ரணஜயன்** என்று பெயர் பெற்ற அத்யந்தகாமராசன் இந்தச் **சம்பு** (சிவன்) கிருகத்தைக்[22] கட்டுவித்தான்.

(5) - (6) அத்யந்தகாமன் தன் பகைவர் செருக்கை அழித்தவன். ஸ்ரீநிதி, **காமராகன்,** ஹராராதனத்தில் ஆஸக்தி உடையவன்; **சிவனுடைய** அபிடேக நீரும் மணிகளால் ஆன

தாமரைகளும் நிறைந்த மடுப்போலப் பரந்த தனது **தலைமீது சங்கரன் எப்போதும் குடிகொண்டிருக்கப் பெற்றுள்ளான்.**[23]

(7) அரசன் சங்கரனை அடைய விரும்பி, இந்தப் பெரிய சிவ மந்திரத்தை (கோவிலை)த் தன் குடிகளின் அவா முற்றுப் பெறக் கட்டுவித்தான்.[24]

(8) தீயவழியில் நடவாமல் காக்கும் சிவன் எவனது உள்ளத்தில் இரானோ, அவனுக்கு ஆறுமுறை திக் (சாபம்) அத்யந்த காம பல்லவேஸ்வரக்ருஹம்.[25]

இவற்றால், பரமேசுவரவர்மனுடைய வீரமும், சிவபக்தியும் நன்கு புலனாகும்; இவனுக்குச் **சித்ரமாயன், குணபாசனன், அத்யந்தகாமன், ஸ்வஸ்தன், ஸ்ரீநிதி, ஸ்ரீபரன், ரணசயன், தருணாங்குரன், காமராகன்** முதலிய விருதுப் பெயர்கள் இருந்தன என்பதும் விளங்குகிறது. தருமராசர் மண்டபம், கணேசர் கோவில், இராமாநுசர் மண்டபம் என்பன **யாவும் சிவன் கோவில்களே** என்பது இவ்விடங்களில் உள்ள கல்வெட்டுக்களால் நன்கு அறியலாம்.

இவனுடைய கல்வெட்டுக்களால், இப் பெருவேந்தன் வடமொழியிற் சிறந்த புலமை உடையவனாக இருந்தான் என்பது பெறப்படும். சிலேடைப் பொருளில் செய்யுள் செய்விக்கும் அறிவு புலமையறிவன்றோ? கண்மணிகளைக் கொண்டு சிவ லிங்க வடிவாக அமைக்கப்பட்ட முடியைத் தலையில் தரித்திருந்த இப்பேரரசனது சிவபத்தியை என்னென்பது!

இவன் காலத்து அரசர்

கங்க அரசர் **பூவிக்கிரமன், முதலாம் சிவமாறன்** என்பவரும் சாளுக்கிய மன்னன் **முதலாம் விக்கிரமாதித்தன்** (கி.பி. 655 - 680) என்பவனும், பாண்டிய மன்னன் **நெடுமாறன்** (கி.பி. 640-680) என்பவனும் இவன் காலத்து அரசராவர்.

குறிப்புகள்

1. அடுத்த பகுதியில் கூறப்படும் சீனச் செய்தியைக் கொண்டு பரமேசுவரன் ஆட்சி ஏறத்தாழக் கி.பி. 685 - உடன் முடிந்ததாகக் கொள்ளப் பட்டது.
2. Hera's 'Studies in Pallava History' pp. 40-41.
3. Ep. Ind. Vol. IX. p. 205.
4. S.I.I. Vol. I, p. 154.

5. Ibid. II, p. 370.
6. Ibid. II. p. 511
7. Dubreuil's The Pallavas, p. 43.
8. Vide his 'Studies in Pallava History', pp. 44-47.
9. C.S. Srinivasachari's 'History and Institutions of the Pallavas', p. 15.
10. S.I.I. Vol. I, pp. 143-154
11. P.T.S. Iyengar's 'Pallavas', part II, pp. 57-58.
12. K.A.N. Sastry's 'Pandyan Kingdom', p. 55-56.
13. இவன் சிறந்த சிவனடியான் என்பதை

    .... (1) ''நறையாற்றகத்து வென்றான் முடிமேல் நின்றான் மணிகண்டம் போல்'' (செ.256) இ (2) ''விழிஞத்து வென்ற வல்லியல் தோள்மன்னன் சென்னிநிலாவினன் வார் சடையன்'' (செ. 279) எனப் **பாண்டிக் கோவைப்** பாக்களாலும் அறியலாம்.
14. Ep. Ind. Vol. IX, p. 205.
15. **நெல்வேலி** என்பது புதுக்கேட்டைச் சீமையில் உள்ள **நெல்மெலி** என்னும் ஊராகும். - ஆழ்வார்கள் காலநிலை. பக். 101 இவ்வூர் பாண்டிய நாட்டிற்கு வடக்கே பல்லவ நாட்டுத் தென் எல்லையில் இருந்திருத்தல் வேண்டும். அரசியல் சிறப்புப் பெற்ற இந்த இடத்தில் பாண்டியர் பலர் போரிட்டனர் என்பதைப் பாண்டியர் பட்டயங்கள் உணர்த்துகின்றன

    'சோழ மண்டலத்தில் தென்கரைப் பனையூர் நாட்டைச் சேர்ந்த **நெல்வேலி நாட்டு நெல்வேலி**' எனவரும் பட்டயத் தொடர் காண்க. 276 of 1916.
16. சேக்கிழார் கல்வெட்டுகளையும் செப்புப் பட்டயங் களையும் நன்றாகப் படித்தறிந்தே வரலாற்றுச் சிறப்புடைய நாயன்மார் வரலாறுகளைக் குறித்துள்ளார் என்பதை மெய்ப்பிக்க விரிவானநூல் ஒன்று **பெரிய புராண ஆராய்ச்சி** என்னும் பெயருடன் விரைவில் எம்மால் வெளி யிடப்பெறும்.
17. Dr. S.K. Aiyangar's 'Manimekalai in its Historical Setting', p. 46.
18. நெடுமாறன் புராணம், செ. 3 - 7.
19. M.V.K. Rao's 'Gangas of Talakad', p. 48.
20. C. Srinivasachari's History & Institution of The Pallavas, p. 15.
21. கண்மணியாலான சிவலிங்கத்தைத் தலைமுடியாக அணிந்திருந்தான் என்பதுபொருள்
22. இப்பொழுதுள்ள கணேசர் கோவில் என்பது சிவபெருமானுக்காகக் கட்டப்பட்டது. P.T.S. Aiyangars, 'Pallavas', Part II; p. 68.
23. இதன்பொருள் சென்ற பக்கத்து அடிக்குறிப்பிற் காண்க.
24. இதனால் குடிகட்கிருந்த சைவப்பற்றை நன்குணரலாம் அன்றோ? மந்திரம் - கோவில்.
25. P.T.S. Aiyangars, 'Pallavas', Part II; p. 66-68.

* * *

12. இராசசிம்மன்

[கி.பி. 666 – 705]

போர்கள் : முன்னுரை

இராசசிம்மன் காலத்தில் (கி.பி. 685 - 705) எந்தப் போரும் நடந்ததில்லை என்றே வரலாற்று ஆசிரியர் அனைவரும் கொண்டனர். ஆயின், இவனுடைய கல்வெட்டுக்களை ஊன்றிப் படிப்பின், அங்ஙனமே இவன் காலத்துச் சாளுக்கிய அரசனான விநயாதித்தன் (கி.பி. 680 - 696) தொடர்பான பட்டயங்களை ஊன்றி ஆராயின் - இக்காலத்திற் **பல்லவர் - சாளுக்கியர் போர் நடந்தது** என்பதை உறுதியாக நம்பலாம்.

சாளுக்கியர் பட்டயங்கள்

(1) **சோரப் பட்டயம் :** 'சாளுக்கியர் மரபின் அழிவிற்கும் தாழ்விற்கும் பல்லவரே பொறுப்பாளிகள்.'[1]

(2) **வக்கலேரிப் பட்டயம் :** 'விநயாதித்தன் திரையராச பல்லவனது முழுப்படையையும் கைப்பற்றினான்; கவேர அரசர் (சோழர்?) பாரசிக (பாண்டியர்?) சிம்மளர் முதலியோரிடம் கப்பம் வாங்கினான் (?)[2]

இவற்றை நன்கு ஆராய்ந்தால் விநயாதித்தன், **தன்தந்தை கட்டளை** (விருப்ப)ப்படி, தெற்கே இருந்த பல்லவ, சோழ, பாண்டிய, சேர நாடுகளை அடக்கிக் களப்பிரர், ஹெய்ஹயர், மாளவர் என்பவர் வன்மையைக் குறைத்து, எங்கும் அமைதியுண்டாக்கப் படையெடுத்தான் என்பது புலனாகிறது.[3]

பல்லவர் கல்வெட்டுகள்

இராசசிம்மன் கல்வெட்டுகளில் இவன், 'சிறந்த மற்போர் வீரன், யானை நூல் அறிவில் வத்ராசனையும் பகதத்தனையும் ஒத்தவன்; போரில் விசயனுக்கும் இராமனுக்கும் ஒப்பானவன்; உடல் வலியாலும் புகழாலும் **நரசிம்ம அவதாரத்தை ஒத்தவன்;** நாடு பிடிப்பதில் பேரவாவுடையவன்; போரில் மிகக் **கொடியவன்; தன் பகைவரை அழிப்பவன்; இவனது செல்வாக்கு**

உயர்கின்றது; அஞ்சத்தக்க பேராண்மை உடையவன்; அடக்கத்தினாலே வெல்லத்தக்கவன்; போரிற் **சிங்கம் போன்றவன்; வில்லையே துணையாகக் கொண்டவன்; பகைவர்க்கு இடியேறு போன்றவன்; கொடிய பேரரசுகளை ஒழிப்பவன்; போர் வீரரை அழிப்பவன்; போரில் மனவுறுதி உடையவன்; போரில் செல்வத்தை வெல்லுபவன்** (பகைவருடைய பொருளைப் போரில் கைப்பற்றுபவன்); **வீரத்தில் மகேந்திரனை ஒத்தவன்; திடீரென இடிக்கும் இடிபோன்றவன்; பல இடங்களை வென்றவன்; போரில் களைப்படையாதவன்; செருக்கரை அடக்குபவன்**[4] - என்றெல்லாம் குறிக்கப்பட்டுள்ளன. இவனது வீரம், போர்த்திறம் பற்றி மேலும் பல கூறப்பட்டுள்ளன.

போரே செய்யாத ஒருவனைப் பற்றி இத்துணைத் தொடர்கள் வர இடமில்லை அன்றோ? இத்தொடர்களை நோக்க, இவன் ஒன்றுக்கு மேற்பட்ட போர்களில் ஈடுபட்டுத் தன் வீரத்தையும் பொறுமையையும் காட்டி வெற்றி பெற்றிருத்தல் வேண்டும் என்பதுதானே போதரும். ஆகவே, இராசசிம்ம பல்லவன், யாருடன் போரிட்டான் என்பதைக் கவனிப்போம்.

போரிட்டவன் விநயாதித்தனே

முதலாம் விக்கிரமாதித்தன் கி.பி. 674 - 5இல் பரமேச்சுரவர்மனால் பெருவள நல்லூரில் முற்றிலும் முறியடிக்கப்பட்டான். அவன் தன் காலத்தில் மறுமுறை பல்லவனைத் தாக்கவில்லை. அவன் தான் நடத்திய போரில் தன் மகனை உடன் கொண்டதாகவும் தெரியவில்லை. ஆதலில் அவன் தன் இறுதிக்காலத்தில், தனக்குப் பின் பட்டம் பெற இருந்த தன் செல்வ மைந்தனை, தான் பெற்ற பெருந்தோல்விக்குப் பல்லவரைப் பழிவாங்குமாறு கட்டளையிட்டிருக்கலாம். சிறந்த வீரர் பிறந்த மரபில் வந்த விநயாதித்தன், தந்தை கட்டளையை நிறைவேற்றச் சமயம் பார்த்திருந்தான்; தன் தந்தையைப் படுதோல்வி உறச்செய்த பரமேச்சுரன் இறக்குந்தனையும் பொறுத்திருந்தான். என்னை? பரமேச்சுரன் காலத்தில் சாளுக்கியரது இரண்டாம் போர் இன்மையின் என்க. பரமேச்சுரன் இறந்து, இராசசிம்மன் கி.பி. 680இல் அரசன் ஆனதும். தன் தந்தை கட்டளைப்படி விநயாதித்தன் பல்லவ நாட்டின் மீது படையெடுத்தான் என்று கோடலே பொருத்தமாகும்.

இது தனிப்பட்ட போர்

‘விக்கிரமாதித்தன் முதலில் தன் மகனைப் படையுடன் அனுப்பினான்; அவனுக்குப் பின் தானும் ஒரு படையுடன்

வந்தான்; காஞ்சியை முற்றுகையிட்டு வென்றான் என்று இருவர் செயல்களும் கி.பி. 674 இல் நடந்ததாகக் கோடலே நன்று. ஏனெனில், இராசசிம்மன் காலத்தில் சாளுக்கியர் பல்லவர் போர் நடந்ததாகத் தெரியவில்லை. ஆதலால் என்க' என்று குறித்தனர் ஓர் ஆசிரியர்.[5] இருவர் செயல்களும் ஒரே காலத்தில் நடந்திருக்கு மாயின், அவை சாளுக்கியர் பட்டயங்களில் விளக்கமாக இடம் பெற்றிருக்கும் என்பதில் ஐயம் இல்லை. அங்ஙனம் பெறாமை நன்கு ஆராயத்தக்கது. மேலும், தோற்ற அரசன் தன் மைந்தற்குக் கட்டளையிட்டுத் தம் மரபின் சீரழிவிற்கு ஈடு செய்யத் தூண்டி னான் எனக் கோடலே பொருத்தமானது. மேலும் தன் தந்தையும் பெருவீரனுமான இரண்டாம் புலிகேசியைப் பல இடங்களில் தோற்கடித்த **பல்லவர் படை**யை எதிர்க்க, போர் அனுபவமே இல்லாத தன் மகனை விக்கிரமாதித்தன் முதன் முதல் அனுப்பி னான் என்பதே பொருந்துவதாக இல்லை. அவனே பெரும்படை திரட்டிக் கொண்டு தக்கவாறு வந்தான் என்றெண்ணுதலே நேர்மையானது. இங்ஙனம் தந்தை வந்த பிறகு, 'தந்தையின் கட்டளைப்படி பல்லவர் முதலியோரை அடக்கி அமைதியை நிலை நாட்ட விநயாதித்தன் வந்தான் என்னல், 'அவனை முதலில் அனுப்பினான்' என்று கூறியதைவிடப் பொருத்தமற்றதாகும். தன் தந்தையான புலிகேசி பல்லவரால் அவமானம் அடைந்து இறந்தான்; நாடு பாழாயிற்று; தானும் முயன்று இறுதியில் அவமதிப்பே பெற்றான். இந்த மனப்புண்ணினால் மடிந்த விக்கிர மாதித்தன் வீர உணர்ச்சி ததும்பப் 'பல்லவரைப் பழிக்குப் பழி வாங்குவது உனது கடமை' எனக் கட்டளையிட்டு இறந்தான் எனக் கொள்வதே பல்லாற்றானும் சிறப்புடையதாகும். இதனாற்றான், விநயாதித்தன், 'தன் தந்தை கட்டளைப்படி' பல்லவன் மீது படை யெடுத்தான்.

பல்லவர் - சாளுக்கியர் போர்

விநயாதித்தன் கங்கபாடியைத் தாக்கினான். அப்பொழுது கங்கபாடியை ஆண்டவன் **முதலாம் சிவமாறன்** (கி.பி. 679 - 726) என்பவன். 'விநயாதித்தன் கங்கபாடியைத் தனதாக்கிக் கொண்டு, சிவமாறனைத் தனக்கு அடங்கி இருக்குமாறு செய்தான்; அங்கு இருந்து நேரே பல்லவ நாட்டைத் தாக்கினனோ, அல்லது முதலில் வடக்கிருந்து தாக்கினனோ தெரியவில்லை. போர் எங்கு எப்பொழுது நடந்தது என்பதும் தெரியவில்லை. விநயாதித்தன் 'தந்தை கட்டளைப்படி' படையெடுத்திருத்தல் வேண்டும்; இராச

சிம்மன் அவன் கல்வெட்டுகள் கூறுமாறு போரில் அஞ்சாது பொறுமையுடன் நின்று போரிட்டு, இறுதியில் வெற்றி பெற்றிருத்தல் வேண்டும். வேறு சான்றுகள் இன்மையால், இந்த அளவே இப்பொழுது கூறுதல் கூடும். ஆயினும், ஒன்று மட்டும் வற்புறுத்திக் கூறலாம். அஃதாவது இப்போர் மிகவும் கடுமையாக நடந்திருத்தல் வேண்டும் என்பது என்னை? இராசசிம்மன் கல்வெட்டுகள் அவனைப் 'போரில் மனவுறுதி உடையவன்; போரில் களைப்படையாதவன்' எனப் பலபடக் கூறலானும் (போருக்குப் பின்) கடுமையான பஞ்சம் இவன் காஞ்சி நகரத்தையே துறக்கும்படியான கொடிய வறகடம் - மூன்று ஆண்டுகள் இருந்தமையாலும் என்க. வறகடம் இவனது ஆட்சித் துவக்கத்திலேயே வந்துவிட்டதால், இப்போரும் இவன் பட்டம் பெற்ற ஆண்டிலேயே நடந்திருத்தல் வேண்டும் என்பது தெரிகிறது.

போரில் பயன்

இப் போரினால் சாளுக்கியனுக்கும் நன்மை இல்லை. என்னை? விநயாதித்தன் எந்த நன்மையையும் பெற்றதாகச் சாளுக்கியர் பட்டயங்கள் குறிக்காமையின் என்க. பல்லவனும் பெற்ற நன்மை ஒன்றுமில்லை. இவனுக்கு முன் இருந்த அரசர்கள் ஆற்றிய ஓயாப் போர்களால் துன்புற்ற பல்லவ நாடு, இவனது ஆட்சியின் தொடக்கத்திலும் துன்புற நேர்ந்தது. பல துளி பெரு வெள்ளமாதல் போல எல்லாப்போர்களின் விளைவும் திரண்டு கொடிய வறகடமாக மாறியது.

பல்லவர் - கங்கா போர்

மேற்சொன்ன போருக்கு முன்னோ பின்னோ இராசசிம்மன் கங்கநாட்டின் மீது படையெடுத்தான். இப்படையெடுப்பு **பூவிக்ரம கங்கன்** (கி.பி. 650 - 670) பல்லவர்கள் இழைத்த இன்னலுக்கேற்ற பரிசாகும் என்று கூறப்படுகிறது. முதலாம் சிவமாறன் பல்லவனை வென்றதாகக் கங்கர் பட்டயம் கூறுகின்றது.[7] உண்மை உணரக்கூடவில்லை.

இங்ஙனம் வடக்கிலும் மேற்கிலும், 'பகைவர்' இருந்து இடர் விளைத்து வந்தமையாற்போலும், இராசசிம்மன் கல்வெட்டுகள் எல்லாம் இராசசிம்மன் போர்ச் சிறப்பையும் வீரத்தையும் நாட்டைப் பகைவரிடமிருந்து காத்தமையும் தன் பெருமை குன்றாது பேரரசனாகவே இருந்துவந்ததையும் பலபடப் பாராட்டிக் கூறலாயின.[8]

கொடிய பஞ்சம்

இப்பேரரசன் காலத்திற்கு முன் பல்லவர்க்கும் சாளுக்கியர்க்கும் ஓயாத போர்கள் நடைபெற்றன அல்லவா? மகேந்திரன் - புலிகேசிப் போர், நரசிம்மவர்மன் - புலிகேசிப் **போர்,** பரமேசுவர வர்மன் - விக்ரமாதித்தன் **போர்** ஆகியவற்றால் பல்லவ நாடு என்ன பாடுபட்டிருக்கும்! போதாக்குறைக்கு இவன் காலத்தில் பல்லவர் - சாளுக்கியர் போர், பல்லவர் - கங்கர் போர் நடந்தன. இவற்றால் பல்லவர் மூலபண்டாரம் வற்றியது; பொருள்நிலை முட்டுப்பாடு எய்தியது; அதன் பயனாக நாட்டில் பெரிய வற்கடம் தோன்றியது; அது தோன்றிய காலம் இராசசிம்மன் காலமாகும். 'அரசனே காஞ்சியைத் துறக்க வேண்டியவன் ஆயினான். அவன் அவைப்புலவரான **தண்டி** என்பாரும் கற்றோர் பிறரும் நாடெங்கும் அலைந்து திரிந்தனர். குடிகள் பெருந்துன்பம் உழன்றனர். சாலைகள் சீர்கெட்டுக் கிடந்தன; குடும்பங்கள் நிலைகெட்டன; அரசியல் நிலை தடுமாறிற்று, என்று தண்டி தாம் எழுதியுள்ள 'அவந்தி சுந்தரி கதா' என்னும் நூலிற் கூறியுள்ளார்.

இக்கொடிய பஞ்சம் கி.பி. 686 முதல் 689 வரை (3 வருட காலம்) இருந்ததாகச் சீன நூல் ஒன்று கூறுகிறது. இந்தக் காலம் இராசசிம்மன் காலமே ஆகும் அன்றோ? அப்பொழுது **வச்சிர போதி** என்னும் பௌத்தப் பெரியார் ஒருவர் காஞ்சிக்கு வந்தனர். அவரை இரண்டாம் நரசிம்மவர்மன் (இராசசிம்மன்) வற்கடம் தீர இறைவனை வேண்டுமாறு வேண்டியதாக முற்சொன்ன சீனநூல் கூறுகிறது. அப்பெரியார் வேண்ட மழை வந்ததென்று அந் நூல் கூறுகிறது.[9] இராசசிம்மன் வற்கடம் தீர்ந்த பிறகு காஞ்சியில் இருந்த **கடிகையைச்** செவ்வைப்படுத்தினான்' என்று வேலூர்ப் பாளையப் பட்டயம் கூறலைக்கொண்டும் பஞ்சக் கொடுமையை நன்குணரலாம்.

சிவபத்தன்

இராசசிம்மன் பஞ்சத்திற்குப் பிறகு, தென் இந்தியாவில் புகழ்பெற்று விளங்கும் **கயிலாசநாதர் கோவிலைக்** காஞ்சியிற் கட்டினான்; பிறகு காஞ்சியில் ஐராவதேச்சுரர் கோவிலையும் கட்டினான்; மகாமல்லபுரத்தில் கடற்கரை ஓரமாக உள்ள கோவிலை அமைத்தான்; பனமலைக் கோவிலையும் அமைத்தான்; ஒவ்வொரு கோவிலிலும் தன் விருதுப் பெயர்களை வெட்டுவித்தான். கைலாசநாதர் கோவிலில் மட்டும் ஏறத்தாழ 250

விருதுப் பெயர்கள் காணப்படுகின்றன. அவற்றில் '**ரிஷபலாஞ்சனன், ஸ்ரீசங்கர பக்தன், ஸ்ரீ ஆகமப் பிரியன்**[10] **சிவசூடாமணி**[11], என்பன போன்றவை இவனது சைவ சமயப்பற்றைக் குன்றின் மீதிட்ட விளக்குப் போல ஒளிரச் செய்கின்றன. இராசசிம்மன் **சைவ சித்தாந்தத்தில் பேரறிவுடையவன்** என்றும் கயிலாசநாதர் கோவில் கல்வெட்டு ஒன்று கூறுகிறது.[12] இவன் விருதுகளில் **ஸ்ரீ வாத்ய வித்யாதரன்** என்பது ஒன்று. இதனால், இவன், 'இசைக் கருவிகள் இசைப்பதில் விஞ்சையனை (வித்யாதரனை) ஒத்தவன்' (பெரிய இசைப் புலவன்) என்பதும் நன்கு புலனாகிறது.

''இவன், பரமேசுவரன் உறுப்புகள் யாவும் ஒன்றுகூடி மனிதனாகப் பிறந்தாற் போன்றவன்; உடல் வலியிலும் பெரும் புகழிலும் நரசிம்ம அவதாரத்தை ஒத்தவன். இந்த க்ஷத்திரிய சூடாமணி தேவர்க்கும் பிராமணர்க்கும் செல்வம் தந்தவன்; தன் கீழ் உள்ள நிலமகளை நான்மறையாளர் நுகருமாறு செய்தவன்,'' என்றொரு கல்வெட்டுக் கூறுகின்றது. மற்றொன்று, ''பரம மகேசுவரனும் மகேந்திரனை ஒத்தவனுமான இராசசிம்மன் பிராமணர் கல்லூரியைத் திரும்பவும் அமைத்தான்; கயிலாயத்தை ஒத்த கயிலாசநாதர் கோவில் என்னும் சந்திரசேகரர் கோவிலைக் கட்டினான்,'' என்று கூறுகின்றது. பிறிதொரு கல்வெட்டில் பின்வரும் செய்தி வெட்டப்பட்டுள்ளது.[13] சிவபெருமானுக்குக் குகன் பிறந்தாற்போலப் பல்லவப் பேரரசனான உக்கிரதண்டனுக்குச் சுப்பிரமணியன் போன்ற 'அத்யந்தகாமன்' என்னும் பல்லவ அரசன் பிறந்தான். இவன் **சைவநெறி**யில் நடந்து மலத்தை எல்லாம் ஒழித்தவன்; இந்தக் காலத்தில் தேவரைக் கண்டவன்; துஷ்யந்தன் முதலானோர் **வான் ஒலி** கேட்டதில் வியப்பில்லை. நற்குணம் பறந்தோடிப் போன இக்காலத்தில் அவ்**வான் ஒலியை ஸ்ரீபரன்** (இராசசிம்மன்) **கேட்டது வியப்பே.** இவன், 'கலி' என்னும் மகரம் குடிகளை விழுங்கியபோது அவர்களைக் காத்தவன். இவன் பரந்து கிடக்கும் இச் சிவன் மந்திரத்தை (கோவிலை)க் கட்டினான். இஃது இவன் புகழைப் போலவும் நகையைப் போலவும் இருக்கின்றது. பாம்பரசனை அணியாகக் கொண்டவனும் தேவ அசுர கணங்கள் போற்றுபவனும் ஆகிய சங்கரன், இந்த இராசசிம்ம - பல்லவேச்சுரத்தில் நெடுங்காலம் குடிகொண்டு இருக்கட்டும். இடபத்தை அடையாளமாக உள்ளவன் இந்தக் கோவிலில் காட்சி கொடுப்பானாக. **ரணசயனும், ஸ்ரீபரனும், சித்ரகார்முகனும், சிவசூடாமணி**யுமாகிய பேரரசன் நெடுங்காலம்

உலகத்தைக் காப்பானாக. இவன் **சைவ சித்தாந்தப்படி நடப் பவன்**; மகாதேவனுக்கு அடியவன்.''[14]

ரணசயன்

இவனுக்கு இப்பெயர் எப்படி வந்தது? இவன் சிற்றரசனாக இருந்தபொழுது நடந்த விக்கிரமாதித்தன் படையெடுப்புப் போரில், தந்தைக்கு உதவியாக இருந்து சில இடங்களில் நடந்த போரில் வெற்றி பெற்றிருத்தல் வேண்டும். அந்த உரிமை கொண்டே, **ரணரசிகனான** விக்கிரமாதித்தனை வெற்றி கொண் டதால், தன்னை **ரண சயன்** என்று கூறிக்கொண்டான் போலும்! இங்ஙனமே, நெல்வேலிப் போரில் தன் தந்தையான நெடுமாற னுக்குத் துணையாகச் சென்ற கோச்சடையன் (சடிலவர்மன்), தான் விக்கிரமாதித்தனை வெற்றிகொண்ட சிறப்பு நோக்கித் தன்னை **ரணதீரன்** என்று கூறிக் கொண்டிருக்கலாம், இங்ஙனம் பொருள் கொள்ளின், வரலாற்று முறையில் இடர்ப்பாடின்மை அறிக.

வான் ஒலி கேட்ட வரலாறு

சென்னைக்கும் திருவள்ளூருக்கும்[15] இடையில் உள்ள **தின்னனூர்** என்பது இராசசிம்மன் காலத்தில் **திருநின்றவூர்** எனப் பெயர் பெற்று இருந்தது. அப்பகுதியில் நான்மறையாளர் மிக்கிருந் தனர். அவருட் **பூசலார்** என்பவர் ஒருவர். அவர் சிறந்த சிவபக்தி மிகுந்தவர்; தமது பக்தி மேலீட்டால் சிவன் கோவில் ஒன்றைக் கட்ட முற்பட்டார். பொருளுக்குப் பல இடங்களில் அலைந்தார். முன்சொன்ன (கி.பி. 686 - 689) பஞ்சக் கொடுமையால் பணம் கொடுப்பார் இல்லை. ஆயினும், **அவர் அவா மிகுதியினால் இன்னின்னவாறு** கோவில் அமைக்க வேண்டும் என்பதை மனத்தில் எண்ணினார்; இறுதியில் தம் நினைவில் உள்ளவாறு உருத்தெரியாத கோவிலை அமைத்தார்; சிவனாரை அக்கோவிலில் எழுந்தருளப்பண்ண ஒரு நாளைக் குறித்தார். அந்த நாளே கயிலாச நாதர் கோவிலைக் கட்டி முடித்த இராசசிம்மன் கும்பாபிடேகம் செய்ய எண்ணிய **நன்னாள்** ஆகும். அதற்கு முன்னாள் இரவில் இறைவன் அரசன் கனவில் தோன்றி தான் பூசலார் கட்டிய கோவிலில் அடுத்த நாள் எழுந்தருளப் போவதால், வேறு நாள் குறித்துக் கொள்ளும்படி கூறினார். அதுகேட்டு வியந்த அரசன் திருநின்றவூர் சென்று பூசாலரைக் கண்டு, அவர் கட்டிய கோவிலைக் காட்டும்படி வேண்டினான். பூசலார் திடுக்கிட்டுத் தம் வரலாற்றை விளங்க உரைத்தார். அரசன் பெருவியப்பெய்தி

அகக் கோவில் கட்டிய அன்பர்க்கு வணக்கம் செலுத்தி மீண்டான். இதுவே பெரியபுராணம் கூறும் பூசலார் புராணச் செய்தி ஆகும். இதில் 'சிவனார் கனவிற் சென்று கூறினார்' என்பது, கல்வெட்டில், 'அரசன் வான் ஒலி கேட்டான்' என்று கூறப்படுகிறது.[16]

கோவில்கள்

இராசசிம்மன் கட்டிய கயிலாசநாதர் கோவிலைப் பற்றி இப்பகுதியின் இறுதியில் விளக்கமாகக் கூறுவோம். இங்கு இவன் கட்டிய பிற கோவில்களைப் பற்றிக் கவனிப்போம்; மாமல்லபுரத்தில் இப்பொழுதுள்ள கடலோரத்துக் கோவில் இவன் கட்டியதேயாகும், அங்கு இராசராசசோழன் கல்வெட்டு ஒன்று இருக்கிறது. அதில், ''கரையோரம் மூன்று கோவில்கள் இருக்கின்றன. அவை முறையே **க்ஷத்திரிய சிகாமணிப் பல்லவேச்சுரம், இராசசிம்ம பல்லவேச்சுரம், பள்ளிகொண் டருளிய தேவர் கோவில்** என்பன'' என்பது காணப்படுகிறது. முதல் இரண்டும் கடலுள் ஆழ்ந்து கெட்டன போலும்! இவற்றைக் குறிக்க இரண்டு பலி பீடங்களும் ஒரு கற் கொடிமரமும் இன்றும் இருக்கின்றன. கடலை நோக்கியபடி சிவலிங்கம் ஒன்று இருக்கின்றது. அது க்ஷத்திரிய சிகாமணிப் பல்லவேச்சுரத்தில் இருந்ததாம். இரண்டாம் கோவிலும் சிவன் கோவிலாம். இப்பொழுது பலி பீடந்தான் இருக்கிறது. அதைச் சுற்றிலும் இராசசிம்மன் விருதுகள் காணப்படுகின்றன.[17] மூன்றாம் கோவிலே இப்பொழுது இருப்பது. அதுவே திருமங்கையாழ்வாராது பாடல் பெற்ற **சலசயனம்** ஆகும். சலசயனப் பெருமாள் என்பதற்கு 'நீர் அருகில் பள்ளி கொண்டுள்ள பெருமாள்' என்பது பொருள் ஆகும். இங்ஙனமே தரையில் பள்ளிகொண்ட பெருமாள் கோவில் தல **சயனம்** எனப்படும். இக்கோவிலையும் திருமங்கையாழ்வார் பாடியுள்ளார்.[18] இக்கோவில் பிற்காலத்தில் விசயநகர மன்னரால் புதுப்பிக்கப்பட்டது.

இராசசிம்மன் காலத்துப் புலவரான **தண்டி** என்பார். கடற்கரைக் கோவிலைப் பற்றிக் கூறியிருத்தல் படிக்கத்தக்கது:- அது, ''மாமல்லபுரத்துக் கடற்கரைக் கோவிலிற் பள்ளி கொண்டுள்ள திருமால் படிம(மூர்த்தி)த்தின் மணிக்கட்டு ஒன்று பின்னமுற்றது. அதைச் செப்பனிட்டவன் ஒரு சிற்பி. நான் அவன் விருப்பப்படி அங்குச் சென்று பார்த்தேன். அப்பெருமான் திருவடிகளைக் கடல் அலைகள் மோதி அலம்பிக் கொண்டிருந்த

காட்சி அழகியது. திடீரென அலைகளால் திருவடியண்டைத் தள்ளப்பட்ட செந்தாமரை மலர் ஒன்று, கண் இமைத்தற்குள் விஞ்சைய (வித்யாதர) உருப்பெற்று பெருமாளை வணங்கி விண்புக்க காட்சியை நான் நேரே கண்டு களித்தேன்"[19] என்பது.

இத்திருமால் கோவிலுக்கு முன்புறமாகச் சிவன் கோவில் ஒன்று இராசசிம்மனால் கட்டப்பட்டது. அதனால் திருமால் பாதங்களில் அலை மோதிய நிலை பிற்காலத்தில் மாறிவிட்டது. அப்பெருமான் படிமத்தின் மணிக்கட்டைச் சிற்பி செப்பனிட்டான் என்று தண்டி கூறுதலாலும், அப்படிமம் பல்லவரால் பிரதிட்டை செய்யப்பட்டது என்று தண்டிகூறாமையாலும், அப்பெருமாள் படிமம் மிகப் பழமையானதே என்று கொள்ளத் தடையில்லை.[20]

கடற்கரையில் இப்பொழுதுள்ள கோவில் ஆறு அடுக்குக் கும்ப (விமான) த்தை உடையது; உள்ளறை ஒன்றையே கொண்டது. அவ்வுள்ளறையைச் சுற்றித் திருச்சுற்று இருக்கிறது; அதில் ஒன்பது சிறிய கோவில்கள் இருக்கின்றன.

கடற்கரை ஓரமாக ஒரு கல் தொலைவில் உள்ள முகுந்த நாயனார் கோவிலும் இராசசிம்மன் கட்டியதே ஆகும். இஃது அருச்சுனன் தேரைப் போலச் சிறியதாக அமைக்கப்பட்டது.

இதன் தூண்கள் உருண்டு எவ்வித வேலைப்பாடும் இன்றி இருக்கின்றன. தென் இந்தியக் கோவில்களில் இங்ஙனம் காணப் படல் இதுவே முதன்முறையாகும். வராகமண்டபக்குன்றின் மீதுள்ள ஒலக்கண்ணேசுவரர் கோவிலும் இராசசிம்மன் காலத் ததேயாகும். மாமல்லபுரத்திற்கு வடக்கே மூன்று கல் தொலை வில் சாளுவன் குப்பத்தில் உள்ள (1) புலிக்**குகை**[21] (2) அதிரண சண்டன் மண்டபம் என்பன இக்காலத்தனவே ஆகும். மாமல்ல புரம் சிறந்த துறைமுகப் பட்டினமாக இருந்த காலத்தில் இக்குப்பம் அதனைச் சேர்ந்த பகுதியாக இருந்திருத்தல் வேண்டும். புலிக் குகையில் ஒன்பது புலிகள் (சிங்கங்கள்?) வாயைத் திறந்த வண்ணம் குகையின் முகப்பில் செதுக்கப்பட்டுள்ளன. இதில் எந்தத் தெய்வத்தின் சிலை (துர்க்கை?) வைக்கப்பட்டதென்பது தெரியவில்லை. இதன் தோற்றம் விநோதமாக இருக்கின்றது.

இரண்டாம் மண்டபம் சிவனுக்கு அமைந்த குகைக்கோவில் ஆகும். அது பேரளவில் மகேந்திரன் காலத்து அமைப்பைக் கொண்டதாகும். இவை இரண்டும் அண்மையில் இருப்பதால், ஒரே அரசன் காலத்தனவாகக் கொண்டனர் அறிஞர். புலிக்

குகையில் கல்வெட்டு இல்லை. மண்டபத்தில் இரண்டு கல்வெட்டுகள் கிடைத்துள்ளன.

இவை 'அதிரண சண்டன்' என்னும் அரசன் பெயரைக் குறிக்கின்றன. இப்பெயர் இராசசிம்மன் கொண்டதாதலால், இக் கல்வெட்டுகள் அவன் காலத்தனவே எனக் கொள்ளல் பொருத்தமாகும்.[22]

விழுப்புரத்திற்கு 16 கல் தொலைவில் உள்ள **பனமலை** யில் இராசசிம்மன் ஒரு கோவில் கட்டியுள்ளான். இது தவிரக் காஞ்சிபுரத்தில் முன்னர்க் கூறப்பட்ட ஐராவதேச்சுரர் கோவில் இவனாற் கட்டப்பட்டதே ஆகும். இவன் மனைவியான **ரங்க பதாகை** என்பவள் கயிலாசநாதர் கோவிலுக்கு முன்பு வலப் பக்கமாக உள்ள ஆறு சிறிய கோவில்களில் மூன்றாவதைக் கட்டியுள்ளாள்.

கோவில் இலக்கணம்

இராசசிம்மன் கட்டிய கோவில்கள் தொலைவில் இருந்து நோக்கின், தருமராசர் தேரைப்போலவே தோன்றும்; வரவரச் சிறித்து உயரும் தட்டுகளைக் கொண்டவை. உள் அறை வேறு, கோபுரம் வேறு என்று இராது. நான்கு பக்கங்களிலும் உள்ள புரைகளில் சிவலிங்கம் இருக்கும். கோவிலுக்குள் எழுத்தருளுவித்த லிங்கங்கள் எட்டு அல்லது பதினாறு **பட்டைகள்** தீர்ந்தவை; சில பக்கங்களில் காடி வெட்டியவை. சிவலிங்கத்திற்குப் பின் சுவர் மீது சோமாஸ்கந்தர் சிலை இருக்கும். திருவாசிகள் ஒற்றை வளைவு கொண்டவை. இவை அனைத்தையும் விடச் சிறந்த அடையாளம் ஒன்றுண்டு. அஃதாவது, தூண்களுக்கு அடியில் பின் கால்கள்மீது எழுந்து நிற்கும் சிங்கங்கள் வெட்டப்பட்டு இருப்பதே ஆகும். சில சிங்கங்கள் சுண்ணாம்பினால் அமைக்கப்பட்டிருக்கும்.

கயிலாசநாதர் கோவில்[23]

கோவில் இடமும் அமைப்பும்

இராசசிம்மன் கட்டிய உலகம் போற்றும் **கயிலாசநாதர் கோவில்** நகரத்தின் மேற்றிசையில் கழனிகளுக்கு இடையில் இருக்கிறது. இதற்குப் பின்புறம் சிறிது தொலைவில் இன்றைய கச்சி நகரின் மேற்கு எல்லை முடிவு பெறுகிறது. ஆயின், இது கட்டப்பட்ட காலத்தில், இந்தக் கோவில், நகரத் தெருக்களுக்கு

இடையிற்றான் இருந்தது என்பது பல கல்வெட்டுகளால் தெரி கின்றது.

இக்கோவிலுக்குப் புறமதில் திருமடைவளாகம் முதலியன இருந்தன. ஏராளமாக நிலங்கள் இருந்தன. கோயிலைச் சுற்றி லும் மாடவீதிகள் இருந்தன[24] இராசசிம்மன், 'மாடெலாம் சிவனுக் காகப் பெருஞ் செல்வம் வகுத்தல் செய்தான்' என்று சேக்கிழார் பெருமான் கூறியது முற்றும் உண்மையே ஆகும்.

இதற்கு எதிரில் ஓர் அழகிய **குளமும் நந்தியும்** இருக்கின் றன. அவை இரண்டும் இன்றுள்ள கோவில் வாயிலுக்கு ஏறத்தாழ 100 அடித் தொலைவில் உள்ளன. நந்தி பெரியது; கல்லால் ஆயது. அஃது உள்ள மேடைமீது இராசசிம்மனுக்குரியன சிங்கத் தூண்கள் குறைந்து நின்றவண்ணம் இருக்கின்றன. இவற்றை நோக்க, நந்திக்கு மேல் கற்கூரை இருந்திருத்தல் வேண்டும் என்பது புலனாகிறது.

இன்றுள்ள வாசலுக்கு எதிரில் கோவிற் கிணறு ஒன்றும் இருக்கின்றது. கோவிலுக்குப் பின்புறத்திலும் ஒரு கிணறு உள்ளது. இவை இரண்டும் பண்டைக் கிணறுகளே. மேலும் வாயிலை அடுத்து, இன்றுள்ள மதிற் சுவருக்கு வெளியே வலப்பக்கம் இரண்டும் இடப்பக்கம் ஆறுமாக எட்டுச் சிறிய கற்கோவில்கள் இருக்கின்றன்.

இவற்றில் லிங்கங்கள் இருக்கின்றன. இவற்றையும் முன் சொன்னவற்றையும் நோக்க, கோவிலின் வெளிச்சுற்று ஒன்று இருந்திருத்தல் வேண்டும் என்பதும், கோவில் மிகப் பெரியதாக இருந்திருத்தல் வேண்டும் என்பதும் நன்கு புலனாகும்.

இன்றுள்ள கோவிற் பகுதிகள்

கோவில் வாயில் சிறியது. கோவில் நீள் சதுரமாக இருக் கிறது. வாயிலைத் தாண்டியவுடன் எதிரே தனித்துள்ள சிறிய கோவில் ஒன்று இருக்கிறது. அதற்கு இருபுறங்களிலும் உட் செல்ல வழிகள் இருக்கின்றன. அவற்றின் வழியாக உட்செல்லின், நீள நாற்கோண (சதுர)க் கோவில் இருக்கின்றது. அதனைச் சுற்றிலும் ஏறத்தாழ ஆறடி அகலமுள்ள திருச்சுற்று அமைந் துள்ளது. திருச்சுற்றில் உள்ள உட்புறச்சுவர்கள் பல சிறு கோவில் களாகவே காட்சியளிக்கின்றன. இறையிடம், முன்மண்டபம் ஆகிய இரண்டும் சுவர்களை உடையவை. முன்மண்டபத்தைச் சேர்ந்த

கயிலாசநாதர் கோவில்

முற்பகுதி பொதுமுறையான (சாதாரண) மண்டபமாகவே இருக்கிறது. இறையிடத்து உட்சுவர்களிலும் புறச்சுவர்களிலும் சிற்பங்கள் பலவாக இருக்கின்றன. இறையிடத்தைச் சுற்றியுள்ள வெளிச் சுவரில் சிறு கோவில்கள் பல காணப்படுகின்றன. இறையிடத்துக்கு மேல் கண்ணைக் கவரும் அழகிய **கும்பம்** இராசசிம்மன் நினைவையும் பல்லவர்காலக் கட்டடக் கலையையும் உணர்த்தி நிற்கின்றது.

முன் கோவில்

வாயிலுக்கு எதிரே உள்ள சிறிய கற்கோவில் பல படிக்கட்டுகளை உடையது. உயர்ந்த இடத்தில் பெரிய **லிங்கம்** நான்கரை அடி உயரத்தில் அமைக்கப்பட்டுள்ளது. அது பதினாறு பட்டைகளைக் கொண்ட லிங்கம். லிங்கம் உள்ள இடத்திற்குப் பின்னுள்ள சுவரில் அம்மையப்பர் அரியணையில் அமைந்துள்ள கோலம் அழகாகக் காட்டப்பட்டுள்ளது. உள்ளறையை அடுத்த வெளி மண்டபத்தின் வலப்புற இடப்புறச் சுவர்களில் சிவபெருமானைக் குறிக்கும் பெரிய சிற்பங்கள் செதுக்கப்பட்டுள்ளன.

ஒன்று சடையை விரித்த சிவனார் உருவம்; மற்றொன்று சிவனார் எட்டுக் கைகளுடன் 'லதாவ்ரிசிக' நடனம் செய்தலைக் குறிப்பது; அஃதவாது, இடக்கால முன்புறம் மடித்து ஊன்றி, வலக்கால் பின்புறம் மடித்துத் தூக்கி, இடக்கைகளில் ஒன்று தலை முடிக்குமேல் தூக்கிவண்ணம் நடிக்கும்பொழுதே இடக் கைகள் இரண்டு பந்தை எறிந்து பிடித்தல். இது விந்தையான நடனவகை ஆகும். இந்த நடனவகையே இக்கோவிலில் பல இடங்களில் காட்டப்பட்டுள்ளது. இவ்விந்தையான நடன வகையே இராசசிம்மனைக் களிப்பித்தது போலும்! இக் கோவிலின் புறச் சுவரில் அழகிய லிங்கங்கள், யாழ் (வீணை) வாசிக்கும் விஞ்சையர்கள், தக்கிணாமூர்த்தி, எட்டு கைகளை உடைய அகோர வீரபத்திரர் முதலியவரின் பல உருவங்கள் பொலிகின்றன. லிங்கத்திற்குப் பின்னுள்ள புறச்சுவரில் அழகிய அம்மை அப்பர் அரியணைமீது அமர்ந்துள்ள கோலம் சால அழகியது; இருவருக்கும் இரண்டு குடைகள் குவிக்கப்பட்டுள்ள இச்சுவருக்கு மேல் உள்ள கும்பத்தில் சிவனாரது **யானைக்கை நடனம்** நேர்த்தியாக ஓவியஞ் செய்யப்பட்டுள்ளது. கும்பத்தின் ஏனைய பக்கங்களிலும் பிற நடன வகைகள் காட்டப்பட்டுள்ளன.

சுற்றுச் சுவர்கள்

முற்கோவிலுக்கு இடப்புறமுள்ள சுற்றுச் சுவரில் பதினொருவர் ஒரு பொதுப்பீடத்தில் அமர்ந்துள்ளவாறு அமைக் கப்பட்டுள்ள சிற்பம் பல்லவ அரசரைக் குறிப்பதா என்பது விளங்கவில்லை. அதற்கு நேர் எதிரில் வலப்புறச் சுவரில் இங்ஙனமே பன்னிருவர் உருவங்கள் தோன்றுகின்றன. இவை அன்றி நந்தி, அம்மையப்பர் கோலம், முதலியவற்றைக் குறிக்கும் சிற்பங்கள் பலவாகும்.

இறை இடம்

கயிலாசநாதரைக் குறிக்கும் பெரிய லிங்கம் பதினாறு பட்டைகளை உடையது; எட்டடி உயரம் உள்ளது. இதன் பின் சுவரில் சோமாஸ்கந்தப் படிமம் இருக்கின்றது. இறையிடத்தைச் சுற்றிவரும் திருச்சுற்று ஏறத்தாழ இரண்டடி அகலம் உடையது. இடப்பக்கம் உள்ள புழையில் படுத்து நுழைந்து ஊர்ந்து வலப் பக்கம் தரையை ஒட்டினாற்போல் உள்ள சிறிய வழியே வெளி வருதல் வேண்டும். இறையிடத்தை அடுத்துள்ள வலப்பக்க அறையில் பழுதற்ற மிக்க அழகொழுகும் நடனச் சிற்பம் சுவரில் செதுக்கப்பட்டுள்ளது. வேறு அம்மை அப்பர் சிற்பங்கள் உள. இடப்புற அறையிலும் நடனச் சிற்பங்கள் இருக்கின்றன; அவற் றுட் சில பழுதுபட்டிருக்கின்றன. இந்த இரண்டு அறைகளும் பூட்டப்பட்டுள்ளன.

முன் மண்டபம்

இறை யிடத்திற்கு எதிரில் உள்ள மண்டபம் அழகானது. தூண்கள் வேலைப்பாடு கொண்டவை; பிற்காலச் சோழரின் தூண்கட்கு மூலமாக அமைந்தவை. மண்டபத் தரையிலும் கூரை மீதும் கல்வெட்டுகள் இருக்கின்றன. இம்மண்டபப்பகுதியைச் சேர்ந்ததே வெளி மண்டபம் ஆகும். அவ்விடத்தில் பதினாறு தூண்கள் இருக்கின்றன. அவற்றில் பல கெட்டுவிட்டன; கல்வெட் டுள்ள தூண்கள் ஐந்து; அவற்றில் பழுதுற்றிருப்பவை மூன்று.

உள்ளறை மண்டபப் புறச்சுவர்

இறையிடத்துச் சுற்றிலும் சுவரில் சிறு கோவில் அமைப்புப் பல இடங்களில் உள்ளது. ஒருபுறம் சிவனார் நடனம் அல்லது அமர்ந்த கோலம் அல்லது வேறொரு கோலம் காணப்படுகிறது. அதன் இரு பக்கங்களிலும் உள்ள சுவர்களில் பிரமன் - நாமகள்,

திருமால் - திருமகள் இவர்கள் சிவனாரை வணங்குதல் போன்ற சிற்பங்கள் காணப்படுகின்றன. **ஊர்த்துவத் தாண்டவத்**தைக் குறிக்கும் சிற்பங்கள் சில உள. நந்தி நடனம், கணங்களின் நடனம். விஞ்சையர் யாழ் வாசித்தல் முதலியன காணலாம்.[25] மண்டபச்சுவரில் நீண்ட வடிகாதுடைய ஆண்உருவம் தலைமீது முடி தாங்கி உள்ளது. அதற்கு இருபுறத்தும் இரண்டு பெண் உருவங்கள் உள்ளன. கீழே ஓர் ஆண் உருவம் (மகன்?) இருக்கிறது. இச்சிற்பம் இராசசிம்மன் குடும்பத்தைக் குறிப்பதா என்பது விளங்கவில்லை. இதனை அடுத்துப் பதினாறு கைகளையுடைய **காளி** சிங்கத்தின் மீதுள்ள கோலம் அழகாகச் செய்யப்பட்டுள்ளது.

சிறு கோவில்கள் 58

திருச்சுற்றுப் பாதையை அடுத்த கோவில் மதிற்சுவர் உட்பக்க முழுவதும் சிறு கோவில்கள் 58 உள்ளன. இரண்டு கோவில்கட்கு இடையில் சுவரில் அம்மனைக் குறிக்கும் பலதிறப்பட்ட சிற்பங்களே பலவாகக் காண்கின்றன. சில அம்மை அப்பரைக் குறிப்பன. அம்மன் இடக்கையில் கிளியேந்தி அமர்ந்துள்ள நிலை - கீழே இரண்டு யானைகளின் தோற்றம் - தோழிப் பெண் தோற்றம் இவை கண்ணைக் கவர்வனவாக உள்ளன. சிறு கோவில்கள் எனப்படும் மாடங்களில் பாற்கடல் கடைந்த வரலாறு, முப்புரம் எரித்த வரலாறு, மார்க்கண்டனுக்காக யமனை உதைத்த வரலாறு, பரமன் - பார்த்திபன் போர், இராவணன் கயிலையைப் பெயர்க்கும் காட்சி, நால்வர்க்கும் அறம் உரைத்த காட்சி, திருமால் சிவனை வழிபட்டு ஆழி பெற்ற வரலாறு, இராவணன் வழிபட்ட ஆன்ம லிங்கத்தை அனுமார் வழிபட்டுக் கவர்ந்து செல்லல் முதலிய வரலாறுகளைக் குறிக்கும் சிற்பங்கள் அழகாக அமைந்துள்ளன. அம்மை - அப்பர் திருமணம், பிரமன் நாமகள் திருமணம், திருமால் - திருமகள் திருமணம் இவை தெளிவாக விளக்கப்பட்டுள்ளன. பராசக்தியின் எழுவகை உருவங்கள் ஓரிடத்தில் காட்டப்பட்டுள்ளன. இவ்விடத்திற்கு எதிர்ப்புறச் சுவரில் உருத்திரர் பதினொருவர் உருவங்கள் இருக்கின்றன. அம்மை யாழ் வாசிப்பது சில சிற்பங்களில் காட்டப்பட்டுள்ளது. சிவனார் **சடைமுடி** மிகத் தெளிவாகப் பல சிற்பங்களில் விளக்கப்பட்டுள்ளது. இச் சிற்பங்கள் எல்லாவற்றிலும் பின் வருபவை பலவாகக் காணப்படுகின்றன. அவை, (1) யாழ் வாசித்தல், (2) கையை முடிக்கும் மேல் உயர்த்தி வைத்துச்சிவனார் நடித்தல், (3) பிள்ளையார், (4) கற்றைவார் சடை என்பன.

எல்லாச் சுவர்களிலும் **சிங்கத்தூண்கள்** இருக்கின்றன. சிங்கங்கள் மீது வீரர்கள் அமர்ந்துள்ளனர். கோவிலின் புறச்சுவர்ப் பக்கத்தும் இக்காட்சியைக் காணலாம். சிங்கங்கள் பின்கால்கள் மீது நிற்பன. சிற்பங்கள் இற்றைக்குச் சற்றேறக் குறைய 1250 ஆண்டுகட்கு முன் செய்யப்பட்டவனாக இருந்தும், இன்றும் அவை தம்மைப் பார்ப்பவரைப் புன்முறுவலோடு வரவேற்பன போல இருக்கின்ற நிலை உள்ளத்தை இன்புறுத்துகிறது. சிற்ப அழகில் ஈடுபட்ட கண்கள், இக்காட்சி இன்பத்தை நன்கு நுகர லாம். இங்குள்ள வாயிற்காவலர் அனைவரும் **இரண்டு கைகளை** உடையவரே ஆவர்.[26]

கும்பம்

இக்கும்பம் இராசசிம்மன் கட்டிய மாமல்லபுரத்துக் கரை யோரக் கோவில் கும்பத்தை ஒத்தது; ஆனால் அளவிற் பெரியது. இதன் வளர்ச்சியே, இராசராச சோழன் தஞ்சையிற் கட்டிய பெரிய கோவில் கும்பம். இந்தக் கும்பத்தில் சிங்கத் தலைகளே காணப் படுகின்றன.

கல்வெட்டுகள்

கைலாசநாதர் கோவில் நிறையக் கல்வெட்டுகள் இருக்கின் றன. அவை கி.பி. 7 ஆம் நூற்றாண்டு முதல்13 ஆம் நூற்றாண்டு வரை தமிழகத்தை ஆண்ட பல்லவர், சோழர் கல்வெட்டுகளாக இருக்கின்றன. அவற்றுள் கோவில் கட்டிய இராசசிம்மன் கல்வெட் டுகளும் அவன் மகனான மூன்றாம் மகேந்திரன், அவன் மனைவி ரங்கபதாகை முதலியோர் கல்வெட்டுகளும் உள்ளன. பல்லவரை வென்று தொண்டை நாட்டை ஆண்ட முதற் பராந்தகன், இராச ராசன், இராசேந்திரன் முதற் குலோத்துங்கன் இவர் தம் கல்வெட் டுகள் பலவாகக் காண்கின்றன. சோழர் காலத்தில் இக்கோவில், மாடவீதிகள், வெளிச்சுற்று, மடவளாகம், மாடவீதி, மடங்கள் முதலியவற்றையும் அளவிடற்கரிய செல்வத்தையும் பெற்றி ருந்தது என்பது இக்கல்வெட்டுகள் உணர்த்துகின்றன. இரண் டாம் நந்திவர்மன் காலத்திற் காஞ்சியைக் கைப்பற்றிய இரண்டாம் விக்கிரமாதித்தனது கன்னடக் கல்வெட்டும் இருக்கின்றது. அதனில், இராசசிம்மன் கட்டிய கோவில்கள் உள்ள பெருஞ் செல்வத்தைக் கண்டு வியந்த வல்லபன், அதனைக் கவராது, அப்பெருமானுக்கே விட்டுவிட்டான், என்பது குறிக்கப்பட்டுள் ளது. இவ்வுண்மையைச் சாளுக்கியருடைய **வக்கலேரி, சேந்தூர்ப்** பட்டயங்களும் பகர்கின்றன.[27]

156 | பல்லவர் வரலாறு

சிறப்பு

'கயிலாசநாதர் கோயில் திருக்கயிலையின் அளவைக் கொண்டே கட்டப்பட்டதாகும்' என்று **விபுலானந்த அடிகள்** போன்றார் கூறுகின்றனர். கயிலாசநாதர் கோவில் கல்வெட்டு இதற்கு மறைமுகமாகச் சான்று பகர்கின்றது. இராசசிம்மன் தன்னை **வாத்ய வித்யாதரன்** என்பதற்கேற்ப இக்கோவிலில் யாழ் வாசிக்கும் உருவங்கள் பல செதுக்கப்பட்டுள்ளன. இவன் இசை, நடனம், சிற்பம், ஓவியம் இவற்றிற் பேரறிவு படைத்த பெருவேந்தன் என்பதற்குக் கயிலாசநாதர் கோயில் ஒன்றே போதிய சான்றாக அமைந்துள்ளது. இக்கோவில் ஏறத்தாழ வைகுந்தப்பெருமாள் கோவிலுக்கு நேர் எதிரே அமைந்திருத்தல் வியத்தற்குரியது. இங்குள்ள கணக்கற்ற சிற்பங்கள் கவர்களில் இருத்தல் போலவே அக்கோவிற் சுவர்களிலும் இருத்தல் இங்கு நினைக்கத்தகும். சுருங்கக் கூறின், கயிலாசநாதர் கோவில் பல்லவரது சிற்பக்கலையை உலகத்திற்கு அறிவிக்க எழுந்த **சிற்பக் கலைக்கூடம்** என்னலாம்.

வடமொழிப் புலவன்

இராசசிம்மன் பேரவையில் **தண்டி** என்னும் வடமொழிப் புலவர் இருந்தமை முன்னரே கூறப்பட்டதன்றோ? பல்லவர் வடமொழி வாணரை நன்கு போற்றியவர் ஆவர். சிம்மவிஷ்ணு பாரவியைப் போற்றினான்; பாரவியிடம் மகேந்திரவர்மன் படித்துச் சிறந்து வடமொழிப் புலவன் ஆயினான் (?) அவருடைய பெரிய பெயரர் தண்டி என்பதால், பாரவிக்குப் பின் அவர் மகனும், பெயரனும் முறையே பல்லவர் அவைப் புலவராகவும் வடமொழி ஆசிரியராகவும் இருந்திருக்கலாம்.

தண்டி எழுதிய **காவ்யா தர்ஸம்** என்னும் அணி இலக்கணத்தில் 'இராசவர்மன்' என்னும் சைவ அரசனைக் குறிப்பிட்டுள்ளார்; காஞ்சியைப் பற்றியும் பல்லவரைப் பற்றியும் ஆங்காங்குக் குறித்துள்ளார்.[28] இவற்றோடு அவர் செய்த 'அவந்தி சுந்தரி கதா' என்னும் நூலில் பல்லவன் காலத்து வறுமையை விளக்கியுள்ளார்.

இவை அனைத்தையும் ஒரு சேரத் தொகுத்து நோக்கின், அவரால் குறிக்கப்பெற்ற 'இராசவர்மன்' **இராசசிம்மனே** என்பதும், அவர் பல்லவனது அவைப்புலவர் என்பதும் பிறவும் நன்குணரலாம். 'காவ்யா தர்ஸத்தின் ஐந்தாம் பகுதி, காஞ்சியில் உள்ள **அரச மாணவனுக்குக் கற்பிக்கவே** செய்யப்பட்டது' என்னும்

செவிவழிச் செய்தியையும், 'அப்பகுதியை நன்கு ஆராயின், தண்டியிடம் படித்த அரசமாணவன் இராசசிம்மனே என்பது தெளிவாகிறது' என்று டாக்டர் கிருஷ்ணசாமி ஐயங்கார் அவர்கள் கூறுதலையும், இவற்றுடன் கைலாசநாதர் கோவில் கல்வெட்டு களில் சிலேடைப் பொருள் கொண்ட கல்வெட்டு ஒன்று இராச சிம்மனைப் பற்றியது என்பதையும் நோக்க - **இராசசிம்மன் சிறந்த வடமொழிப் புலவன்** என்பதை நன்குணரலாம். அத்துடன், இவன் நாகரிகக் கலைகளான இசை, நடனம், ஓவியம், சிற்பம் இவற்றிலும் வல்லவனாக இருந்தான் என்பதும் நன்கு புலனா கின்றது.[29]

நாடக அறிஞன்

வடமொழியில் 'பாஷா' என்பவர் பல நாடகங்களை விரிவாக வரைந்துள்ளார். பிறகு அவை நடிப்பதற்கேற்ற முறையிற் சுருக்கி வரையப்பட்டன. அவற்றின் இறுதியில், **'பல்லவன் அவை யில் நடித்துக்காட்ட** இங்ஙனம் தயாரிக்கப் பெற்றவை' என்பது கண்டுள்ளது. 'இப்பல்லவன் இராச சிம்மனாக இருத்தல் வேண் டும்' என்று அறிஞர் சிலர் கருதுகின்றனர். அந்நாடகப் பகுதிகள் அத்தவிலாசப் பிரகசனத்தை ஒத்துள்ளன. அறிஞர் கூறுதல் உண்மையாயின், இராசசிம்மன் நாடகக் கலையிலும் பண்பட்ட அறிவுடையவன் என்பது புலனாகும்.[30]

இவன் காலத்து அரசர்

இவன் காலத்துக் கங்க அரசன் **முதலாம் சிவமாறன்** (கி.பி. 670 - 715) என்பவன், சாளுக்கிய அரசர் **விநயாதித்தன்** (கி.பி. 680 - 696), இரண்டாம் **விசாயதித்தன்** (கி.பி. 696-733) என்பவராவர்; பாண்டி மன்னன் **கோச்சடையன் இரணதீரன்** என்பவன் (கி.பி. 680 - 710)

இரண்டாம் பரமேசுவரவர்மன் (கி.பி. 705 - 710)

இவன் இராசசிம்மன் மகன். இவனது மூன்றாம் ஆண்டுக் கல்வெட்டு ஒன்று, வீரட்டானேச்சுரர் கோவிலில் காணப்படு கிறது. அதற்குப் பிற்பட்ட கல்வெட்டு ஒன்றும் கிடைக்காமை யால், சிறிது காலமே அரசாண்டான் என்று கொள்ள வேண்டும். காசக்குடிப் பட்டயம் 'இவன் கலியை வென்றான்; அமைதியான வாழ்க்கையை நடத்தினான்; பிரகஸ்பதி விதித்த வழியில் குடி களை நடத்தினான்; உலகத்தைக் காத்தான்'[31] என்று கூறுகிறது.[32]

வேலூர்ப் பாளையப் பட்டயம், 'இவன் கலியை வென்றவன்; மனு கூறிய விதிகளின்படி நாட்டை ஆண்டவன்' என்று கூறுகிறது. இவன் காஞ்சியில் உள்ள 'பரமேச்சுர விண்ணகரம்' எனப்படும் வைகுந்தப் பெருமாள் கோவிலைக் கட்டியவன் என்று அறிஞர் அறைகின்றனர்.[33] திருவதிகையில் உள்ள சிவன் கோவிலை யும் கற்களால் அமைத்தவன் இவனே என்றும் கருதுகின்றனர்.[34]

குறிப்புகள்

1. Int. Ant. Vol. XIX; pp. 151-152.
2. Ep. Ind. Vol. IX, p. 200
3. Ind. Ant. Vol. VI, pp. 87-88.
4. S.I.I. Vol. I, Nos. 24-25 etc.
5. Heras's 'Studies in Pallavas History', pp. 48-50.
6. M.V.K. Rao's 'Gangas of Talakad', p. 49.
7. M.V.K. Rao's 'Gangas of Talakad', p. 49-50.
8. இதுகாறும் கூறியவற்றை ஆராய்ச்சி அறிஞர் நன்கு ஆராய்ந்து முடிவு காண்பாராக.
9. Dr. C. Minakshi's 'Administration and Social Life under the Pallavas' pp. 114-118.
10. இவனுக்கு முற்பட்ட அப்பர் காலத்திலே **ஆகமங்கள்** எனப்படும் **தந்திர நூல்கள்** இருந்தன என்பது அப்பர் பதிகத்தால் அறியக்கிடக்கிறது. 'தக்கன் தந்திரம் (ஆகம நூல்) அறியாது **மந்திரநூற்படி** (வேதவிதிப் படி) வேள்வி செய்து சிவபிரானை அவமதித்ததால் அழிந்தான்' என்று அப்பர் கூறல் காணத்தக்கது

    இந்திரன் பிரமன் அங்கி எண்வகை வசுக்க ளோடு
    மந்திரம் மறைய தோதி வானவர் வணங்கி வாழ்த்தத்
    தந்திரம் அறியாத் தக்கன் வேள்வியைத் தகர்த்த ஞான்று
    சந்திரற் கருள்செய் தாரும் சாய்க்காடு மேவினாரே
11. இவனும்தன் தந்தையைப் போலவே கண்மணியால் செய்யப்பட்ட லிங்கத்தை மகுடமாகத் தாங்கி இருந்தான் போலும்!
12. I.S.I.S. Vol. I. pp. 14-18.
13. தந்திரம் - Tantra (Agama)
14. Ibid. p. 12
15. S.I.I. Vol. I, P. 20.
16. இதன் சரியான பெயர் **திரு. எவ்வுள்**
17. இந்த நுட்பமான செய்தி கி.பி. 12ஆம் நூற்றாண்டினரான சேக்கிழார் பெருமானுக்கு எங்ஙனம் தெரிந்தது? அவர் கயிலாசநாதர் கோவில் கல்வெட்டைப் படித்தே இந் நுட்பமான செய்தியை எழுதியிருத்தல்

வேண்டும் என்னல் மிகையாகாது. அவர் அரசரிடம் உயர் அலுவலலாளராக இருந்தவர் ஆதலின், கல்வெட்டில் நிரம்பிய புலமையுடையராய் இருந்திருத்தல் வேண்டும். இங்ஙனமே அவர், கல்வெட்டுகளிற் காணப்படும் பல குறிப்புகளைத் தம் நூலுட் பல இடங்களிற் குறித்துச் சொல்லலைக் காணலாம்.

18. R. Gopalan's 'Pallavas of Kanchi', p. 110 and Eq. Report. No. 961 of 1913, pp. 88, 89.
19. சலசயனம், தலசயனம்' என்பவற்றின் பொருள் தெரியாமல் **ஈராஸ் பாதிரியார், 'மல்லைத் தலசயனம்** என்பது மகாபலிபுரத்தின் பழைய பெயர்' என்று தனது ஆராய்ச்சி மிக்க நூலில் (பக். 70) தவறாக எழுதிவிட்டனர். இதனை மறுத்துத் தமிழ்நாட்டிற் சிறந்த கல்வெட்டறிஞராகவுள்ள திரு. **வ.ஆ. இராமச்சந்திரஞ் செட்டியார்** B.A., B.L., அவர்கள் விளக்கமாக எழுதியுள்ளார்கள் - Q.J.M.S. Vol. 27. Nos. 1 and 2
20. A. Rangasami Saraswathi's article on "The Age of Baravi and Dandin' in Q.J.M.S, Vol. XIII, pp. 674-679.
21. M. Raghava Iyengar's 'Alvargal Kala nilai', p. 143.
22. இவை சிங்கங்களே **'சிங்கக் குகை'** என்பதே பொருத்தமுடையது - Indian Architecture by A.V.T. Iyer Vol. II - B, P. 192.
23. Rev. Heras's 'Studies in Pallava History', pp. 97-99.
24. நான் இக்கோவிலை (10-1-43) விளக்கமாகக் காண உதவி புரிந்த பெரியார் இக்கோவிலை கண்காணிப்பாளராகவுள்ள காஞ்சிபுரம் **சி. குமரகாளத்தி முதலியார்** ஆவர்.
25. S.I.I. Vol. I, Nos. 86-88: 140-150.
26. இவை பற்றிய விளக்கத்தை 'இசையும் நடனமும்' என்ற தலைப்பிற் காண்க.
27. Vide S.I.I. Vol. I, Nos. 24-30, 82-88, 144-150.
28. Ep. Ind. Vol. V, p. 200. Vol. IX, p. 200.
29. இம்முறையைப் பின்பற்றியே **இராசசிம்மன்** சிறப்புகள் வரும் இடங்களில் எல்லாம், இந்நூலைத் தமிழ்ப்படுத்திய புலவர் தம் காலத்தரசனான **அனபாய சோழன்** சிறப்பைக் குறிக்கும் பாடல்களைத் தாமே கட்டி மேற்கோளாகக் காட்டியுள்ளார் என்பது அறியத்தகும், சான்றாக ஒன்று காண்க

    என்னேய் சிலமடவார் எய்தற் கெளியவோ
    பொன்னே **அநபாயன்** பொன்னெடுந்தோள்! - முன்னே
    தனவேயென் றாளும் சயமடந்தை தோளாம்
    புனவேய் மிடைந்த பொருப்பு.

30. R. Gopalan's 'Pallavas of Kanchi', pp. 110-111.
31. Ibid, p. 111
32. S.I.I. Vol. II, p. 357.
33. S.I.I. Vol. II, p. 510.
34. R. Gopinatha Rao's 'History of Sri Vaishnavs', p. 17.
35. C.S. Srinivasachari's 'History and Institution of the Pallavas', p. 15.

* * *

13. புதிய பல்லவர் மரபு

சில செய்திகள்

இரண்டாம் பரமேசுவர வர்மனுடன் சிம்மவிஷ்ணு மரபு முடிந்து விடுகிறது. இரண்டாம் பரமேசுவர வர்மனுக்குப் பின் புதிய மரபைச் சேர்ந்த இரண்டாம் நந்திவர்மன் என்பவன் பட்டம் பெற்றதாகச் சில பட்டயங்கள் பகர்கின்றன. உதயேந்திரப் பட்டயம், 'இரண்டாம் பரமேசுவர வர்மனுக்குச் **சித்திரமாயன்** என்னும் மைந்தன் இருந்தான்; அவனுக்குப் பட்டம் கிடைக்க வேண்டுமென்று தமிழ் அரசர் முயன்றனர் என்று கூறுகிறது கொற்றங்குடிப் பட்டயம், இரண்டாம் நந்திவர்மனுக்கு முன் **இரண்யவர்மன்** என்பவன் ஆண்டதாகக் கூறுகிறது. ஆனால், தண்டந் தோட்டப் பட்டயம் இதனைக் கூறாமல், 'இரண்யவர்மன் உலக நன்மைக்காகப் பிறந்தான்: தன் பகைவரைக் காட்டிற்கு விரட்டினான்; குடிகளைச் செம்மையுறப் பாதுகாத்தான்' எனக் கூறுகிறது. இந்த இரண்யவர்மன் யாவன்? கீழே உள்ள அரச மரபைக் காண்க:

சிம்மவர்மன்

சிம்மவிஷ்ணு	**பீமவர்மன்**
மகேந்திரவர்மன் I	புத்தவர்மன்
நரசிம்மவர்மன் I	ஆதித்தவர்மன்
மகேந்திரவர்மன் II	கோவிந்தவர்மன்
பரமேசுவரவர்மன் I	இரண்யவர்மன்
நரசிம்மவர்மன் II	
பரமேசுவரவர்மன் II	
(சித்திரமாயன் - சிறுவன்?)	**நந்திவர்மன் II**

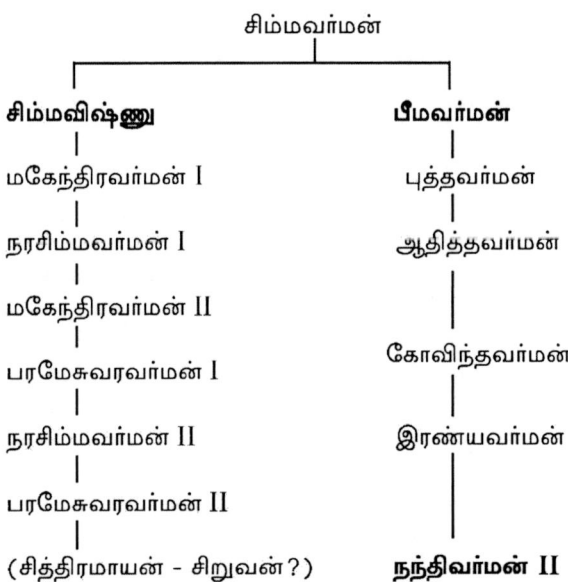

வைகுந்தப் பெருமாள் கோவில் சிற்பங்கள்

காஞ்சி வைகுந்தப் பெருமாள் கோவிலில் உள்ள வரிசை வரிசையான சிற்பங்கள் இக்கால நிலையைப் பெரிதும் விளக்கு கின்றன. அவற்றின் கீழ்ச் சில செய்திகள் செதுக்கப்பட்டுள்ளன. முதற் சிற்பம் இரண்டாம் பரமேசுவரவர்மன் இறப்பைக் குறிக்கிறது.

அங்கு அமைச்சர், கடிகையார், மூலப்பிரகிருதி, இரண்ய வர்மன் இவர்கள் குறிக்கப் பட்டுள்ளனர். நான்காம் சிற்பத்தில் ஸ்ரீமல்லன், இரணமல்லன், சங்கிராம மல்லன், **பல்லவ மல்லன்** இந் நால்வரும் இரண்ய வர்மன் பிள்ளைகளாகக் குறிக்கப்பட் டுள்ளனர். அங்குப் 'பரமேசுவரன் நான் போவேன் என்று தொழுது நின்ற இடம்' என்பது குறிக்கப்பட்டுள்ளது.

பிறகு இரண்யவர்ம ராசனும் தரணிகொண்ட போசரும் நகரத்தாரும் காடக முத்தராயரும் குறிக்கப்பட்டுளர்; பின்னர் இளம் பல்லவ மல்லன் **நந்திவர்மன்** என்னும் பெயரால் அபிடேகம் செய்யப் பெற்ற செய்தி குறிப்பிடப்பட்டுள்ளது.[1]

இச்சிற்பங்களை ஒன்று முதல் இறுதிவரை நன்கு கவனிப் போமாயின், பல்லவர் மரபை முதலிலிருந்து நன்க விளக்கிச் செல்லலைக் காணலாம். இவற்றைப் பதிப்பித்த ஆராய்ச்சியாளர் வரைந்துள்ளதைக் கீழே காண்க :- ''இரண்டாம் பரமேசுவரவர்மன் இறந்த பிறகு கடிகையாரும் மூலப்பிரகிருதியாரும் அமைச்சரும் இரண்ய வர்ம மகாராசனைக் கண்டனர்; தமக்கோர் அரசனைத் தர வேண்டினர். உடனே இரண்யவர்மன் தன் மைந்தர் நால்வரை யும் அழைத்து, 'யார் அரசராக விரும்புகிறீர்?' என்று கேட்டான். முதல் மூவரும் மறுத்தனர். **பன்னிரண்டு வயதுடைய பல்லவ மல்லன்** தான் அரசனாக விழைவதை வணக்கத்தோடு கூறினான். தரணிகொண்ட **போசர்**[2] தனது இசைவைத் தருமாறு இரண்ய வர்மனை வற்புறுத்தினார்.

பிறகு தந்தையும் தரணிகொண்ட போசரும் தந்த கைப்படை களை ஏந்திப் பல்லவ மல்லன், பல மலைகளையும் காடுகளை யும் தாண்டிக் காஞ்சிக்கு வந்தான். அவன் வருதலை அறிந்த பல்லவடி அரையன் பெருஞ்சேனையுடன் எதிர் கொண்டு அவனை யானைமீது அமர்த்தி அழைத்து வந்தான். பல்லவ மல்லனை நகரச் செல்வரும் 'காடக முத்தரையர்' முதலிய சிற்றர சரும் பிறரும் வரவேற்று அபிடேகம் செய்தனர்; **நந்திவர்மன்** என்னும் பெயரை அபிடேகப் பெயராகச் சுட்டினர். 'விடேல் விடுகு, கத்வாங்கதரன், ரிஷபலாஞ்சினன்' என்னும் பட்டத் திற்குரிய விருதுப் பெயர்களை வழங்கினர். நந்திவர்மன் அரசன் ஆனான்.[3]

இரண்யவர்மன்

கொற்றங்குடிப்பட்டயம், 'இரண்யவர்மன் அரசனாக இருந்தான்' என்று கூறலும், தண்டனண் தோட்டப் பட்டயம் 'இரண்யவர்மன் பெருவீரன் - பகைவரை விரட்டியவன்' என்று பலபடக் கூறி, அவன் அரசன் எனப் பொருள்படுமாறு கூறலும் ஆராயற்பாலன. ஆனால், பல்லவர் வழிமுறை கூறும் பல பட்டயங்கள் அவன் பெயரை (அரசனாக)க் குறிக்கவில்லை. எனவே, இவ் விருவகைப் பட்டயங்கட்கும் மதிப்பைத் தந்து நோக்குழி, 'இரண்யவர்மன்' தன் மகனான (பன்னிரண்டு வய துடைய) பல்லவ மல்லன் பட்டம் பெற்ற காலமுதல் வயது வரும்வரை அவன் சார்பாக நின்று, பல்லவ நாட்டைப் பாதுகாத் தான் எனக் கோடலே பொருத்தமுடையதாகும்.

புதிய மரபு ஏன் வந்தது?

சிம்மவிஷ்ணுவின் தம்பி பீமவர்மன், பீமவர்மன் மரபில் வந்தவன் இரண்யவர்மன். இரண்யவர்மன் மகன் **பல்லவ மல்லனாகிய இரண்டாம் நந்திவர்மன்.** இம் மரபினரே 8, 9 ஆம் நூற்றாண்டுகள் முடியப் பல்லவ நாட்டை ஆண்டனர். சிம்ம விஷ்ணு மரபினர் ஆட்சி இரண்டாம் பரமேசுவரவர்மனோடு முடிவுற்றுவிட்டது. அவனுக்குச் **சித்திரமாயன்** என்னும் மைந்தன் இருந்தான்.

ஆயின் அவன் அரசனாகப் பொதுமக்கள் விடவில்லை ஏன்? பல்லவ நாட்டிற்கு வடமேற்கே பிறவிப் பகைவராக இருந்த **சாளுக்கியர்** எந்த நிமிடத்திலும் படையெடுக்கலாம் என்னும் பெருங் கவலை இருந்தது. அத்துடன், தெற்கே பெரு வீரராக இருந்து நாடு கவரும் வேட்கையில் **பாண்டியர்** முனைந்திருந்தனர்.

இங்ஙனம் வடக்கே சாளுக்கியர் அச்சமும் தெற்கே பாண்டி யர் அச்சமுமே அமைச்சர் முதலிய பொறுப்புள்ளவர் மனத்தைக் கலக்கிக் கொண்டிருந்தது. இரண்டாம் பரமேசுவரவர்மனே போரில் இறந்தான் என்பது எண்ண வேண்டுவதாக இருக்கிறது.[4] காலஞ்சென்ற அரசனின் மகனான 'சித்திரமாயன்' குழந்தையாக அல்லது சிறுவனாக, அல்லது பொறுப்பற்ற வாலிபனாக இருந் திருக்கலாம். மிகப் பெரிய பேரரசிற்கு அவன் தகுதியற்றவன் என்று அரசியல் தலைவர்கள் கருதினர் போலும்! மேற்சொன்ன இரு பேரரசரான சாளுக்கியரையும், பாண்டியரையும் எதிர்த்து நிற்கும் மன ஆற்றல் பெற்ற அரசனே தமக்கு வேண்டும் என்று எண்ணிய அத்தலைவர்கள், அரசியல் அறிவும் ஆண்மையும் படைத்த இரண்யவர்மனை அரசனாகுமாறு தூண்டினர். அவன் மறுத்துத் தன் வீரமகனை அரசு கட்டிலில் அமர்த்தினான் போலும்!

பன்னிரண்டு வயதுடைய இளைஞனான பல்லவ மல்லன் 'நான் அரசனாவேன்' என்று தந்தையிடம் கூறினது நோக்கற் பாலது. தனக்கு முன்னோர் மூவரும் மறுத்ததை அருள் நோக்கங் கொண்ட அவன் தன் இளமையும் கருதாமல் ஏற்றது அவனது பெருந் தன்மையையும், அரசியல் பொறுப்புணர்ச்சியையும் உணர்த்து கிறது. அவன் பிறர்க்கு உரிய பட்டத்தை வலிதிற் கவரவில்லை. தானாக வந்ததைச் சிறுவயதில் ஏற்றுக் கொண்டான். அவன் பொறுப்புள்ள அரசியல் தலைவர்களாலும் கடமை உணர்ந்த குடிமக்களாலும் பல்கலை விற்பன்னரான கடிகையாராலும் பேரரசைப் பண்படநடத்திய அமைச்சராலுமே தேர்ந்தெடுக்கப் பட்டவன் என்பதை நாம் உணர்தல் வேண்டும்.

இப்புதிய ல்லவ மரபரசர் இவராவர் :-

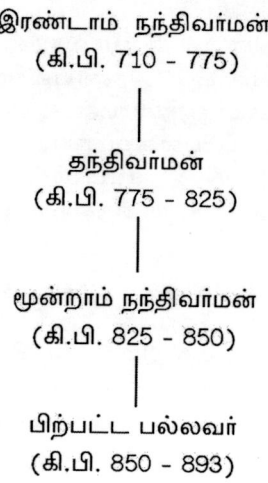

இரண்டாம் நந்திவர்மன்[5]
(கி.பி. 710 - 775)

தந்திவர்மன்
(கி.பி. 775 - 825)

மூன்றாம் நந்திவர்மன்
(கி.பி. 825 - 850)

பிற்பட்ட பல்லவர்
(கி.பி. 850 - 893)

குறிப்புகள்

1. S.I.I. Vol. IV, pp. 10-12
2. மாகாணத் தலைவர் (Governor) என்னலாம். Dr. K. Gopalachari's Early History of the Andhra Country, pp. 75-77.
3. Ep. Indica, Vol. XVIII, p. 117.
4. Dr. N. Venkataramanayya's artical on 'The Date of Pallava Malla' in J.O.R., Madras.
5. இவன் கி.பி. 726 இல் பட்டம் பெற்றிருத்தல் வேண்டும் எனவும் கூறுவர்:- Vide Dr. N.V. Ramanayya's artical on 'The Date of Pallava Malla.

***

14. இரண்டாம் நந்திவர்மன்

[கி.பி. 710 - 775]

வரலாற்று மூலங்கள்

இவனது ஆட்சிக் காலத்தின் 65ஆம் ஆண்டுக் கல்வெட்டுக் கிடைத்துள்ளது. அதனால், இவன் ஆட்சிக் காலம் ஏறக்குறைய 65 ஆண்டுகள் என அறிஞர் கொண்டுள்ளனர். இவ்வளவு நீண்ட காலம் ஆண்ட வேறு பல்லவ அரசன் இல்லை. இவன் 12 வயதில் பட்டம் பெற்றது, ஆட்சிக் காலம் நீண்டமைக்கொரு காரண மாகும். இவன் கால வரலாற்றை அறியத் துணை புரிவன : (1) பல்லவர் பட்டயங்கள், (2) பாண்டியர் பட்டயங்கள், (3) சாளுக்கியர் பட்டயங்கள், (4) வைகுந்தப் பெருமாள் கோவிலில் உள்ள சிற்பங்களும் கல்வெட்டுகளும், (5) கங்கர் கல்வெட்டுகள், (6) இராட்டிர கூடர் பட்டயங்கள், (7) திருமங்கை யாழ்வார் பாடல்கள் ஆகும். பல்லவர் பட்டயங்களுள் இவன் காலத்தன ஐந்து.

அவை (1) இவனது 21 ஆம் ஆட்சி ஆண்டில் வெளிவந்த **உதயேந்திரப் பட்டயம்**, (2) இவனது 22ஆம் ஆட்சி ஆண்டில் வெளிவந்த **காசக்குடிப்பட்டயம்**, (3) இவனது 58ஆம் ஆட்சி ஆண்டில் வெளிவந்த **தண்டன் தோட்டப் பட்டயம்**, (4) இவனது 61ஆம் ஆட்சி ஆண்டில் வந்துள்ள **கொற்றங்குடிப் பட்டயம்**, (5) இவனது 65ஆம் ஆட்சி ஆண்டில் வந்துள்ள மகாபுலிபுரத்துக் கல்வெட்டு என்பன.

சாளுக்கியச் சான்றுகள் ஆவன : (1) கைலாசநாதர் கோவிலில் உள்ள இரண்டாம் விக்கிரமாதித்தனது கல்வெட்டு, (2) இரண்டாம் கீர்த்திவர்மன் வெளியிட்ட வக்கலேரிப்பட்டயம், (3) இரண்டாம் கீர்த்திவர்மன் வெளியிட்ட கேந்தூர்ப்பட்டயம் என்பன. பாண்டியன் பட்டயங்கள்:- (1) வேள்விக்குடிப் பட்டயம். (2) சின்னமனூர்ப் பட்டயம் என்பன. இங்ஙனமே கங்கர், இராட்டிர கூடர் பட்டயங்களும் இருக்கின்றன. இவை அனைத்தும் ஆய்ந்து இப்பல்லவப் பேரரசர்கள் வரலாறு காண்போம்.

பல்லவர் - பாண்டியர் போர்

போருக்குக் காரணம்

(1) பல்லவர்க்கும் பாண்டியர்க்கும் போர் நடந்ததற்கெல் லாம் சிறந்த காரணம் கொங்குநாட்டு உரிமையாகும். கொங்கு

நாடு ஒருகாலத்திற் பாண்டியரிடமும் பிறிதொரு காலத்திற் பல்ல வரிடமும் கைமாறி வந்தன. நந்திவர்மன் கொங்குநாட்டைப் பிடிக்க முயன்றான்; அதற்காகப் பாண்டிய அரசன் போரிட வேண்டியவன் ஆனான். (2) அடுத்த காரணம் **சித்திரமாயன்** (பரமேசுரன் மகன்) பாண்டியனைச் சரணமடைந்திருந்தது. இவ் விரண்டு காரணங்களாலும் பாண்டியர் **அரிகேசரி பராங்குச மாறவர்மன்** (கி.பி. 710 - 765) நந்திவர்மனைத் தாக்கச் சமயம் பார்த்திருந்தான்.[1]

போர்

கும்பகோணத்திற்கு அருகில் உள்ள 'நாதன் கோவில் என்னும் இடம் பழைய காலத்தில் பகைவர் தென்புறக்கோட்டை யாக இருந்தது. அதற்கு **நந்திபுரம்** என்பது பெயர். அங்குப் பெருமாள் கோவில் உண்டு. அதனைத் திருமங்கையாழ்வார் பாடியுள்ளார். அந் நந்திபுரக் கோட்டைக்குள் பல்லவன் தங்கி யிருந்த சமயம் பார்த்துப் பாண்டியன் தன் துணைவரான சிற்றரசர் பலருடனும், பெருஞ் சேனையுடனும் சென்று நந்திபுரத்தை முற்றுகை இட்டான். பாவம்! பாண்டியன் படையெடுப்பை எதிர் பாராத நந்திவர்மன் கோட்டைக்குள் அகப்பட்டுக் கொண்டான்.

நல்ல காலம்! வழிவழியாகப் பல்லவர்க்குப் படைத்தொண்டு செய்துவந்த 'பூசான்' மரபில் பிறந்த **உதயசந்திரன்** என்னும் படைத்தலைவன், பெருஞ்சேனையுடன் நந்திபுரத்திற்கு விரைந் தான். அவன் 'வில்வலம்' என்னும் ஊருக்கும் வேகவதி யாற்றுக் கும் தலைவன்.

அவன் விரைந்து சென்று, அல்லிமலர் இதழ்போல் ஒளிர்ந்த தன் வாளால் சித்திரமாயனையும் பிறரையும் கொன்றான்; பாண்டிய ருடைய படையை நிம்பவனம், சூதவனம், சங்கர கிராமம், மண்ணைக்குறிச்சி, சூரவழுந்தூர், முதலிய இடங்களில் வென் றான்.[2] பாண்டியர் பட்டயங்கள், 'நெடுவயல், குறுமடை, மன்னிக் குறிச்சி, பூவலூர், கொடும்பாளூர், பெரியலூர் என்னும் இடங் களில் பாண்டியன் வெற்றிபெற்றான்; குழும்பூரில் நடந்த போரில் பாண்டியன் பல்லவனுடைய கரிகளையும் பரிகளையும் கைக்கொண்டான்[3] என்று கூறுகின்றன.

இவற்றுள் மன்னிக்குறிச்சி என்பது அறந்தாங்கித் தாலுக்கா வில் உள்ள **மணக்குடி** ஆகலாம்; நிம்பவனம் - வேப்பங்காடு, சூதவனம் - கோவிலூர் (தேவார காலத்துத் திருவுசாத்தானம்) சங்கரகிராமம் - சங்கரனார் குடிக்காடு ஆகலாம். இவை யாவும் தஞ்சைக் கோட்டத்திலேயே பெரும்பாலும் இருப்பவை; சில புதுக்கோட்டைச் சீமையில் இருப்பவை.

இந்த இடங்களில் இருதிறத்தாரும் வெற்றி பெற்றதாகக் கூறல் எங்ஙனம் பொருந்தும் எனின், பொருந்தும் என்றே கூற லாம். பாண்டியன் சில இடங்களில் வெற்றி பெற்றான்; இறுதி யில் உதயசந்திரன் சில இடங்களில் வெற்றி பெற்றான் எனக் கோடலே நேரிது. உதயசந்திரன் வருவதற்கு முன் சில இடங் களில் சேனை சிதறிப் போர் செய்திருத்தல் இயல்பே. ஆங்காங்கு நடந்த போர்களில் பெற்ற வெற்றியை அவரவர் கூறுதல் இயல்பே ஆகும். ஆயினும், இறுதியில் பல்லவன் வெற்றி பெற்றான் என்பதில் ஐயமில்லை.[4]

உதய சந்திரன்

இரண்டாம் நந்திவர்மன் பரிவேள்வி செய்ய விழைந்து, குதிரையை வடக்கே அனுப்பினான். அது வேங்கி நாடு சென்றது. அதனை ஆண்ட விஷ்ணுராசன் என்னும் கீழைச் சாளுக்கியன் பல்லவன் பெருமையை ஒப்புக்கொண்டான். ஆயின், அவனுக் குக் கீழ்ப்பட்ட **பிருதிவிவியாக்கிரன்** என்பவன் அக்குதிரை யைக் கட்டிவிட்டான்.

உடனே உதயசந்திரன் அங்குச் சென்று, அச்சிற்றரசனைப் போரில் முறியடித்து நாட்டைவிட்டுத் துரத்தி மீண்டான். தோற்ற வனுடைய விலை உயர்ந்த அணிகலன்களைப் பல்லவனுக்குப் பரிசளித்தான்.[5] இச்சந்தர்ப்பத்திற்றான் **உதயனன்** என்ற சபர அரசனை உதயசந்திரன் 'நென்மலி' (நெமலி) என்ற இடத்தில் போரிட்டு வென்றான்.[6] இங்ஙனம் பல்லவ மல்லனது நீண்ட ஆட்சிக்கும் பெற்ற வெற்றிகட்கும் உதயசந்திரன் சிறந்த காரண மானவன் என்பதில் ஐயமில்லை.

பல்லவர் - சாளுக்கியர் போர்கள்

I

போருக்குக் காரணங்கள்

(1) இரண்டாம் புலிகேசி காலமுதல் பட்டத்திற்கு வந்த சாளுக்கியர் அனைவரும் பல்லவர்க்கு ஆற்றார் ஆயினமை ஒரு காரணமாகும். (2) **இரண்டாம் விக்கிரமாதித்தன்** (கி.பி. 733 - 746) சிறந்த போர்வீரன். அவன் தன் நாட்டை முதலிற் கொங்கு நாடு - கங்கநாடு வரை விரிவாக்கினான். பல்லவ மல்லன் கொங்கு நாட்டு உரிமையைப் பாண்டியனை வென்று கைக்கொள்ள முயன் றான். தனது குடிப்பகைவனான பல்லவன் தன் பேரரசின் தென் பகுதி எல்லை வரை செல்வாக்குப் பெறுதல் தனக்குக் கேடு பயக்கும் என்பதை விக்கிரமாதித்தன் உணர்ந்தான். இவ்விரு கார ணங்களாலும் அவன் பல்லவ நாட்டின் மீது படையெடுத்தான்.[7]

பட்டயங்கள்

இப்போரைப் பற்றிப் பல்லவர் பட்டயம் ஒன்றேனும் கூறுகின்றிலது. இதற்குக் காரணம் இம்முறை வெற்றி பெற்றவர் சாளுக்கியர் ஆதலே ஆகும். இரண்டாம் கீர்த்திவர்மன் (கி.பி. 746 - 757) வெளியிட்ட (முன் சொன்ன) வக்கலேரி, கேந்தூர்ப் பட்டயங்களே இப்போர் நிகழ்ச்சிகளை நமக்கு அறிவிக்கின்றன. சாளுக்கியர் மரபில் வந்த அரசரது பெருமையைக் குலைத்த பல்லவர் மரபைப் பழிவாங்க **இரண்டாம் விக்கிரமாதித்தன்** துணிந்தான்; உடனே பெரும் படையுடன் காஞ்சியை நோக்கி விரைந்தான்; போரில் பல்லவ மல்லனைத் தோற்கடித்தான்; பல்லவன் ஓடிவிட்டான். எங்கே? ஒரு கோட்டைக்குள் ஓடிவிட்டான். இதனால் காஞ்சி சாளுக்கியன் வசப்பட்டது. சாளுக்கியன், பல்லவனுடைய கடுமுகவாத்தியம், சமுத்திரகோஷம், கத்வாங்கக் கொடி, போர் யானைகள், சிறந்த விலையுயர்ந்த மணிகள் முதலியவற்றைக் கைப்பற்றினான். பிறகு விக்கிரமாதித்தன் காஞ்சி நகரத்தை அழிக்காமல் உள் நுழைந்தான்; இதே சமயத்தில் அவன் மகனான **கீர்த்திவர்மன்** தந்தை இசைவுபெற்று ஓடிய பல்லவனைத் துரத்திச் சென்று, பல இடங்களில் முறியடித்தான். இதற்கிடையில் விக்கிரமாதித்தன் கயிலாசநாதர் கோவில் செல்வத்தைப் பார்வையிட்டு வியந்து, அதனை (தான் எடுத்துக்கொள்ளாமல் அக்கோவிலுக்கே விட்டுவிட்டான்.) இதனைக் கயிலாசநாதர் கோவிலில் உள்ள அவனது (பழைய கன்னடத்தில் எழுதப்பட்ட) கல்வெட்டே கூறுகின்றது.[8] அவன் ஏழைகட்கும் மறையவர்க்கும் பொன்னை வழங்கினான்.[9]

காஞ்சியைக் கைப்பற்றிய சாளுக்கியன், 'எப்பொழுது அதனை விட்டுச் சென்றான்? ஏன் சென்றான்?' என்பன நல்ல கேள்விகள் அல்லவா? அவற்றுக்கு விடை காணல் வேண்டும். நந்திவர்மன் சாளுக்கியனை விரட்டினான் என்பது உண்மையாயின், பல்லவர் பட்டயம் அதனைச் சிறப்பாகக் கூறியிருக்கும். அங்ஙனம் கூறாமையின், நந்திவர்மன் விக்கிரமாதித்தனை விரட்டவில்லை என்பது தெரிகிறது. இருவருக்கும் உடன்படிக்கை ஏற்பட்டது எனக் கொள்ளின், இருவருமே பட்டயங்களில் இதனைக் கூறியிருப்பர். அங்ஙனம் கூறவில்லை. எனவே, சாளுக்கியன் தனக்கு உட்பட்டு இருக்கத்தக்க பல்லவ மரபினன் ஒருவனைத் தேடி முடிசூட்ட முனைந்திருக்கலாம்; சித்திரமாயன் இறந்தான் ஆதலின், வேறு ஆள் அகப்படவில்லை. அவனே பல்லவ நாட்டைப் பிடித்துச் சேய்மையிலிருந்து ஆள்வதும் இயலாததன்றோ? பதுமை போல ஒருவனை அரியணையில் ஏற்றிவிட்டு அவன் வாதாபி சென்றிருந்தால், மறு நிமிடமே பெரு

வீரனான பல்லவமல்லன் அவனைக் கொன்றிருப்பான். நெடுந் தொலைவில் உள்ள அவன், தொண்டைநாட்டைப் பிடித்து அடக்கி ஆள்வது என்பது எளிதானதன்று, இவை அனைத்தையும் நன்கு எண்ணிப் பார்த்தே அப்பேரறிஞன், காஞ்சியைக் கைப்பற்றிப் பல்லவனை முறியடித்தலில் மகிழ்ச்சி அடைந்தான்; காஞ்சி நகரத்தாரை மகிழ்வித்தான்; கோவில்கட்கு மதிப்பளித்தான்; உலகம் உள்ளளவும் தன் பெருந்தன்மையை நிலைபெறச் செய் தான். இச்செயல்களில் மகிழ்ச்சியுற்ற அவன், தன் நாடு மீண்டான் எனக்கோடலே பொருத்தமான முடிவாகும்.[10]

உண்மை என்ன?

நந்திவர்மன் சேர சோழ பாண்டியருடன் கடுமையான போரில் ஈடுபட்டிருந்த காலத்திற்றான் விக்கிரமாதித்தன் காஞ்சி யைக் கைப்பற்றினான்;[11] அங்கும் பெயரளவில் இருந்தப் பல்லவப் படையை வென்று, அமைதியாகக் காஞ்சிக்குள் நுழைந் தான்; சிறிது காலம் கடிகையார், கோவிலார் மனமகிழப் பரிசுகள் தந்து தங்கி இருந்தான். இந்த அளவே சாளுக்கியர் பட்டயங்கள் கூறுகின்றன.

நந்திபுரக்கோட்டை முற்றுகை தீர்ந்ததும், உதயசந்திரன் தமிழரசரைக் குழும்பூர், நெடுவயல் முதலிய பல ஊர்களில் போரிட்டுத் துரத்திச் சென்றான். அப்பொழுது நந்திவர்மன் எங்கு இருந்தான்? என்ன செய்தான்? என்பன இதுகாறும் விளக்கப் பெறவில்லை. இரண்டாம் விக்கிரமாதித்தன் கி.பி. 723 இல் பட்டம் பெற்றவன்; நந்திவர்மன் கி.பி. 717இல் பட்டம் பெற்றவன். அவன் பட்டம் பெற்றபோது வயது பன்னிரண்டு ஆதலின், கி.பி, 733இல் ஏறத்தாழ 28 வயதுடைவனாக இருந்தான் அவன். இப் படையெடுப்பின் போது ஏறத்தாழ 30 வயதெனக் கொண்டாலும் அவன் வீர வயதுடன் விளங்கினான் என்பதில் ஐயமில்லை. அவன் தனது 61ஆம் ஆட்சி ஆண்டில் (தனது 72ஆம் வயதில்) வெளியிட்ட கொற்றங்குடிப் பட்டயத்தில், தான் **சிறுவனாக இருந்தபொழுதே** சேர, சோழ, பாண்டிய, களப்பிர, **வல்லபரை வென்றனன்** என்பது பொன்போலக் காணப்படுகிறது.[12] உதய சந்திரன் தென்னாட்டுப் போர் முடிந்த பிறகு வடநாடு சென்று கோதாவரி அருகில் சபர அரசனையும் பிருதுவி - வியாக்கிரன் என்பவனையும் வென்றான் என்று உதயேந்திரப் பட்டயம் கூறு கிறது. அஃது அரசனது 21ஆம் ஆட்சி ஆண்டில் (கி . பி. 738இல்) பொறிக்கப்பட்டது. 738 இல் வடநாடு செல்லத்தக்க வன்மை பல்லவர் படைத் தலைவற்கு எப்படி வந்தது? அங்கு அவன் சாளுக்கியனை வென்றதாகவும் இல்லை.

போர் நடந்த காலம்

இவற்றை எல்லாம் நடுவுநிலையாய் ஆராயின், பல்லவர் - பாண்டியர் - சாளுக்கியர் போர் விக்கிரமாதித்தன் பட்டம் பெற்ற கி.பி. 733 - க்கும் உதயேந்திரப் பட்டயம் வெளிவந்த கி.பி. 738 - க்கும் இடையில் நடந்திருத்தல் வேண்டும் என்பது விளங்கும். இக்காலத்தில் (தனது 28-33 வயதுக்கும்) நடந்த போர்களையே நந்திவர்மன் கொற்றங்குடிப் பட்டயத்திற் குறிப்பிட்டான். இப் போர் கி.பி. 733 ஆம் ஆண்டை அடுத்து நடந்ததென்றே வக்க லேரிப் பட்டயமும் குறிக்கிறது. ஆதலின், இப்போர் நடந்த காலம் ஏறத்தாழ்க் கி.பி. 733 - 735 என்னலாம்.

போர் நடந்ததா?

இரண்டாம் விக்கிரமாதித்தன் மகனான இரண்டாம் கீர்த்தி வர்மன் வெளியிட்ட வக்கலேரி, கேந்தூர்ப் பட்டயங்கள், 'விக்கிர மாதித்தன் நந்திவர்மனை வென்று காஞ்சியைக் கைப்பற்றி னான்; தானங்கள் செய்தான்; ஒன்றையும் கைக்கொள்ளவில்லை' என்றே குறிக்கின்றன. நந்திவர்மன் பட்டயம் 'அவன் வல்லபனை வென்றான்' எனக் கூறுகிறது.

இவற்றை நன்கு ஆய்தல் வேண்டும்; எதிர்ப்பவர் இன்றிக் காஞ்சியைக் கைப்பற்றிய - அல்லது சாளுக்கியர் பட்டயம் கூறுவது போலப் பல்லவனை வென்று காஞ்சியைக் கைப்பற்றிய சாளுக்கியன் தானாகப் போன பிறகு பல்லவமல்லன் காஞ்சிக்கு வந்தான் என்பது பல்லவனது வீரத்தை அவமதித்துக் கூறும் கூற்றாகும். வந்து நாட்டைப் பிடித்தவன் அதனை நுகராது போய் விட்டான் என்பதும் பொருத்தமற்ற கூற்றாகும்.

நடந்த முறை

ஆதலின், பல்லவன் நந்திபுரத்திலிருந்து வந்து விக்கிரமாதித் தனைப் போரிட்டுத் துரத்தியிருத்தல் வேண்டும். விக்கிரமாதித் தனுக்குப் பின் புதிய படையுடன் வந்த அவன் மகனான கீர்த்தி வர்மன், களைப்புற்ற பல்லவனைத் துரத்திக் காஞ்சிக்குள் நுழைந் திருக்கலாம்; பல்லவன் ஒரு கோட்டைக்குள் ஒளிந்திருக்கலாம்; இந்நிலையில் உதயசந்திரன் துணைக்குப் போந்து, கீர்த்திவர்மனை யும் விக்கிரமாதித்தனையும் துரத்திச் சென்று பல்லவ நாட்டுக்கு அப்பால் விட்டிருந்த வேண்டும்; விட்டு, முன் சொன்னவாறு வேங்கிப் பகுதியில் இருந்த அரசரை வென்று மீண்டனனாதல் வேண்டும்.

முடிவு

இங்ஙனம் கொள்ளின், (1) பல்லவன் பாண்டியரோடு போர் செய்தபொழுது விக்கிரமாதித்தன் காஞ்சியை எளிதிற் பற்றி அங்கு இன்பமாகக் காலம் கழித்தான்: (1) உதயசந்திரன் தமிழரசரைத் துரத்திக் கொண்டு தெற்கே போனபொழுது, பல்லவன் தன்னிடம் இருந்த படையுடன் விக்கிரமாதித்தனை எதிர்த்துத் துரத்தினான்; (3) அவ்வமயம் விக்கிரமன் மகனான இளவரசன் கீர்த்திவர்மன் பெரும்படையுடன் வந்து பல்லவனைக் காஞ்சியினின்றும் விரட்டிப் பல பொருள்களைக் கைப்பற்றினான்; (4) அந்நெருக்கடியான நிலையில் உதயசந்திரன் போந்து கீர்த்திவர்மனைத் துரத்திச் சென்று பல்லவ நாட்டிற்கப்பால் விட்டனன்; (5) உதயசந்திரன் அப்படியே வடக்கே சென்று வேங்கிப் பகுதியில் வெற்றி கண்டு மீண்டனன் என்னும் செய்தி களை முறைப்படி உணரலாம். இதற்கு உதயேந்திரம், கொற்றங் குடி, வக்கலேரிப் பட்டயக் குறிப்புகள் அனைத்தும் செவ்வை யாகப் பொருந்தி வருதலையும் காணலாம். அறிஞர் நன்கு ஆராய் வாராக.

படையெடுப்பின் பயன்

விக்கிரமாதித்தன் சிறந்த கலையுணர்வு உடையவன்; அவன் கயிலாசநாதர் கோவிலைக் கண்டு வியந்தான்; அதன் கும்ப அமைப்பை உளங்கொண்டான்; காஞ்சியிலிருந்து சிற்பிகளைக் கொண்டு சென்றான் போலும்! தன் நாட்டில் கயிலாசநாதர் கோவில் கும்பம் போன்ற கும்பங்களைக் கொண்ட கோவில் களைப் **பல்லவர் முறையில்** அமைத்தான். அவனுக்குப் பின் அந்நாட்டிற் கட்டப்பட்ட கோவில்களிலும் இப் பல்லவர் முறை யைக் கண்டு களிக்கலாம்.[13]

II

இரண்டாம் கீர்த்திவர்மன் கி. பி. 746இல் சாளுக்கிய அரச னானான். அவன் பட்டயத்தில், அவன் இளவரசனாக இருந்த பொழுது நடந்த போரே குறிக்கப்பட்டுள்ளது. அவனது ஆட்சி யில் கி. பி. 757இல் பல்லவர் - சாளுக்கியர் போர் பலமாக நடந் தது. இம்முறை நந்திவர்மன் கங்கரையும் பாண்டியரையும் தன் பக்கம் சேர்த்துக் கொண்டான். இப்போர் **வெம்பை** என்ற இடத்தில் முற்றுப்பெற்றது. கீர்த்திவர்மன் போரில் இறந்தான்; அவனுடன் சாளுக்கியப் பேரரசு ஒழிந்துவிட்டது.[14]

இரட்டர்[15] - பல்லவர் நட்பு

இரண்டாம் கீர்த்திவர்மன் ஆட்சியில் இரட்ட மரபினன் ஒருவன் சிற்றரசனாக இருந்தான். அவன் பெயர் **தந்தி துர்க்கன்** என்பது. அவன் நந்திவர்ம பல்லவன் அன்பைப் பெற்றுச் சாளுக்கிய நாட்டைக் கைப்பற்றினான்; அவன் கி.பி. 725 முதல் 758 வரை இருந்த இரட்ட மரபின் முதல் மன்னன் ஆவன்.

தந்தி துர்க்கன் என்பவன் **வைரமேகம்** என்னும் மறுபெயர் உடையவன்.[16] அவன் காஞ்சியை வென்றதாகக் கல்வெட்டுக் கூறுகிறது.[17] அந்த வைரமேகனையும் பல்லவ மல்லனையும் காஞ்சியில் கண்டதாகத் திருமங்கை ஆழ்வார் பாடியுள்ளார்.[18] எனவே, இருவரும் சமாதான நிலையில் காஞ்சியில் இருந்தனர் என்பது கொள்ள வேண்டுவதாக உள்ளது.

'நந்திவர்மன் மனைவி **ரேவா**; அவள் மகன் **தந்திவர்மன்**' என்று வேலூர்ப்பாளையப் பட்டயம் பகர்கின்றது. இவற்றை நன்கு ஆராய்ந்த அறிஞர், 'இரட்ட அரசனான வைரமேகன் காஞ்சியைக் கைப்பற்றியதும் பல்லவ மல்லன் அவனிடம் பெண் பெற்று மணந்திருத்தல் வேண்டும்; அவளுக்குப் பிறந்த மகனுக்குத் **தந்திவர்மன்** என்னும் பாட்டன் பெயரை இட்டிருத்தல் வேண்டும்' என்று முடிபு கொண்டனர்.[19]

முதலாம் கிருஷ்ணன்

இவன் தந்தி துர்க்கனது சிற்றப்பன். தந்தி துர்க்கன் கி.பி. 726 முதல் 758 வரை ஆண்டு இறந்தான். அவற்குப் பிள்ளை இன்மையின், முதலாம் கிருஷ்ணன் தனது முதுமைப் பருவத்தில் கி.பி.758 முதல் 772 வரை அரசனாக இருந்தான். இவன் 'கன்னர தேவன்' என்ற பெயரையும் கொண்டிருந்தான். இவன் தனது 'தலகோன்' பட்டயத்தில், தன்னைக் **காஞ்சிக்குணாலங் கிருதன்**.... என்று குறித்துள்ளான். இதனால் இவன் காஞ்சி அரசனை வென்றவனாக இருக்கலாம் என்று **அல்டேகர்** கருது கிறார்.[20]

பல்லவர் - கங்கர் போர்

இரண்டாம் நந்திவர்மன் காலமெல்லாம் போர்களிலேயே கழிந்தது என்னலாம். அவன் 'உக்ரோதயம் என்னும் வைரம் பதித்த கழுத்தணியைக் கங்க அரசனிடமிருந்து கைப்பற்றினான்' என்று ஒரு பட்டயம் பகர்கின்றது[21] பல்லவனுடன் போரிட்ட கங்க அரசன் ஸ்ரீ புருஷன் என்பவன். அவன் கி.பி. 726 முதல் 776 வரை ஆண்டான்[22]. இப்போர் பல்லவனது 58 ஆம் ஆட்சி ஆண்டில் வெளியிட்ட தண்டன் தோட்டப் பட்டயத்தில் காணப்

படலால், பல்லவ மல்லனது முதுமைப் பருவத்தில் இது நடந்த தாகல் வேண்டும் எனக் கோடல் தவறாகாது.

இப்போரைப்பற்றிக் கங்கர் கல்வெட்டுகள் கீழ்வருமாறு கூறுகின்றன:- ''ஸ்ரீ புருஷன் மகன் பல்லவனை 'விளர்த்தி' என்ற இடத்தில் வென்றான். ஸ்ரீ புருஷன் 'காடுவெட்டி' என்பானைக் கொன்று அவனது பட்டத்தைத் தான் பெற்றுப் 'பெருமான் அடி' எனப்பட்டான்; ''பீமகோபன்' என்றும் பெயர் கொண்டான். இவன் செய்த போரில் வெற்றி மகள், இவன் வாளால் துணிக்கப்பட்ட யானைகளின் குருதியில் நீராடினாள்.[23]

பட்டயக் குறிப்புகள்

முதலாம் பரமேச்சுவரவர்மன், இராசசிம்மன் இவர் தம் கல்வெட்டுகளிற் போலவே பல்லவ மல்லனது காசக்குடிப் பட்டயத்திலும் சிலேடைப் பொருள் கொண்ட அடிகள் பல வருகின்றன. அவற்றிலிருந்து நாம் சிறப்பாக அறியத்தக்கது - **பல்லவர் ஆகமங்கள் படித்தவர்** என்பதே ஆகும். பிற்காலப் புலவர் பலர் நாட்டு வர்ணனையில் கூறும் சிறப்புகள் எல்லாம் காசக்குடிப் பட்டயத்தில் காணலாம். உதயேந்திரயப் பட்டயத் தால் நாம் அறியத்தக்க புதிய செய்தி ஒன்றுண்டு. அஃதாவது பல்லவமல்லன் தான் மறையவர்க்கு நிலம் கொடுத்தபோது இரண்டு **நீர் யந்திரங்கள்** அளித்தான் என்பது. தொண்டை மண்டலம் ஆற்றுப் பாய்ச்சல் குறைந்த நாடாதலின், இயந்திரங் களை நிறுத்தி நீரை இறைத்துப் பயிர்வேலை செய்யப்பட்டது என்பது இதனால் தெரிகிறது. மேலும், காசக்குடிப் பட்டயத்தால் நாம் அறியத்தக்கது மற்றொன்று உண்டு. அஃதாவது பட்டயம் முதலில் வடமொழியில் எழுதப்பட்டது; அம்மொழி மக்களுக்குத் தெரியாது ஆதலின், **தமிழில் எழுதப்பட்டது** என்பதே. இதனால் பல்லவர் காலத்தில் மக்கள் எல்லோரும் அறிந்திருந்த மொழி **தமிழ் ஒன்றே** என்பது தேற்றமன்றோ? தண்டன் தோட்டப் பட்ட யத்தில், **பாரதம்** படித்துச் சிற்றூரர்க்குப் பொருள் விளக்கின வனுக்கு நிலம் விடப்பட்ட செய்தி கூறப்பட்டுள்ளது. இதற்கு முன் இங்ஙனம் பரமேச்சுரவர்மன் செய்தான் என்பதைப் படித் தோம் அல்லவா? இங்கு இதனைப் பல்லவமல்லன் செய்ததாக அறிகிறோம். இப்பாரதக் கதை சொல்வோர் பல்லவரால் வழிவழி ஆதரிக்கப்பெற்றனர் என்று கோடலில் தவறில்லை. இவற்றால் நம் நாட்டில் பாரதக் கதையைக் கூறும் பழக்கம் கி.பி. 7ஆம் நூற்றாண்டிலேயே (அப்பர், சம்பந்தர் காலத்திலே, உண்டானது என்பதை அறியலாம். இவன் **கலியை ஒழித்தவன்** (கலிபலமர்த் தனன்[24]) என்று உதயேந்திரப் பட்டயம் கூறியுள்ளதாலும் இவன்

ஆட்சியில் போர்களே நிரம்பி இருந்தன ஆதலாலும் நாட்டில் வறுமைதோன்றியிருத்தல் இயல்பே; அதனை இவன் அரும்பாடு பட்டு ஒழித்தான் எனக் கொள்ளலாம்.

சமயப் பணி

இரண்டாம் நந்திவர்மனான பல்லவ மல்லன் **சிறந்த வைணவன்**. இவனைக் காசக்குடிப் பட்டயம், 'அரி சரணபரன்' என்றும், தண்டன் தோட்டப் பட்டயம் 'முகுந்தன் திருவடிகளைத் தவிர வேறு ஒன்றிற்கும் அவன் தலை வணங்கவில்லை' என்றும் கூறுகின்றன. இக்குறிப்புகளோடு, **திருமங்கையாழ்வார்** பாடியருளிய நந்திபுர விண்ணகரப்பதிகத்தையும் பரமேச்சுர விண்ணரகப் (வைகுந்தப் பெருமாள் கோவில்) பதிகத்தையும் கொற்றாங்குடிப் பட்டயத்தில் பெருமாள் வணக்கமாகவுள்ள முதல் இரண்டு பாக்களையும் ஒப்புநோக்கின், பல்லவ மல்லன் சிறந்த வைணவன் என்பது நன்கு விளங்கும். இவனே வைகுந்தப் பெருமாள் கோவிலை நலமுற அமைத்தவன்; அதற்கு வேண்டும் நலங்கள் பலவாகச் செய்தான். இவன் ஆட்சியிற் பல கோவில்கள் நாடெங்கும் கட்டப்பட்டன. அவற்றுள் (1) கூரத்தில் உள்ள கேசவப் பெருமாள் கோவிலும், (2) திருவதிகை வீரட்டானேச்சுரர் கோவிலும், (3) புதுக்கோட்டையில் உள்ள குன்றாண்டார் கோவிலும் சிறந்தன. இவன் பல்வேறு கோவில்கட்குத் தானங்கள் பல செய்துள்ளான். காஞ்சியில் உள்ள முத்தீச்சுரர் கோவில் இவன் காலத்தில் பெருஞ்சிறப்புற்றது.

இவன் காலத்தில் ஆர்க்காடு நகர்க்கு அருகில் உள்ள பஞ்ச பாண்டவர் மலையில் ஒரு குகை சமணர்க்காக அமைக்கப் பட்டது. அங்குள்ள கல்வெட்டில், 'நந்தி போத்தரையர்க்கு ஐம்பதாம் யாண்டு நாகநந்தி குரவர் வழிபடப் பொன் இயக்கியார்க்குப் படிமம் எடுக்கப்பட்டது' என்பது காணப்படுகிறது. இதனால் இப்பேரரசன் காலத்தில் பல்லவ நாட்டில் சமணர் சிலரும் இருந்தமை தெளிவாம். புத்தரும் அக்காலத்தில் இருந்தனர் என்பதைத் திருமங்கை ஆழ்வார் பதிகங்கள் வலியுறுத்து கின்றன.[25]

கல்வி நிலை

பல்லவ மல்லனிடம் கொடை பெற்ற மறையவர் அனைவரும் சிறந்த கலை விற்பன்னராவர்; நான்கு வேதங்கள், ஆறு அங்கங்கள் முதலியவற்றில் துறைபோனவர்; செய்யுள், கூத்து, இதிகாசம், கதைகள் இவற்றில் வல்லவர்; எல்லா வகைச் சடங்கு களிலும் தேர்ச்சியுற்றவர்; நல்ல ஒழுக்கம் உடையவர். இவரை,

'இருள் அகற்றும் ஒளி அனையர்' என்று **காசக்குடிப்** பட்டயம் முதலியன கூறுகின்றன. 'பல்லவ மல்லனே சிறந்த கல்விமான்; படைக்கலப் புலவன்: இசை விருப்பன்; **செய்யுட்கள் செய்வதில் வால்மீகி போன்றவன்**; வில்வித்தையில் இராமன்; அரசியலில் பிரகஸ்பதி' எனப் பலபடப் பட்டயங்கள் பகர்கின்றன.

பல்லவப் பேரரசு

இரண்டாம் நந்திவர்மன், தன் காலத்தில் வடக்கிலும், தெற்கிலும் மேற்கிலும் பல போர்கள் செய்தனன் ஆயினும், தன் பெருநாட்டில் ஒரு சிறு பகுதியையும் இழக்கவில்லை என்பது குறிப்பிடத்தக்கது. இவனது தமிழ் மண்டலம் வடவேங்கடம் முதல் புதுக்கோட்டை வரை பரவி இருந்தது. இவனது பேரரசு முன்னிலும் மிக்க வன்மை பெற்று விளங்கியது. நாட்டில் கல்வி நிலை, சமய நிலை முதலியன நன்றாய்ப் பரவின என்னல் மிகை யாகாது.

இவன் காலத்து அரசர்

இவன் காலத்துக் கங்க அரசன் **சீபுருடன்** (கி.பி. 726 - 788) : சாளுக்கிய மன்னர் **இரண்டாம் விக்கிரமாதித்தன்** (கி.பி. 733-746), **இரண்டாம் கீர்த்திவர்மன்** (கி.பி. 746-757) ஆவர். இவருடன் சாளுக்கியப் பேரரசு ஒழிந்துவிட்டது. இச்சாளுக்கியரை வென்ற இராட்டிரகூடருள் தந்தி துர்க்கன் (கி.பி. 725-758), முதலாம் கிருட்டிணன் (கி.பி. 758 - 772) இரண்டாம் கோவிந்தன் (கி.பி. 772 - 780) என்போர் இவன் காலத்தவராவர். பாண்டியருள் **முதலாம் இராச சிம்மன்** என்ற **பராங்குச மாறவர்மன்** (கி.பி. 710 - 765), **நெடுஞ்சடையன் பராந்தகன்** (கி.பி. 765 - 790) என்பவர் இக் காலத்தவராவர்.

குறிப்புகள்

1. Ep. Ind. Vol. IX, p. 205, M.V.K. Rao's 'Gangas of Talakad', p. 53
2. S.I.I., Vol. II, No. 14.
    இச்சங்கிர கிராமம் நெடுமாறன் காலத்துச் சங்கிரமங்கை போலும்!
3. A.K.N. Sastry's 'Pandian Kingdom', p. 57.
4. பெரிய திருமொழி - பரமேசுவர விண்ணகரப் பதிகம்
5. S.I.I., Vol. II, p. 372.
6. இப்போரில் தொடர்புகொண்ட உதயனன் வடநாட்டான். அவனை வெல்லப் பல்லவன் முனைந்தது தந்திதுர்க்கன் தூண்டுதலால் ஆகும். இருவரும் சிறந்த நண்பர். தந்திதுர்க்கனுக்குப் பல்லவன் போரில்

உதவி செய்தான் எனக் கொள்வதே பொருத்தமாகும். - Vide Altekar's 'Rashtrakutas and their Times, p. 37.

7. M.V.K. Rao's Gangas of Talakad, p. 53.
8. Ep. Indica, Vol. III, p. 360.
9. Ep. Indica, Vol. IX, pp. 205, 206
10. Rev. Heras's 'Studies in Pallava History', p.59.
11. M.V.K. Rao's 'Gangas of Talakad', p. 53.
12. Ep. Ind. Vol. XVIII, pp. 115-120.
13. Heras's 'Studies in Pallava History', p. 60.
14. Ep. Ind. Vol. IX, p. 24; Q J.M.S. Vol. XIII, pp. 581-88. M.V.K. Rao's 'Gangas of Talakad'.
15. இரட்டர் - இராட்டிரகூடர்
16. E.I. Vol. IV, p. 334.
17. E.I. Vol. IX, p. 24.
18. பெரிய திருமொழி, ii, 9

"மன்னவன் தொண்டையர்கோன் வணங்கும் நீள் முடிமாலை வயிர மேகன்"

19. R. Gopalan's 'Pallavas of Kanchi', p. 127.
20. Vide his 'Rashtrakutas and their Times', p. 45.
21. S.I.I. V. II pp. 519-20.
22. Vide M.V.K. Rao's 'Gangas of Talakad' p. 54.
23. Ibid. pp. 55.
24. S.I.I. Vol. II, p. 367
25. பெரிய திருமொழி - 2, 6, 5; 2, 1, 7; 7, 9, 2; 9.7, 9; 7, 45 முதலியன

* * *

15. தந்திவர்மன்

[கி.பி. 775 – 825]

பிறப்பும் ஆட்சிக் காலமும்

தந்திவர்மன் இரண்டாம் நந்திவர்மன் மகன். இவன் இராட்டிர கூடப் பெண்மணியான **ரேவா**[1]வுக்குப் பிறந்தவன்; இராட்டிர கூடத் தந்தி துர்க்கன் (வைரமேகன்) மகள் வயிற்றுப் பெயரன். ஆதலின், இவன் **தந்திவர்மன்** எனப்பட்டான். இவன் அப் பாட்டனைப் போலவே, 'வைரமேகன்' என்னும் பெயரும் பெற்றி ருந்தான். இவன் பட்டயங்களும் கல்வெட்டுகளும் திருச்சிராப் பள்ளிக் கோட்டத்திலிருந்து வடக்கே திருச்சானூர் வரை பரவி யுள்ளன. இறுதியிற் கிடைத்த கல்வெட்டு இவனது 51ஆம் ஆட்சி ஆண்டைக் குறிப்பதால், இவன் குறைந்தது 51 ஆண்டுகள் அரசாண்டான் என்று ஆராய்ச்சியாளர் கொண்டனர்.

சிறப்பும் மணமும்

'இவன் செந்தாமரைக் கண்ணனான திருமாலின் அவதார மானவன்; அன்பு, அருள், ஈகை, ஒழுக்கம் இவற்றுக்குப் புகலிட மானவன். இவன், கதம்பர் மரபுக்கே சிரோமணியாக விளங்கிய அரசனது மகளான **அக்களநிம்மதி** என்பவளை மணந்து கொண் டான்' என்று பட்டயங்கள் பகர்கின்றன.

இரட்ட அரசர் : கிருஷ்ணன் (கி.பி. 780 - 794)

தந்திதுர்க்கன் இறந்த பிறகு, அவன் மாமனான கிருஷ்ணன் அரசன் ஆனான். இவன் சாளுக்கியர் மரபை அழித்தான்; ஏலாபுரம் (எல்லோரா) கூற்றத்தல் உள்ள ஒரு மலையில் மிகவும் பாராட்டத் தக்க கயிலாசநாதர் கோவிலைக் கட்டுவித்தான். இவன் கி.பி. 772இல் இறந்தான்.

துருவன் - கோவிந்தன் போராட்டம்

கிருஷ்ணனுக்கு **இரண்டாம் கோவிந்தன், துருவன்** என மக்கள் இருவர் இருந்தனர். மூத்தவனான இரண்டாம் கோவிந்தன் கி.பி. 772இல் அரசுகட்டில் ஏறினான். இவன், தம்பியிடம் அரசை

ஒப்புவித்து உலக இன்பங்களில் கருத்தைச் செலுத்தியிருந்தான்; பிறகு துருவன் தான் அரசனாகச் செய்த சூழ்ச்சியைக் கோவிந்தன் அறிந்து, அவனை நீக்கிப் புதியவன் ஒருவனை அரசியலைக் கவனிக்கப் பணித்தான். இந்த ஒழுங்கற்ற முறைகளால் உள் நாட்டில் சிற்றரசர் குழப்பங்களை உண்டாக்கினர். **துருவன்** சிறந்த அரசியல் நிபுணன். அவன் தன் முன்னோர் தேடிய அரசு நிலைகுலையும் என்பதை உணர்ந்தான்; உடனே பட்டந் துறக்கும் படி கோவிந்தனை வற்புறுத்தினான்; ஆயின், அவ்வற்புறுத்தல் பயன் பெறவில்லை.

போர்

உடனே துருவன் தனக்கு இசைந்த சிற்றரசரைச் சேர்த்துக் கொண்டு தமையனை வெல்ல முற்பட்டான். கோவிந்தனும் கங்கபாடி, வேங்கி அரசரைத் தனக்குத் துணையாகக் கொண் டான். நம் பல்லவ அரசனான நந்திவர்மனும் கோவிந்தன் பக்கம் சேர்ந்து கொண்டான். போர் கடுமையாக நடந்தது. துருவனே வெற்றி பெற்றான். அவன் கி.பி. 780இல் இராட்டிர கூடப் பேரரசன் ஆனான். அவன் 794 வரை அரசாண்டான்.

பல்லவர் - இரட்டர் போர் I

துருவன் அரசனானவுடன், பெரும் படையொடு புறப்பட்டுத் தன் தமையனுக்கு உதவி புரிந்தோரை வெல்ல விழைந்தான்; முதலில் கங்கபாடி அரசனான சிவமாறனை வென்று, தன் முதல் மகனான கம்பரசனைக் கங்கபாடியை ஆளுமாறு விடுத்துக் காஞ்சியை அடைந்தான்; காஞ்சி நகரத்தை முற்றுகையிட்டான். அப்பொழுது நடந்த போரில் 'தந்திவர்மன் தோல்வியுற்றான்; தனது பெரிய யானைப் படையைத் துருவனுக்கு அளித்துச் சரண் புகுந்தான்' என்று இரதனபுரப் பட்டயங்கள் குறிக்கின்றன.

துருவன், இங்ஙனம் அடைக்கலம் புக்க தந்திவர்மனைத் தனக்கு அடங்கிக் கப்பம் கட்டுமாறு செய்து மீண்டான்.[2]

பல்லவர் - இரட்டர் போர் II (கி.பி. 803)

கோவிந்தன் III : கங்கபாடி, வேங்கி இவற்றைத் தன் பேரரசுடன் சேர்த்த பேரரசனான துருவன் கி.பி. 794 இல் இறந்தான். இவன் இறக்கு முன்பே தன் மக்களான கம்பரசன், காக்கா சுவர்ண வர்ஷன், **கோவிந்தன்,** இந்திரன் முதலியோருள் கோவிந்தன் என்ற தன் மூன்றாம் மகனுக்கே முடிசூட்டினான். அதனால்

பெருவலி படைத்த **(மூன்றாம்)** கோவிந்தன் கி.பி. 794 இல் பேரரசன் ஆனான்.

இதனால் முதல் மகனான கம்பரசன் மனம் புழுங்கினான்; அவனுடன் சிற்றரசர் பலர் சேர்ந்தனர். இவர்கள் சூழ்ச்சியை அறிந்த கோவிந்தன் தன் தமையனான கம்பரசனையும் அவனுடன் சேர்ந்திருந்த சிற்றரசர் பன்னிருவரையும் போரில் வென்றான். பிறகு குழப்பம் இல்லை.

கோவிந்தன் - தந்திவர்மன் போர் : கோவிந்தன் தன் தமையனுடன் சேர்ந்திருந்த சிற்றரசரைத் தனித்தனியே வென்று, அவர் உரிமைகளைப் பறிமுதல் செய்தான். அங்ஙனம் செய்து கொண்டு வந்தவன், காஞ்சி அரசனான தந்திவர்மனைத் தாக்கினான். தந்திவர்மன் கோவிந்தனுக்குத் திறை கட்டாதிருந்தனனோ - அல்லது அவற்கு மாறாகக் கம்பரசனுடன் சேர்ந்திருந்தனனோ - இரண்டும் இன்றி அவன் வெறுக்கத்தக்க வேறு முறைகளில் நடந்து கொண்டனனோ தெரியவில்லை. தந்திவர்மன் ஏறத்தாழக் கி.பி. 803இல் தோல்வியுற்றான். தோற்ற தந்திவர்மன் அவனுக்கு அடங்கி இருப்பதாக வாக்களித்தான் போலும்! கோவிந்தன் இங்கு நின்றும் இராமேச்சுரம் வரை சென்று, அங்கு கி.பி. 804இல் பட்டயம் ஒன்றை (பிரிட்டிஷ் காட்சிச்சாலை பட்டயம் Ep. ind. Vol. Ii, p. 126) விடுத்து மீண்டான்.[3]

பல்லவர் - இரட்டர் போர் III (கி.பி. 808 - 810)

மூன்றாம் கோவிந்தன் வடநாடுகளை வெல்லச் சென்றான். அந்தச் சமயத்தில் கங்கபாடி அரசன், தந்திவர்மன், சேர, சோழ, பாண்டியர் ஆகிய அனைவரும் ஒன்று சேர்ந்து தங்கள் ஆட்சியை நிலைநிறுத்திக் கொள்ளவோ அல்லது அவனது நாட்டின் மீது படையெடுக்கவோ சூழ்ச்சிசெய்தனர் என்று 'சஞ்சன்' பட்டயம் செப்புகிறது. பெருவீரனான கோவிந்தன் கடுஞ்சீற்றம் கொண்டு பெரும் படையுடன் புறப்பட்டான்; தென்னாட்டு அரசர் அனைவரையும் வென்றான்; **காஞ்சியைக் கைப்பற்றினான்.** சோழ பாண்டி நாடுகளை இராட்டிரகூட வீரர் அளந்து திரிந்தனர். இதனை அறிந்த இலங்கை அரசன் அஞ்சி அவனுக்குப் பரிசுகள் பல அனுப்பி நட்புக் கொண்டான்.[4]

தந்திவர்மன் இந்தப் போர் முடிவிலும் வழக்கம் போலக் கோவிந்தனுக்கு அடங்கி இருப்பதாக வாக்களித்திருக்கலாம். என்னை? இப்போருக்குப் பின்னரும் தந்திவர்மன் காஞ்சியில்

அரசனாக இருந்து பல்லவர் நாட்டை அரசாண்டு வந்தமையால் என்க. இம்மூன்று போர்களாலும் பல்லவ நாட்டிற்கு உண்டான ஆள் இழப்பும் பொருள் இழப்பும் சொல்லும் தகையவோ?

பல்லவர் - பாண்டியர் போர் (கி.பி. 806 - 817)

வரகுண பாண்டியன் மாறன் இராசசிம்மன் மகன். இவன் காலம் ஏறக்குறைய கி.பி. 800 - 830 என்னலாம். இவன் சடிலன், பராந்தகன், மாறஞ்சடையன், நெடுஞ்சடையன் எனப் பல பெயர் களைக் கொண்டவன். இவன் தகடூர் அதிகனை எதிர்த்தபொழுது, தந்திவர்மன் அதிகளை ஆதரித்தான்; சேரனும் அதிகனை ஆதரித் தான். வரகுணன் இவர்கள் அனைவரையும் தோல்வியுறச் செய் தான். வரகுணன் கல்வெட்டுகள் சோழநாடு முழுவதும் காணப் படுகின்றன. இவன் தனது 16 ஆம் ஆட்சி ஆண்டில், தொண்டை நாட்டில் பெண்ணை யாற்றங்கரையில் உள்ள **அரைசூரில்** இருந்த பொழுது (போர்ப் பாசறையில்) அம்பாசமுத்திரம் பட்டயம் அளித்துள்ளான். இதனால் வரகுணபாண்டியன் பல்லவர் பொட்டைச் சேர்ந்த சோழ நாடு முழுவதையும் கைப்பற்றியதோடு நில்லாமல், தொண்டை நாட்டில் பெண்ணையாற்றங்கரை வரை உள்ள நாட்டையும் பிடித்துக்கொண்டான் என்பதை நன்கு உணரலாம்.[5] சோழ நாட்டில் திருச்சிராப்பள்ளி மலைக்கோவில், திருநெய்த்தானம் (தில்லை ஸ்தானம்), திருவிசலூர் என்னும் இடங்களில் வரகுணன் பட்டயங்கள் காணகின்றன. வடக்கே இராட்டிரகூடர் படையெடுப்பும் தெற்கே பாண்டியர் படை யெடுப்பும் உண்டாகிப் பல்லவன் தத்தளித்தான். தான் இராட்டிர கூடர்க்கு அடங்கிவிட்டமையாலும் வெளி அரசர் உதவி இன்மை யாலும் தந்திவர்மன் தக்க உணர்ச்சியோடு பாண்டியனை எதிர்க்க முடியவில்லை.

தந்திவர்மன் அரசியல்

தந்திவர்மன், திருச்சிராப்பள்ளிக் கோட்டத்தில் ஆலம் பாக்கம் என்னும் சிற்றூர்க்கு அண்மையில் தனது பட்டப்பெய ரான 'மாற்பிடுகு' என்பதை வைத்து 'மாற்பிடுகு ஏரி' ஒன்றை வெட்டுவித்தான். இவனது 5ஆம் ஆட்சி ஆண்டில் புதுக்கோட்டைச் சீமையில் 'வாலி ஏரி' ஒன்றை இவனுடைய சிற்றரசனான - 'வாலிவடுகன் - கலிமூர்க்க இள அரையன்' என்பவன் வெட்டு வித்தான்.[6] திருவெள்ளரை என்னும் சிற்றூரில் 'மாற்பிடுகு பெருங் கிணறு' ஒன்றைக் கம்பன் அரையன் என்பவன் வெட்டுவித்தான்.[6]

திருச்சிராப்பள்ளிக்கு அடுத்த உய்யக்கொண்டான் திருமலைக் கல்வெட்டு, அவ்வூருக்கு அண்மையில் உள்ள வாய்க்காலை 'வைரமேகன் வாய்க்கால்' என்கிறது. 'வைரமேகன்' என்பது 'தந்திவர்மன்' பெயர்களில் ஒன்று அன்றோ? எனவே, அவ்வாய்க்கால் தந்திவர்மன் காலத்தில் வெட்டப்பட்டதே என்னல் பொருந்தும். இவன் காலத்தில் திருவிப்பிரம்பேட்டு ஏரி முதலிய பல ஏரிகள் தூய்மை செய்யப்பட்டன. தந்திவர்மன் ஆட்சியில் நீர்ப் பாசன வசதிகள் சிறப்பாகக் கவனிக்கப்பட்டன என்பது கல்வெட்டு களால் நன்கு புலனாகிறது. இவனது காலத்தில் தனிப்பட்ட செல்வர் ஆங்காங்குக் கேணியும் குளமும் எடுத்துள்ளனர்; ஏரி களைத் தூய்மை செய்துள்ளனர். இஃது உண்மையில் பாராட்டத் தக்க சிறந்த அரசியற் பண்பாகும் அன்றோ?

சில பட்டயங்கள்

இவன் காலத்துக் கல்வெட்டுகள், (1) செஞ்சிக் கோட்டைக்கு அருகில் உள்ள தொந்தூர், (2) உத்தரமல்லூர், (3) திருவல்லிக் கேணி, (4) கூரம், (5) மலையடிப்பட்டு, (6) திருவெள்ளரை, (7) ஆலம்பாக்கம், (8) குடி மல்லம் முதலிய ஊர்களில் கிடைத்துள்ளன. இவற்றுள் திருவல்லிக்கேணிக் கல்வெட்டைக் காண்க. அது **குலங்கிழார்** (கோவில் அதிகாரி) கோவில் நிலத்தில் ஒரு பகுதியை ஒற்றி வைத்து, அதன் வருமானத்தில் 45 காடி நெல் குறைந்து போனதால், அதற்குப் பதிலாக 30காடி நெல்லும் 5 கழஞ்சு பொன்னும் புகழ்த்துணை விசையரசன் தானம் செய் தான். இதற்கு நாள் ஒன்றுக்கு 5 நாழி நெல் வட்டியாகும். அதை அரிசியாக்கி நாள்தோறும் திருவமுது படைப்பாராக,' என்பது. இந்த வட்டிக் கணக்கு என்ன? 45 காடி நெல்லுக்கு ஆண்டொன் றுக்கு 18¼ கலம் நெல்வட்டி ஆயிற்று.[7]

கோவில்கள்

மலையடிப்பட்டியில் உள்ள மலையைத் தனியாகக் குடைந்து அமைத்தவன் முத்தரையனான குவாவன் சாத்தன் என்பவன். இவ்வேலை தந்திவர்மனது 16ஆம் ஆட்சி ஆண்டில் முற்றுப் பெற்றதாகும். பல்லவ அரசன், திருச்சிராப்பள்ளிக் கூற்றத்தில் உள்ள ஆலம்பாக்கத்திற்குத் 'தந்திவர்ம மங்கலம்' எனத் தன் பெயரிட்டு அதனைப் பிரமதேயமாக வழங்கினான்; அங்குக் **கயிலாசநாதர் கோவில்** ஒன்றைக் கட்டினான். இவன் **வைணவன்**[8] ஆயினும் சைவ - வைணவக் கோவில்கட்கு நிரம்பப்

பொருள் அளித்தான். திருமங்கை ஆழ்வார் இவன் காலத்திலும் இருந்தனர் என்று சிலர் கூறுவர்.[9]

'தந்திவர்மனது 16ஆம் ஆட்சி ஆண்டில் **குவிலஞ் சாத்தன்** என்னும் விடேல் விடுகு முத்தரையன் திருவாலத்தூர் **மலையைக் கோவிலாகக் குடைந்து** பெருமானை எழுந்தருளச் செய்தான்' என்பது மலையடிப்பட்டி வாகீசர் கோவிலின் அழிந்த மண்டபத்தில் உள்ள கல்வெட்டில் காணப்படுகிறது.[10] தந்திவர்மன் காஞ்சிப் பரமேச்சுர விண்ணகரத்திற்குப் பொற்குடம் ஒன்றை அளித்துள்ளான்.[11]

இவன் காலத்து அரசர்

இவன் காலத்துக் கங்க அரசர் இரண்டாம் சிவமாறன் (கி.பி. 788 - 812) முதலாம் இராசமல்லன் (கி.பி. 817 - 853) என்போர் ஆவர்; இரட்ட அரசர் இரண்டாம் கோவிந்தன் (கி.பி. 722 - 780), துருவன் (கி.பி. 780 - 794), மூன்றாம் கோவிந்தன் (கி.பி. 794 - 814) என்பவர்; பாண்டிய மன்னர் நெடுஞ்சடையன் பராந்தகன் (கி.பி. 765 - 790), இரண்டாம் இராசசிம்மன் (கி.பி. 790 - 800), வரகுண மகாராசன் (கி.பி. 800 - 830) என்பவர்.

குறிப்புகள்

1. ரேவா என்பது நருமதையாற்றின் பெயர்.
2. Altekar's 'Rashtrakutas and their Times', pp. 50, 55.
3. Altekar's 'Rashtrakutas and their Times', pp. 61, 63.
4. Ibid. pp. 68, 69: 'Gangas of Talakad', p. 64.
5. K.A.N. Sastry, 'Pandian Kingdom', p., 62-63.
6. இவை இந்நூலின் பிற்பகுதியில் விளக்கமாகக் கூறப்பட்டுள்ளன.
7. Ep. Indica, Vol. VIII, p. 291 & P.T.S. Iyangar's 'Pallavas', part III, p. 46
8. S.I.I. Vol. II, p. 515.
9. M. Ragava Iyengar's 'Alwargal Kala Nilai', pp. 109-112.
10. 'Chronological List of Inscriptions of the Pudukotta State', p.2
11. S.I.I. Vol. IV, No. 34.

* * *

16. மூன்றாம் நந்திவர்மன்

[கி.பி. 825 – 850]

மரபு

இவன் தந்திவர்மன் மகன். தந்திவர்மன் கதம்ப அரசர் மகளை மணந்த செய்தியே சிறப்பாகப் பட்டயத்திற் கூறியுள்ளதால், மூன்றாம் நந்திவர்மன் அவ்வரசிக்குப் பிறந்தவனாதல் வேண்டும் என்று கொள்ளலாம். இதனை வேலூர்ப் பாளையப் பட்டயமும் உறுதிப்படுத்துகிறது.

பட்டயங்கள்

(1) இவன் காலத்துப் பட்டயங்களில் சிறந்தது வேலூர்ப் பாளையப் பட்டயமே ஆகும். இது பொன்னேரிக் கூற்றத்துத் **திருக்காட்டுப்பள்ளி**யில் உள்ள சிவன் கோவிலுக்கு ஒரு சிற்றூரைத் தேவதானமாக விடுத்ததைக் கூறுவது. இப்பட்டயத்தில் பல்லவ அரசர் பட்டியல் முதலிய பல செய்திகள் குறிக்கப் பட்டுள்ளன. இது நந்திவர்மன் பட்டம் பெற்ற 6ஆம் ஆண்டில் விடப்பட்டதாகும். (2) இவனது பத்தாம் ஆட்சி ஆண்டில் வெளியிடப்பட்ட கல்வெட்டு இவனது தெள்ளாற்று வெற்றியைக் குறிக்கிறது. அக்கல்வெட்டுத் திருநெய்த்தானம் **(தில்லை ஸ்தானம்)** கோவிலில் உள்ளது. (3) இவனது 12ஆம் ஆட்சி ஆண்டில் **செந்தலைக்** கல்வெட்டொன்று வெளியிடப்பட்டது. (4) இவனது 17ஆம் ஆட்சி ஆண்டில் **திருவல்லம்** கோவிலில் கல்வெட்டு ஒன்று பொறிக்கப்பட்டது. அதில், மூன்று சிற்றூர்களைச் சேர்த்து 'விடேல் விடுகு விக்கிரமாதித்த சதுர்வேதி மங்கலம்' என்னும் பெயரில் தீக்காலிவல்லம் சிவபெருமானுக்குக் கொடுத்ததாகக் கண்டுள்ளது. (5) உலகளந்த பெருமாள் கோவில் கல்வெட்டு ஒன்று, இவனது 18ஆம் ஆட்சி ஆண்டில் வெளியிடப் பட்டது. (6) கோவிலடிக்கருகில் **திருச்சன்னம் பூண்டி**யில் உள்ள சடையர் கோவில் கல்வெட்டு இவனது 18ஆம் ஆட்சி ஆண்டைக் குறிக்கிறது. (7) **திருப்பராய்த்துறை**யில் உள்ள ஆதிமூலேச்சுரர் கோவிற்சுவரில் உள்ள கல்வெட்டு இவனது 22ஆம் ஆட்சி ஆண்டைக்குறிக்கிறது. (8) **குடிமல்லம்** பரசுராமேசுவரர்

கோவில் கல்வெட்டு ஒன்று இவனது 23ஆம் ஆட்சி ஆண்டைக் குறிக்கின்றது. இதற்குப் பிறகு வேறு கல்வெட்டுக் கிடைக்க வில்லை; ஆதலின், இப்பேரரசன், ஏறத்தாழ 25 ஆண்டுகளே அரசனாக இருந்தான் போலும் என்று அறிஞர் கருதுகின்றனர்.

தெள்ளாறு எறிந்த காலம்

இவனது 10ஆம் ஆட்சி ஆண்டு முதல் வெளியிடப்பட்ட எல்லாக் கல்வெட்டுகளிலும் இவன் **தெள்ளாறு எறிந்த நந்தி வர்மன்** என்றே குறிக்கப்படுகிறான்; ஆனால், இவனது 6-ஆம் ஆட்சி ஆண்டில் வெளிவந்த வேலூர்ப் பாளையப்பட்டயத்தில் இது காணவில்லை. எனவே, இவன் தனது 6-ஆம் ஆண்டிற்குப் பின்னும் 10ஆம் ஆண்டிற்கு முன்னும் தெள்ளாற்றுப் போரில் வாகைசூடி இருத்தல் வேண்டும் என்பது தெரிகிறது.

நந்திக் கலம்பகம்

இஃது இந்த அரசன் மீது பாடப்பட்டது. இதில் பல பாக்கள் இவனது தெள்ளாறுப் போரையே குறிக்கின்றன. நாம் இந்நூலால் அறியத்தக்கவை பின் வருவன: அவை - "இவன் சந்திர மரபினன்; சேர சோழ பாண்டியரை வெறியலூர், பழையாறு, வெள்ளாறு, **தெள்ளாறு** இவற்றில் நடந்த போர்களில் முறியடித்தவன்; மூவேந்தரிடமும் **வடபுலத்தரசரிடமும்** திறை பெற்றவன்," என்பன.

இவன் பல இடங்களில் **அவனி நாரணன், அவனி நாரா யணன்** என்று குறிக்கப்பட்டுள்ளான். இவன் காலத்தில் 'காவேரிப் பாக்கம்' **'அவனி நாராயண சதுர்வேதி மங்கலம்'** எனப் பெயர் பெற்று இருந்தது. எனவே மூன்றாம் நந்திவர்மன் 'அவனி நாரா யணன்' எனப்பட்டான் என்பதை நன்குணரலாம். இவன் காலத் தில் தமிழ்ப் பெருவணிகன் ஒருவன் சென்று சையாமில் ஒரு குளம் தொட்டான்; அதற்கு **அவனி நாரணன்** குளம் எனப் பெயரிட்டான் என்று அங்குள்ள கல்வெட்டொன்று கூறுகிறது. இதனால், இவனது காலத்தில் கடல் வாணிபம் சிறந்த முறையில் நடந்திருத்தல் வேண்டும் என்பது தெளிவு. இவன் சிறந்த கடற் படை வைத்திருந்ததாக நந்திக் கலம்பகமும் கூறுகின்றது.

இவன் கழற்சிங்கனா?

இவன் நந்திக் கலம்பகத்தில் (செ. 13, 28) 'கழல் நந்தி' எனப்படுகிறான்; செ. 59இல் 'பல்லவர் கோள் அரி' என்று

கூறப்படுகிறான். 'அரி - சிங்கம்' என்பதை நாம் அறிவோம். எனவே, மூன்றாம் நந்திவர்மன் **கழல் சிங்கன்** றான் என்பதில் ஐயமில்லை உணர்க. ஆயின்,

கடல் சூழ்ந்த உலகெலாம் காக்கின்ற பெருமான்
காடவர்கோன் கழற் சிங்கன் அடியார்க்கும் அடியேன்

என்று சுந்தரர் தொகையிற் கட்டப்பட்டவன் இவனா? எனின், ஆம். மேற்சொன்ன சையாம் செய்தியை நோக்க, இவன் காலத்தில் கடல் கடந்த நாடுகளில் இவன் பெற்றிருந்த செல்வாக்கையும் கடல் வாணிகத்தையும் நன்குணரலாம் அன்றோ? இன்னபிற சான்றுகளால், **'இம் மூன்றாம் நந்திவர்மனே** பெரியபுராண நாயன்மாருள் ஒருவனான **கழற்சிங்கன்'** என்பது நன்கு விளங்குகிறது.[1] விளங்குமேல், இவனது உண்மை வரலாறு அறியக் கல்வெட்டுகளோடு நந்திக் கலம்பகம், சுந்தரர் தேவாரம் பெரிய புராணம் முதலியனவும் பெருந்துணை புரியலாம் அல்லவா?

பல்லவர் - இரட்டர் போர்

பல்லவ நாட்டை இருமுறை வென்ற மூன்றாம் கோவிந்தன் கி.பி. 814இல் இறந்தான். அவன் மகனான **முதலாம் அமோக வர்ஷன்** கி.பி. 814இல் தனது ஆறாம் வயதில் அரசன் ஆனான்; அவன் கி.பி. 880 வரை அரசாண்டான்.

தந்திவர்மன் காலத்தில் இரட்ட அரசனான மூன்றாம் கோவிந்தன் காஞ்சியை இருமுறை கைப்பற்றிய பல்லவனைத் திறை கட்டுமாறு பணித்து மீண்டான் என்பதை முன்னரே கவனித்தோம் அல்லவா?

அந்தக் கப்பங்கட்டும் கொடுமையை ஒழிக்க நந்திவர்மன் விரும்பினான் போலும்! அதனால், அவன், தான் பட்டம் பெற்றவுடன், பெண்ணை யாற்றங்கரை வரை பாண்டியன் தன் நாட்டைப் பிடித்துக் கொண்டிருந்ததையும் பொருட்படுத்தாமல், வடக்கு நோக்கித் தன் படைகளைத் திருப்பினான். நடந்த போரைப் பற்றிய குறிப்புகள் நந்திக்கலம்பகத்தில் கூறப்பட்டுள்ளன:

எனதே கலைவளையும் என்னதே மன்னர்
சினஏறு செந்தனிக்கோல் நந்தி - இனவேழம்
கோமறுகிற் சீறிக் குருக்கோட்டை வென்றாடும்
பூமறுகிற் போகப் பொழுது.

> .... குருக்கோட்டை குறுகா மன்னர்
> போர்க்கின்ற புகர்முகத்துக் குளித்த வாளி.........
> கேளாதார்,
> குஞ்சரங்கள் சாயக் குருக்கோட்டை அத்தனையும்
> அஞ்சரங்கள் ஆர்த்தான் அருள்.''[2]

இக்குருக்கோட்டை என்பது பெல்லாரிக் கோட்டத்தில் துங்க பத்திரை யாற்றங்கரையில் உள்ள **குருகோடு**[3] என்பதே ஆகும். அங்குள்ள மலைமீது அழகிய கோட்டையும் சாளுக்கியர் காலத்துக் கோவில்களும் பிறவும் அழிந்த நிலையில் இருக்கக் காணலாம்.[4]

கொடும்பாளூர்க் கல்வெட்டு ஒன்றில் **விக்கிரமகேசரி** என்பவனுக்குப் பாட்டன் **வாதாபி கொண்டவன்** என்று கூறப் பட்டுள்ளான். கி.பி. 9ஆம் நூற்றாண்டில் இப்படி ஒருவன் இருந் திருத்தல் முடியாது என்று பலர் கருதினர். 'அந்தச் சிற்றரசன் மூன்றாம் நந்திவர்மன் காலத்துச் சிற்றரசன்; ஆதலின், தன் பேரரச னுக்குத் துணையாக வடபுலம் சென்று, 'குருக்கோடு' என்னும் இடத்தில் இரட்டர்க்கு அடங்கிய சாளுக்கியனை (சிற்றரசனை) வென்றிருக்கலாம்; அவ்வெற்றிக்காகத் தன்னை 'வாதாபி கொண் டவன் (வாதாபி - இங்குச் 'சாளுக்கியர் தலைநகர்' என்ற அளவில் பொருள் கொள்ள வேண்டும்) என்றும் கூறிக்கொண்டிருக் கலாம்; இன்றேல், இராட்டிகூடர் தோற்ற பிறகு வாதாபி மீதே அவன் படையெடுத்திருக்கலாம். அவன் 'பரதுர்க்கமர்த்தனன்' (பகைவர் கோட்டையை அழித்தவன்) எனப்பெயர் கொண்டவன். இவற்றை எல்லாம் நன்கு ஆராயின், மூன்றாம் நந்திவர்மனான கழற்சிங்கன் முதலில் இராட்டிரகூடரைத் தோற்கடித்துத் தான் **பேரரசன்** என்பதை நிலைநிறுத்தினான் என்பது தெரியலாம். இவனது வடபுல வெற்றியை வேலூர்ப் பாளையப் பட்டயமும் குறிப்பாக உணர்த்துதல் காண்க.

"படைக்கலப் பயிற்சியிற் பண்பட்ட நந்திவர்மன், பிறரால் பெறுதற்கரிய பல்லவப் பெருநாட்டின் செழிப்பைப் பெற்றான். அவன் அதற்காகப் போர்க்களத்தில் தன் பகைவரைக் கொன்றான். அவனது வாளால் துணிக்கப்பட்ட யானைகள் அணிந்திருந்த முத்து மாலைகள் போர்க்களத்தில் சிதறிக் கிடந்த காட்சி, போர்க் கள மங்கை தன் பற்களைக் காட்டி நகைப்பது போல இருந்தது.[5]

இப்பட்டயம் நந்திவர்மனது தெள்ளாற்றுப் போருக்கு முன்பு வெளியிடப்பட்டது என்பது இங்கு நினைக்கத்தக்கது. ஆகவே

இங்குக் குறித்த போர் மேற்சொன்ன பல்லவர் - இரட்டர் போரே ஆகும். 'பகைவர்' என்று பட்டயமும் நந்திக் கலம்பகமும் பன்மை யிற் பகர்ந்தமை, இராட்டிரகூட அரசன், அவனுக்கு உட்பட்டுக் குருக்கோட்டையில் ஆண்ட சிற்றரசன் ஆகிய இருவரைக் குறிக்கும் எனக் கோடலில் தவறில்லை. நாம் முன் பலமுறையும் புகழ்ந்து கூறிய சிறந்த **கல்வெட்டுப் புலவரான சேக்கிழாரும்** கழற்சிங்க நாயனார் (மூன்றாம் நந்திவர்மன்) புராணத்தில் இந்தப் போரைக் குறிப்பாக உணர்த்தல் கவனிக்கத்தக்கது:-

ஆடகமேரு வில்லார் அருளினால் அமரிற் சென்று
கூடலர் முனைகள் சாய வடபுலம் கவர்ந்து கொண்டு

இப்போர் ஏறக்குறையக் கி.பி. 830இல் நடந்ததெனக் கொள்ள லாம். இப்போரில் வெற்றி பெற்றதால், பல்லவன் தனது வட மாகாணத்தைக் காத்துக் கொண்டான்; இராட்டிரகூடனுக்குத் தான் அடங்கியவன் ஆகான் என்பதையும் காட்டிக்கொண்டான்; இதனால், தான் 'பேரரசன்' என்பதையும் நிலைநாட்டினான். இதன் பிறகே கழற்சிங்கனாகிய நந்திவர்மன் தனது நாட்டின் தென்பகுதி யைப் பிடித்துக் கொண்ட பாண்டியன் மீது திரும்பினான்.[7]

அமோகவர்ஷன் கங்கனோடு சந்து செய்துகொண்டு பேரழகியான 'சந்திரபலப்பை' என்ற தன் மகளைக் கங்க இளவரச னுக்கு மணம் செய்து கொடுத்தான்; அந்தக் கங்க இளவரசன் பெயர் **பூதுகன்** என்பது. அவன் ஆட்சிக்காலம் கி.பி. 837 - 870 ஆகும். அமோகவர்ஷன் தன் மற்றொரு மகளான **சங்கா** என்னும் இலக்குமி போன்றவளை நந்திவர்மனுக்கு மணம் செய்து கொடுத் தான்.[8] இதனால், அவன் கங்கனைப் பெண்கொடுத்து உறவு கொண்டாற்போலப் பல்லவனையும் பெண் கொடுத்து உறவு கொண்டான் என்பது உய்த்துணரப்படுகிறதன்றோ?

இத்தகைய திருமண முறையால், அரசியல் அறிஞனான அமோகர்வர்ஷன் பல்லவனையும் கங்கனையும் உறவினராக்கிக் கொண்டான்; விந்தமலைக்குத் தென்பால் பகைவர் இன்றி இன்பமாகத் தன் காலத்தைக் கழித்தான்.[9]

பல்லவர் - பாண்டியர் போர்

மூன்றாம் நந்திவர்மன் செய்த போர்களில் **தெள்ளாற்றுப் போர்** ஒன்றையே சிறப்பாக இவன் காலத்தார் கருதினர் போலும்! இவனும் அங்ஙனமே கருதினான். இஃது உண்மை என்பதை

இவனுடைய 10-ஆம் ஆட்சி ஆண்டுக்குப் பிற்பட்ட எல்லாக் கல்வெட்டுகளும் கூறுகின்றன. **தெள்ளாறு எறிந்த நந்திவர்மன்** என்றே இவன் அவற்றிற் குறிக்கப்படுகிறான். அங்ஙனம் அது சிறந்தது என்பதைக் கலம்பகமும் கூறுகின்றது. அந்நூலில் தெள்ளாற்றுப் போர் பல பாக்களில் குறிக்கப்பட்டுள்ளன.[10]

அக்காலத்தில் வாழ்ந்து **பாரதவெண்பா**ப் பாடிய **பெருந்தேவனார்** என்பவர்,

வண்மையால் கல்வியால் மாபலத்தால் ஆள்வினையால்
உண்மையால் பாராள் உரிமையால் - திண்மையால்
***தேர்வேந்தர்** வானேறத் **தெள்ளாற்றில் வென்றா**னோ(டு)*
யார்வேந்தர் ஏற்பார் எதிர்!

என்று பாடிப் புகழ்ந்துள்ளார். எனவே, பட்டயக் குறிப்புகளாலும் மேற்சொன்ன இலக்கியச் சான்றுகளாலும், ''தெள்ளாற்றுப் போர் மிகப் பெரியதும் கொடியதும் இன்றியமையாததும் ஆனது'' என்பது நன்கு விளங்குகின்றது. இனி, இப்போரில் தொடர்பு கொண்டவர் யாவர் என்பதைக் காண்போம்.

பல்லவன் - தமிழரசர்

தந்திவர்மன் காலத்தில் (கி.பி. 775 - 825) மதுரையை ஆண்ட முதலாம் **வரகுண பாண்டியன்** (கி.பி. 765 - 815) பல்லவர்க்கு உட்பட்டிருந்த சோழ நாட்டைக் கைப்பற்றித் தொண்டை நாட்டையும் பெண்ணையாறு வரை கவர்ந்தான் என்பதை முற்பகுதியில் குறித்தோம் அல்லவா? அவன் பெண்ணையாற்றங்கரையில் இருந்த காலம் ஏறத்தாழக் கி.பி. 780 ஆகும். அது முதல் தெள்ளாற்றுப் போர் வரை சோழநாடும் தொண்டை நாட்டின் தென்பாதியும் பாண்டியர் வசமே இருந்தது என்னலாம். வரகுணன் இறந்த பிறகு, **சீமாறன் சீவல்லபன்** என்னும் அவன் மகன் பட்டம் பெற்று (கி.பி. 830 - 862) ஆண்டான்.[11]

அவன் காலத்திற்றான் நந்திவர்மன் ஆகிய கழற்சிங்கன் (கி.பி. 825 - 850) பல்லவ அரசனாக இருந்தான். இவன் (கி.பி. 830 அல்லது 832-க்கும்) முன் சொன்ன வடபுலப்போரை முடித்துக் கொண்டு திரும்புவதற்குள், பாண்டியன் மாறன், தனக்கு அடங்கிய சேர சோழருடனும் பெருஞ்சேனையுடனும் பெண்ணையாற்றைத்தாண்டி வடஆர்க்காட்டுக் கோட்டத்திற்குள் நுழைந்தனன். உடனே நந்திவர்மன், வடக்கே வெற்றி பெற்ற தன்

பெருஞ்சேனையுடன் மீண்டு, பகைவரைத் **தெள்ளாற்றில்** ('வந்தவாசி' க் கூற்றத்தில் உள்ளது) எதிர்த்துப் பெரும் போர் நிகழ்த்தி **முற்றிலும் முறியடித்தான்.** இப்போர் ஏறக்குறையக் கி.பி. 832இல் நடந்திருத்தல் வேண்டும். இப்போர் மிகவும் கொடுமையானது.

நந்திவர்மன் தெள்ளாற்றில் தோற்று ஓடிய பகைவரை விட்டிலன். இவன் அவர்களைத் துரத்திச் சென்று **கடம்பூர்** (செ.25), வெறியலூர் (27), வெள்ளாறு (19,22,61) பழையாறு (31) என்னும் இடங்களில் தோற்கடித்துப் பாண்டிய நாட்டு எல்லையை அடைந்தான். பாண்டியன் முதலிய பகைவர், எல்லைப் புறத்தில் இருந்த குறும்பில் (கோட்டைக்குள்) ஒளிந் தனர். பல்லவன் அங்கும் அவரை முறியடித்து மீண்டான் என்று நந்திக் கலம்பகம் (செ. 4) நவில்கின்றது.

இப்போருக்குக் காரணம் என்ன?

(1) இராட்டிரகூடர்க்குப் பல்லவன் திறை கொடுக்க மறுத்து அவன்மீது போர் தொடுத்து வென்றாற் போலச் சோழன் மறுத் திருக்க வேண்டும். அவற்குத் துணையாகப் பாண்டியன் முதலி யோர் போரிட வந்திருத்தல் வேண்டும்; பல்லவ நாட்டை நந்திவர்மன் இல்லாத காலத்திற் கைப்பற்ற முனைந்திருத்தல் வேண்டும்.

(2) இவனிடம் பொறாமை கொண்டு பட்டம் பெறவிழைந்த இவன் **தம்பி** பகைவருடன் சேர்ந்து கொண்டமை ஒரு காரண மாகும்.

இந்த இரண்டும் உண்மை என்பதைக் கீழ் வருவனவற்றால் அறியலாம்:-

1. ***உரிமையால் பல்லவர்க்குத் திறைகொடா***
   மன்னவரை மறுக்கம் செய்யும்
   பெருமையாற் புலியூர்ச்சிற் றம்பலத்தெம்
   பெருமானைப் பெற்றாம் அன்றே[12]

2. *தம்பியர்* ***எண்ணம் எல்லாம் பழுதாக***
   வென்ற *தலைமான வீரதுவசன்*
   செம்பியர் தென்னர் சேரர் *எதிர்வந்து*
   மாயச் செருவென்ற பாரி முடிமேல்...........[13]

பல்லவன் - காவிரி நாடன்

இங்ஙனம் தமிழ் வேந்தர் முற்றும் முறியடிக்கப்பட்ட பின், காவிரி நாடான சோணாடு, பழையபடியே பல்லவர் கைப்பட்டது. இதனை நந்திக் கலம்பகத்தாலும் நந்திவர்மன் கல்வெட்டு களாலும் நன்கறியலாம். கலம்பகத்துப் பாக்கள் பல (செ. 17, 28, 57, 58, 86) நந்திவர்மனைக் **காவிரிநாடன்** என்றே குறித்துள்ளது அவை, 'காவிரி வளநாடா' (17) 'காவிரி வளநாடன்' (28), 'காவிரி நன்னாடா' (57), 'பொன்னி நன்னாட்டு மன்னன், ' (58), 'காவிரி வளநாடு **ஆள்வோனே**' (86) என்பன. தஞ்சைக் கோட்டத்தில் உள்ள திருநெய்த்தானத்தில் இவனது கல்வெட்டு இருக்கின்றது. ஆதலின், இச் சான்றுகளைக் கொண்டுகாணின், இவனது ஆட்சி தஞ்சைக் கோட்டத்தில் நிலைத்திருந்தமை நன்கு அறியலாம்.

பேரரசன்

இதுகாறும் கூறிய செய்திகளால், மூன்றாம் நந்திவர்மன் வடக்கிலும் தெற்கிலும் அச்சமின்றி நாட்டையாண்ட பெருவீர னாகப் பிற்காலத்தைக் கழித்தான் என்பதை உணரலாம். இவன் பேரரசன் என்பதை நந்திக்கலம்பகம் பலபடக் குறித்துள்ளது: அவை ''மூவேந்தரும் வடபுலத்தரசரும் திறை தந்தனர்'' (செ. 27); ''புகாராகிய **காவிரிப்பூம்பட்டினம்** இவனது ஆட்சிக்கு உட்பட் டிருந்தது'' (செ.44); ''இவனிட்ட வழக்கன்றோ வழக்கிந்த வையத் தார்க்கே'' (53); ''அறம் பெருகும் **தனிச்செங்கோல்** மாயன்'' (60); ''பொதுவின்றி ஆண்ட பொலம்பூண் பல்லவன்'' (61); ''தண் செங்கோல் நந்தி தனிக்குடையுடையவன்'' (72); ''தமிழ்த் தென்றல் புகுந்துலவும் தண்**சோணாடன்**'' (74) என்பன.[14]

நல்லியல்புகள்

'அறம் பெருகும் தனிச் செங்கோல் மாயன்' (செ.60), **'தண்செங்கோல்** நந்தி' (72), 'பகை இன்றிப் **பார்காக்கும்** பல்லவர்கோன்' (70) முதலிய நந்திக்கலம்பகத் தொடர்களால், 'மூன்றாம் நந்திவர்மன் செங்கோல் அரசன்; அறம் வளர அரசாண்ட பெருமகன்; குடிகளைக் **காக்கும் தொழில்** பூண்டவன். இவனது ஆட்சி தண்மையாக இருந்தது, என்பன நன்குணரலாம். இதனையே ''கடல் சூழ்ந்த உலகெலாம் **காக்கின்ற பெருமான்''** என்று சுந்தரரும், ''நாடு அறநெறியில் வைக **நன்னெறி வளர்த்தான்''** என்று சேக்கிழாரும் கூறிப் பாராட்டினார். இப்பேரரசன் கல்வி கேள்விகளில் வல்லவன்;

நந்தி **நூல் வரம்பு முழுதும் கண்டான்'** (செ. 3) **நூற்கடற் புலவன்** (26), என்று கலம்பகம் கூறுதல் காண்க, இவன் சிறந்த **வள்ளல்** என்பது, 'நந்தி, வறியோர் சொன்ன பொருள் நல்குவன்' (24), 'ஒழியா **வண்கைத்** தண்ணருள் நந்தி' (43) முதலிய தொடர் களால் அறியலாம்.

ஏனைப் பல்லவ அரசர் போலன்றி, இவன் **தமிழிற் பெரும் புலவனாக இருந்தான்** என்பது, **'பைந்தமிழை ஆய்கின்ற** கோன் நந்தி' '........... **தமிழ் நந்தி'**[15] என வரும் தொடர்களால் அறியலாம்.

நந்திக்கலம்பகம் கூறிய மேற்சொல்லப்பட்ட எல்லா நல்லியல்புகளும் நந்திவர்மனது வேலூர்ப் பாளையப் பட்டயத் தில் காணலாம்.[16] நந்திவர்மன் ஆட்சியில், (1) வசந்த காலம் சிறப்பளித்த போல முன்னர்ச் சிறப்பளித்ததில்லை; (2) நல்லியல்பு கள் பொருந்திய பல் பெருமக்கள் பிறந்திருந்தனர்; (3) பெண் மக்கள் சிறந்த கற்புடையராக இருந்தனர்; (4) வள்ளல்கள் பலர் இருந்தனர்; (5) சான்றோர் அடக்கமாக இருந்தனர்; (6) குடிகள் அரசனைச் சார்ந்து நின்றனர்.''

மனைவியர்

இப்பேரரசனுக்கு இருந்த மனைவியருள் இருவரே பட்டயங் களிற் குறிக்கப்பட்டுளர்; நந்திவர்மனிடம் தோற்ற இராட்டிரகூட அரசனான அமோகவர்ஷ நிருபதுங்கன் மகளான **சங்கா** ஒருத்தி. ''இவள், 'இலக்குமியின் அவதாரம் என்னலாம்; ஈன்ற தாயைப் போலக் குடிகளைப் பாதுகாத்தாள். அரசனது நற்பேறே இவளாகப் பிறப்பெடுத்து வந்தது போலும்! இவள் சிறந்த நுட்ப அறிவுடை யவள்; **எல்லாக் கலைகளிலும் வல்லவள்'',** என்று பாகூர்ப் பட்டயம் பகர்கின்றது.[17] மற்றொரு மனைவி அடிகள் கத்தன் மாறம் பாவையார் என்பவள். இவள் தெள்ளாற்றில் தோற்றோடிய **சீமாறன் மகள்** என அறிஞர் கருதுகின்றனர். இவள் 75 ஆண்டு கட்கு மேல் உயிருடன் இருந்தனள். இவ்வம்மை சிறந்த சிவபக்தி உடையவள்; பல கோவில் திருப்பணிகள் செய்துள்ளவள்.[18]

அரசியல்

நந்திவர்மன் காலத்தில் கடல் வாணிபம் சிறந்து இருந்தது. இவன் பெரிய கடற்படை வைத்திருந்தான். அக்காலத்தில் **மல்லை** (மாமல்லபுரம்), **மயிலை** (மயிலாப்பூர்) ஆகிய இரண்டும் சிறந்த துறைமுகப் பட்டினங்களாக இருந்தன என்பது, இவ்விரண்டையும்

ஒருசேரப் பல இடங்களில் நந்திக்கலம்பகம் குறித்துப் போதலால் உணரலாம். காஞ்சிபுரம் தலைநகரமாக விளக்கமுற்றிருந்தது.

இவன் வடக்கிலும் தெற்கிலும் பெரும்போர் இயற்றினன் ஆதலின், நாட்டில் **வறுமை** உண்டாயிற்றுப் போலும்! அதனை இவன் நீக்கினான் என்று கலம்பகம் (செ.11) கூறுகின்றது. அதே காலத்தில் சோணாட்டில் பஞ்சம் உண்டானதைக் **கோட்புலி நாயனார்** வரலாற்றில்[19] காண்கிறோம். 'அவர் போருக்குப் போயிருந்த பொழுது பெரும் பஞ்சம் உண்டானது. அதனால் அவர் சிவனடியார்க்கென வைத்திருந்த நெற் குவியலை உறவினர் பயன் படுத்திக் கொண்டனர்' என வரும் செய்தி உண்மையே என்பதைக் கலம்பகத்தால் உய்த்துணரலாம்.

திருப்பணிகள்

இப்பெரு வேந்தன் சிற்றூர்களைத் தேவதானமாக விடுத்தான். அவற்றுள் ஒன்று திருக்காட்டுப்பள்ளியில் உள்ள சிவபெருமான் கோவிலுக்கு ஒரு சிற்றூர் விடப்பட்டது. இவன் திருநாகேச்சுரத்தைக் தன் பெயரால் 'குமார மார்த்தாண்டபுரம்' என்றழைத்துத் தானமாக விடுத்தனன்; திருவல்லம் பெருமானுக்குப் பல அறங்கள் செய்துள்ளான். இவன் திருச்சிராப்பள்ளிக்கடுத்த **திருக்கற்குடி** என்னும் இடத்தில் உள்ள நிலத்தை நான்மறையாளருக்கு அளித்தனன்; திருவிடைமருதூரிற் கோவில் திருப்பணி செய்துள்ளான். இவன் காலத்தில் திண்டிவனம் கூற்றத்தில் 'திகைத்திறலார்' என்றவர் பெருமாளுக்கு ஒரு கோவில் கட்டினார். நந்திவர்மன் மனைவியான மாறம் பாவையார் தஞ்சையை அடுத்த நியமம் என்னும் சிற்றூரில் உள்ள சிவன் கோவிலுக்குச் சித்திரை நாளில் திருவமுது செய்தருள நெல், பால், தயிர் 5நாழியும், அரிசி பதக்கும் வாங்க 5 கழஞ்சு பொன் அளித்தாள். மேலும் இவ்வம்மை செய்துள்ள திருப்பணிகள் பல.

இவள் கணவனான கழற்சிங்கன் காவேரிப்பாக்கத்துக்கு 'அவனி நாராயணச் சதுர்வேதி மங்கலம்' என்று தன் பெயரிட்டு அதனைப் பிரமதேயமாக அளித்தான். இங்ஙனம் மூன்றாம் நந்திவர்மன் செய்த தேவதானங்கள் பல; விடுத்த பிரமதேயங்கள் பல; செய்த கோவில் திருப்பணிகளும் பல. இவனுடைய சிற்றரசரும் பிறரும் செய்த அறப்பணிகள் பல. குன்றாண்டார் கோவில் (புதுக்கோட்டை) திரு ஆதிரை நாளில் 100 பேருக்கு உணவளிக்க வழுவூரான் என்பவன் அரிசி தானம் செய்தான்.[21] நந்திவர்மன்,

பொன்னேரிக்கடுத்த திருக்காட்டுப்பள்ளியில் உள்ள சிவன் கோவிலுக்கு அவ்வூரையே தேவதானமாக விட்டான்.[21] ஒருவன் திருநெய்த்தானம் சிவன் கோவிலில் நந்தா விளக்குக்காகப் பொன் அளித்தான்.[22]

ஒருவன் செந்தலை - சுந்தரேசுவரர் கோவிலுக்கு நிலமளித்தான்.[23] திருவல்லம் கோவிலுக்கு மூன்று சிற்றூர்கள் தேவதானமாக விடப்பட்டன; அங்குத் **திருப்பதிகம் ஓதுவார்** உள்ளிட்ட பல பணி செய்வார்க்கு 2000 காடி நெல்லும், 20 கழஞ்சு பொன்னும் தரப்பட்டன.[24] ஒருவன் திருப்பராய்த் துறையில் உள்ள கோவிலில் இரண்டு விளக்குகள் எரிக்கப் பொன் தந்ததாகக் கல்வெட்டுக் கூறுகிறது.[25] ஒருவன் குடிமல்லம் பரசுராமேசுவரர்க்குத் திருநந்தா விளக்குகட்கும் நெய்க்குமாக நிலமளித்தான்.[26]

சிவனடியான்

இவன், **சிவனை முழுதும் மறவாத சிந்தையன்** என்று கலம்பகம் போற்றுகின்றது. சுந்தரர் தமது திருத்தொண்டத்தொகையுள் இவனை ஒரு நாயனாராகப் பாடிப்புகழ்ந்து, ''கழற்சிங்கன் அடியார்க்கும் அடியேன்'' என்று கூறியுள்ளார். மேற்சொன்ன இவனுடைய திருப்பணிகளும் இவன் சிவபத்தன் என்பதை மெய்ப்பிக்கின்றன. இவற்றை அரண் செய்வதுபோல வேலூர்ப் பாளையப் பட்டய வரிகள் காண்கின்றன; அவை, **சிவனது திரு அடையாளம் நெற்றியிற் கொண்ட** (திருநீறு அணிந்த) **நந்திவர்மன்** கைகளைக் குவித்து. 'எனக்குப் பின்வரும் அரசர் இந்தத் திருப்பணியைப் பாதுகாப்பராக' என்று வேண்டுகிறான் என்பன.

இவன் காலத்து அரசர் (கி.பி. 825 - 850)

இக்காலத்துக் கங்க அரசன் **முதலாம் பிருதிவீபதி** (கி.பி. 853 - 880) என்பவன்; இராட்டிரகூட அரசன் **அமோகவர்ஷ நிருபதுங்கன்** (கி.பி. 814 - 880); பாண்டிய மன்னன் **சீமாறன் சீவல்லபன்** (கி.பி. 830 - 862) என்பவன் ஆவன்.

குறிப்புகள்

1. Dr. C. Minakshi's 'Ad. and S. Life under the Pallavas', p. 300.
2. கலம்பகம், செ.2, 35, 44, 34.
3. Historical Inscriptions of S. India, p. 84.
4. Bellary Gazeteer, pp. 231-235.

5. S.I.I. Vol. II. No. 98; போர் இவ்வளவு கடுமையாக நடந்தாற்போலும் அமோவர்ஷன். தெற்கே படையெடுத்துச் சென்ற தன் சிற்றரசன் பங்கயனை உடனே வருமாறு கட்டளை போக்கினான்.
6. செ. 2
7. இதனை முதன் முதலில் விளக்கிக் காட்டிய பெருமை டாக்டர் மீனாக்ஷி அம்மையார்க்கே உரியது. Vide her 'Ad. and S. Life under the Pallavas', pp. 302-304.

 இராசசிம்மனைக் கழற்சிங்கன் என்று தவறாகக் கருதிச் சுந்தரர் காலத்தைக் கி.பி. 8ஆம் நூற்றாண்டில் நிறுத்தினோர் பலராவர்.
8. M.V.K. Rao's 'Gangas of Talakad', p. 79.
9. Ibid. pp. 84-85.
10. நந்திக்கலம்பகம், செய். 28, 29, 33, 38, 42, 49, 52, 53, 64, 71, 75, 77, 79, 80, 85, 86.
11. தெள்ளாற்றுப் போர் வரகுணன் காலத்தது என்று **திரு. துப்ராய்** அவர்கள் கூறல் பொருந்துவதன்று. Vide his Pallavas, pp. 79-80. ஸ்ரீ மாறன் காலத்தில் நடந்ததே எனத் **திரு. நீலகண்ட சாத்திரியார்** கூறலே ஏற்புடைத்து. Vide his 'Pandyan Kingdom', p. 73 foot-note.
12. சுந்தரர் தேவாரம்
13. நந்திக் கலம்பகம் செ. 81
14. நந்திக் கலம்பகம் செ. 25
15. Ibid. p. 26.
16. S.I.I. Vol. II part V. P. 509.
17. Ep, Indica. Vol. XVIII, p. 13.
18. Dr. C. Minakshi's 'Pallavas', pp. 161, 162.
19. பெரியபுராணம் வரலாற்றுக்கு எந்த அளவு துணை செய்கிறது என்பதை அறிய இஃதொரு சான்றாகும்.
20. 347 of 1914
21. S.I.I. Vol. I, p. 507
22. 52 of 1895
23. 11 of 1899
24. S.I.I. Vol. III, p. 93
25. 180 of 1907
26. Ep. Ind. Vol. II, p. 224.

* * *

17. பிற்பட்ட பல்லவர்
(கி.பி. 850 – 882)

நிருபதுங்கவர்மன்

நிருபதுங்கவர்மன் மூன்றாம் நந்திவர்மனுக்கு மகன். இவன் இராட்டிரகூட அமோகவர்ஷ நிருபதுங்கன் மகளான **சங்கா** என்பவளுக்கும் மூன்றாம்நந்திவர்மனுக்கும் பிறந்தவன் ஆதலின், பாட்டன் பெயரைப் பெற்றனன். இவன் சற்றேறக்குறையக் கி.பி. 850இல் பட்டம் பெற்று ஏறத்தாழ 30 ஆண்டுகள் ஆண்டான்.

பல்லவர் - பாண்டியர் போர் I

நிருபதுங்கவர்மன் காலத்தில் பாண்டியராக இருவர் இருந்தனர். முதல் அரசன் சென்ற பகுதியிற் கூறப்பட்ட **சீமாறன் சீவல்லபன்** (830 - 862) அவனுக்குப் பின் அவன் மகனாக **இரண்டாம் வரகுண பாண்டியன்** கி.பி. 862 முதல் 880 வரை அரசாண்டான். எனவே, நிருபதுங்கன் காலத்தின் முற்பகுதியில் சீமாறனும், பிற்பகுதியில் வரகுணனும் பாண்டி மன்னராக இருந்தனர் என்பது நினைவுகூர்தற் குரியது. சீமாறன் தெள்ளாற்றுப் போரில் தோல்வியுற்ற பிறகு, பல ஆண்டுகள் கழித்துத்தான் குடமூக்கில் (கும்ப கோணத்தில்) பல்லவரையும் அவருக்குத் துணையாக வந்தவரையும் வென்றதாகக் கூறியுள்ளான்.

நிருபதுங்க பல்லவன் பாகூர்ப் பட்டயத்தில் 'பாண்டியனிடம் **முன் தோல்வியுற்ற பல்லவர் படை**, அரசன் அருளால் (நிருபதுங்கன் படை செலுத்தியதால்) அவனையும் பிறரையும் அரிசில் ஆற்றங்கரையில் முறியடித்தது' என்பது காணப்படுகிறது. இவ்விரண்டையும் ஒப்புநோக்கி ஆராயின். (1) பாண்டியன் மூன்றாம் நந்திவர்மன் இறுதிக் காலத்தில் அல்லது நிருபதுங்கன் ஆட்சித் தொடக்கத்தில் பல்லவரைக் **குடமூக்கில்** வென்று இருத்தல் வேண்டும். (2) பிறகு நிருபதுங்கன் பெரும்படையுடன் சென்று அரிசில் ஆற்றங்கரையில் சீமாறனை வென்றிருத்தல் வேண்டும் என்பன நன்கு விளங்கும்.

குடமூக்குப் போர்

மூன்றாம் நந்திவர்மன் பாண்டிய நாட்டு எல்லைவரை சென்றதாக முன் பகுதியிற் கூறினோம் அல்லவா? பல ஆண்டுகட்குப்

பின் அந்த இழிவை நீக்க, சீமாறன் பெரும்படை திரட்டிப் பல்லவ நாட்டின்மீது படையெடுத்திருத்தல் வேண்டும். அப்போது நந்தி வர்மன் தெள்ளாற்றில் தோற்ற பாண்டியனை எளியனாக எண்ணி, தான் போகாமல், பாண்டியனை எதிர்க்கும்படி தன் சேனைத் தலைவனையே படையுடன் அனுப்பி இருக்கலாம். அப்பொழுது நடந்த குடமூக்குப் போரில் பல்லவர் படை தோற்று மீண்டிருக்கலாம். இந்த வெற்றியைப் பாண்டியன் பட்டயம் கூறுகிறது போலும்! இப்போரில் கங்க அரசனான பூதகனும் பல்லவன் சார்பில் நின்று தோற்றான்.[1]

பல்லவர் - பாண்டியர் போர் II

நிருபதுங்கன் பட்டம் பெற்றபிறகு பெரும்படை திரட்டிப் பாண்டியனை ஒழிக்க முற்பட்டான். அப்பொழுது அரிசிலாற்றங் கரையில் கொடும் போர் நடந்தது. அம்முறை பல்லவன் வெற்றி பெற்றான். அதனாற்றான் பாகூர்ப் பட்டயம், "முன் ஒருமுறை பாண்டியர்க்குத் தோற்ற பல்லவர் படை, **இப்பொழுது அரசனது அருளால்** (நிருபதுங்கவர்மன் செலுத்தியதால்) வெற்றி பெற்றது" என்று கூறுகின்றது.

இச்செய்திகளால், '(1) பல்லவர் நாட்டின் தென்பகுதியே குழப்பமான நிலையில் இருந்தது; (2) பாண்டியன் பல்லவரிடம் இருமுறை தோற்றதால் பாண்டியன் பேரரசு நிலை தளர்ந்தது' என்பது நன்குணரலாம்.

ஈழ நாட்டுப் படையெடுப்பு

பாண்டிய நாட்டில் கலகம் விளைத்துச் சீமாறனுக்கு எதிரி யாக **மாய பாண்டியன்** என்பவன் ஒருவன் தோன்றினான். அவனைச் சீமாறன் தோற்கடித்து விரட்டினான். ஓடிய மாய பாண்டியன் ஈழத்து அரசனிடம் சரண் புகுந்தான். ஈழத்தரசன் பெரும் படை திரட்டிப் பாண்டிய நாட்டின்மேல் படையெடுக்க சமயம் பார்த்திருந்தான். அதனை உணர்ந்த சீமாறன், தன் பகைவ னாக இருந்து தன்னை அரிசிலாற்றங்கரையில் தோற்கடித்த நிருபதுங்கனிடம் நட்புக்கொண்டு, அவனது கடற்படைத் துணை யால், ஈழத்தின் மேல் படையெடுத்து வென்றான் என்று அறிஞர் பலரும் கூறுகின்றனர்.[2]

திருப்புறம்பியப் போர்[3]

சீமாறன் சீவல்லபன் மகனான **இரண்டாம் வரகுணன்** (கி.பி. 862 - 880) ஏறத்தாழக் கி.பி. 880இல் பல்லவர் மீது

படையெடுத்தான். இவன் கி.பி. 868இல் திருவதிகையில் உள்ள கோவிலுக்குத் தானம் செய்ததாக நிருபதுங்கனது 18ஆம் ஆண்டுக் கல்வெட்டுக் கூறுகின்றது.⁴ இதனால், இவன் நிருபதுங்கனிடம் முதலில் நண்பனாக இருந்தான் என்பதை நன்கறியலாம். இவன் படையெடுத்தபோது நிருபதுங்கன் முதியவன் ஆதலின், இளவரசனான அபராசிதனே போருக்குச் சென்றான். அவனுக்குத் துணை யாக அவனின் பாட்டனும் கங்க அரசனுமான **முதலாம் பிருதிவீபதி** என்பவன் தன் படையுடன் சென்றான். இந்த நிலை யில் **விசாலயன்** (கி.பி. 850 - 870) மகனான **ஆதித்தசோழன்** (கி.பி. 870-907) பல்லவருடன் சேர்ந்து கொண்டான். இம்மூவரும் பாண்டியனைத் **திருப்புறம்பியம்** (கும்பகோணத்திற்கு அருகில் உள்ளது) என்னும் இடத்தில் எதிர்த்துப் பொருதனர். கடும்போர் நடைபெற்றது. அதில் **பிருதிவீபதி இறந்தான்.**⁵ ஆயினும், பாண்டியன் தோற்று ஓடினான். அபராசிதன் வெற்றி பெற்று மீண்டான். எனினும், அவனுடன் இருந்த ஆதித்த சோழனே நன்மை அடைந்தவன் ஆனான். அவன் சோழநாடு முழுவதும் தனதாக்கிக் கொண்டான். பின்னர் கி.பி. 882இல் நிருபதுங்கன் இறந்தவுடன், ஆதித்த சோழன் செங்கற்பட்டு வரையுள்ள தொண்டை நாட்டைக் கவர்ந்துகொண்டான். இங்ஙனம் தொண்டை நாடு சோழர் ஆட்சிக்குச் சென்ற ஆண்டு ஏறத்தாழக் கி.பி. 890 என்பர் ஆராய்ச்சியாளர்.⁶

எனவே, அபராசிதவர்மன் ஆட்சி கி.பி. 890 - உடன் முடிந்த தாதல் வேண்டும். ஆனால் அவனது 18ஆம் ஆண்டுக்கல்வெட் டுகள் கிடைக்கின்றன. அவற்றைக் கொண்டு நோக்கின், அவன் கி.பி. 872 முதல் கி.பி. 890 வரை ஆண்டிருத்தல் வேண்டுமென்று கூறவேண்டிவரும். ஆயின் கி.பி. 882 வரை நிருபதுங்கன் அரச னாக இருந்தமைக்குச் சான்று இருத்தலால் இந்த முடிவு கொள்ளல் தவறு. ஆதலின், அபாரசிதன் தந்தையின் முதுமைப் பருவத்தில் தானே நாட்டை ஆண்டு வந்தான் எனக்கோடலே பொருந்து வதாகும். மேலும், அபராசிதன் காலத்துக் கல்வெட்டுகள் அனைத்தும் செங்கற்பட்டு, சித்தூர் ஆகிய இரண்டு கோட்டங் களிற்றாம் காணப்படுகின்றன. ஆதலின், நிருபதுங்கவர்மனது ஆட்சி முடிவிலேயே பல்லவப் பேரரசின் பெரும்பகுதி சோழர் கைப்பட்டதென்னலாம்; **அபராசிதன் ஆட்சியோடு பல்லவர் பேரரசு முடிவுற்றது** என்னலாம்.⁷

பழிக்குப் பழி

ஏறக்குறையக் கி.பி. 250இல் சோழரைத் துரத்திப் பல்லவர் தொண்டை நாட்டையும் பிறகு சோழ நாட்டையும் கைப்பற்றிக் கி.பி. 890 வரை, அஃதாவது ஏறத்தாழ 650 வருட காலம் தமிழ் நாட்டை ஆண்டனர். அதன் பிறகு அச்சோழ மரபினரே பல்லவரைப் பழிதீர்த்துக் கொண்டனர் என்பது வரலாறு கூறும் உண்மை ஆயிற்று. என்னே உலகப் பேரரசுகளின் தோற்றமும் மறைவும்!

கோவில் திருப்பணிகள்

நிருபதுங்கன் காலத்தில் பல கோவில்களில் புதிய கல்வெட்டுகள் தோன்றின. பல திருப்பணிகள் செய்யப்பட்டன. காடவன் மகாதேவியார் 108 கழஞ்சு பொன் திருஆலங்காட்டுக் கோவிலுக்கு அளித்தார்.[8] **நந்தி நிறைமதி** என்பார் ஒருவர் கூரம் சைலேசுவர்க்குத் திரு அமுதுக்காக 11 கழஞ்சு பொன் கொடுத்தார்.[9] ஒருவர் திருக்கோவலூர் திருவீரட்டானேசுவரர் கோவிலில் நந்தா விளக்கு எரிக்க 12 கழஞ்சு பொன் அளித்தார்.[10] பல்லவ அரசியார் ஒருவர் திருக்கடைமுடி மகாதேவரது கோவிலுக்குப் பொன் அளித்ததாகத் திருச்சன்னம்பூண்டிக் கல்வெட்டுக் கூறுகிறது.[11] ஒருவர் திருக்கண்டியூர்க் கோவிலுக்கு நிலம் அளித்தார்.[12]

ஒருவர் திருத்தவத்துறை (லால்குடி) யில் உள்ள சப்தரிஷீசுவரர் கோவிலில் விளக்குக்காகவும் திரு அமுதுக்காகவும் பொன் அளித்தார்.[13] அரிகண்ட பெருமானார் என்பவர் திருமுக்கூடல் வேங்கடேசப் பெருமான் கோவிலுக்குப் பொன் தானமாக உதவினார். அதனை ஊர் அவையார் ஏற்று நடத்த ஒருப்பட்டனர்.[14] ஒருவர் 'அவனி நாராயணச் சதுர்வேதிமங்கலம்' எனப்பட்ட காவேரிப்பாக்கம் வரதராசப் பெருமாள் கோவிலுக்குப் பொன் தந்துள்ளார்.[15] இங்ஙனம் நிருபதுங்கன் ஆட்சியில் நடைபெற்ற கோவில் அறப்பணிகள் பல ஆகும். பழந்தமிழர் காலத்துப் பாடல் பெற்ற கோவில்கட்கும் பல்லவ வேந்தர் புதிதாகக் கட்டிய கோவில் கட்டும் இவன் காலத்தில் செய்யப்பட்ட திருப்பணிகள் பலவாம்.

இக்குறிப்புகளால், நாயன்மார், ஆழ்வார் இவர்தம் பாடல் பெற்ற தலங்களுக்கு அக்காலத்திலே இருந்த மதிப்பு நன்கறியலாம்; சிறப்பாக அப்பொழுதிருந்த தமிழ் மக்களின் சமயப் பற்றும் வெள்ளிடை மலைபோல் விளக்கமுறும்.

பிருதிவீ மாணிக்கம்

இது நிருபதுங்கன் மனைவி பெயர். இப்பெயர் கொண்ட **அளவை** ஒன்று நிருபதுங்கன் ஆட்சியில் இருந்ததைக் கல்வெட்டுகளால் அறியலாம். இவள் **'பிருதிவி** கங்க அரையர்' என்றும் முதலாம் **பிருதிவீபதி** என்றும் கூறப்பட்ட கங்க அரசன் மகள் என்னலாம். இவள் பெற்ற மைந்தனே அபராசிதர்வர்மன், அதனாற்றான் திருப்புறம்பியப் போரில், பாட்டனான பிருதிவீபதி பேரனான அபராசிதனுக்கு உதவியாகச் சென்றான் எனக் கொள்ளலாம். வேறொரு கல்வெட்டில், 'தேவியார் வீரமகாதேவியார்' என்பது காணப்படுகிறது. இவள் நிருபதுங்கனுக்கு மற்றொரு மனைவி போலும்! பிருதீவி மகாதேவி சதுர்வேதி மங்கலம் என்றொரு சிற்றூரின் பெயரும் கல்வெட்டில் காணப்படுகிறது. இது நிருபதுங்கன், தன் மனைவி பெயரை இட்டுக் குறிப்பிட்ட சிற்றூர் ஆகும். இவள் தாயார் 'பானுமாலி' என்பவள். இந்தப் பிருதிவீ மாணிக்கமே உக்கலில் உள்ள பெருமாள் கோவிலைக் கட்டியவள் என்னலாம்.[16]

மாதேவி அடிகள்

இவள் அபராசிதன் மனைவி. இவள் தமிழ் நாட்டுப் பெண் மணி ஆதல் வேண்டும். இவள் திருவொற்றியூரில் உள்ள சிவன் கோவிலில் விளக்குகள் வைக்க 31 கழஞ்சு பொன் கொடுத்தவள்.[17]

நிருபதுங்கன் காலத்துக் குகைக்கோவில்

புதுக்கோட்டைச் சீமையில் உள்ள **பழியிலி ஈச்சுரம்** என்ற கோவில், பல்லவ அரசனாகிய நிருபதுங்க வர்மன் காலத்தில் குடையப்பட்டது என்பதை அக்கோவில் கல்வெட்டினால் அறியப் படுகிறது.

திருத்தணிகைக் கோவில்

இஃது அபராசிதவர்மன் காலத்தில் ஏறத்தாழக் கி.பி. 890இல் கட்டப்பட்டது. இதில் இவனது 18ஆம் ஆட்சி ஆண்டுக்கல்வெட்டுகள் கிடைத்தமையால் இக் கணக்குத் தரப்பட்டது. இக்கோவில் இராசசிம்மன் கோவிலுக்கும் பிற்காலச் சோழர் கோவிலுக்கும் இக்கோவிலுக்கும் **இடைப்பட்ட வளர்ச்சி** உடையது. இதில் கோபுரம் இல்லை. கும்பம் வேறு, கோபுரம் வேறு என்பது இல்லை கும்பத் துக்குள் உள்ளறையும் முன் மண்டபமுமே உண்டு. கும்பத் தோற்றம் யானையின் பாதியாக இருக்கும். இத்தகைய கும்பம் மாமல்லபுரத்தில் உள்ள சகாதேவன் தேரிலும் கூரம் கோவிலிலும்[18] காணலாம். தூண்கள் மீதுள்ள போதிகை உருண்டது. இந்த

அடையாளம் நினைவிற் கொள்ளின், பிற்காலப் பல்லவர் கோவில்கள் இவை எனக் கூறிவிடலாம். பிற்காலச் சோழர் போதிகை கோணங்கள் உள்ளதாக இருக்கும். இந்தத் திருத்தணிகைக் கோவிற் சுவர்களில் உள்ள நான்கு புரைகளில் தென்முகக் கடவுள், பிரமன், கொற்றவை (துர்க்கை), திருமால் இவர்தம் சிலைகள் இருக்கின்றன. இவ்வழகிய கோவிலைக் கட்டியவன் **நம்பி அப்பி** என்பவன்.[19] இந்தக் கோவிற் கல்வெட்டிற் காணப்படும் **வெண்பா** ஒன்று அபராசிதவர்மன் பாடியதாகக் கூறப்படுகிறது.[20]

அபராசிதன் காலத்துத் திருப்பணிகள்

இவன் காலத்திலும் பல திருப்பணிகள் நடைபெற்றன: கச்சிப்பேட்டைச் சேர்ந்த மாங்காட்டு ஈசர்க்கு விளக்கெரிக்கப் பொன் தரப்பட்டது.[21] பெருநங்கை' மகனான வாண கோவரையர் கூத்தியான 'அமத்தி' என்பவள் திருவொற்றியூரில் உள்ள ஆதி புரேச்சுரர் கோவிலில் விளக்கெரிக்க 30 கழஞ்சு ஊர்காற் செம்பொன் (உருகாச் செம்பொன்? செம்பொற் கட்டி?) தந்தனள். அதனை **அமிர்த கணத்தார்** ஏற்றுக்கொண்டனர்.[22] இவனுடைய வேறொரு கூத்தி 'பத்ரதானி' என்பவள் அதே கோவிலில் விளக்குக்காக 30 கழஞ்சு பொன் தந்தாள்.[23]

திருவொற்றியூரில் உள்ள அபராசி தனது 8ஆம் ஆண்டுக் கல்வெட்டு அக்கோவிலுக்கு அரிசி, நெய், வாழைப்பழம், சர்க்கரை, காய்கறிகள், பாக்கு, வெற்றிலை, இளநீர், **ஆனைந்து** (பஞ்ச கவ்யம்), சந்தனம், கற்பூரம் என்பன வாங்க உண்டாகும் செலவிற்காக ஒருவன் 50 கழஞ்சு பொன் தந்த செய்தியைக் கூறுகிறது.[24] 'குமராண்டி குறும்பர் ஆதித்தன்' என்னும் தலைவன் சத்தியவேட்டில் உள்ள மதங்கேசுவரர் கோவிலுக்குத் துறையூர் என்னும் சிற்றூரையும் அதன் வருவாயையும் விட்டமை தெரிகிறது.[25] காடுபட்டிப் பேரமையன் மனைவியான போற்றி நங்கை என்பவள் திருவொற்றியூர் மகாதேவர்க்கு விளக்கெரிக்க 100 ஆடுகளை அளித்தாள்.[26] மேற்சொன்ன கோவிலிலே இரண்டு விளக்குகள் இடமகேசுவரர் மரபினர் பொன் தந்துள்ளனர்.[27] இங்ஙனம் கோவில் திருப்பணிகள் பல இடங்களில் குறைவின்றி நடந்தன.

இக்காலத்து அரசர் (கி.பி. 850 - 890)

இக்காலத்துக் கங்க அரசர் **முதலாம் பிருதிவீபதி** (கி.பி. 853 - 880), **இரண்டாம் பிருதிவீபதி** (கி.பி. 880 - 925) என்போர்; இராட்டிரகூட அரசர் **அமோகவர்ஷ நிருபதுங்கன்** (கி.பி. 814 -880),

இரண்டாம் கிருட்டினன் (கி.பி. 880 - 912) என்போர்; பாண்டிய மன்னர் **சீமாறன் சீவல்லபன்** (கி.பி. 830 - 862) **வரகுணவர்மன்** (கி.பி. 862-880), **பராந்தக பாண்டியன்** (கி.பி. 880-900) என்பவர்.

பல்லவ மரபினர்

கம்பவர்மன் என்பவனைக் குறிக்கும் கல்வெட்டுகள் வடஆர்க்காட்டுக் கோட்டத்தில் இருபதுக்குமேல் கிடைத்துள்ளன. சிலர் இவன் நிருபதுங்கனுடன் பிறந்தவனாக இருக்கலாம் என்று கருதுகின்றனர். இவன் காலத்தில் 'ஒலக்கூர்' என்னும் இடத்தில் போர் ஒன்று நடந்துள்ளது. அங்கு இறந்த வீரன் பொருட்டு **வீரக்கல்** நடப்பட்டுள்ளது. அஃது, அந்த ஊர் அழிவுற்றபோது போரிட்டு இறந்தவனது வீரக்கல் என்பது தெரிகிறது. கம்பவர்மன் அறங்கள் பல செய்துள்ளான்.

சந்திராதித்தன், விசய நரசிம்மவர்மன், விசய ஈசுவர வர்மன் என்பவர்தம் கல்வெட்டுகள் சிலவும் கிடைத்துள்ளன. இவர் அனைவரும் நிருபதுங்கன் காலத்தில் கோட்டங்கட்குத் தலைவர் களாக இருந்த பல்லவ அரச மரபினர் என்று அறிஞர் கருதுகின் றனர்.[26]

பிற்காலப் பல்லவர்

பிற்காலத்தில் **நுளம்ப - பல்லவர்** என்பவர், பல்லாரிக் கோட்டமும் மைசூரின் ஒரு பகுதியும் சேர்ந்த நுளம்ப பாடியைக் கி.பி. 13ஆம் நூற்றாண்டு வரை ஆண்டு வந்தனர். அவர்கள், ஆதித்த சோழன் வழிவந்த பேரரசர்களுடன் ஓயாது போர் நடத்தி வந்தனர்; பலர் சிற்றரசராகியும், அரசாங்க அலுவலாள ராகியும் இருந்தனர். அவர்கள் இங்ஙனமே மேலைச்சாளுக்கிய ரிடமும் வேலை பார்த்தனர். அவர்கள், 'காஞ்சிப் பல்லவர் மரபினர்' என்று தம்மைக் கூறிக்கொண்டனர். ஆதலின், காஞ்சியில் பல்லவர் ஆட்சி ஒழிந்தவுடன், பல்லவ அரச மரபினர் தமது பழைய இடத் திற்குச் சென்று, குறுகிய நிலப்பகுதியை ஆளலாயினர் என்பது தெரிகிறது.[29] வேறு பலர் சோழப் பேரரசிற் கூடலூர், சேந்த மங்க லம் முதலிய இடங்களில் சிற்றரசராகவும் தானைத் தலைவராக வும் வளநாட்டுத் தலைவர்களாகவும் இரு வந்தனர்.

குறிப்புகள்

1. M.A.R. 1907, p. 63.
2. Ep. Ind. Vol. XVIII p. 13. Dr. C. Minakshi's 'Ad. and S. Life under the Pallavas', pp. 162-163.

3. இப்போர் அபராசிதன் ஆட்சியில் நடந்ததாக இதுவரை வரலாற்று ஆசிரியர் வரைந்து வந்தனர். ஆயின், அண்மையில் வந்த ஆராய்ச்சிக் கட்டுரைகளை நோக்க, '**இப்போர் நிருபதுங்கன் காலத்திலேயே நடந்தது**' என்பது உறுதிப்படுகிறது. ஆதலின் இஃது இங்குக் குறிக்கப் பெற்றது.
   (1) "The Chronology of the Latter Pallavas" Mr. M.S. Sarma's article on in Ramamurthi Pantulu Commemoration, Vol. p. 142.
   (2) Mr. M.S. Sarma's 'Note on Nirupatunga' J.O.R. Vol. VIII, part 2, p. 165.
4. No. 360 of 1931.
5. இப்போரில் இறந்த முதலாம் பிருதிவீபதியின் கோவில் ஒன்றும் **உதிரம் படிந்த தோப்பு** ஒன்றும் திருப்புறம்பியத்தில் இன்றும் இருக்கின்றன? - T.V.S. Pandarathar's 'Pandyar Varalaru', p. 34.
6. K.A.N. Sastry's Cholas', Vol. I, pp. 133, 136.
7. Dr. C. Minakshi's 'Ad. and S. Life under the Pallavas', p. 5.
8. 460 of 1905
9. 300 of 1901
10. 179 of 1915
11. 257 of 1912
12. 17 of 1895
13. 387 of 1905
14. 277 of 1902
15. 84 of 1892
16. Dr. C. Minakshi's 'Ad. and S. Life under the Pallavas', p. 4, 161
17. 162 of 1912.
18. சென்னைக்கடுத்த கோவூரிலும் காணலாம்
19. P.T.S. Iyengar's 'Pallavas', part III, p. 77; 435 of 1005.
20. Inscription No. 433 of 1905. இவன் 'வெண்பா'ப் பாடினான் என்பதை நோக்க, இவனுக்கு முற்பட்ட ஐயடிகள் **காடவர்கோன் நாயனார்** என்பவர் ஒருவர் '**க்ஷேத்திர வெண்பா**' என்னும் நூல் பாடினார் என்பது இங்கு நினைக்கத்தக்கது.
21. 351 of 1908.
22. 158 of 1912.
23. 161 of 1912
24. 159 of 1912
25. 31 of 1912
26. 32 of 1912
27. 190 of 1912
28. R. Gopalan's 'Pallava of Kanchi', pp. 143, 144.
29. L. Rice's 'Mysore and Goorg from Inscriptions', pp. 55-59.

* * *

18. பல்லவர் ஆட்சி

நாட்டுப் பிரிவு

பல்லவப் பெருநாடு பல **இராட்டிரங்களாக** (மண்டலங்களாக)ப் பிரிக்கப்பட்டிருந்தது. ஒவ்வொரு இராட்டிரமும் பல **விஷயங்களாகப்** (கோட்டங்களாகப்) பகுக்கப்பட்டிருந்தது. பல்லவர் பட்டயங்களில் முண்ட ராட்டிரம் வெங்கோ ராட்டிரம் (வேங்கி ராட்டிரம்) முதலிய ஆந்திரப் பகுதி மண்டலங்களும், துண்டக ராட்டிரம் என்னும் தொண்டை மண்டலமும் குறிக்கப்பட்டுள்ளன. பல்லவர் ஆண்ட தமிழ் நாட்டில் கோட்டம், நாடு, ஊர் என்னும் பிரிவுகள் காணப்படுகின்றன. ஆந்திர நாட்டுப் பகுதிகளின் பெயர்களையும் தமிழ் நாட்டுப் பகுதிகளையும் நோக்கப், பல்லவர், தமக்கு முன் இருந்த தமிழ் அரசர் தொண்டை நாட்டுப் பிரிவுகட்கு வைத்திருந்த பெயர்களை அப்படியே தங்கள் ஆட்சியிலும் கையாண்டு வந்தனர் என்பதை நன்குணரலாம். தொண்டை நாடு பல்லவர்க்கு முன்னரே 24 கோட்டங்களாகப் பிரிக்கப்பட்டு இருந்தது. அவையாவன:

1. புழல் கோட்டம், 2. ஈக்காட்டுக் கோட்டம், 3. மணவிற் கோட்டம், 4. செங்காட்டுக் கோட்டம், 5. பையூர்க்கோட்டம், 6. எயில் கோட்டம், 7. தாமல் கோட்டம், 8. ஊற்றுக்காட்டுக் கோட்டம், 9. களத்தூர்க்கோட்டம், 10. செம்பூர்க்கோட்டம், 11. ஆம்பூர்க் கோட்டம், 12.வெண்குன்றக் கோட்டம், 13.பலகுறைக்கோட்டம், 14. இலங்காட்டுக் கோட்டம், 15.கலியூர்க் கோட்டம், 16. செங்கரைக் கோட்டம், 17. படுவூர்க் கோட்டம், 18. கடிகூர்க் கோட்டம், 19. செந்திருக்கைக் கோட்டம், 20. குன்றவட்டான கோட்டம், 21.வேங்கடக் கோட்டம், 22. வேலூர்க் கோட்டம், 23. சேத்தூர்க் கோட்டம், 24. புலியூர்க் கோட்டம்.[1]

அரச முறை

பெரும்பாலான பட்டயங்களால், பல்லவர் அரசமுறை தந்தையினின்று மூத்த மகனுக்கு உரிமையானதானவே தெரிகிறது; அரசுக்கு ஏற்ற மைந்தன் இல்லாத காலங்களில் அரசனுடைய தம்பி மகன் பட்டத்தைப் பெறுதல் இயல்பாக இருந்தது. அரசன்

திடீரெனப் பிள்ளை இன்றி இறந்தபோது, அமைச்சர் முதலிய பொறுப்புள்ள மக்கள் ஒன்றுகூடி எண்ணிப்பார்த்து அரச மரபில் ஒருவரைத் தேர்ந்தெடுத்து முடி புனைதல் வழக்கம். இச்செய்திகளை எல்லாம் முன்கண்ட பகுதிகளிலிருந்து நன்குணரலாம்.

அரசர் பட்டப் பெயர்கள்

பல்லவ அரசர்கள் தத்தம் தகுதிக்கேற்றவாறு பட்டயங்களைப் பெற்றிருந்தார்கள். மகாராசன், தரும மகாராசன், மகாராசாதிராசன் என்னும் பட்டங்களைப் பட்டயங்களிற் காணலாம். முற்காலப் பல்லவருள் சிறந்து விளங்கிய சிவஸ்கந்தவர்மன் தன்னை 'அக்நிஷ்டோம - வாஜபேய - அஸ்வமேதராஜீ என்று பட்டயத்தில் கூறிக் கொண்டதைக் காணப் பல்லவ வேந்தர் தாம் செய்த வேள்விப் பெயர்களையும் தங்கள் பட்டப் பெயர்களாகக் கொண்டமை நன்கறியலாம். பல்லவர் **வீட்டுப்** பெயர் ஒன்றாகும்; பட்டம் ஏற்றவுடன் கொண்டபெயர் வேறாகும். அதனை 'அபிடேக நாமம்' என்னலாம். **இராசசிம்மன்** என்பது இயற்பெயர். அவனுக்கிருந்த (இரண்டாம்) **நரசிம்மவர்மன்** என்பது அபிடேகப் பெயர், பரமேசுவரன் என்பது இயற்பெயர்; அவனுக்கிருந்த (இரண்டாம்) நந்திவர்மன் என்பது அபிடேகப் பெயர்[2]. இவை அன்றிப் பல்லவப் பேரரசர் பெற்றிருந்த விருதுப் பெயர்கள் மிக பல ஆகும். அவை ஆங்காங்கே முன்னரே காட்டப்பட்டுள்ளன. அப்பெயர்கள் அவ்வேந்தர்தம் பலவகை இயல்புகளை நமக்கு விளக்குவனவாகும்.

அரசரும் சமயநிலையும்

பல்லவ வேந்தர் நல்ல உடற்கட்டு உடையவர்கள்; உயர மானவர்கள்; மணிமுடி தரித்த மன்னர்கள் என்னும் விவரங்கள் மகாமல்லபுரத்தில் உள்ள உருவச் சிலைகளைக் கொண்டு நன்கு அறியலாம். **மூன்றாம் சிம்மவர்மன்.**[3] சிம்மஷ்ணு முதலிய பல்லவ அரசர் அனைவரும் வடமொழிப் புலவராக இருந்தவர்; மூன்றாம் நந்திவர்மன், மூன்றாம் சிம்மவர்மன், அபராசிதவர்மன் என்பவர் சிறந்த தமிழ்ப் புலவராக இருந்தவர். இராசசிம்மன் **சைவ சித்தாந் தத்திற்** சிறந்தவன்[4]. பல்லவ அரசமாதேவியாரும் நிரம்பப் படித்தவர்கள், ஒழுக்கம் மிக்கவர்கள் என்பது சாருதேவி, ரங்கபதாகை, தர்மமகாதேவி, சங்கா, மாறம் பாவையார், பிருதிவீ மாணிக்கம் முதலிய பெண்மணிகள் பற்றிய கல்வெட்டுக் குறிப்புகளால் நன்கறியலாம்.

பல்லவர் இலச்சினை

பாண்டியர்க்கு **மீனும்,** சோழர்க்குப் **புலியும்,** சேரர்க்கு **வில்லும்,** கங்கர்க்கு **நாகமும்,** சாளுக்கியர்க்குப் **பன்றியும்** இலச்சினை ஆனாற்போலப் பல்லவர்க்கு **நந்தி** இலச்சினை ஆயிற்று. நந்தி இலச்சினை - பொதுவாகப் பல்லவர் சைவ சமய உணர்ச்சி உடையவர் என்பதை நன்கு விளக்குகிறது. 'இரண்டு பக்கங்களிலும், உயர்ந்த விளக்குகள், இடையே நந்தி அமர்ந் துள்ள அழகிய கோலம் கொண்ட பல்லவர் இலச்சினை பார்க்கத் தக்கது. உருவப்பள்ளி, பிகாரப் பட்டயங்களில் சிங்க இலச்சினை காணப்படுகிறது. **சிங்க இலச்சினை** கொண்ட பட்டயங்கள் யாவும் போர் முகத்திலிருந்து விடப்பட்டவை ஆகும். வெற்றியைக் குறிக்கச் சிங்க இலச்சினையை விடச் சிறந்த இலச்சினை கிடைத் தல் அரியதன்றோ? பிற்காலப் பல்லவர் அனைவருமே நந்தி இலச்சினையை நன்கு பயன்படுத்தினர். பல்லவர் கொடி **நந்திக் கொடி** ஆகும். பல்லவர் **காசுகளிலும்** நந்தி இருந்தலைக் காண லாம்.⁵ பல்லவ அரசர் வைணவராக இருந்த காலத்திலும் சமணராக இருந்த காலத்திலும் இந்த நந்திக் கொடியும் நந்தி இலச்சினை யும் நந்திப் பதிவு கொண்ட நாணயங்களும் வழக்கில் இருந்தமை அறியற்பாலது. கூரம் காசக்குடிப் பட்டயங்களில் **நந்திமீது லிங்கம்** அமைந்திருத்தல் இம் முடிவை நன்கு வலியுறுத்துவ தாகும். எனவே, தனிப்பட்ட அரசன் எச்சமயத்தவன் ஆயினும், பல்லவர் ஆட்சியில் சைவமே அரசியல் சமயமாக இருந்தது என்பது இறுகாறும் கூறிய குறிப்புகளால் நன்கு புலனாகும். **விடேல் விடுகு** என்பது பல்லவர் விருதுப் பெயர்களுள் ஒன்று எனத் தவறாகக் கருதிய ஆராய்ச்சியாளர் பலர் ஆவர். இது 'விடை + வெல் + விடுகு' என்றிருத்தலே சிறப்புடையது. இதன் பொருள், 'வெற்றியுடைய நந்தி இலச்சினையோடு விடுதல் பெற்ற (விடப்பெற்ற) ஆணை' என்பதாகும். இப்பொருள் சரியா என்பது ஆராயத்தக்கது.⁶

பல்லவரது கத்வாங்கம்

கத்வாங்கம்' என்பது சிவன் கொண்ட படைகளில் ஒன்றாகும். இதனாற்றான் சிவபெருமான் 'கத்வாங்கன், கத்வாங்கதரன்' என்றெல்லாம் கூறப்பட்டுள்ளான்.⁷ இக்கத்வாங்கப் படையைப் பிற்காலப் பல்லவர் தம் சமய அடையாளமாகக் கொண்டிருந் தனர். முதலாம் பரமேசுவரவர்மன் கத்வாங்கத்தைக் கொடியிலே பெற்றவன் என்பது காசக்குடிப் பட்டயம் கூறுகின்றது.⁸ இரண்டாம் நந்திவர்மன் பட்டமேற்றபோது அவனுக்குக் கொடுக்கப்பட்ட

பலவகைப் படைகளில் கத்வாங்கமும் ஒன்று என்று வைகுந்தப் பெருமாள் கோவில் கல்வெட்டுகள் கூறுகின்றன.[9]

அமைச்சியல்

சிவஸ்கந்தவர்மன் வெளியிட்ட ஹிரஹத கல்லிப் பட்டயத்தில் **ஆமாத்யர்** (அமைச்சர்) கூறப்பட்டுள்ளனர்.[10] பிற்காலப் பல்லவருள் மகேந்திரவர்மனான **குணபரன்** திருநாவுக்கரசரை அழைத்துவரத் தன் **அமைச்சரை** அனுப்பினான் என்பதைப் பெரிய **புராணத்தால்** அறிகிறோம்.

பெரிய புராணத்தைக் கொண்டு, மகேந்திரன் காலத்தில் அமைச்சர் இருந்தனர் என்பதை அறிதல் போல இரண்டாம் நந்திவர்மன் காலத்திலும் பிற்காலத்திலும் பல்லவர் அரசியல் அமைப்பில் **அமைச்சர் குழு** இருந்தது என்பதைக் கல்வெட்டுகளால் நன்கறியலாம். இரண்டாம் நந்திவர்மனது தலைமை அமைச்சன் **பிரம்மஸ்ரீ ராஜன்** எனப்பட்டான். எனவே, அவன் பிராமணன் என்பது வெளிப்படை. மூன்றாம் நந்திவர்மன் அமைச்சன் **நம்பன் இறையூர் உடையான்** என்பவன் அவன் முன்னோர் பல்லவர் ஆட்சியில் அமைச்சராக இருந்தவர். உத்தமசீலன் - **தமிழ்ப் பேரரையன்** என்று ஓர் அமைச்சன் பெயர் காணப்படுகிறது. எனவே, 'பிரம்மராஜன் (பிரமராயன்), பேரரையன்' என்பன, அமைச்சர் பெறும் அரசியல் பட்டங்களாக இருந்தன. 'தென்னவன் பிரமராயன்' என்று மாணிக்கவாசகர் அழைக்கப்பட்டமை காண்க. இதனால் பண்டைத் தமிழ் அரசர். தம் அமைச்சருடைய சிறப்பியல்புகளை நோக்கிப் 'பிரமராயன், பேரரசன்' என்று பட்டங்களை வழங்கிய முறையைப் பின்பற்றியே பல்லவரும் நடந்து வந்தனர் என்பது நன்கு விளங்குகின்றது.[11] 'உத்தமசீலன், நம்பன்' என்னும் அமைச்சர் ஆணையை நடைமுறையிற் கொணர்ந்தனர் என்பது தெரிகிறது. அமைச்சர் அரசர்க்கு ஆலோசனையாளராகவும் இருந்தனர் என்பது வைகுந்தப் பெருமாள் கோவில் கல்வெட்டால் அறியக்கிடக்கிறது.

உள்படு கருமத்தலைவர்

பல்லவவேந்தரிடம் **உள்படு கருமத்தலைவர்** (Private Secretaries) இருந்தனர் என்பதை ஹிரஹத கல் முதலிய சில பட்டயங்களால் அறியலாம். **வாயில் கேட்பார்** (Secretaries) **கீழ் வாயில் கேட்பார்** (Under Secretaries) முதலியவர் பல்லவர் அரசியலில் இடம் பெற்றிருந்தனர் என்பதை அறியலாம்.[12]

அறங்கூர் அவையம்

பல்லவப் பெருநகரங்களில் அறங்கூர் அவையவங்கள் இருந்தன. அவை 'அதிகரணங்கள்' எனப் பெயர் பெற்று இருந்தன என்பது மகேந்திரன் எழுதியுள்ள மத்தவிலாசப் பிரகசனத்தால் தெரிகிறது. அறங்கூர் அவையத்துத் தலைவர் 'அதிகரண போசகர்' எனப்பட்டனர். **அதிகரணம்** என்பது பெரிய அறங்கூர் அவை யாகும். **கரணம்** என்பது சிற்றூரில் இருந்த அறங்கூர் அவை யாகும். கரண அலுவலாளர் (தலைவர்) **அதிகாரிகள்** எனப் பட்டனர். பெரிய புராணத்தைக் கொண்டு சில சுவையுள்ள செய்திகளை அறியலாம். சிற்றூர்களில் சான்றோர் அறங்கூர் அவையத் தலைவராக இருந்தனர். மூன்றாம் நந்திவர்மன் (கழற் சிங்கன்) காலத்தில் திருவெண்ணெய் நல்லூரில் ஊரவை இருந்தது. அது வழக்கை விசாரித்து முடிவு கூறியதைப் பெரிய புராணத்தில் விரிவாகக் காணலாம். வழக்கில் முடிவுகூற மூன்று சான்றுகள் தேவை: அவை. (1) ஆட்சி (2) ஆவணம் (3) அயலார் காட்சி என்பன. இவற்றுள் ஆட்சி என்பது நீண்டகாலமாகக் கையாண்டுவரும் ஒழுக்கம் (அநுபோக பாத்தியம்) **ஆவணம்** என்பது வழக்கை முடிவு செய்ய உதவும் சுவடி, ஓலை முதலிய எழுத்துச் சீட்டுகள். **அயலார் காட்சி** என்பது வழக்கு நிகழ்ச்சி யைக் கண்டார் கூறுவது - ஒப்பந்தம் - 'இசைவு' (Will) எனப்படும். அந்தந்த ஊரரர் கையெழுத்து களையும் கைஒப்பந்தங்களை யும் தனியாக ஊர்ப்பொது அரசாங்க அறச்சாலைப் பாதுகாப்பில் வைக்கும் வழக்கம் அக்காலத்தில் இருந்தது. சிற்றூர்களில் இருந்த அறங்கூர் அவைய அலுவலாளன் **காரணத்தான்** எனப்பட் டான். பத்திரத்தில் சாட்சிகளாகக் கைஒப்பமிட்டவர் 'மேல் எழுத் திட்டவர்' எனப்பட்டனர்.[13]

இத்தகைய அறங்கூர் அவையங்களில் கைக்கூலி (லஞ்சம்) தாண்டவமாடியது என்பதை மகேந்திரவர்மனே தான் வரைந்துள்ள மத்தவிலாசத்தில் குறிப்பிட்டுள்ளான். இக்காலத்தில் உள்ளது போல் உயர்நீதி மன்றம் (High court) அக்காலத்திலும் இருந்தது. அது **தருமாசனம்** எனப்பட்டது. அது பல்லவப் பேரரசின் 'பொது மன்றம்' ஆகும். அஃது அரசனது நேரான மேற்பார்வையில் இருந்தது. **அதிகரணம்** என்பது குற்ற வழக்குகளை (Criminal) விசாரிக்கும் மன்றம் எனவும், 'தருமாசனம்' என்பது பிற வழக்கு களை (Civil) விசாரிக்கும் மன்றம் எனவும் கோடல் பொருத்த மாகும்.[14]

அரண்மனை அலுவலாளர்

இவருள் பொற்கொல்லர், பட்டய எழுத்தாளர், புலவர் முதலியோர் சிறப்பாகக் குறிக்கத்தக்கவர். (1) அரண்மனைப் **பொற்கொல்லர்** அரண்மனைக்கு வேண்டிய அணிகலன்களைச் செய்ததோடு செப்புப்பட்டயங்களில் அரசர் ஆணைகளைப் பொறித்துவந்தவர் ஆவர். மாதேவியாகிய அரசிக்கு அணி செய்த பொற்கொல்லர், **'மாதேவி** பெருந்தட்டார்' என்று பட்டயத்தில் குறிக்கப்பட்டுளர். இப்பொற்கொல்லர் தம் மைந்தரும் பெயரரும் அரண்மனைப் பொற்கொல்லராகவே இருந்து வந்தனர் என்று பட்டயம் பகர்கின்றது. அரசனுக்கு அணிகள் முதலியன செய்து வந்த பொற்கொல்லன் அரசர் விருதுப் பெயருடன் 'பெருந்தட்டான்' என்பது சேர்த்து வழங்கப்பட்டான். (2) பொற்கொல்லர் அல்லாமல் செப்புப் பட்டயங்களைத் தீட்டப் **பட்டய எழுத்தாளர்** என்பவரும் இருந்தனர். அவர் அலுவலும் வழிவழி வந்ததாகும். (3) அரசர் மெய்ப்புகழை நாளும் பாடும் புலவர் பல்லவர் அரண்மனையில் இடம்பெற்று இருந்தனர். அவர்கள் கல்வெட்டுகளிலும் பட்டயங்களிலும் வடமொழியிலும் தமிழ் மொழியிலும் கவிகளைப் பாடியுள்ளனர். உதயேந்திரப் பட்டயத்தில் அரசனது மெய்ப்புகழை வரைந்த புலவன், 'மேதாவிகள் மரபில் வந்தவனும் புகழ்பெற்ற சந்திரதேவன் மகனுமான பரமேசுவரன்' எனப்பட்டவன். இத்தகைய புலவர் **காரணிகர்**[15] எனப்பட்டனர்.

பல்லவர் படைகள்

தேர்ப்படை பல்லவரிடம் இருந்ததென்பதை மெய்ப்பிக்கக் கல்வெட்டு, பட்டயச் சான்றுகளோ, ஓவிய - சிற்பச் சான்றுகளோ இதுகாறும் கிடைத்தில. அவர்கள் யானைகள், குதிரைகள், வீரர்கள் பெற்றிருந்தார்கள் என்பது தோற்றம். சிறந்த துறைமுகப் பட்டினமாகிய மாமல்லப்புரத்தில் பழைய காலத்திலிருந்தே மேனாட்டுக் குதிரைகள் இறக்குமதி செய்யப்பட்டு வந்தமை இலக்கியம் கண்ட சான்று. வைகுந்தப் பெருமாள் கோவில் சிற்பங்கள் வாயிலாகப் போர்ப்பரிகள் பல இருந்தன என்பது தெளிவாகும். சிறந்த **சேனைத் தலைவர்கள்** பல்லவர் காலத்தில் இருந்தனர். சிம்மவர்மன் காலத்தில் **விஷ்ணுவர்மன்** என்னும் தானைத் தலைவன் சிறந்திருந்தான்; நரசிம்மவர்மன் காலத்தில் **வாதாபி கொண்ட சிறுத்தொண்ட நாயனார்** சிறந்த சேனைத் தலைவராக விளங்கினார். இரண்டாம் நந்திவர்மன் காலத்தில் அப்பேரரசனைப்

பகைவர் முற்றுகையிலிருந்து காத்த பெருவீரனாக **உதய சந்திரன்** என்பவன் படைத்தலைவனாக இருந்தான். மூன்றாம் நந்திவர்ம னிடம் **பூதிவிக்கிரம கேசரி** என்பவன் தானைத் தலைவனாக இருந்தான்.

பண்பட்ட படைகள்

பல்லவர் படைகள் போரில் வன்மை பெற்றவை. இடைக் காலப் பல்லவர் காலத்தில் வடபகுதியில் மேன்மதுரை, தசனபுரம் முதலிய இடங்கட்குச் சென்று போர் நடத்தி வெற்றிப்பெற்றன; பிற்காலப் பல்லவர் காலத்தில் கடம்பரை நிலைகுலையச் செய்தன; புகழ்பெற்ற சாளுக்கியரை அடக்கின; தமிழ் வேந்தரைப் பின்னடையச் செய்தன. இரட்டரை ஓடச்செய்தன. இக்குறிப்பு களை நன்கு நோக்குழிப் பல்லவர் பண்பட்ட போர்த்திறன் பெற்ற படைகளை வைத்திருந்தனர் என்பது வெள்ளிடை மலையாகும்.

கடற்படை

பல்லவர் **கடற்படையும்** இளைத்ததன்று. நரசிம்மவர்மன் தன் நண்பனான மானவன்மனுக்கு உதவிபுரியத் தன் கடற் படையை ஈழத்திற்கு அனுப்பினான் - அப்படை வெற்றி கொண்டது என்பவற்றை உணர்கையில், பல்லவர் கடற்படை வலிமை தெற்றெனத் தெரிகின்றதன்றோ? நிருபதுங்கவர்மன் காலத்தில் ஸ்ரீமாறன் ஸ்ரீவல்லபன் என்ற பாண்டியன், பல்லவன் கடற்படை பெற்று ஈழத்தின்மீது படையெடுத்த செய்தியைக் காண்க[16] இராசசிம்மன் இலக்கத்தீவுகளை வென்றதாகக் குறிப்புக் காணப்படுகிறது.[17]

இந்த இராசசிம்மன் காலத்தில் பல்லவ நாடு சீனத்துடன் சிறந்த வாணிபம் செய்துவந்தது. அக்காலத்தில் நாகப்பட்டினம் பல்லவர் துறைமுகப் பட்டினங்களில் ஒன்று. அங்கு இவன் சீன வணிகர் பொருட்டுப் புத்தர் கோவில் ஒன்றைக் கட்டுவித்துச் சீனப்பேரரசன் நன்மதிப்பைப் பெற்றான்.[18] அக்காலத்தில் காவிரிப் பூம் பட்டினமும் சிறந்த துறைமுகப் பட்டினமாக இருந்ததென்ன லாம்.[19] மூன்றாம் நந்திவர்மன் காலத்திலும் பல்லவர் கப்பல்கள் சையாம் முதலிய கடல்கடந்த நாடுகளுடன் வாணிபம் செய்து வந்தன என்பது 'தகோபா' கல்வெட்டு முதலியவற்றால் அறியலாம்.

நாடும் ஊரும்

நாடு என்பது சிற்றூரை விடப் பெரியது; கோட்டத்தை விடச் சிறியது. நாட்டார் என்பவர் அப்பகுதிக்கு உரிய சான்றோர். **ஊரார்**

என்பவர் சிற்றூரைச் சேர்ந்த அறிஞர். **ஆள்வார்** என்பவர் ஊரை ஆண்ட அவையினர். ஒரு நாட்டிற்கு உட்பட்ட எந்தச் சிற்றூரைப் பற்றிய செய்தியிலும் இம் முத்திறத்தாரும் கலந்தே தங்கள் கருத்தைத் தெரிவித்து வந்தனர் என்பது தெரிகிறது. 'ஊற்றுக் காட்டுக் கோட்டத்து நாட்டாரும் காண்க, ''திருமுகம் கண்டு, **நாட்டோம்** நாட்டு வியவன் சொல்லிய எல்லை போய், பதாகை வலம் செய்து கல்லும் கள்ளியும் நாட்டிக்கொடுத்ததற்கு எல்லை,[20]'' எனவரும் பட்டயக் குறிப்புகளைக் காண்க. பல்லவமல்லன் விடுத்த பட்டத்தாள் மங்கலப் பட்டயத்தில், ''நாட்டார்க்கு விட்ட திருமுகம் நாட்டார் தொழுது தலைக்கு வைத்து எல்லை போய்க் கல்லும் கள்ளியும் நாட்டிப் பதாகை வலம் செய்து **நாட்டார் விடுத்த அறை ஓலைப்படி**........'' எனவருதல் காண்கையில் (1) அரசன் விடுத்தது **திருமுகம்** என்பதும், (2) நாட்டார் அதனை நிறைவேற்றிப் பொதுமக்கட்கு அறிவிப்பது **அறை ஓலை** என்பது தெளிவுறல் காண்க.

ஊர் ஆட்சி

ஊரார் ஆட்சிமுறை எப்படி இருந்தது என்பதைத் தெளிவாக அறிதற்குரிய சான்றுகள் கிடைத்தில. ஆயினும் ஊரார், சிற்றூர்ச் சபையாருடன் (ஆள்வாருடன்) கலந்து வேலைகள் செய்ததாகக் கல்வெட்டுகள் கூறுகின்றன. ஊர் அவையார் **பெருமக்கள்** எனப்பட்டனர். இப்பெருமக்கள் உழவு, கோவிற்பணி, அறங்கூறல் முதலிய பலவேலைகளைப் பார்த்து வந்தனர். ஊர் அவை பல உட்பிரிவுகளாகப் பிரிந்து பல துறைகளிலும் நுழைந்து சிற்றூர் ஆட்சியைத் திறம்பெறச் செய்துவந்தது.[21] அக்காலத்தில் இத்தகைய ஊர் அவைகள் ஏறக்குறைய இருபது இருந்தன என்பது பட்டயங் களாலும் கல்வெட்டுகளாலும் தெரிகிறது. மேலும், பல ஊர் அவைகள் இருந்திருத்தல் வேண்டும். இத்தகைய ஊர் அவைகளே கி.பி. 9ஆம் நூற்றாண்டில் (சுந்தரர் காலத்தில்) திருவெண்ணெய் நல்லூரில் இருந்தது; திருநீலகண்ட நாயனார் காலத்தில் சிதம்பரத் திலும் இருந்தது என்பது பெரியபுராணத்தால் அறிக.

ஊர் அவைப் பிரிவுகள்

ஊர் அவைக்குள் பல பிரிவுகள் இருந்தன. ஒவ்வொரு பிரிவும் வாரியம் (Committee) எனப்பட்டது. 'ஏரி வாரியப் பெருமக்கள்,' 'தோட்டவாரியப் பெருமக்கள்' எனப் பல வகுப்புப் பெருமக்கள் கொண்ட முழு அவையே ஊரவை ஆகும். சிற்றூர்களை நேரே

பொறுப்பாக அரசியலுக்குப்பட்டு ஆண்டவர் **ஆளுங்கணத்தார்** எனப்பட்டனர். இவர் **ஊரவையாரின்** வேறானவர். இக்கால நகர அவையாரைப் போன்றவர் அக்கால **ஊரவையார்**; இக்காலக் கமிஷனர் முதலிய அரசியல் அலுவலாளர் அக்கால **ஆளும் கணத்தார்** ஆவர். கோவில் தொடர்புற்ற பலவகை வேலைகளை யும் தவறாது கவனித்துக் கோவில் ஆட்சிபுரிந்து வந்த கூட்டத்தார் **அமிர்த கணத்தார்**[22] எனப்பட்டனர். திருவொற்றியூர்ப் புறத்து ஆதம்பாக்கத்துச் சபையோமும் **அமிர்த கணத்தோமும்** இப் பொன்னால் யாண்டுவரை கழஞ்சின்வாய் மூன்று மஞ்சாடி....." எனவரும் கல்வெட்டுத் தொடரைக் காண்க. இவர்கள் கோவிலுக்கு வரும் தானங்களைப் பெறுவர்; கோவில் பண்டாரத்திலிருந்து பொருள்களைக் குறித்த வட்டிக்குக் கடன் தருவர். இவை தொடர் பான பாத்திரங்களைப் பாதுகாப்பர்; கோவில் தொடர்புற்ற பிற வேலைகள் எல்லாவற்றையும் கவனிப்பர். இவர்கள் ஊர் அவை யாருக்குக் கோவில் சம்பந்தமான செய்திகளில் பொறுப்புள்ளவர் ஆவர்.[23]

இராட்டிர ஆட்சி

இராட்டிரங்களாகிய மண்டலங்களை ஆண்டவர் பெரிதளவு தம்மாட்சியே செலுத்திவந்தனர். இவர் நாளடைவில் வழிவழி யாக இப்பதவிகளில் நிலைத்து விட்டனர். பல்லவர் வடவர் ஆதலா லும், அவரது பேரரசு வடக்கில் சாளுக்கியர் இரட்டர்களாலும், தெற்கில் பாண்டியராலும் அடிக்கடி துன்புற்றதாலும் பல்லவர் தமிழ்க் குறுநில மன்னர்களை மிகுதிப்படுத்த வேண்டியவர் ஆயினர்; தமிழ் மக்கட்கு ஆளும் பொறுப்புத் தரவேண்டியவர் ஆயினர்.[24] இதனை நன்கு நினைந்தே சோழ அரசைப் பெயரளவில் தனியரசாக விட்டுவைத்தனர் போலும்!

சிற்றூர்கள்

இக்காலச் சிற்றூர்களே பெரும்பாலும் மாறுதல் இன்றி அக்காலத்திலும் இருந்தன. மக்கள் குடி இருப்புக்குரிய வீடுகள், நன்செய் - புன்செய் நிலங்கள், வீட்டுத் தோட்டங்கள், குளங்கள், புறம்போக்கு நிலங்கள், சிற்றூர்ப் பொது நிலங்கள், கடைவீதிகள், சுடுகாடு - இடுகாடுகள், கோவில்கள், கோவில் நிலங்கள் முதலி யன இருந்தன. ஒவ்வொரு சிற்றூரும் நன்கு அளக்கப்பட்டு எல்லைகள் குறிக்கப்பட்டிருந்தது. சிறிய சிற்றூர்கள் பல; பெரிய சிற்றூர்கள் சில; இவை பல்வேறு குடி இருப்புகளையும் சேரிகளை யும் கொண்டவை. பிராமணர் பெரும்பகுதியினராக வாழ்ந்த

சிற்றூர்களிலும் பல திறத்து மக்கள் குடியிருந்தனர்; பலவகைத் தொழிலாளிகளும் வணிகரும் வாழ்ந்துவந்தனர். இக்கால வழக்கப் படியே கிணறுகள், குளங்கள், கோவில்கள், ஓடைகள் முதலியன சிற்றூர்களுக்குப் **பொதுவாக** இருந்தன. நெல் அடிக்கும் களத்துக்கு வரியாக நிலமுடையார் குறிப்பிட்ட அளவு நெல்லைச் சிற்றூர்க் களஞ்சியத்துக்குச் செலுத்தி வந்தனர். இத்தகைய பணிகளை ஊர் அவையார் கவனித்து வந்தனர்.

பிரம்மதேயச் சிற்றூர்கள்

இவை மறையவர் பொருட்டே புதிதாக உண்டாக்கப்பட்டவை. அவற்றுள் உதயசந்திர மங்கலம், தயாமுகமங்கலம், பட்டத்தாள் மங்கலம் முதலியன சிலவாகும். இச்சிற்றூர்கள் எத்தகைய வரியும் அரசாங்கத்திற்குச் செலுத்த வேண்டியதில்லை. அதனால் இவை நன்னிலையில் வளர்ச்சியுற்று வந்தன.

தேவதானச் சிற்றூர்கள்

சில சிற்றூர்கள் கோவில்களுக்கென்று விடப்பட்டன. அவை 'தேவதானச் சிற்றூர்கள்' எனப் பெயர் பெற்றன. அவற்றுள் ஒன்று மூன்றாம் நந்திவர்மனால் யக்ஞேஸ்வரர்க்கு விடப்பட்ட திருக்காட்டுப்பள்ளி என்னும் (பொன்னேரிக்கு அடுத்த) சிற்றூர் ஆகும். அச்சிற்றூரில் வருவாய் முழுவதும் கோவிற் பணிகளுக்கே செலவிடப்பட்டது. பல்லவப் பேரரசர் இந்நாட்டில் பல இடங்களில் பலவகைக் கோவில்களைக் கட்டினார்கள்; பல கோவில் கட்கு நிலதானம் செய்தார்கள். இம்முறையால், பல்லவர் ஆட்சியில் கோவில்கள், சிற்றூர்ப்பொதுவாழ்வில் பெரிய மாறுதலைச் செய்துவிட்டன என்று கூறலாம்.

சிற்றூர்க் கோவில்கள்

கோவிலால் பல குடும்பங்கள் பிழைத்தன். 'தனிப்பரிவாரம், கோவில் பரிவாரம், அமிர்த கணத்தார்' என்பவர் அனைவரும் கோவில் வருவாயைக் கொண்டு பிழைத்தவர் ஆவர். கோவில்களை அடுத்து அடியார்கட்கும் ஏழைகட்கும் உணவுச்சாலைகள் நடைபெற்று வந்தன.[25] கோவில் அல்லது உணவுச்சாலைக்கு ஊராரிடமிருந்தும் வணிகரிடமிருந்தும் இக்கால வழக்கம் போல **மகன்மை** (மகமை அல்லது மகிமை)யாக ஒரு பகுதி நெல், அரிசி முதலியவற்றைப் பல்லவர் காலத்தில் வசூலித்து வந்தனர் என்பது தெரிகிறது. இச்செய்தியைப் **பெருமான் அடிகள்** என்று போற்றப் பட்ட இரண்டாம் நந்திவர்மன் காலத்துக் கல்வெட்டுத் தெளிவாக

அறிவிக்கின்றது.²⁶ இத்தகைய சத்திரங்கள் அல்லது மடங்கள் பல இந்த நாட்டில் இருந்தன. அவற்றில் காபாலிகர், காளாமுகர் முதலிய பலவகைச் சைவர் உண்டு வந்தனர். விழாக்காலங்களில் உள் ஊரார் - வெளி ஊரார் என்னும் அனைவர்க்கும் உண்டி வழங்க வசதிகள் அளிக்கப்பட்டிருந்தன. அப்பணிக்கு அரசனும் பிறரும் பொருள் உதவி செய்தனர். **திரு ஆதிரை** முதலிய நல்ல நாட்களில் கோவில் விழாக்கள் சிறப்புற நடந்தன. அவற்றுள் **சித்திரை விசுத்திருவிழா** ஒன்று. இது நடைபெற ஒரு தனிமகன் 15½ கழஞ்சு பொன் திருத்தத்துறை (லால்குடி) கோவிலுக்குக் கொடுத்தான் என்று ஒரு கல்வெட்டுக் கூறுகின்றது. இங்ஙனம் சிற்றூர்க் கோவில்கள் சிற்றூரார்க்குப் பக்தியை மட்டும் ஊட்டுவ தோடு நில்லாது, ஊர்மக்கட்குக் கடன் கொடுத்துதவும் அறச்சாலை யாகவும், அடியார்களை உண்பிக்கும் உணவு நிலையங்களாகவும் இருந்தன. இவற்றோடு, தேவைப்பட்ட காலங்களில் ஊரார்க்குப் பண உதவி செய்யும் **கோவில் பண்டாரமாகவும்** கோவில்கள் இருந்து வந்தன.²⁷

பள்ளிச் சந்தம்

'தேவதானம், பிரம்மதேயம்' என்பன போலப் **பள்ளிச் சந்தம்** என்பது சமணப் பள்ளிக்கென விடப்பட்ட இறையிலி நிலங்கள் ஆகும். ஆனால் இப்பள்ளிச் சந்தம் பிற்காலத்ததே ஆகும். ஆயின், இதுகாறும் கிடைத்துள்ள பல்லவர் பட்டயங்களில் பௌத்தர்க்கு நிலம் விட்டதாக ஒரு சான்றும் காணக் கிடைக்கவில்லை என்பது குறிக்கத் தக்கது.²⁸

ஏரிப்பட்டி

சிற்றூர்களில் உள்ள ஏரிகளை அடிக்கடி பழுதுபார்க்க வேண்டிய செலவுக்காகச் சில நிலங்கள் ஊரவையார் பார்வை யில் விடப்பட்டிருந்தன. அவை ஏரிப்பட்டி எனப்படும். ஏரிப் பட்டியை மேற்பார்வையிட்டவர் 'ஏரிவாரியப் பெருமக்கள்' எனப்பட்டனர்.²⁹ ஒரு குறிப்பிட்ட அளவையுடைய நிலத்து விளை விலிருந்து குறிப்பிட்ட அளவுள்ள நெல்லை ஏரிவாரியமாகத் தரும் பழக்கம் பல்லவர் காலத்திருந்தது.

நிலவகை

மிராசுதாரர் நிலங்களில் பெரும்பகுதி 'பயல் நிலம்' என்றும், அரசர்க்குரிய வரியைச் செலுத்த என்று விடப்பட்ட நிலப்பகுதி 'அடை நிலம்' என்றும் குறிக்கப்பட்டன. பயல் நில வருவாயில் பாதியை நிலத்தவர் பெற்றனர்; மற்றப் பகுதி பயிரிட்டவர் பெற்ற

னர். அரசாங்க நிலங்களைப் பயிரிட்ட குடியானவர் சிலர் இருந்தனர். அவர்களது 'பயிரிடும் உரிமை' அரசாங்கத்தாரால் தரப்பட்டு வந்தது. அந்த உரிமை அடிக்கடி மாற்றப்பட்டும் வந்தது.[30]

பலவகை வரிகள்

தென்னை - பனை முதலியன

தென்னைமரங்கள் சிறப்பாகப் பிரம்மதேய - தேவதானச் சிற்றூர்களில் அரசர் உரிமை பெற்று வரி செலுத்தாது பயிரிடப் பட்டன. இதனால் பிற ஊர்களில் அவற்றைப் பயிரிட விரும்பி னோர் அவற்றின் விளைவில் ஒரு பகுதியை அரசர்க்கு வரியாகச் செலுத்தி வந்தனர் என்பது பெறப்படுகிறது. முன் சொன்ன பிரம்ம தேய தேவதான சிற்றூர்களில் இருந்த தென்னை - பனை மரங் களிலிருந்து கள் இறக்குதல் விலக்கப்பட்டிருந்தது. கள் இறக் கினவர் அரசாங்க வரி செலுத்தி வந்தனர்; இம்மரங்களைப் பயிரிட் டவர் அரசாங்கத்திற்கு ஒரு பகுதி வருவாயை வரியாகச் செலுத்தி வந்தனர்; வெட்டப்பட்ட மரங்களின் அடிப்பகுதியில் ஒரு பகுதி யும் அரசாங்கத்திற்கு அனுப்பப்பட்டது. தென்னை பனை மரங் கட்கு உரியவர், சாறு இறக்க வரி கட்டினர்; பனம்பாகு செய்ய வரி கட்டினர். கடைகளில் விற்கப்பட்ட பாக்குக்கு வரி விதிக்கப்பட் டிருந்தது. வெட்டப்பட்ட பழைய பாக்கு மரங்களிலும் அரசாங்கம் பங்கு பெற்று வந்தது. 'கல்லால மரம்'[31] பயிரிடச் சிற்றூரார் அரசாங்கத்தினிடம் உரிமை பெற வேண்டியிருந்தது. அவ் வுரிமைக்குச் சிறுதொகை செலுத்த வேண்டி இருந்தது; அது **கல்லால் காணம்** எனப்பட்டது.

மருந்துச் செடிகள்

செங்கொடி (செங்கொடி வேலி அல்லது சித்திர மூலம்) என்பது மிகச் சிறந்த மருந்துக் கொடி. இது பலவகை நோய்களை யும் இரணங்களையும் போக்க வல்ல ஆற்றல் பெற்றது. இதனைப் பயிரிடுவோர் உரிமை பெற வேண்டும். இதற்குச் செலுத்தப்பட்ட வரி **செங்கோடிக் காணம்** எனப்பட்டது. **கருசராங் கண்ணி** என்பதும் சிறந்த பயன் தரும் செடியாகும். அது பல நோய்களை நீக்க வல்லது. இச்செடியைப் பயிரிட அல்லது விற்க உரிமை தரப்பட்டது. அவ்வுரிமை பெறச் செலுத்தப்பட்ட தொகை **கண் ணிட்டுக் காணம்** எனப்பட்டது.

மருக்கொழுந்து முதலியன

பல்லவர் காலத்துக் கடல் வாணிபம் கிழக்கிந்தியத் தீவுகளி லும் சீயம், சீனம் முதலிய நாடுகிளிலும் பரவி இருந்தது. அதனால்

சீனத்திற்கு உரிய 'மருக்கொழுந்து' இங்குக் கொணரப்பட்டுப் பயிரிடப்பட்டதாகும். இதனைப் பயிரிடத் தேவதான - பிரம்ம தேயச் சிற்றூர்கள் உரிமை பெற்றிருந்தன. பிற சிற்றூர்கள் அரசாங்க உரிமை பெற்றே (வரிசெலுத்தியே) பயிரிட வேண்டி யவை ஆயின.

'நீலோற்பலம்' எனப்படும் குவளைச் செடிகளை நடுவதற் கும் உரிமை பெறவேண்டும்; விற்பதற்கும் அரசினரிடம் உரிமை பெறவேண்டும். இவை முறையே 'குவளை நடு வரி' எனவும், **குவளைக்காணம்** எனவும் பெயர் பெற்றன. இக்குவளை மலர் பூசைக்கும் மருந்துகள் செய்வதற்கும் பயன்பட்டது. இங்ஙனமே 'செங்கழுநீர்' நடுவதற்கும் உரிமை பெறவேண்டும். பிரம்மதேய - தேவதானச் சிற்றூர்கள் வரி இல்லாமலே இதை நடுவதற்கு உரிமை பெற்றிருந்தன. இதன் மலர் பூசைக்கு உரியது. வேர் மருந் துக்கு உரியது. இங்ஙனம் அரசாங்க உரிமை பெற்றுப் பயிரிடப் பட்டவை பல.[32] உப்பெடுத்தலும் சர்க்கரை செய்தலும் அரசாங் கமே கவனித்து வந்தது.[33]

பிற வரிகள்

கால்நடைகளாற் பிழைப்பவர், புரோகிதர், வேட்கோவர், பலவகைக் கொல்லர், வண்ணார், ஆடை விற்போர், ஓடக்காரர், தரகர், செக்கர், ஆடை நெய்பவர், நூல் நூற்பவர், வலைஞர், பனஞ்சாறு எடுப்போர், நெய் விற்போர், மணவீட்டார் முதலிய பல தொழிலாளரும் பிறரும் அரசாங்கத்திற்குக் குறிப்பிட்ட வரி செலுத்தி வந்தனர் என்பது பல பட்டயங்களாலும் நன்கு புல னாகும் செய்தியாகும். சிற்றூர்த் தலைவன் சிற்றூர் வருவாயில் ஒரு பகுதியைப் பெற்று வாழ்ந்தான். அவனுக்கு அவ்வூரார் செலுத்தி வந்த வரி 'விசக்காணம்' அல்லது **வியவன் காணம்** எனப்பட்டது. இவ்வரிகள் அன்றி நெல் விற்பவர் அரிசி முதலிய பலவகைக கூலவகைகளை விற்போர் குறிப்பிட்ட அளவுடைய அரிசியோ பிற கூலமோ வரியாகத் தந்துவந்தனர் என்பதும் தெரி கிறது. இக்காலத்தில் அரசர் தலை இடப்பட்ட திருமுகங்களை நாம் பணம் தந்து பெறுதல் போல - அக்காலத்தில், செய்திக்கு ஓர் ஊரிலிருந்து மற்றோர் ஊருக்குள் கொண்டு செல்ல வசதி இருந்ததோ என்னவோ தெரியவில்லை. அத்தகைய வசதிக் கென்று வரி இருந்ததை நாம் ஒருவாறு உய்த்துணரலாம். அது **திருமுகக் காணம்** எனப் பெயர்பெற்றது. கத்தி முதலிய கருவி களைச் செய்த தொழிலாளர்க்கு விதிக்கப்பட்ட வரி **கத்திக்**

காணம் எனப்பட்டது. பறையடிப்போர் ஒருவகை வரி செலுத்தி வந்தனர். அது நெடும்பறை எனப் பெயர்பெற்றது. அறுவடைக் காலங்களில் அரசியல் திறையாக நெல்லைப் பெற வந்த அதிகாரி கட்கு ஊரார் உணவளித்தல் வழக்கம்; அதற்கென்று ஊராரிடம் பெற்றுவந்த சிறுதொகை ஒருவகை வரியாகக் கருதப்பட்டது. அதன் பெயர் எ(ல்)சோறு (நாட்சோறு) என்பது. ஊர் மன்றங் களில் வழக்காளிகட்கு விதிக்கப்பட்ட தண்டம் **மன்றுபாடு** எனப்பட்டது. இங்ஙனம் பல துறைகளிலும் வந்த வருவாய் அர சாங்கப் பண்டாரத்தை அடைந்து வந்தது. இதுகாறும் கூறியவற் றால், பல்லவ அரசாங்கம் கணக்கற்ற துறைகளில் வருவாய் பெற்று வந்தது என்பதை நன்குணரலாம்.[34]

பல்லவர் அரசாங்கப் பண்டாரம்

பல்லவர் வரலாற்றிற் கண்ட போர்களையும், பல்லவர் கட்டிய - குடைவித்த உலகம் போற்றும் கோவில்களையும் நினைக்கும்பொழுது, அவர்தம் செல்வநிலை நன்னிலையில் இருந்திருத்தல் வேண்டும் என்பதை அறியலாம். அரசியல் பண்டா ரத்தைப் பொறுப்புள்ளவரே காத்துவந்தனர். தண்டன் தோட்டப் பட்டயத்தால், **குமாரன்** என்பவன் பண்டாரத் தலைவன்; அவன் 'சமயக்கல்வி உடையவன்; அவா அற்றவன்; நடுநிலையாளன்; சிறந்த ஒழுக்கம் உடையவன்; பகைவர்க்கும் உறவினர்க்கும் ஒரே படித்தானவன்' என்பது தெளிவுறத் தெரிகிறது.[35] இப்பேரரசுக்குரிய பண்டாரத் தலைவன் அன்றி, **மாணிக்கப் பண்டாரம்** காப்போர் பலர் இருந்தனர். பண்டாரத்திலிருந்து பொருள் கொடுக்கும் படி ஆணை இடும் அலுவலாளர் **கொடுக்கப் பிள்ளை** எனப்பட் டனர்.[36]

நில அளவை

பல்லவர் ஆட்சிக்குட்பட்ட நாட்டில் நிலம் முழுவதும் செவ்வையாக அளவைபெற்று இருந்தது. இன்ன பகுதி நிலங் கள் வரியற்றவை என்ற முடிவும் பெற்றிருந்தன. நில அளவைக் கணக்குகளையும் வரி அளவை முதலிய கணக்குகளையும் சிற்றூர் - பேரூர் அரசியல் அலுவலாளர் வைத்திருந்தனர். 'பழம் பிரம்மதேயம் **இருபத்து நாலு வேலியும் நீக்கி**' என வரும் பட்டயத் தொடரை நோக்குங்கால், 'பல்லவர் ஆட்சியில் நில அளவைக்கணக்கு முதலிய உண்டு' என்பதைத் தெளிவாக உணர லாம். ஒரு குறிப்பிட்ட நிலத்தை அளந்ததும் கள்ளியும் கல்லும் நட்டு எல்லை வகுத்தல் அக்காலப் பழக்கமாக இருந்தது.[37]

நீர்ப்பாசன வசதிகள்

பல்லவர் **காடு வெட்டிகள்** ஆதலால், நீர்ப்பாசன வசதிகள் நிரம்பச் செய்யவேண்டியவர் ஆயினர். ஏரிகள் 'தடாகம்' என்று கூறப்பட்டன. பல்லவர் பல ஏரிகளைத் தம் நாட்டில் உண்டாக்கினர். அவை அரசர் பெயரையோ, தோண்டப்பட்ட இடத்தைச் சேர்ந்த சிறந்த தலைவன் பெயரையோ கொண்டதாக இருக்கும். **இராச தடாகம், திரளய தடாகம்** (தென்னேரி), **மகேந்திர தடாகம், சித்திர மேக தடாகம்** (மாமண்டூர் ஏரி), **பரமேசுவர தடாகம்** (கூரம் ஏரி), **வைரமேகன் தடாகம்** (உத்திரமேரூர் ஏரி) 'வாலி வடுகன்' என்பவன் வெட்டுவித்த **வாலி** ஏரி குன்றாண்டார் கோவில் - (புதுக்கோட்டை), திருச்சிராப்பள்ளியில் ஆலம்பாக்கத்தில் 'மாரிப்பிடுகன்' என்பவன் வெட்டுவித்த **மாரிப்பிடுகு** ஏரி, வட ஆர்க்காட்டுக் கோட்டம் குடி மல்லத்தில் உள்ள **வெள்ளேரி, தும்பான் ஏரி,** மூன்றாம் நந்திவர்மன் காலத்துக் **காவேரிப் பாக்கம் ஏரி,** வந்தவாசிக் கூற்றத்தில் இருந்த **மருதாடு ஏரி,** வேலூர் கூற்றத்தில் உள்ள **கனவல்லிதடாகம்** முதலியன குறிப்பிடத் தக்கவை. இவையன்றிக் கல்வெட்டுகளில் குறிப்பிடப் பெறாத ஏரிகள் பல இருந்தன. இவ்வேரிகளில் பல மழைநீரையே பெற்றவை; சில ஆற்று நீரையும் பெற்றவை. இவற்றிலிருந்து கால்வாய்கள் பல இடங்கட்கும் சென்று வயல்கட்கு நீரைப் பாய்ச்சி வந்தன. இந்த ஏரிகள் அல்லாமல் **கூவல்** (கிணறு) கள் பல எடுக்கப்பட்டன. இக் கிணறுகள் பெரியவை; வயல்கட்கு நீரை உதவுபவை; இப்பெருங்கிணறுகள் போன்றவற்றை இன்றும் தொண்டை நாட்டில் காணலாம். **திருவெள்ளறை** என்னும் வைணவத் தலத்தில் முத்தரையர் மரபைச் சேர்ந்த **கம்பன் அரையன்** என்பவன் 'மாரிப் பிடுகு **பெருங் கிணறு'** ஒன்றை எடுத்ததாகப் பல்லவர் பட்டயம் (நந்திவர்மன் காலத்தது) கூறுகின்றது.

பாலாறு, காவிரி முதலிய ஆறுகளிலிருந்து நீரைக் கொண்டு செல்லப் பல கால்வாய்கள் பல்லவர் நாடெங்கும் இருந்தன. அவை 'ஆற்றுக்கால், நாட்டுக்கால் எனப் பெயர் பெற்றன. திருச்சிராப்பள்ளிக் கோட்டத்தில் **வைரமேகன்** (நந்திவர்மன்) **வாய்க்கால்** இருந்தது. கூரத்தில் இருந்த பரமேசுவர தடாகத்திற்குப் பாலாற்று நீரைக் கொண்டுவந்தது **பெரும் பிடுகு வாய்க்கால்** என்பது. இப்பெரிய கால்களிலிருந்து பிரிந்த கிளைக்கால்கள் பலவாகும். அவை 'குரங்கு, கால், கிளைக்கால், ஓடை' எனப்பலவாறு பெயர் பெற்றிருந்தன.[38] அவற்றுள் சில

கணபதி வாய்க்கால், ஸ்ரீதர வாய்க்கால்' என்றாற்போல வேறு பெயர்களும் பெற்றிருந்தன. ஆறுகளில் நீர் இல்லாத காலங்களில் ஊற்றுக்கால்கள் எடுத்து நீர் பாய்ச்சப் பெற்றது. ஏற்றம் இரைத்து வயல்கட்கு நீரைப் பாய்ச்சும் முறையும் அக்காலத்தில் இருந்து வந்தது. கால்வசதி இல்லாத இடங்களில் வேறு என்ன செய்யமுடியும்? வாய்க்கால்களில் அங்கங்கு மதகுகள் இருந்து கிளைக்கால்களில் நீரை விட்டு வந்தன. சில பெரிய கால்வாய்கள் மீது பாலங்கள் இருந்தன. அங்கு மதகுகள் இருந்தன. அவை தண்ணீரை வேண்டிய அளவு சிறிய கால்வாய்களில் விட்டு வந்தன. மதகில் இருந்த சிறப்பு வாய்கள் 'கூற்றன் வாய்' வாய்த்தலை, தலைவாய், முகவாய்' எனப் பலவாறு பெயர் பெற்றன.[39]

ஏரி வாரியம்

இதுகாறும் கூறிவந்த ஏரி, கிணறு, வாய்க்கால், மதகு இவற்றை மேற்பார்வையிட்டு வேண்டிய திருத்தங்களை ஏரி வாரியப் பெருமக்கள் செய்துவந்தனர். பெரிய ஏரிகளில் சீர்திருத்தம் நடைபெறும்போது, ஏரிக் கரைகளைப் பண்படுத்தத் தோணிகள் பயன்படுத்தப்பட்டன. இத்திருத்தங்களைச் செய்ய ஊரவையாரிடம் பணம் படைத்த பெருமக்கள் அடிக்கடி 'பொன்' முதலிய வற்றை ஒப்புவித்தல் மரபு. அவர்கள் அத் தொகையை வட்டிக்கு விட்டுப் பெருக்கி அதனை நல்வழியிற் பயன்படுத்தி வந்தனர். நீர்ப்பாசன வசதிகளை ஊராகும் ஊன்றிக் கவனித்து வந்தனர். பலர் நிலங்களைத் தானம் செய்து, அவற்றின் வருவாயைக் கொண்டு நீர்ப்பாசன வசதிகளைத் திருத்தமுறச் செய்து வந்தனர். ஊர் வருமானத்தில் ஒரு பகுதியும் இப்பணிகட்குப் பயன்பட்டு வந்தது. போதாத இடங்களில் அரசாங்கமும் பொருள் உதவி செய்து வந்தது. இத்தகைய வியத்தகு முறைகளால் நீர்ப்பாசனம் குறைவின்றிப் பல்லவர் காலத்தில் நடைபெற்று வந்தது.[39]

நீட்டல் அளவை

'கலப்பை, நிவர்த்தனம், பட்டிகா, பாடகம்' என்னும் நான்கு அளவைகள் பல்லவர் ஆட்சியில் இருந்தன. (1) **கலப்பை** - இரண்டு எருதுகள் பூட்டப்பெற்ற ஒரு கலப்பையைக் கொண்டு குறிப்பிட்ட ஒரு நேரத்தில் ஒருவன் உழும் நிலத்தின் அளவு 'கலப்பை' எனப்பட்டது. (2) **நிவர்த்தனம்** ஒருவன் ஒரு குறிப்பிட்ட நிலப்பகுதியிலிருந்து குறிப்பிட்ட நேரத்திற்குள் நடந்து, புறப்பட்ட இடத்தை அடைந்தவுடன் அவனால் எல்லை கோலப் பட்ட நில அளவே 'நிவர்த்தனம்'[40] எனப்பட்டது. பிற்காலத்தில் 200

சதுரமுழம் கொண்ட நிலப்பரப்பே 'நிவர்த்தனம்' எனப் பெயர் பெற்றது. (3) **பட்டிகா (பட்டி)** - என்பது ஆட்டை ஓர் இடத்தில் கட்டி அதன் கயிற்றின் உதவியால் சுற்றும் அளவையுடைய நிலப்பகுதியே ஆகும். (4) **பாடகம்** என்பது 240 குழி கொண்ட நிலமாகும். பிற்காலப் பட்டயங்களிலும் கல்வெட்டுகளிலும் 'வேலி, குழி' என்பன அளவைகளாகக் காண்கின்றன. குழி என்பது 144 சதுர அடி முதல் 576 சதுர அடி வரை நாட்டுக்கேற்ப வழங்கப் பெற்றது. நிருபதுங்கன் காலத்தில் ஒரு குழி 81 சதுர அடி அளவை உடையதாக இருந்தது.

இந்த அளவைகளோடு **(1) நாலு சாண் கோல், (2) பன்னிரு சாண் கோல், (3) பதினாறு சாண் கோல்** முதலிய நீட்டல் அளவைகள் இருந்தன என்பதும் கல்வெட்டுகளால் அறியத்தகும் செய்தியாகும்.[41]

முகத்தல் அளவை

நாழிகள் பல பெயர்கள் பெற்றிருந்தன. அவை (1) கரு நாழி. (2) நால்வா நாழி, (3) மாநாய நாழி, (4) பிழையா நாழி, (5) நாராய(ண) நாழி முதலியன. **உறி** என்பது ஒரு முகத்தல் அளவைக் கருவியாகும். ஒரு கல்வெட்டில் **பிருதி (வீ) மாணிக்க உறி** என்னும் பெயர் காணப்படுகிறது. 'பிருதிவீ மாணிக்கம்' என்பது நிருபதுங்கவர்மன் மனைவி பெயராகும். இங்ஙனம் பல அளவைகள் கோப்பெருந்தேவியார் பெயர்களைக் கொண்டன வாக இருந்திருக்கலாம். 'விடேல் விடுகு **உழக்கு**' என்பது பொது வாக முத்திரையிடப்பட்ட பல்லவர் கால முகத்தல் கருவியாகும். அஃது எல்லாப் பல்லவ அரசர் காலத்தும் இருந்துவந்ததாக லாம். எண்ணெய், நெய், பால் முதலியன அளக்கப் பயன்பட்ட சிறிய அளவை **பிடி** எனப்பட்டது. இவை அன்றி, நெல் முதலியன அளக்கச் **சோடு, நாழி, மரக்கால், பதக்கு, குறுணி, காடி, கலம்** முதலியன பயன்பட்டன.[42]

நிறுத்தல் அளவை

கழஞ்சு, மஞ்சாடி என்பன பொன் முதலியன நிறுக்கும் அளவைகள். 'கழஞ்சி' என்பது பல பட்டயங்களில் காணப்படும் அரசாங்க அளவை (Standard Weight) ஆகும். கழஞ்சின் பன்னி ரண்டில் ஒரு பாகம் 'மஞ்சாடி' ஆகும். அதனாற்றான் பட்டயங் களில், கழஞ்சிற்கு வட்டி குறிப்பிட்டபோதெல்லாம் 'மஞ்சாடி' அளவை குறிப்பிடப்பட்டுள்ளது.

பல்லவர் காசுகள்

பல்லவர் காசுகள் செம்பாலும் வெள்ளியாலும் பொன்னாலும் செய்யப்பட்டவை. அவற்றின் காலம் கி.பி. ஏழாம் நூற்றாண்டிலிருந்து கூறலாம். அவை பிற்காலப் பல்லவருடையன என்னலாம். பெரும்பாலான காசுகள் **நந்தி** இலச்சினை பெற்றவை: சில, இரண்டு பாய்மரக் கப்பல் இலச்சினை கொண்டவை. முன்னது பல்லவரது சைவ சமயப் பற்றையும் பின்னது கடல் வாணிபத்தையும் குறிப்பவை. காசின் மறுபுறம் சுவஸ்திகா, வேள்விக்குரிய விளக்கு, சங்கு, சக்கரம், வில், மீன், குடை, சைத்தியம் (கோவில்), குதிரை, சிங்கம், முதலியன காசுதோறும் வேறுபட்டுள்ளன.

(1) எல்லாக் காசுகளும் சிறந்த வேலைப்பாட்டு முறை பெற்றவை. **டாக்டர் மீனாட்சி** என்னும் ஆராய்ச்சித் திறன் பெற்ற அம்மையார், தாம் சென்னைப் பொருட்காட்சிச்சாலைகளிற் சோதித்த காசுகளில் **பொற்காசுகளாக** இருந்த ஆறும், முதலாம் மகேந்திரவர்மன் காலத்தவையாக இருக்கலாம் என்று கருதுகின்றனர்.[43] அக்காசுகளின் மீது **கதாசித்ரா** என்னும் சொற்கள் பொறிக்கப்பட்டுள்ளன. அவை 'கடாக - (காடவ) - சித்ர (காரப்புலி)' என்பவற்றைக் குறிப்பனவாகக் கொண்டு அம்மையார், 'அவை காடவனாகிய எத்திரகாரப்புலி (மகேந்திரவர்மன்) என்பவன் காலத்தவை' என்று கூறுதல் பொருத்தமாகவே காணப்படுகிறது. பல்லவர் வரலாற்றில் பண்பட்ட ஆராய்ச்சி உடைய அம்மையார் கூற்றுக் கோடற்பாலதேயாம்.

(2) நந்தி முத்திரைகொண்ட சில காசுகளில் **ஸ்ரீபரன், ஸ்ரீநிதி,** என்பன குறிக்கப்பட்டுள்ளன. இப்பெயர்கள் **இராசசிம்மன்** என்னும் கூரண்டாம் நரசிம்மவர்மனைக் குறிப்பன என்பது மகாபலி புரம் - தருமராசர் தேரில் உள்ள தொடர்களாலும் கயிலாசநாதர் கோவிலில் உள்ள கல்வெட்டுகளாலும் நன்கறியலாம். எனவே, இக்காசுகள் அவன் காலத்தன ஆகும்.

(3) நந்தி முத்திரையுடன் **மீன்** பொறிக்கப்பட்டுள்ள காசுகளிலும், 'ஸ்ரீபரன், ஸ்ரீநிதி' என்பன காணப்படுகின்றன. 'மீன்' பாண்டியர்க்கே உரியது. இராசசிம்மன் காலத்தில் பாண்டிய மன்னனாக இருந்தவன் **கோச்சடையன் இரணதீரன்** என்பவன். இவன் பெரிய புராணம் கூறும் நின்றசீர் நெடுமாறனுக்கும் மங்கையர்க்கரசியாருக்கும் பிறந்தவன். இவன் மகன் **இராச சிம்மன்** எனப் பெயர் பெற்றான். இதைக் கொண்டும் மீன்கொடி

பல்லவர் காசுகளில் இருத்தலைக் கொண்டும், கோச்சடையன் இரணதீரன் இராசசிம்ம பல்லவனது மகளை மணந்து, பிறந்த குழந்தைக்குப் பல்லவ இராசசிம்மன் (பாட்டன்) பெயரையே இட்டிருக்கலாம் என்று அறிஞர்[44] கருதுகின்றனர். அங்ஙனமாயின், பல்லவப் பேரரசை மருமகனான கோச்சடையன் பெருமைப் படுத்தி இருக்கலாம். அதற்கு அடையாளமாகப் பல்லவ மன்னன் பாண்டியன் இலச்சினையைத் தன் காலத்துக் காசில் பொறித் தல் முறையே. இதனை வலியுறுத்த, இராசசிம்ம பல்லவனிடம் சீன தூதனாக வந்த ஒருவன் சீனப் பேரரசனால் கொடுக்கப்பட்ட **மீன்** உருவம் அமைக்கப்பட்ட பை ஒன்றுடன் வந்தான் என்னும் குறிப்பினால், இராசசிம்மன் பாண்டியரும் பாராட்டத்தக்க நிலை யில் பேரரசனாக இருந்தான் என்பதைச் சீனப் பேரரசனும் மதித்து வந்தான் என்பது விளங்குகிறது என்று அறிஞர் கருதுகின்றனர்.[45]

(4) நந்தி இலச்சினைக்கு மேல் **மானபரா** என்பது பொறிக் கப்பட்டுள்ள காசுகள் சிலவாகும். இக்காசுகளின் பின்புறம் **சங்கு** ஒன்று பீடத்தின்மீது வைக்கப்பட்டுள்ளதே போலப் பொறிக்கப் பட்டுள்ளது. இதனைக் 'கதிரவன்' என்று **எலியட்** கூறுவர். இது அதி**மான** என்று தன்னைக் கூறிக்கொண்ட இராசசிம்மனது காசாக லாம் என்று டாக்டர் மீனாட்சி அம்மையார் கருதுகின்றனர். 'சங்கு' தெளிவாகப் பீடத்தின் மீது பொறிக்கப்பட்டுள்ளதை நன்கு நோக்க. இக்காசுகள் வைணவப்பற்றுடைய பல்லவ அரசர் காலத் தவை எனக் கோடலே பொருத்தமாகும். (பிற்காலப் பல்லவருள்) வைணவப்பற்றுடையராக இருந்தவருள் சிறப்பாக முதலாம் நரசிம்மவர்மன், இரண்டாம் நந்திவர்மன் என்போரைச் சொல்ல லாம். ஆதலின், சங்கு, பொறிக்கப்பட்ட காசுகள் இவர்கள் காலத்துக் காசுகளாக இருக்கலாம். வழிவழியாக வரும் நந்தி இலச்சினைக்குப் பின் தாம் மேற்கொண்ட சமயத்தைக் குறிக்கச் **சங்கு சக்கரம்** இவற்றைக் காசுகளின் பின்புறத்தில் பொறிக்க இவ் வைணவ அரசர் விழைந்திருத்தல் இயல்பே அன்றோ?

(5) **நண்டு, ஆமை, கப்பல்,** முதலியன பொறிக்கப் பட்ட காசுகள் பல்லவரது கடல் வாணிபச் சிறப்பைக் குறிப்பன ஆகலாம் என்று அறிஞர் கருதுகின்றனர்.

(6) பல்லவர் கல்வெட்டுகளிலும் செப்பேடுகளிலும் **பொன்காசுகள்** இருந்தமை குறிக்கப்பட்டுள்ளது. **பொன்**[46] என்பது ஒரு காசின் பெயர். **பழங்காசு** என்பன சிறந்த வேலைப்பாடு கொண்டவை; **பழங்காசினோடு உறைப்ப துளைப்பொன்** என வருதல் காண, பிற்காலக் காசுகள் அப்பழங்காசு நிலையில்

இருந்தனவா என்பது சோதிக்கப்பட்டன[47] என்பது அறியத்தகும். பழங்காசு நிலையில் இல்லாத பொற்காசுகள் **வாசி** இன்றி (வட்டம் இல்லாமல்) செல்லாவாயின. இவ்வரிய நுட்பமான செய்தி திருஞான சம்பந்தர் தேவாரத்தால் அறியக்கிடத்தல் காண்க.[48] அம்மட்டமான காசுகளைக் **கறைகொள் காசு** என்று **சம்பந்தர்** கூறல் காண்க. **துளைப்பொன்** என்பது துளையிடப் பட்ட பொற்காக, **விடேல் விடுகு - துளையிட்ட செம்பொன்** என்பது துளையிடப்பட்ட, விடேல் விடுகு முத்திரை பெற்ற காசு ஆகும். **கழஞ்சுக் காசு** என்பது ஒரு கழஞ்சு எடையுள்ள பொற்காசு.

பல்லவர் நாட்டில் பஞ்சங்கள்

(1) மழை பெய்யாவிடில் பயிர் விளையாது; நாட்டில் பஞ்சம் ஏற்படுதல் இயற்கை. அத்துடன் ஓயாத பெரும் போர்களாலும் அரசியல் நிலைகுலைய - மூலபண்டாரம் வற்ற - அவ்வந்நாட்டுப் பண்டாரங்கள் வற்ற - நாட்டில் பஞ்சக் கொடுமை தலைவிரித் தாடலும் இயல்பு. பல்லவப் பேரரசில் தொண்டை நாடு ஆற்று வளம் நிரம்பப் பெற்றதன்று. மழை இன்றேல் ஏரிகளில் நீர் இராது. பல்லவர் ஆட்சிக்குட்பட்ட சோணாட்டில் 'செவிலித்தாய் என்ன ஓம்பும் தீம்புனற் கன்னி'யாறு மழை பெய்யாவிடில் என்ன செய்யும்! ஆற்றில் மழைநீர் வரினும், நாட்டின் செல்வநிலை இழிவுற்றிருப்பின், நிறைந்த விளைச்சலை எதிர்பார்த்தல் இயலாது.

அரசியல் மூலபண்டாரம், நாட்டுப் பண்டாரம், ஊர்ப் பண்டாரம் என்பவை போரால் வற்றி வயல்களில் நீர்மட்டும் குறைவற இருந்தும் பயன் என்ன? பணமும் இன்றி மழையும் இல்லையேல் நாடு சொல்லொணா வறுமைப் பிணியுள் ஆழ்ந்து விடும். இத்தகைய துன்ப நிலையே அப்பர், சம்பந்தர் காலத்திய முதலாம் நரசிம்மவர்மன் ஆட்சி இறுதியில் அல்லது பரமேசுவர வர்மன் ஆட்சி இறுதியிலும் - பிற்பட்ட பல்லவர் காலங்களிலும் அடிக்கடி உண்டானது. சைவசமய குரவர் திருவீழிமிழலையில் இருந்தபொழுது கொடிய வறுமை நோய் நாடெங்கும் பரவியது. அடியார்கள் உணவின்றித் துன்புற்றனர். அப்பொழுது சமயகுரவர் திருவீழிமிழலைப் பெருமானை வேண்டிக் காசு பெற்று அடியாரை உண்பித்தனர் என்று **பெரியபுராணம்** கூறும். இக்கூற்றால் நாம் உணரத்தக்க வரலாற்றுச் செய்திகள் இரண்டு. அவை: (அ) அவர் கள் காலத்தில் பல்லவ நாட்டில் கொடிய பஞ்சம் ஏற்பட்டது; (ஆ) கோவில் பண்டாரம் அடியார் உணவுக்காகப் பொற்காசுகளை நல்கியது[49] என்பன. இப்பொழுது நடைபெற்ற உலகப் பெரும் போரில் ஈடுபட்டிருந்த பிரிட்டிஷ் பேரரசின் மூலபண்டாரம் எந்த

அளவு வற்றிவிட்டது என்பதை நாம் நன்கு உணர்கின்றோம் அல்லவா? இந்த உணர்ச்சியுடன் அக்கால நிலையை நோக்கின், உண்மை புலனாகும்.

(2) நரசிம்மவர்மன் காலத்துப் பஞ்சம் கல்வெட்டுச் சான்றுகள் பெற்றிலது. முதலாம் பரமேசுவர வர்மனுக்கும் சாளுக்கிய விக்ரமாதித்தற்கும் (கி.பி. 665 - 680) நடந்த கொடிய போர் முன்பே விளக்கப்பட்ட தன்றோ? அப்போரில் பாண்டியர், சோழர் முதல் பலரும் தொடர்புற்றனர். இங்ஙனம் நடைபெற்ற பெரும் போரினால் மூலபண்டாராம் வற்றக் கேட்பானேன்? நாடு வறுமை கொள்ள இதைவிடச் சிறந்த காரணம் வேறென்ன வேண்டும்?

இதுகாறும் கூறப்பட்ட பெரும் போர்களின் விளைவாலும், இராசசிம்மன் செய்த போர்களின் விளைவாலும், இராசசிம்மன் காலத்தில் கொடிய வறுமை உண்டானது. இதனை அவன் காலத்து அவைப் புலவரான தண்டி என்பார் பின்வருமாறு கூறியுள்ளார். அது, ''சோழ பாண்டிய நாடுகள் பகைவன் கொடுமையால் வெந்துயர் உற்றன; மங்கையர் சீரழிக்கப்பட்டனர்; வேள்விகள் குன்றின; களஞ்சியங்கள் காலியாயின; மதிப்புக் கெட்டது; தோட்டங்களும் மரங்களும் அழிக்கப்பட்டன; பலர் வீடுகளி லிருந்து விரட்டப்பட்டனர்; வேள்விச் சாலைகள் அழிக்கப்பட்டன; செல்வர் கொல்லப்பட்டனர்; சாலைகள் பழுதுபட்டுக் கிடந்தன; பல்லவ நாட்டில் தண்டியின் உற்றார் உறவினர் மாண்டொழிந் தனர்; தண்டி உணவின்றி நாடு முழுவதும் சுற்றி அலைந்தார்; பல்லவப் பேரரசு தத்தளித்தது; காஞ்சிநகரம் கைவிடப்பட்டது; அவைப் புலவரும் கற்றாரும் நாடு முழுவதும் அலைந்து திரிந் தனர்,'' என்பது.[50]

(3) மூன்றாம் நந்திவர்மன் (கழற்சிங்கன்) தெள்ளாற்றில் தன் பகைவரான தமிழ் வேந்தரை முறியடித்தான். அக்காலத்தில் சோழர் சேனைத்தலைவராக இருந்தவர் **கோட்புலி நாயனார்**[51] ஆவர். பல்லவர்க்கும் தமிழ் அரசர்க்கும் இருந்த மனக்கசப்பையும், போரில் கோட்புலியார் காட்டிய வீரத்தையும் **சுந்தரர்** தம் பதிகங்களில் பாடியுள்ளார்.[52]

இக்கோட்புலிநாயனார் போருக்குச் சென்ற பிறகு நாட்டிற் **பெரும் பஞ்சம்** உண்டானது. அவர் சிவனடியார்க்கு என்று வைத்திருந்த நெல்லை அவர் உறவினர் உண்டுவிட்டனர்.[53] இக்குறிப்பினால், சுந்தரர் மூன்றாம் நந்திவர்மன் கோட்புலியார் காலத்தில் (கி.பி. 825 - 850) தென்னாட்டில் **பஞ்சம் உண்டானது** என்பதை அறியலாம். இங்ஙனம் பல்லவர் ஆட்சியில் பல காலங் களில் **பஞ்சங்கள்** உண்டாயின என்பது தோற்றம்.

பஞ்சம் ஒழிப்பு வேலை

பெரும் போர்களில் ஈடுபட்டிருந்த பேரறிவும் பெரும் பக்தியும் கொண்ட பல்லவப் பேரரசர் சிற்றூர்களில் முன்னெச்சரிக்கையாக, அல்லது போர் நடந்த பிறகு (இயன்றவரை குடிகட்குத் துன்பம் உண்டாகமற் காக்கப்) **பஞ்சவார வாரியம்** ஏற்படுத்தி இருந்தனர் என்பது ஊகித்து உணர்தற்பாலது. ஒவ்வொரு சிற்றூரிலும் அறுவடையானவுடன் பஞ்ச ஒழிப்பிற்கென்று ஒரு பகுதி நெல் ஒதுக்கி வைக்கப்பட்டது, அதனைச் சேர்த்தல், மேற்பார்வை இடல், காத்தல், பஞ்ச காலத்தில் குடிகட்குத் தந்து உதவல் முதலிய வேலைகளைச் செய்து வந்தவர் கூட்டமே **பஞ்சவார வாரியம்** எனப்பட்டது. குடிகள் கொடுத்த நெல் **பஞ்ச வாரம்** (வாரம் - பங்கு) எனப்பெயர் பெற்றது. இது பற்றிய செய்தி மூன்றாம் நந்திவர்மன் காலத்துக் கல்வெட்டு ஒன்றில், ''திருக்காட்டுப் பள்ளிப் பஞ்ச வாரம் ஆயிரக்காடி நெல்,'' என்னும் தொடரில் காணப்படுகிறது.[54]

அறப்பணிகள்

ஒருவரை அவரது செயலுக்காகப் பாராட்டி அவர் பெயரால் கோவிலிற் பொன் கொடுத்து விளக்கு வைத்தலோ வேறொன்று நடைபெறச் செய்தலோ அக்காலப் பழக்கங்கள் பலவற்றுள் ஒன்றாகும். மாடு பிடிப்போரில் மாண்ட வீரர் இருவர் நினைவுக்காகப் பல்லவர் சிற்றரசன் ஒருவன், குறிப்பிட்ட மதிப்புள்ள பொன்னைக் கோவிலுக்குத்தானம் செய்து, அவர் நினைவுக்கறி குறியாக விளக்கிடக் செய்தான்.[55]

நிருபதுங்கன் ஆட்சிக் காலத்தில் இத்தகைய செயல்கள் சில நடைபெற்றன. அவற்றுள் ஒன்று திருத்தவத்துறைச் சிவன் கோவில் கல்வெட்டுக் குறிக்கும் செய்தியாகும். பூதிகந்தனிடம் பொன்னைப் பெற்ற இடையாறு நாட்டு அவையார், அப்பொன்னுக்கு வட்டியாக ஆண்டுதோறும் நெல் அளந்து கொடுத்துச் சித்திரைவிசுத் திருவிழாவை நடத்த உடன்பட்டனர். அப்பொன் பூதிகந்தனின் தாயார் செய்த செயல் ஒன்றைப் பாராட்டிக் கோவிலுக்குக் கொடுக்கப்பட்டதாகும்.[56]

'பிள்ளைப்பாக்கக் கிழார்' என்பவன் செய்த நற்செயல் ஒன்றில் நினைவிற்காக, அவன் தம்பியான அய்யாக்குட்டியார் என்பவன் பிள்ளைப்பாக்கத்தில் இருந்த தனது நிலத்தில் ஒரு பகுதியை அவ்வூர்ச் சிவன் கோவிலுக்கு எழுதி வைத்தான்.[57]

இம்மூன்று சான்றுகளாலும், பல்லவர் காலத்தில் தனிப்பட்டவர் நினைவிற்காகவும் அவர்தம் மதிப்பிடத்தக்க செயலுக்காகவும்

குறிப்பிட்ட தொகையை அல்லது நிலத்தைக் கோவிலுக்களித்து அறப்பணி செய்தல் மரபு என்பது நன்கு புலனாகிறது.

உருவச் சிலைகள்

பல்லவர் காலத்தில் உருவச் சிலைகள் செய்யப்பட்டன என்பதற்குக் கல்வெட்டுச் சான்று இல்லை எனினும், ஆதிவராகர் கோவிலில் உள்ள சிம்மவிஷ்ணு, மகேந்திரவர்மன் உருவச்சிலைகளையும், தந்திவர்மன் ஆட்சி முதல் தோன்றிய வீரக்கற்களில் பொறிக்கப்பட்ட உருவச் சிலைகளையும் நோக்க, இவ்வேலை பல்லவர் காலத்திற் சிறப்புற்றதென்பதை நன்கு உணரலாம்.

வீரக் கற்கள்

பல்லவர் காலத்து வீரக்கற்கள் மீது, தொல்காப்பியர் காலத்துப் பழக்கம் போலவே ''பெயரும் பீடும் எழுதி'' உருவமும் பொறித்தல் மரபு. ஆனால் இக்கற்கள் அனைத்தும் தந்திவர்மன் காலமுதலே புறப்பட்டவை என்னை? அவன் காலத்திற்றான் பல்லவப் பெருநாடு சீர்குலையத் தொடங்கியது; பல பக்கங்களிலும் எல்லையிற் சுருங்கத் தொடங்கியது ஆதலால் என்க. யாண்டும் போர்களும் சிறு கலகங்களும் நடந்தன. இக்கற்கள் வட ஆர்க்காடு, தென் ஆர்க்காடு, செங்கற்பட்டுக் கோட்டங்களிற்றாம் கிடைக்கின்றன.

திருத்தவத்துறை (லால்குடி) அடுத்த சென்னி வாய்க்கால் என்ற இடத்திற்கு அருகில் **வீரக் கல்** ஒன்று உண்டு. அதில் ஒரு மறையவன் உருவம் அம்பைக் கழுத்திற் செருகுதல் போலப் பொறிக்கப்பட்டுள்ளது. அதன் அடியில், ''பாண அரசன் படையெடுப்பால் **மடம்** ஒன்று அழிந்தது. அதனைக் காக்க முயன்ற இம்மறையவனான 'சத்தி முற்ற தேவர்' இறந்தான்', என்பது பொறிக்கப்பட்டிருக்கிறது. இந்நிகழ்ச்சி மூன்றாம் நந்திவர்மன் காலத்தது.[58]

கம்பவர்மன் ஆட்சி ஆண்டில் இரண்டு இடங்களில் வீரக்கற்கள் நடப்பெற்றன. ஒன்று **ஒலக்கூரில்** நடப்பெற்றது, 'ஒலக்கூரைப் பகைவர் தாக்கியபோது எதிர்த்து நின்ற வீரருள் மாந்திரிகன் ஒருவன். அவன் அப்பொழுது நடைபெற்ற போரில் இறந்தான்' என்று கல்வெட்டுக் குறிக்கிறது. ஒலக்கூரைக் கம்பவர்மனே கைப்பற்ற எதிர்த்தான் போலும்.[59]

கம்பவர்மனைத் தாக்க வந்த பிருதிவி கங்கராயருடன் உண்டான பூசலில் 'வாணராயர்' என்னும் தலைவன் ஒருவன் மாண்டான். அவனுக்கு வடஆர்க்காடு கோட்டத்து மேல் பட்டியில் வீரக்கல் நடப்பெற்றதென்று ஒரு கல்வெட்டுக் கூறுகிறது.[60]

சில சமயங்களில் வீரக்கல் நடாமல் இறந்தவர் நினைவுக்கு அறிகுறியாகக் கோவில்களில் விளக்கேற்றல் முதலிய பணிகட்காகப் பொருள் அளித்தலும் வழக்கமாக இருந்தது. மாடுபிடிச் சண்டையில் 'விடைபோறபட்ட'[61] இருவர் நினைவாகப் பாண அரசன் ஒருவன் பிடாரி கோவிலுக்குப் பணம் அளித்தான் என்று கல்வெட்டு ஒன்று கூறுகிறது.[62] இது தந்திவர்மன் காலத்துச் செய்தியாகும்.

நிருபதுங்கன் காலத்து வீரக்கற்கள் இரண்டு ஆம்பூரில் கிடைத்துள்ளன. ஒவ்வொன்றிலும் மேலே தமிழ் எழுத்துக்கள் காணப்படுகின்றன; இறந்த வீரன் போர்த்திறம் கீழே செதுக்கப் பட்டுள்ளது. வீரன் தன் இடக்கையில் வில்லும் வலக்கையில் வாளும் ஏந்தியுளன்; அவன் அம்புகள் தைத்த நிலையில் காண கின்றது. இதன் குறிப்பு, அவன் வீரசுவர்க்கம் அடைந்தான் என்பதாகும், அவனுக்குப் பின்புறம் ஒரு கூடையில் பழங்கள் வைக்கப் பட்டுள்ளன. மற்றொரு வீரற்கு எதிரில் விளக்கும் பின்புறம் பானை ஒன்றும் விளக்கு ஒன்றும் வைக்கப்பட்டுள்ளன. இவை யாவும் இறந்தார்க்கு வைக்கும் வழிபாட்டுப் பொருள்கள் ஆகும். வீரர் இருவரும் அகளங்க காடவராயன் பிள்ளையும் தமையன் மகனும் ஆவர்.[63]

நீத்தார் நினைவுக் குறிகள்

நீத்தார்க்குக் கோவில் கட்டல் நாட்பட்ட வழக்கம் என்பதை வீரக்கல் கொண்டும் கண்ணகி கோவில் கொண்டும் நன்கறியலாம். இங்ஙனம் கோவில் கட்டும் பழக்கம் பல்லவர் காலத்தும் இருந்தது. செங்கற்பட்டுக் கோட்டம் பொன்னேரிக் கூற்றத்தைச் சேர்ந்த சத்தியவேடு என்னும் சிற்றூரில் உள்ள **மதங்கப்பள்ளி** இங்ஙனம் அமைந்ததே ஆகும். அஃது இன்று சிவன் கோவிலாக இருந்து வருகிறது. 'மதங்கன்' பெரிய சிவனடியாராக இருந்து இறந்தவர் போலும்.[64]

கம்பவர்மன் காலத்துப் பள்ளிப்படை ஒன்று உண்டு. அஃது இராசாதித்தன் என்ற தலைவன் தன் தந்தையான பிருதிவி - கங்கராயன் என்பவன் இறந்த இடத்தில் எழுப்பிய சமாதி கொண்ட கோவிலாகும்: ''**தம் அப்பனாரைப்** பள்ளிப்படுத்த இடத்து ஈசராலயமும் அதீதகரமும் (சமாதியும்?) எடுப்பித்துக் கண்டு செய்வித்தான்'' என்பது கல்வெட்டு.[65]

குறிப்புகள்

1. Chinglepet Manual, p. 438.
2. S.I.I. Vol, Vaikuntaperumal Koil Inscription.

3. இவன் பெரியபுராணம் கூறும் **ஐயடிகள் காடவர்கோன் நாயனார்** என்று ஆராய்ச்சியாளர் கருதுகின்றனர். - Vide Mysore Archaeological Annual Report 1925, pp. 9-11.
4. S.I.I. Kailasanathar Temple Ins.
5. Walater Elliet's 'Coins of South India' Nos. 31 to 38, 65, 67.
6. Dr. C. Minakshi's 'Administration and Social Life under the Pallavas', pp. 42, 43, 44.
7. அப்பர் தேவாரம், ஐந்தாந் திருமுறை, 36:7; 95:7.
8. S.I.I. Vol. II, p. 357.
9. S.I.I. Vol. IV, No. 135.
10. Ep. Indica Vol. II, p. 5.
11. Dr. C. Minakshi's 'Administration & Social Life under the Pallavas', p. 52.
12. S.I.I. Vol. II, p. 361.
13. C.K. Subramania Mudaliar 'Sekkilar', pp. 68-72 (Madras University Lecture, 1930)
14. Dr. C. Minakshi's 'Administration and Social Life under the Pallavas', pp. 53-55.
15. இறையனார் அகப்பொருளுக்கு 'இன்ன உரைதான் சரி' என்பதை உணர்த்தக் காரணிகள்' ஒருவன் வேண்டும் என்று இறைவனிடம் குறை இரந்த செய்தி **களவியல் உரையிற்** காண்க. எனவே, 'காரணிகன் பட்டயம் தீட்டுவதிலும், படிப்பதிலும் தேர்ந்தவன்' என்பது தேற்றமாதல் காண்க.
16. Ep. Ind. Vol. XVIII, p. 13.
17. Ibid. p. 152.
18. Dr. C. Minakshi's 'Administration and Social Life under the Pallavas' pp. 68-69.
19. சம்பந்தர் தேவராம், பக் 144 - 145 (கழகப் பதிப்பு)
20. S.I.I. Vol. II, part III, pp. 109, 110.
21. R. Gopalan's 'Pallavas of Kanchi', pp. 154-156.
22. இந்த அமிர்த கணத்தார் ஆட்சி இருந்தமையாற்றான் அப்பர், சம்பந்தர், சுந்தரர் காலங்களில் கோவில்கள் உயர்நிலையில் இருந்தன. நாயன் மார்க்கு நல்வரவேற்புக் கிடைத்தது. அக்காலத்தில் கோவில்களில் ஆடல் பாடல்கள், விழாக்கள் முதலியன குறைவின்றி நடைபெற்றன. சைவ சமயம் இசை, நடனம், சிற்பம், ஓவியம் முதலியன கொண்டு செவ்வனே வளர்ந்தது. இங்ஙனமே வைணவமும் நன்கு வளர்ந்தது.
23. R. Gopalan's 'Pallavas of Kanchi', pp. 156-157.
24. Srinivasaschari's 'History and the Institutions of the Pallavas', p. 23.
25. S.I.I. Vol. II, p. 509.
26. M.E.R. 17 of 1899.
27. Dr. C. Minakshi's 'Administration & Social Life under the Pallavas', p. 138.
28. Dr. C. Minakshi's 'Administration & Social Life under the Pallavas', p. 145.
29. Ep. Ind. Vol. XI, p. 225.
30. S.I.I. Vol. II, p. 351.

31. 'கல்லால் நிழல்கீழ் அறங்கள் உரைத்த அம்மானே' - சுந்தரர் தேவாரம், - திருக்கச்சூர் ஆலக்கோவில் பதிகம். கல்லால் மரம் செங்கற்பட்டை அடுத்த செம்பாக்கம் மலையில் இருக்கிறது.
32. Dr. C. Minakshi's 'Administration & Social Life under the Pallavas', p. 151-153.
33. உப்பெடுக்கும் உரிமை **சாதவாகனர்** ஆட்சியிலும் அரசாங்கத் தினிடமே இருந்து வந்தமை இங்கு அறியத்தக்கது.
34. Dr. K. Gopalachari's 'Early History of the Andhra Country', p. 115.
35. இத்தகைய பல வரிகள் ஏறத்தாழக் கங்க நாட்டிலும் வசூலிக்கப்பட்டன. Vide M.V.K. Rao's 'Gangas of Talakad' pp. 145-150.
36. S.I.I. Vol. II, pp. 520, 530.
37. 17 of 1899.
38. R. Gopalan's 'Pallavas of Kanchi', p. 149.
39. இந்த ஏரிகள், பெருங்கிணறுகள், வாய்க்கால்கள் என்பவற்றிற் பல சோழர் காலத்தில் அப்பெயர்கள் கொண்டே இருந்தன என்பது சோழர் கல்வெட்டுகளால் அறியப்படுகிறது. Vide the Author's 'Cholar Varalaru', part II.
40. K.V.S. Iyear's 'Ancient Dekkhan', pp. 368-370.
41. கங்க நாட்டிலும் இப்பெயர்கள் உண்டு.
42. இத்தகைய நீட்டல் அளவைகள் கங்க நாட்டில் **'வரிசைக் கோல், கங்க கோல், பெருந்த கோல், மர்குந்தி கோல், சச்சவி கோல்'** எனப் பலவாறு வழங்கப்பெற்றன: Vide 'Gangas of Talakad', p. 144.
43. Dr. C. Minakshi's Administration & Social Life under the Pallavas', p. 16.
44. Vide her 'Administration & Social Life under the Pallavas', p. 89

    மகேந்திர வர்மன் காலத்தவராகிய அப்பரும், நரசிம்மவர்மன் காலத்தவ ராகிய அப்பரும் சம்பந்தரும் மிழலை நாட்டில் ஏற்பட்ட பஞ்சத்தைப் போக்கத் திருவீழி மிழமையில் கோவில் கொண்டிருந்த சிவபிரானிடம் (கோவில் பண்டாரத்திலிருந்து) பொற்காசுகள் பெற்று அடியார்க்கு உணவு வழங்கினர் என்னும் பெரிய புராண - தேவாரச் செய்திகள் இங்குக் கருதற்பாலன. இங்ஙனம் காணப்பெறும் பெரிய புராண - தேவாரச் செய்திகள் பல, பல இடங்களில் பல்லவர் வரலாற்றைச் செய்திகளுடன் ஒன்றுபடல் காணத்தக்கது.பெரிய புராணமும், தேவாரப் பதிகங்களும் பல்லவர் வரலாறு கட்ட இலக்கியச் சான்றாக நின்று எத்துணைப் பேருதவி புரிகின்றன என்பதைத் தமிழ் மக்கள் அறிதல் நலமாகும்: Vide Appar Puranam S. 235-261.
45. Prof. J. Dubreuil's S. 235-261.
46. Dr. C. Minakshi 'Administration & Social Life under the Pallavas', p. 90.
47. கங்க நாட்டில் அரைச்சவரன் 'பொன்' எனப்பட்டது. Vide 'Gangas Talakad', p. 145.
48. Ibid. p. 92
49. 'வாசி தீரவே காசு நல்குவீர்' என்னும் சம்பந்தர் பாடல் இங்கு ஆராய்ச் சிக்குரியது: திரு இருக்குக்குறள். பதிகம்: 92:1

50. 'திருவீழிமிழலையில் உள்ள இறைவனைப் பாட இறைவன் காசு கொடுத்தான்' என்பது. 'எல்லாம் இறைவன் திருவருளால் நடப்பன' என்னும் அடியார் கொள்ளும் பொதுக்கொள்கை பற்றியதே என்பதை அறிஞர் உணர்வர். பிற்காலச் சோழர் காலத்தில் நடந்த நிகழ்ச்சி ஒன்றைக் கீழே காண்க.

'கி.பி. 1152இல் சோழநாட்டில் பஞ்சம் ஏற்பட்டது. ஆலங்குடி மக்கள் கோவில் பாண்டாரத்திலிருந்து 1011 கழஞ்சு நிறையுள்ள பொன் நகைகளும், 464 பலம் நிறையுள்ள வெள்ளிப்பொருள்களும் கடனாகப் பெற்று உயிர் வாழ்ந்தனர்' என வரும் ஆலங்குடிக் கல்வெட்டின் கூற்று இங்குக் கவனிக்கற்பாலது. (K.A.N. Sastry's 'Cholas', Vol. II, Part I, p. 377.)

51. இதனைப் பாண்டிய நாட்டுப் பஞ்ச வருணனையோடு (களவியலிற் கூறப்படுவது) ஒப்பிட்டுக் காண்க. **களவியல் உரையின்** கூற்றுப் பொய் என்று கூறினோர் பலராவர். 'பொய்' எனப்பட்டதெல்லாம் வரலாற்றால் **'உண்மை'** ஆகுதல் கருதற்பாலது.

இத்தகைய பஞ்சம் ஒன்று காஞ்சியில் உண்டான தென்று மணிமேகலை கூறல் காண்க. 'மணிமேகலை அங்குச் சென்று பெருஞ்சோறு வழங்கினாள்' என்பதும் மணிமேகலை குறிக்கிறது. அப்பஞ்சம் அக்காலத்தில் உண்டானதேன்? குளங்கிள்ளி சோழ, பாண்டிய ரோடு காரியாற்றில் நடத்திய பெரும்போரே காரணமாகும் என்பது இங்கு உணரற்பாலது.

52. Dr. C. Minakshi's 'Administration & Social Life under the Pallavas', pp. 304-305.

53. **பல்லவற்குத் திறைகொடா மன்னவரை மறுக்கஞ்செய்யும்**
பெருமையார் புலியூர்ச் சிற்றம்பலத்தெம் பெருமான் - சுந்தரர்
கூடா மன்னரைக் கூட்டத்து வென்ற கோட்புலி - சுந்தரர்

54. கோட்புலி நாயனார் புராணம், செ. 4 - 10

55. Dr. C. Minakshi's 'Administration & Social Life under the Pallavas', pp. 119-120.
'பிற்காலச் சோழர் ஆட்சியில் பல பஞ்சங்கள் உண்டாயின. அவற்றுள் மூன்றாம் குலோத்துங்கன் ஆட்சியில் உண்டானது கொடியது; ஒரு காசுக்குக் **கால்படி** அரிசி விற்றது. இப்பஞ்சக் கொடுமையை நீக்கச் செல்வர் பலர் குளம் எடுத்தல். ஆற்றுக்குக் கரையிடுதல் முதலிய பணிகளில் மக்களைப் புகுத்திக் காசு கொடுத்து உதவினர்' என்பது இங்கு நினைக்கத்தக்கது. K.A.N. Sastry's 'The Cholas', Vol. II, part I, p. 153.

56. 283 of 1916.
57. 122 of 1929
58. 172 of 1930
59. 357 of 1909
A.R.E. 1910, p. 80
60. 171 of 1921
61. 'எய்போற் கிடந்தான் என் ஏறு' - பு. வெ. மாலை
62. 283 of 1916
63. 357 of 1909; A.R.E. 1910, p. 80.
64. Ep. Ind. Vol. IV, p. 130.
65. K.V.S. Iyer's 'History of Ancient Dekkan' pp. 384-385.
66. 429 of 1902.

* * *

19. கலைக் கழகங்கள்

முன்னுரை

பண்டைக் காலக் கல்விமுறை இக்காலக் கல்விமுறையில் முற்றும் மாறுபட்டதாகும். அக்காலக் கல்வி, இக்காலக் கல்வி முறைப்படி தொடக்கக் கல்வி, நடுத்தரக் கல்வி, பல்கலைக் கழகக் கல்வி எனப் பல பிரிவுகளை உடையதன்று. உலகில் அறம், பொருள், இன்பம் நுகரவும் வீடு பேற்றுக்குரிய நெறியிற்பயில வுமே பண்டைக் காலத்தார் கல்வி கற்றனர். அவர்கள் உயிர்க்கு உறுதி பயக்கும் கல்வியையே சிறப்பாகக் கொண்டனர்.

ஓவிய - சிற்பக் கலைக்கூடங்கள்

பல்லவரை உலகம் புகழ வைத்த பெருமை ஓவிய - சிற்பப் புலவர்கட்கே உரித்தானது. உயிருள்ள சித்தன்ன வாசல் ஓவியங் கள், மாமல்லபுரம், வைகுந்தப் பெருமாள் கோவில், கயிலாசநாதர் கோவில் இவற்றில் உள்ள வியப்பூட்டும் சிற்பங்கள் இன்ன பிறவும் இயற்றிய பெருமக்கள் கலை அறிவை நாம் என்னெனப் புகழ்வது?

ஓவியம் வரைதலும் சிற்பம் பொறித்தலும் எளிய செயல்கள் அல்ல. பல்லவர் கால ஓவிய சிற்பங்கள் இற்றைக்கு 1300 ஆண்டு கட்கு முற்பட்டவை; ஆயினும் இன்று செய்தாற்போலக் காட்சி அளிப்பவை எனின், இவற்றில் அமைந்துள்ள வேலைத்திறனை என்னென்பது? இவ்வேலைத்திறனை இன்றளவும் நாம் உணரு மாறு செய்த அப்பெருமக்கள் கலை அறிவு வியக்கத்தக்கதன்றோ? அவர்கள் எங்ஙனம் எங்கு - இக்கலை அறிவைப் பெற்றனர்? பல்லவர் பெரு நாட்டிலே அன்றோ? காவியம் படித்துணர்வது, ஓவியமும் சிற்பமும் பார்த்து உணர்பவை, இவை காவியத்தையே கண்முன் காட்டுபவை அல்லவா? எனவே, இவற்றில் வல்ல பெருமக்கள் முதலிற் காவிய உணர்ச்சி உடையராதல் வேண்டும்; அத்துடன் சிறந்த ஒழுக்கமும் பத்தி முதிர்ந்த உள்ளமும் உடையவ ராதல் வேண்டும்; மாசற்ற அகத்தூய்மை உடையவர்தாம் இவற் றைச் செய்து முடித்தல் கூடும். ஆதலின், அந்நிலையைப் பெற அப்பெருமக்கள் இசை, நாடகம், நடனம், சமயம், இலக்கியம், உலகியல் இவற்றில் திப்பிய புலமை சான்றவராக இருந்தனர் என்பதில் ஐயமில்லை. ஆகவே, அவர்கள் அரசாங்கத்தாலும்

பொதுமக்களாலும் உயர்வாக மதிக்கப் பெற்று வந்தவராவர். இந்நிலைக்கு உரிய கல்வி எத்தகையதாக வளர்ச்சியுற்றிருத்தல் வேண்டும்! பல்லவப் பெருநாட்டில் சிறந்த கலைக்கூடங்கள் இராவிடில், இக்கலைகள் ஒருபோதும் வளர்ச்சியுற்று இரா.

காஞ்சிக் கல்லூரி

கதம்ப அரசர் மரபைத் தோற்றுவித்த மயூரசன்மன் முதற் பல்லவர் காலத்தில் காஞ்சியில் இருந்த வடமொழிக் கல்லூரியில் (கடிகையில்) படிக்க வந்தான். அவன் காலம் கி.பி. 345 - 370 என ஆராய்ச்சியாளர் அறைகின்றனர். எனவே, காஞ்சி வடமொழிக் கல்லூரி அக்காலத்திலேயே சிறப்புற்று இருந்ததென்பதை அறிய லாம்.

எத்தகைய கல்வி?

அக்கல்லூரியில் எவ்வகைக் கல்வி அளிக்கப்பட்டது? 'மயூரசன்மன் வேதங்களை நன்றாகப் படித்தவன். அவன் தன் ஆசிரியருடன் காஞ்சி வடமொழிக் கல்லூரிக்கு **மேலும்** படிக்கச் சென்றான்' என்னும் தாளகுண்டாப் பட்டயத்தை நோக்கக் காஞ்சி - வடமொழிக் கல்லூரி வேதங்களைப் படித்தவர்க்கு அளிக்கும் **உயரிய ஆராய்ச்சிக் கல்வி**யையும் அளித்து வந்தது என்பதை நன்குணரலாம்.[1]

அக்கல்லூரியில் நூற்றுக்கணக்கான மாணவர் வடமொழிச் சாத்திரங்களைக் கற்றனர். அவற்றைப் போதிக்க வடமொழிப் புலவர் பலர் இருந்தனர்.

மயூரசன்மன் பல்லவ அரசனால் கல்லூரியிலிருந்து விரட்டப் பட்டான் என்பதிலிருந்து, கல்லூரி **பல்லவ அரசனது பார்வை யின் கீழ் இருந்தது** என்பது தெளிவாகும்.

பல கலை வல்லார் இங்குக் கூடிப் பேசலும் மரபு. ஒரு கலை யிற் புலமை எய்திய ஒருவர், தாம் கண்டதைக் கூறிப் பிறர் இசைவைப் பெறவும் இக்கடிகை பயன்பெற்றது. **சமந்தபத்திரர், பூச்யபாதர்** முதலிய சமண சமய ஆசிரியரும் பெரும் புலவரும் ஆகிய பெருமக்கள் இங்கு வந்திருந்தனர் எனின், இக்கடிகை, மதுரைத் தமிழ்ச் சங்கம் போல அனைவர்க்கும் **பொதுக்கடிகை** யாக இருந்ததென்னலாம். இங்குப் பேசுதல் அக்காலத்தில் சிறப் பளித்த ஒன்றாகக் கருதப்பட்டது. இதனால், இச்சிறப்பைப் பெறப் பல நாட்டார் இங்கு வந்து சென்றனர்.[2] இங்கிருந்து தர்மபாலர் நாலந்தாப் பல்கலைக் கழகப் பேராசிரியராகச் சென்றார் எனின்,

இக்கடிகை அக்காலத்திற் பெற்றிருந்த பெருஞ்சிறப்பை என்னென் பது! இதனை நன்கு அறிந்தே அப்பர் பெருமான், **கல்வியிற் கரையிலாத காஞ்சி மாநகர்** எனப் பாராட்டியுள்ளார்.

கடிகாசலம்

இரண்டாம் நந்திவர்மன் காலத்தில் **சோளிங்கர்** (சோழ சிங்கப்புரம் - கடிகாசலம்) மலைமீதுள்ள கடிகைக்கு மானியம் விடப்பட்டதாகத் திருவல்லம் கல்வெட்டுக் குறிக்கிறது. இது நீண்ட காலமாக அங்கு இருந்திருக்கலாம். இது வைணவர் கலைப்பீடமாக இருந்திருத்தல் கூடியதே.

பாகூர் வடமொழிக் கல்லூரி

பாகூர் என்பது தென்னார்க்காட்டுக் கோட்டத்தில் திருப் பாதிரிப்புலியூருக்கும் புதுச்சேரிக்கும் இடையில் உள்ள பெரும் பாதையில் அமைந்துள்ள சிற்றூராகும். இது பல்லவர் காலத்திற் சிறந்திருந்த பெரும் பதியாகும். இங்கு ஒரு வடமொழிக் கல்லூரி இருந்தது. நிருபதுங்க வர்மன் காலத்துப் பட்டயத்தில் உள்ள செய்திகளைக் காண, அக் கல்லூரி அதற்கு முன்னரே உயரிய நிலையில் இருந்துவந்தது என்பது தெரிகிறது. அக்கல்லூரியில் படித்தவர் அனைவரும் மறையவரே யாவர்; அதனைப் பார்வை யிட்டவரும் மறையவரே ஆவர். ‘இங்கு 14 கலைகள் கற்பிக்கப் படுகின்றன; இக்கல்லூரி மறையவராற் பார்வையிடப் பெறுகிறது; இச் சிற்றூரைச் சேர்ந்த அலுவல்களும் அவராலே கவனிக்கப் படுகின்றன; இங்குப் பதினான்கு கலைகளுடன் **18 வகை வித்தைகளும்** கற்பிக்கப்படுகின்றன.[3] 18 வகை வித்தையாவன: நான்கு வேதங்கள், ஆறு அங்கங்கள், மீமாம்சை, நியாயம், தரும சாத்திரம், புராணம், மருத்துவம், வில்வித்தை, இசை, பொருள் நூல் என்பன.

மூன்று சிற்றூர்கள்

இக் கல்லூரி செவ்வனே நடைபெற, ஏறத்தாழக் கி.பி. 860இல் நிருபதுங்கவர்மன் ஆட்சியில், பாகூரை அடுத்த மூன்று சிற்றூர்கள் **மார்த்தாண்டன்**[4] என்ற (கோட்டத்து) அதிகாரி ஒருவ னால் விடப்பட்டன. அச்சிற்றூர்களாவன: (1) சேட்டுப் பாக்கம், (2) விளாங்காட்டங் கடுவனூர், (3) இறைபுனைச் சேரி என்பன.

வாகூர்ப் பட்டயப்படி, (1) விளாங்காட்டங் கடுவனூர் என்பது இன்று கடுவனூர் என்ற பெயருடன் இருக்கிறது. அது வாகூர்க்குத் தென்மேற்கில் மூன்று கல் தொலைவில் இருக்கிறது. (2) அதற்குத்

தெற்கே சேட்டுப்பாக்கம் இருந்தது என்று பட்டயம் குறிக்கிறது. அப்பெயர் இன்று காணுமாறில்லை. சேட்டுப்பாக்கம் கிழக்கில் நென்மலிப்பாக்கத்தையும், மேற்கே மாம் பாக்கத்தையும், வடக்கே கடவனூரையும், தெற்கே நென்மலைப் பாக்கம், நெல்வாய்ப் பாக்கம், உரத்தூர் என்பவற்றையும் எல்லைகளாகப் பெற்றிருந்தது என்று பட்டயம் கூறுகிறது. இவ்வூரிகளின் பெயர்கள் இன்று காணு மாறில்லை. (3) பட்டயப் படி, இறைபுனைச்சேரிக்குக் கிழக்கே காடு இருந்தது. இதற்கு அடையாளமாக அங்குக் 'காட்டுப்பாக்கம்' என்னும் சிற்றூர் இன்று இருக்கின்றது. பட்டயப்படி வடக்கே 'கிரிமாம்பட்டி' இருந்தது. அதுவே இன்றைய 'கிரிமாம்பாக்கம்' என்பது. 'இறைபுனைச்சேரி' என்னும் பெயர்கொண்ட சிற்றூர் இப்பொழுதில்லை. பட்டயத்தில் உள்ள எல்லைகளை நோக்க இன்றைய **பின்னாச்சி கும்பம்** என்பதே அக்கால **இறைபுனைச் சேரி**யாக இருந்திருக்கலாம் என்பது உய்த்துணரலாம்.

பாகூர்ப் பழம்பதி[5]

இன்றுள்ள பாகூர் (வாகூர்), நெடுவழிக்கு இரண்டு கல் தொலைவில் இருக்கின்றது. நெடுவழிக்கு மறுபுறத்தில் பெருமாள் கோவிலும் பார்ப்பனச்சேரி ஒன்றும் பழங்காலத்துக்குளம் ஒன்றும் பிற சிதைவுகளும் இருக்கின்றன. இன்றைய பாகூர் சிற்றூர் ஆகும். அதன்கண் உள்ள சிவன் கோவில் பழமையானது. அங்குக் கல்வெட்டுகள் பல இருக்கின்றன. பாகூர்ப் பட்டயத்தை நோக்க, அங்கிருந்த கல்லூரி, பல்லவர் காலத்தில், தென்பல்லவ நாட்டிற்கு அமைந்த பெருங்கல்லூரியாக இருந்திருத்தல் வேண்டும் என்பது புலனாகிறது. இதனால், பழைய பாகூரும் மிகப் பெரிய தாக இருந்திருத்தல் வேண்டும் என்பது தவறாகாது. ஆகவே, சாலைக்கப்பால் உள்ள கோவில், குளம், அக்கிரகாரம் இவற்றை யும் இன்றைய பாகூரையும் தன்னகத்தே கொண்டதாகப் **பழைய பாகூர்** இருந்தது எனக் கோடலே பொருத்தமாகும்.

அக்கிரகாரங்கள்

நான்கு வேதங்கள், ஆறு அங்கங்கள் முதலிய பல கலை களில் வல்ல மறையவரைக் கொண்ட சேரியே **அக்கிரகாரம்** என்பது. இத்தகைய சேரிகள் சில சங்க காலத்திலே இருந்தன என்பது பத்துப்பாட்டால் அறியலாம். கற்றறிந்த மறையவர் - வாதங்களில் வல்ல மறையவர் - கற்பிக்கும் ஆற்றல் பெற்ற மறை யவர் கூடி உறைந்தமையின், மாணவர் பலர் அவர்களிடம் சென்று கல்வி கற்க வசதி இருந்தது. பொதுவாக இச்சேரிகள் ஊர்கட்கு

வெளியே, அமைதி குடிகொண்ட கழனி வெளிகட்கு இடையே, இயற்கைப் பொருள்களின் நடுவே அமைந்திருந்தன. அரசர்கள் இவர்கட்குச் சிற்றூர்களை இறையிலியாக விட்டு எல்லா வசதி களையும் அளித்தனர்.

இவ்விரு காரணங்களாலும், இம்மறையவர் மன அமைதி யுடன் கல்வி கேள்விகளிற் சிறந்து விளங்கினர்; இவர்களைத் தேடி வந்த மாணவர்க்கும் பலதுறைக் கல்வியைப் புகட்டினர். இங்ஙனம் மாணவர் விருப்பத்தோடு வந்து கற்பதைக் கண்ட அரசரும் செல்வரும், அம்மாணவர் இருந்து உண்டு படிப்பதற்கேற்ற விடுதி களும் பிற வசதிகளும் செய்து தந்தனர். இங்ஙனம் சேர்ந்த பொருளைச் சேரி மறையவரே பாதுகாத்து, வேண்டிய வசதிகளை மேன்மேலும் பெருக்கிக் கொண்டே சென்றனர்; கட்டடங்கள் பெருகின; வகுப்புகள் மிகுதிப்பட்டன; பிற நாட்டு நல்லறிஞர் வரின் தங்குதற்கேற்ற விடுதிகள் (சத்திரங்கள்) உண்டாயின: கோவிலும் உண்டாயிற்று.

இங்ஙனம் சேரி பெரிதாய்விட்டமையின், மறையவரே 'ஊராண்மையை'ச் சட்டப்படி கவனித்துவந்தனர். இவையே **குடி அல்லது சதுர்வேதி மங்கலம்** எனப் பெயர்பெற்ற சிற்றூர் கள். இவை பலவாக இருந்தன என்பது கல்வெட்டுகளாலும் பெரிய புராணத்தாலும் நன்கறியலாம். சம்பந்தரை வரவேற்ற சதுர்வேதி மங்கலத்தார் பலராவர்; சுந்தரர்க்கு வேண்டிய வசதிகள் அளித்த மறையவர் பலராவர். இச்சிற்றூர்களில் எப்பொழுதும் 'மறைஒலி' கேட்டபடியே இருந்தது என்பதும், அம்மறையவர் அனைவரும் பண்பட்ட அறிவுடையவர் என்பதும் தேவாரப் பாடல்களால் நன்கறியும் செய்திகளாம்.

ஊராண்மை

இவர்கள் ஆட்சியில் 'ஊர் அவைகள்' பல இருந்தன. அவை ஊருக்கு வேண்டிய அனைத்தையும் செய்து வந்தன; வழக்கு களை விசாரித்து முடிவு கூறின. இதனைத் தடுத்தாட் கொண்ட புராணத்தும் திருநீலகண்ட நாயனார் புராணத்தும் சண்டீசர் புராணத்தும் காணலாம். பெரிய புராணத்துள் 20 - க்கு மேற்பட்ட ஊர்கள் குறிக்கப்பட்டுள. அவற்றுள் சேந்தன் அளித்த **சேய்ஞ லூர்**, திருமணஞ்சேரி, தெளிச்சேரி, திருவெண்ணெய் நல்லூர், திருநாவலூர், திருநின்றவூர் முதலியன குறிப்பிடத்தக்கன. பல்லவ அரசர் அளித்த சிற்றூர்கள் மிகப்பல ஆகும்.

சான்றாக, இரண்டாம் நந்திவர்மன் காலத்தில் கும்பகோணம், நாகப்பட்டினம் ஆகிய இரண்டிற்கும் அருகில் இரண்டு சேரிகளை

உண்டாக்கினான். அவையே பட்டத்தாள் மங்கல அக்கிரகாரம், தயாமுகமங்கல அக்கிரகாரம் என்பன.

படைக்கலப் பயிற்சி

இங்ஙனம் கல்வி கற்பித்தும் ஊராண்மை செய்தும் வந்த நான்மறையாளர், தம் சேரிகளைப் பகைவரிடமிருந்து பாதுகாப் பதற்கென்று படைக்கலப் பயிற்சியும் பெற்றிருந்தனர். இத்தகைய பயிற்சியாற்றான் பிராமணர் பலர் மேலைச்சாளுக்கியரிடம் மகா சாமந்தராக இருந்தனர் என்பது இங்கு அறியத்தகும். பல்லவர் ஆட்சியில் இத்தகையோர் இருந்தமைக்குரிய சான்றுகள் இல்லை; ஆயினும், மயூரசன்மனைக் குறிக்கலாம்.

வேலைகள்

இம்மறையவர் வடமொழியுடன் இந்நாட்டு மொழியான தமிழையும் கற்றிருந்தனர்; கோவிற் பூசை செய்தனர்; கோவில்களில் விழாக்கள் நாடகங்கள் நடத்தினர்; உண்டிச் சாலை, மருத்துவச்சாலை முதலிய நடத்தினர். சுருங்கக் கூறின், அரசர் ஆணைப்படி இம்மறையவர், சிற்றூர்களில் இருந்து கொண்டு பலவகைத் தொண்டுகளைச் செய்துவந்தனர் என்னலாம். புரோகிதர் கோவில் உரிமை பெற்றதும், தமிழ் மக்களிடம் குருக்கள் வேலை தொடங் கியதும் இந்தக் காலமே ஆகும்.[6]

பிரம்ம புரிகள்

பேரூர்களிலும் நகரங்களிலும் கலை வளர்ச்சிக்காக மறை யவர் தங்கியிருந்த இடம் **பிரம்மபுரி** எனப்பட்டது. இவர்க்குப் பிரம்மதேயம் இல்லை எனினும், கல்வி கற்பிப்பதற்காக நிலம் மானியமாக விடப்பட்டது. இத்தகைய பிரம்மபுரிகள் கங்கர் **தலைநகரான தழைக்காட்டில் பல** இருந்தன.[7] இப்பிரம்மபுரிகள் பல்லவர் காலத்தில் இருந்தன என்பதற்கும் பட்டயச் சான்று இல்லை. ஆயினும், **சீகாழிக்கு** உரிய பல பெயர்களுட் **பிரம்ம புரம்** என்ப தொன்றாகும். 'இப் பெயர் முதலில் சீகாழிப் பகுதியில் பிராமணர் இருந்த பகுதியை மட்டும் குறித்து வந்து, சம்பந்தர் காலத்தில் சினையாகு பெயராய் நகரத்தையே குறிக்கலாயிற்று[8] எனக் கோடலில் எவ்வித தவறும் இல்லை. 'சீகாழிப் பிரம்மபுரி யில் மறையவர் பலர் இருந்தனர். வேதவேள்விகளிற் சிறந்திருந் தனர்' என வரும் பெரியபுராணக் குறிப்பும் சம்பந்தர் பதிகக் குறிப்பும் நோக்கத்தக்கன.

பட்டவிருத்தி

பல்லவப் பேரரசர் தனிப்பட்டவர் கல்விக்கு மதிப்பீந்தனர்; சாணக்கியர் பொருள் நூல், 'மறையில் வந்த அந்தணர் நல்ல வருவாய் கொண்ட நிலங்களை இறையிலியாகப் பெறக் கடவர்' என்று கூறுகிறது. அம்முறையை இந்தியா முழுவதிலும் இருந்த பெரும்பாலான அரசர் பின்பற்றி வந்தனர். இது பிற்காலச் சோழர் காலத்தில் **பட்டவிருத்தி** எனப்பட்டது. இதனைப் பல்லவ அரசர் செய்து வந்தனர் என்பது பல பட்டயங்களைக் கொண்டு அறியலாம்.

1. **ஓங்கோட்டுப்பட்டயம் :** விசய கந்தவர்மன் என்ற பிராக்ருத காலப் பல்லவ வேந்தன், தனக்கு உட்பட்ட ஆந்திர நாட்டில் **ஓங்கோடு** என்ற சிற்றூரைக் 'கோல சருமன்' என்ற மறையவனுக்குத் தானம் அளித்தான். அம்மறையவன் காசியப கோத்திரத்தான். இரண்டு வேதங்களிலும் ஆறு அங்கங்களிலும் வல்லவன்: அவனுக்குக் கொடுக்கப்பட்ட சிற்றூர் 18 வகை வரியினின்றும் நீக்கப்பட்டது.[9]

2. **காசக்குடிப் பட்டயம் :** இஃது இரண்டாம் நந்தி வர்மனால் விடப்பட்டதாகும். 'கொடுகொள்ளி' என்ற சிற்றூர் 'ஏகதீரமங்கலம்' என்று பெயரிடப்பட்டுச் 'சோமயாஜீ' என்ற மறையவற்குக் கொடுக்கப்பட்டது. அம்மறையவன், ''கடல் போன்ற வேதங்களைக் கற்றவன், சாமவேதம் பாட வல்லவன், ஆறு அங்கங்களையும் பழுதற உணர்ந்தவன்; கரும காண்டம், ஞான காண்டம் முதலியவற்றில் தேர்ச்சியுற்றவன்; **உலகியலை நன்குணர்ந்து நடப்பதில் வல்லவன்**[10]**,** செய்யுள், **நாடகம்,** கதைகள், இதிகாசங்கள், கட்டுக்கதைகள் இவற்றில் சமர்த்தன்; எல்லாச் சமயச் செயல்களிலும் தேர்ந்தவன்; நல்லொழுக்கம் உடையவன்; வீட்டை விளக்கு அணி செய்தல்போல நாட்டை அணி செய்பவன்; உயர் கல்வி இருந்தும் அடக்கம் உடையவன்; முற்பிறப்பிற் செய்த நல்வினைப் பயனால் இப் பிறப்பில் இவ்வுயர்வைப் பெற்றவன், இரு பிறப்பாளருள் முதன்மையானவன்; வேத விதிப்படி நடப்பவன்; சாந்தோக சூத்திரத்தைப் பின்பற்றுபவன்; தொண்டை நாட்டில் 'பூனியம்' என்ற சிற்றூரில் வாழ்பவன்; சிறந்த மறையவன் ......'' எனப் பலபடப் பாராட்டப்பட்டுள்ளான்.[11] இதனால் பல்லவ மன்னர் தனிப்பட்ட கல்விமான்களைத் தாராளமாக ஆதரித்து வந்தனர் என்பது வெள்ளிடை மலை.

கோவில்கள்

பல்லவர் காலத்தில் கயிலாசநாதர் கோவில் போன்றவை பல்கலைப் பள்ளிகளாகவும் இருந்து வந்தன. அங்குச் சிற்பம், ஓவியம், இசை, நடனம், நாடகம், சமயக் கல்வி, சாத்திரக் கல்வி இன்ன பிறவும் கற்பிக்கப்பட்டு வந்தன. நாகரிக நாட்டார் போற்றும் இக்கலைகள் அனைத்திற்கும் கோவிலே தாயகமாக இருந்தது. பத்திரப் பதிவும் (பட்டயமும் கல்வெட்டும் பிறவும்) அங்குத்தான் நடைபெற்று வந்தது. அப்பத்திரங்களிலிருந்தன்றோ, நாம் இன்று பல்லவர் வரலாற்றை அறிந்து இன்புறுகின்றோம்! பெரிய கோவில்களில் படிக்கும் மண்டபம், நடன மண்டபம், நாடக மண்டபம், தருக்க மண்டபம் முதலியன இருந்தன. மகாபாரதம் போன்ற பழைய கதைகள் குடிமக்கட்கு ஊட்டி அவர் ஒழுக்கத்தை வளர்க்க முயன்றது கோவிலே ஆகும். சமய நூல்கள், தேவாரப் பதிகங்கள் முதலியன பாதுகாக்கப் பட்ட இடங்களும் கோவில்களே ஆகும். இங்ஙனம் இக்கோவில்கள் இருமைக்கும் இன்பம் ஊட்டும் நிலைக்களங்களாக இருந்தன.

மடங்கள்

இவை நீண்ட காலமாக நாட்டில் இருந்து வருபவை. இவை உண்டியும் உறையுளும் அளித்து மாணவர்க்குக் கல்வி புகட்டும் கலைக் கூடங்கள்; துறவிகள், கற்ற பெருமக்கள், நாடு முழுவதும் கற்றித் திரிந்து உண்மை அறிவைத் தேடும் பெருமக்கள் ஆகியவர் தங்கும் இடங்கள்; ஏழைகள், திக்கற்றவர் முதலியோர்க்குப் புகல் இடங்கள். இவை அரசர், சிற்றரசர், செல்வர் முதலியோரால் அமைக்கப்பட்டவை. இவை சமய உயர்தரக் கல்வியை ஊட்டி வந்தன. கங்கபாடியில் இருந்த இம் மடங்களில் சமணம், பௌத்தம், தர்க்கம், காவியம், இலக்கணம், நாடகம், பரதசாத்திரம் முதலிய பல கலைகளில் வல்லுநர் இருந்தனர் என்று கங்க நாட்டுக் கல்வெட்டுகள் குறிக்கின்றன. எனில் ஏறக்குறைய அக் காலத்தில் பேரரசராகவும் சிறந்த கலைகளில் நிபுணராகவும் இருந்த பல்லவப் பேரரசருடைய பெரு நாட்டு மடங்களில் இக் கலைகள் பயிற்றுவிக்கப் பெற்றன என்பது கூறாதே அமையும் அன்றோ?

சைவ மடங்கள்

சைவ மடங்களுள் காபாலிக மடம், பாசுபத மடம், காளாமுக மடம் எனப் பலவகை இருந்தன. காபாலிகர் மடம் காஞ்சி -

ஏகாம்பரநாதர் கோவிலை அடுத்து இருந்தது என்பதை மத்த விலாசத்தைக் கொண்டு குறிப்பாக உணரலாம். காஞ்சியில் பாசுபதர் இருந்தனர் என்று அதே மத்தவிலாசம் கூறலால், அவர் கட்கும் தனி மடம் இருந்திருத்தல் வேண்டும் என்பது தெரிகிறது. மயிலாப்பூர் கபாலீசர் கோவிலில் அல்லது அதனை அடுத்துக் காபாலிகர் மடம் இருந்திருத்தல் வேண்டும். கொடும்பாளூர் முதலிய இடங்களிற் காளாமுகர் மடங்கள் இருந்தன. இவற்றுள் பின்னவர் வைத்து நடத்திய மடங்களே சிறப்பெய்தின என்று கங்க நாட்டு வரலாற்றைக் கொண்டு உணரலாம்.[12]

கி.பி. ஏழாம் நூற்றாண்டில் - அப்பர், சம்பந்தர் காலத் தில் தமிழ்நாட்டில் ஏறத்தாழ 20 தளிகளின் மடங்கள் இருந்தன என்பதையும், அப்பூதி அடிகள், குங்குலியக் கலயர், முருக நாயனார், சம்பந்தர், அப்பர் முதலியோர் மடங்களை ஏற்படுத் தினர் என்பதையும் வரலாற்றுச் சிறப்புடைய பெரிய புராணத்தி லிருந்து நன்கறியலாம். இவற்றிற்குப் பட்டயச் சான்று இல்லை. (சோழர் காலத்துப் பட்டயச் சான்றுகள் உண்டு). எனினும் இவை இருந்திருத்தல் வேண்டும் என்பதை மெய்ப்பிப்பன போல, (சுந்தரருக்கு முற்பட்ட) **தந்திவர்மன்** காலத்துப் பட்டயம் ஒன்றில் - கச்சி மேற்றளியைச் சார்ந்த மடம் ஒன்று குறிப்பிடப் பட்டுள்ளது.

இம் மேற்றளியிற் பாடுங்கால் அப்பர் 'கல்வியிற் கரை யிலாத காஞ்சி மாநகர்' என்று கூறலை நோக்க, அவர் காலத்தி லேயே இம்மடம் இருந்திருக்கலாம் எனக் கோடலில் தவறில்லை.

காளாமுகர்

இக் காளாமுகர் பெரும் படிப்பாளிகள்; சிறந்த ஒழுக்கம் உடையவர்கள்; பக்தித் துறையை மேற்கொண்டவர்கள்; மணல் மீது படுத்தல், மந்திரம் செபித்தல், பதிகங்கள் பாடல், இறை வனைப் பற்றிப் பாடி ஆடுதல், உழவாரப்பணி புரிதல் முதலிய வற்றில் ஈடுபட்டிருந்தனர். 'அவர்களை ஏந்நேரமும் மாணவர் சுற்றிக்கொண்டு இருப்பர்' என்று கங்க நாட்டுக் கல்வெட்டு ஒன்று கூறுகின்றது. அவர் தம் பெயர்கள் 'ராசி, சக்தி, அபரண' என்ற முடிபுகளைப் பெற்றவை. அவருள் மணமானவரும் உண்டு; மணமற்றவரும் உண்டு. இருதிறத்தாரும் எண்வகை யோகங் களிற் பயிற்சி பெற்றவர், எனினும் மணமற்ற குருமாரே சிறப்பாகக் கருதப்பட்டனர். இவர்கள் மடங்கட்குத் தலைவர்களாகவும்,

கோவில் கண்காணிப்பாளராகவும், குருமார்களாகவும், சமயக் கல்விச்சாலைத் தலைவர்களாகவும் இருந்து வந்தனர். இவர்கள் தங்கள் அளப்பரிய பல துறைக் கல்வியால் நாட்டிற் செல்வாக்குப் பெற்றிருந்தனர். இவர்கள் ஹொய்சளர் காலத்தில் 'இராச குரு' என்ற உயர் நிலையில் இருந்து வந்தனர். இவர்களிடம் பேரரசர்கள் சீடர்களாக இருந்தனர். இதனைப் பிற்காலச் சோழர் கல்வெட்டு களும் மெய்ப்பிக்கின்றன.

பாடத்திட்டம்

மடங்கள் கற்பித்த பாடங்களில் இலக்கணம், தரிசனங்கள், **சித்தாந்தம்,**[13] யோகம் அறநூல்கள், புராணங்கள், செய்யுள், நாடகம், தருக்கம், இசை, ஓவியம் முதலியன குறிப்பிடத்தக்கவை[14]. பல்லவர் கல்வெட்டுகளையும் பட்டயங்களையும் அணுகி ஆராயின், இதுகாறும் கூறப்பெற்ற அனைத்தும் பல்லவ நாட்டு மடங்கட்கும் பொருந்தியவையே என்பதை அறியலாம்.

மடத்து ஆட்சிக் குழுவினர்

காவேரிப்பாக்கத்து வரதாரசப் பெருமாள் கோவிலில் நிருபதுங்கன் காலத்துக் கல்வெட்டில், **மடத்துச் சத்த பெருமக்கள்** என்பது காணப்படுகிறது. இத் தொடரால், 'மடத்தை மேற்பார்க்க அறிஞர் **எழுவர்** இருந்தனர் என்பது தெளிவாகிறது. அவர் அறிஞர் என்பதனாலும், **எழுவர்** என்பதனாலும், மடத்துப் பணிகள் பல என்பதும், அவற்றை மேற்பார்க்கவோ ஆட்சி நடத்தவோ **எழுவர் தேவைப்பட்டனர்** என்பதும் நன்கு விளங்குகின்றன அல்லவா?

மடத்து ஆட்சி

'சைவ சமய குரவர் தம் அடியார் பரிவாரங்களுடன் மடங் களில் தங்கி இருந்தனர்; அப்பர் திருப்பூந்துருத்தியில் மடம் ஒன்றை உண்டாக்கினார்; அங்கு இருந்து கொண்டு பல பதிகங் கள் செய்தார்; பஞ்ச காலத்தில் அப்பரும் சம்பந்தரும் திருவீழி மிழலையில் இருந்த இரண்டு மடங்களில் தங்கி இருந்தனர்' என்பன போன்ற பல செய்திகளை நோக்க 'மடத்துச் சத்த பெரு மக்கள்' என வரும் கல்வெட்டுத் தொடரையும் நோக்க, 'பல்லவர் காலத்தில் பல ஊர்களில் சிறந்த கோவில்களை அடுத்து மடங்கள் இருந்தன; அவை ஒரு குழுவினர் மேற்பார்வையில் நடைபெற்று வந்தன; அடியார்க்கு வேண்டிய வசதிகள் அளித்தன; சமய, வளர்ச் சிக்குரிய சிறந்த கலைப்பீடங்களாக இருந்தன' என்பதை நன்கு உணரலாம்.

பல்லவப் பேரரசர் கோவில்களில் அமைத்த வியத்தகு ஏற்பாடுகளுடன், மடங்களிலும் தக்க ஏற்பாடுகள் செய்திருந் தமையாற்றான் சமய குரவர் கவலையின்றி உற்சாகத்துடன் சமயப் பிரசாரத்தைப் பலமாக நடத்தி வந்தனர் போலும்!

பௌத்தர் கலை இடங்கள்

பல்லவர் காலத்தில் ஸ்ரீபர்வதம் எனப்படும் நாகார்ச்சுன மலை, வேங்கியை அடுத்த குண்டபப்பள்ளி, தான்யகடகம் முதலிய இடங்களில் பௌத்த விகாரங்களும் பள்ளிகளும் இருந்தன என்பதை இன்றும் அங்குக் காணக் கிடக்கும் சிதைவுகள் கொண்டு நன்கறியலாம். காஞ்சி, மணிமேகலை காலத்திற் சிறந்த பௌத்த நகரமாக இருந்ததை இலக்கியம் கொண்டறியலாம்.

மத்த விலாசம், இயூன் - சங் குறிப்பு இவை கொண்டு கி.பி. 7ஆம் நூற்றாண்டில் பௌத்த விகாரங்கள் காஞ்சியில் இருந்தன என்பதை அறியலாம். கி.பி. 7-ஆம் நூற்றாண்டினரான சம்பந்தர் தஞ்சைக் கோட்டத்தில் உள்ள **போதி மங்கை** (இக்காலப் 'பூத மங்கலம்') என்னும் ஊரில் இருந்த புத்தருடன் வாதிட்டு வென்றார் என்னும் குறிப்பால், தஞ்சைக் கோட்டத்தில் பௌத்தர் இருந்தமை அறியலாம். திருமங்கை ஆழ்வார் நாகையில் இருந்த பௌத்த விகாரத்துப் பொன் விக்கிரகம் ஒன்றைக் கவர்ந்து வந்தனர் என்று குருபரம்பரை கூறலால், இரண்டாம் நந்திவர்மன் காலத்தில் நாகையில் பௌத்தர் இருந்தனர் என்பது தெளிவு.

இவ்விடங்களில் எல்லாம் பௌத்தர் தம் சமயக் கல்வி யைத் தம்மைத் தேடி வந்த மக்கட்கு ஊட்டி வந்தனர் என்பது மிகையாகாது.

சமணர் கலை இடங்கள்

பாதிரிப்புலியூர் - மடம்

பல்லவர் ஆட்சிக் காலத்தில் தென் இந்தியாவிலே சிறந்த சமண மடம் பாதிரிப்புலியூரிற்றான் (பாடலீபுத்ரம்) இருந்தது. 'லோக விபாகம்' என்னும் சமண நூல் பாலி மொழியிலிருந்து வடமொழியில் மொழி பெயர்க்கப்பட்ட இடம் பாதிரிப்புலியூரே ஆகும் அன்றோ?

கி.பி. 5ஆம் நூற்றாண்டில் அந்த மடத்தில் புகழ்பெற்ற, **சிம்மசூரி, சர்வநந்தி** என்னும் திகம்பர சமணப் பேரறிஞர் வடமொழியிலும் பிராக்ருதத்திலும் புலவராய் விளங்கினர். கி.பி. 7ஆம் நூற்றாண்டில் **மருள் நீக்கியார்** (அப்பர்) அம்மடத்திற்

சேர்ந்து, சமணர் நூல்களைக் கற்றுப் புத்தரை வாதில் வென்று, மடத்துத் தலைவராகித் **தருமசேனர்** என்னும் பட்டமும் பெற்றுத் திகழ்ந்தார்.[15]

இங்ஙனம் இம்மடம் பெரிய கலைப்பீடமாக இருந்தமை யாற்றான், இடைக்காலப் பல்லவருள் ஒருவரான முதலாம் **சிம்ம வர்மன்** (கி.பி. 436 - 460) இம்மடத்தை நன்கு ஆதரித்தான் என்பது, 'லோக விபாகம்' என்னும் நூலைக்கொண்டு குறிப்பாக உணரலாம். இவனுக்கு அடுத்தவனாக இம்மடத்தைப் பெரிதும் ஆதரித்தவன் மகேந்திரவர்மன் ஆவன்.

அக்காலத்திற்றான் அப்பர் இங்குத் தருமசேனராக இருந்தார். அவர் சைவராக மாறினதும் அரசனும் நன்கு யோசித்துச் சைவ னாக மாறினான்; பாதிரிப்புலியூர் மடத்தை அடியோடு அழித்து, அப்பொருள்களைக் கொண்டு திருவதிகையில் கோவில் கட்டி, அதற்குக் 'குணதர ஈசுவரம்' என்று தன் பெயரிட்டான் என்பன பெரிய புராணத்தால் அறிகிறோம்.[16]

இந் நிகழ்ச்சியால், அறிவுக் களஞ்சியமாக இருந்த சமண மடம் அழிந்தது; சமணர், பேரரசன் ஆதரவை இழந்தனர். அதன் பிறகு பாடலிபுரத்துச் சமணர் பெருமை பிற்கால வரலாற்றில் கேட்கப்படவே இல்லை.

திருப்பருத்திக்குன்றம்

காஞ்சிபுரத்தை அடுத்துள்ள இந்த இடம் **சமண காஞ்சி** எனப்படும். இது பல்லவர் காலத்தில் மிக உயர்ந்த நிலையில் இருந்த இடமாகும். இது வேகவதி யாற்றங்கரையில் காஞ்சிக்கு இரண்டு கல்தொலைவில் உள்ள கலைப்பீடமாகும். இந்த இடத்தில் இரண்டு கோவில்கள் உள்ளன. ஒன்று பல்லவர் காலத்துக் கோவில் என்னலாம்; மற்றொன்று பிற்காலத்ததாக லாம். இத்திருப்பதியைப் பற்றி அறிஞர் **T.N. இராமச்சந்திரன்**[17] என்பார் அழகிய ஆராய்ச்சி நூல் ஒன்றை எழுதியுள்ளார். இங்கு உள்ள ஓவியங்கள் பழையன; மூர்த்தங்கள் பழையன. பல்லவர் காலச் சிற்ப - ஓவியக் கலைகளை ஓரளவு இங்குக் கண்டு மகிழ லாம். இச்சிற்றூர் பல்லவர் காலத்திற் சிறப்புடையதாக இருந் திருத்தல் வேண்டும் என்பது பார்த்தவுடனே நன்கு வெளியாகிறது. திருப்பருத்திக்குன்றம் பல்லவர் காலத்தில் சமணக் கலையைப் பரப்ப அமைந்திருந்த நல்லிடம் என்பதில் ஐயமில்லை. மைசூர் - திகம்பர சமணர், 'திகம்பர சமணர் கலைப்பீடங்கள் நான்கனுள் சமண காஞ்சி ஒன்று' என்று கூறல் இதற்கு அரண் செய்தல்

காண்க. எனினும், இது பிற்காலச் சோழர் காலத்திற்றான் பெருஞ் சிறப்புப் பெற்றது.

தமிழ்க் கல்வி

பல்லவர் ஆட்சியில் மக்கள் கல்வி, வாணிகம், சமயம், இசை, சிற்பம், ஓவியம், நடனம், நாடகம் முதலிய பல துறைகளில் வளர்ச்சி பெற்றனர். வடமொழிக் கல்லூரிகள் இருந்தன என்பதற்குச் சான்று இருப்பினும், தமிழ்ப் பள்ளிகள் இல்லை என்பது அறிவுடைமை அன்று. தமிழ்க் கல்வெட்டுகள், தமிழ்ப் பாடல்கள் முதலியன இருத்தலை நோக்க, 'பத்திச் சுவை நனி சொட்டச் சொட்டப் பாடிய' சைவ - வைணவத் திருமுறைகள் இருத்தலை நோக்க, தமிழ் நாட்டில் பல்லவர் அரசியல் தமிழ்மொழியிலேயே நடந்திருத்தலைப் பட்டயங்களும் கல்வெட்டுகளுமே அறிவித்தலைக் காண, பல்லவர் ஆட்சியில் தமிழகம் **தமிழ் மணத்தில் தழைந்திருந்தது** என்பதை உறுதியாகக் கூறலாம். எனவே, தமிழ்நாட்டு ஆடவர், பெண்டிர் பலருள் சிலரேனும் மேற்கூறிய பல கலைகளிலும் பண்புற்று விளங்கினராதல் வேண்டும் எனக் கோடல் தவறாகாது. அறுபான்மும்மை நாயன்மார் வரலாறுகளை நோக்க - அவர்கள் சமயப்பற்றும் தமிழ்ப் பற்றும் பல்கலை உணர்ச்சியும் காண - பல்லவர் அரசாட்சியின் மேம்பாடு குன்றின்மீதிட்ட விளக்கென ஒளிரா நிற்கின்றது. அந் நாயன்மார் மனைவியார் ஒழுகலாற்றை நோக்கப் பல்லவர் காலத்தில் கற்புக் கடம் பூண்ட பொற்புடைப்பலர் பல்லவர் நாட்டில் பல்கி இருந்தனர் என்பது விளங்குகிறது. இங்ஙனமே திருமங்கையாழ்வார், திருமழிசை ஆழ்வார் முதலிய வைணவப் பெரியார்களும் வாழ்ந்த காலம் இதுவே ஆகும். வாதங்களில் வல்லரான சமணரும் புத்தரும் வாழ்ந்த காலமும் தத்தம் கலைகளை வளர்த்து மறைந்த காலமும் பல்லவர் காலமே ஆகும்.

இதுகாறும் கூறியவற்றால், பல்லவர் ஆட்சியில் இருந்த மக்கள் பொதுக் கல்வி அறிவும், சமயக் கல்வி அறிவும், பிற கலைகளில் அறிவும் பண்படப் பெற்றிருந்தனர் என்பதைப் பாங்குற உணரலாம்.[18]

குறிப்புகள்

1. Moreas 'The Kadamba Kula', p. 14.
2. N.V.R. Rao's 'Gangas of Talakad', pp. 257-258.
3. Ep. Ind. Vol. XVIII, p.11
4. இப்பெயர் மூன்றாம் நந்திவர்மற்கு உரியது.

5. இச்செய்திகளை விளக்கமான படக்குறிப்புடன் எனக்கு உதவியர் புதுவை - ரா. தேசிகப்பிள்ளை பி.ஏ.எல். அவர்கள் ஆவர்.

6. நான் புதுவை ரா. தேசிகப்பிள்ளை அவர்களுடன் சென்று இவ்விடத்தைப் பார்வையிட்டேன். இங்குத் தளவாயாக இருப்பவர் ஆராய்ச்சித் துறையிற் பெயர்பெற்ற துப்ராய் துரை மாணவர். அவர் உடன் வந்து பல இடங்களைக் காட்டித் தாம் கொண்ட கருத்துகளையும் விளக்கினார்.

7. இச்சிற்றூர்களின் செயல்கள் அனைத்தும் தேவாரத் திருமுறைகளில் பரக்கக் காணலாம்.

8. M.V.K. Rao's 'Gangas of Talakad', p. 265.

9. சாளுக்கிய நாட்டிலும் பிரம்மபுரிகள் பல இருந்தன. இன்றைய பரீகாம்பூர் என்பது பிரம்மபுரியின் சிதைவேயாகும். அதுவும், சினையாகு பெயராகி (சீகாழியைப் போல) நகரத்தையே குறிக்கலாயிற்று

10. Ep. Ind. Vol. XV, p. 250.

11. **உலகத்தோ டொட்ட ஒழுகல் பலகாற்றும்**
கல்லார் அறிவிலா தார்
என்ற தமிழ் மறை நோக்குக

12. S.I.I. Vol. II, p. 346.

13. 'இராசசிம்மன் சைவசித்தாந்தத்தில் வல்லவன்' என்று கயிலாசநாதர் கோவிற் கல்வெட்டுகள் கூறுகின்றன. S.I.I. Vol. I, p. 346.

14. M.V.K. Rao's 'Gangas of Talakad', p. 267-269.

15. அப்பர் புராணம், செ 37 - 40

16. திருவதிகை - கோவிலுக்கு ஒரு கல் தொலைவிற் பாழ்பட்டுக் கிடந்து இப்போது வெளிக்கொணரப்பட்ட சிறிய கோவிலே 'குணதர ஈச்சுரம்' என்று அறிஞர் கூறுகின்றனர்.

17. Vide 'Tiruparuthikunram and its Temples'

18. தமிழ்க் கல்வி விளக்கம் 'இலக்கியம்' என்னும் தலைப்பில் விவரமாகத் தரப்படும்.

* * *

20. சமயநிலை

சமண வீழ்ச்சிக்குக் காரணம்

இடைக்காலப் பல்லவர் காலத்தில் தமிழகம் நுழைந்த திகம்பர சமணத் துறவிமார் ஆடையின்றித் திரிந்தமை, நீராடாது அழுக்குப் படிந்த மேனியராய் அலைந்தமை, இயற்கைக்கு மாறு பட்ட முறையில் தனித்துத் துறவு நிலையில் முற்ற இருந்தமை, கடுமையான நோன்புகள் நோற்றமை, சமயத்தின் பெயரால் தற்கொலை செய்துகொண்டமை இன்ன பிறவும் தமிழர் முன் இந்நாட்டிற் காணாத காட்சிகள் அல்லவா? **இவை அனைத்தும் தமிழர் மரபுக்கே மாறுபட்டவை.** பல்லவர் காலத் தமிழ் மக்கள் அகம்-புறம் கண்ட சங்கத் தமிழர் மரபினர்; சைவ - வைணவ வழிபாடு கொண்ட மரபினர். இயற்கையின் ஒரு கூறாகிய பெண்ணை (தாய்மையை)க் கடியத் தலைப்பட்ட சமணத் துறவிமாரை அத்தமிழ் மக்கள் எங்ஙனம் நேசித்தல் கூடும்? முதலிற் சமணமுனிவருடைய கல்வி கேள்விகளிலும் பிற நற்பணி களிலும் உவந்து சமணரான மக்கள், இம் மாறுபாடுகளை உணர்ந்த பின்னர் உள்ளூர வெறுத்து வந்தனர்: அப்பர் துணிந்து வெளிப் பட்டவுடன் சிலர் வெளிப் போந்தனர்; அரசனே மாறியவுடன், தொண்டை நாடே சமயம் மாறியதென்னலாம். இந்நிலைமையே பாண்டி நாட்டிலும் இருந்து, சம்பந்தரால் மாறியது.

உடனே இம்மாறுபாடு எப்படி உண்டானது?

அப்பர்க்கு முன்னரே நாயன்மார் பலர் சமணரைப் பின்பற்ற, மக்களைத் தம்வழித் திருப்பத் தண்ணீர்ப் பந்தர் வைத்தல், மடங்கள் வைத்துச் சமயக் கல்வியைப் புகட்டல் சமயப்போர் வீரரைத் தயாரித்தல், திருப்பணிகள் செய்ய மாணவரைத் தயா ரித்தல், அடியார்கட்கு அன்னமளித்தல், அடியார் எப்பொழுது வந்தாலும் உபசரித்து வேண்டியன தருதல் இத்தகைய முயற்சி களில் ஈடுபட்டுப் பொதுமக்கள் உள்ளத்தைப் படிப்படியாகத் தம் பழைய சமயத்திற்கு ஈர்த்து வந்தனர். கோவில்களில் ஆடல் பாடல்கள் தோன்றின; நாடகங்கள் நடிக்கப் பெற்றன; பலவகைப் படைப்புப் பொருள்கள் (பிரசாதங்கள்) அடியார்க்குத் தரப் பெற்றன; இறைவர் மீது உள்ளத்தை உருக்கும் பதிகங்கள் இசைக்

கருவிகள் துணையுடன் பாடப்பட்டன. 'உலக வாழ்க்கை இன்ப மானது; ஆண் - பெண் வாழ்வதே இன்ப வாழ்க்கை; இதுவே இறைவன் ஆணை; உலக இன்பங்களை நுகர்ந்து கொண்டே இறைவன்பால் பக்தி பூண்டு அவரவர் நிலைக்கேற்பத் திருப்பணி களும் தூய வாழ்வும் நடத்திப் போதலே போதும்' என்று சைவரும் வைணவரும் கூறத்தொடங்கினர். மக்கள் மனம் தெளிவுற்றது; அச்சமற்றது. இந்த எளிய போதனையே பொதுமக்கள் விரும்புவ தன்றோ? அதனால், சைவர் தொகை பெருகலாயிற்று; அதன் பயனாகச் சமணர் தொகை குறையலாயிற்று. கேட்கப் பொது மக்கள் இல்லையேல், சிறந்த படிப்பாளிகளான சமணர் யாதுதான் செய்வர்? அரசன் அரவணைப்பும் ஒழியவே, சமண முனிவர் பலர் வருந்திய உள்ளம் உடையவராய்க் கங்கநாடு புக்கனர்; அங்குத் தம் சமய இலக்கியப் பணிகளைச் செய்து புகழ் பெற்று வந்தனர்.[1]

சைவ சமயம்

வேதங்களிலும் ஆறு அங்கங்களிலும் பிறவற்றிலும் வல்ல மறையவர் நூற்றுக்கணக்காகப் பல்லவர் நாட்டிற் குடியேற்றம் பெற்றனர். இங்ஙனம் மறையவர் தொகை பெருகப் பெருக, அவரது வைதிக சமயம் பழந் தமிழ்ச் சைவ சமயத்தோடு இரண் டறக் கலந்தது: அவர் தம் உருத்திர வணக்கம் நன்றாகச் சிவ வணக்கத்திற் கலந்துவிட்டது. சங்ககால இறுதியிலேயே உண் டான சிவ - உருத்திரக் கலப்பைத் திருவாசகத்திற் காணலாம். பின்வந்த மறையவரால் மிகுந்த சமயக் கலப்பு ஏற்பட்டது என்பதைக் கி.பி. 7ஆம் நூற்றாண்டிற் செய்யப் பெற்ற அப்பர், சம்பந்தர் பாடல்களைக் கொண்டு நன்குணரலாம். வேத வேள்வியே இல்லாத பழைய சிவன், வடவர் கலப்பால் வேள்விக் குரிய மகாதேவன் ஆயினன். தமிழ் முருகன் 'சுப்பிரமணியன்' ஆயினன்; தமிழ்க் கொற்றவை 'துர்க்கை' ஆயினள்![2] பல பல கிளைச் சமயத்தார் வழிபட்டு வந்த மூர்த்திகளை எல்லாம் சிவ னுடன் சேர்த்து, 'ஐயனார் சிவனது அம்சம்,' 'விநாயகர் சிவனது பிள்ளை' என்றெல்லாம் கூறி, அதற்கேற்பக் கதைகள் வரையப் பெற்றன. இத்தகைய மாறுதல் தமிழ்நாட்டில் ஏறத்தாழ கி.பி. முதல் ஆறு நூற்றாண்டுகளில் நடந்து முடிந்தன என்னலாம். சைவ சமயம் பல கிளைகளாகப் பிரித்து இருந்தது. அப் பல பிரிவினர், பௌத்தரும் சமணரும் தெற்கே வந்தபொழுதோ - 'அதற்கு முன்னரோ - பின்னரோ தென்னாடு புக்கனர். இவரே **பாசுபதர், காபாலிகர், காளாமுகர்** முதலியோர். இவர்தம் பெயர் களில் ஒன்றேனும் தமிழ்ப் பெயராக இருத்தல் அருமை; 'தேவ சோமா'

முதலிய பெயர்களை மத்த விலாசத்திற் காண்க. இவர்தம் பழக்க வழக்கங்களும் தமிழ் நாட்டுப் பழக்க வழக்கங்கட்கு முற்றும் மாறுபட்டவை. 'அன்பே சிவம்' என்ற மணிவாசகர் - அப்பர் - சம்பந்தர் கொண்ட சைவசமயத்திற்கும் இவர்கள் கொண்ட சைவ சமயத் திற்கும் மலைக்கும் மடுவிற்கும் உள்ள வேறுபாடு காணலாம். எனினும், இக்கிளையினர் கொள்கைகள் பல தேவாரப் பதிகங் களிற் புகுந்துவிட்டன. இஃது அக்கால நிலையேயன்றி வேறன்று. சமண - பௌத்த சமயங்களை அடக்கத் தொடங்கிய பழந்தமிழ்ச் சைவம், ஒருபால் வைதிகத்தையும் மறுபால் இக் கிளைகளை யும் தழுவி இவற்றின் துணை கொண்டு அவற்றை அடக்கி விட்டன என்பது நன்கு தெரிகிறது.

பாசுபதர்

இவர் பழக்கங்களும், நம்பிக்கைகளும் விந்தையானவை. இவர் சில சமயங்களில் **மயேச்சுரர்** எனவும் கூறப்பெறுவர். இவர் திருநீற்றை அணிவர்; சிவனே முழுமுதற் கடவுள் என்பர்; லிங்கத்தை அல்லது சிவமூர்த்தத்தை வணங்குவர். இவருட் சிலர் தலைமுடியைக் கத்தரித்து விடுவர்; சிலர் மொட்டையடித்து விடுவர்; சிலர் குடுமி வைத்திருப்பர். சிலர் உடல் முழுவதும் நீறுபூசி ஆடையின்றி நடமாடினர். ஆயின், இவர் அனைவரும் உலகப்பற்றை விட்டு மேனிலை பெறத் தவ முயற்சி மேற் கொண்டிருந்தனர். இவருட் சிலர் 'சிவ கணங்கள்' எனப்பட்ட வற்றினிடம் நம்பிக்கை வைத்தனர்; அவற்றை உளங்குளிரச் செய்ய மக்களைப் பலியிடல், இறந்தவர் இறைச்சியைப் படைத் தல் முதலியவற்றில் நம்பிக்கை கொண்டிருந்தனர்.[3]

காபாலிகர்

இவர் **பைரவரை** வணங்கினவர்; மண்டை ஓடுகளை மாலைகளாக்கி அணிந்து கொண்டிருந்தனர்; மனிதர் உட்பட எல்லா உயிர்களையும் பைரவர்க்குப் பலியிட்டனர்; பலியிட்ட உடல் இறைச்சியையும் மதுவையும் உட்கொண்டனர்; பெண் களை 'ஆதி சக்தி' அவதாரம் என்று வணங்கினர்; சிவ வழிபாட்டில் எல்லாச் சமயத்தாரும் சமமானவரே என்ற கொள்கை கொண்டவர். இவர்கள் முயற்சியால் சக்தி வணக்கம் மிகுதிப்பட்டது.[4] இவருள் பெண்பாலரும் இருந்தனர் என்பது மத்தவிலாசத்தாற் புலனாகிறது.

காளாமுகர்

இவர் 'லகுலீசபாசுபதர்' என்னும் பெயர் பெற்றவர்; 'பக்தி' முறை பின்பற்றியவர்; இறைவனைப் பற்றிப் பாடலும் மெய்ம்மறந்து

ஆடலும் மந்திரம் செபித்தலும் செய்தனர். இவர் அனைவரும் சிறந்த கல்வி கற்றவர். இவர்கள் செல்வாக்கு தமிழகத்தில் மிகுந் திருந்தது. சோழர் காலத்தில் பல கோவில்கள் இவர்கள் மேற் பார்வையில் விடப்பட்டிருந்தன.

வைணவம்

சைவம் தமிழ் நாட்டிற்கு உரித்தானது போன்றே வைணவ மும் இந்நாட்டிற்கு உரியதே ஆகும். இதனை **'மாயோன் மேய காடுறையுலகம்'** என்ற தொல்காப்பியர் சூத்திரம் நன்கு விளக் கும்; இதன் வளர்ச்சி ஓரளவு சிலப்பதிகாரத்தால் நன்கறியலாம். சைவத்தில் பல புதிய கொள்கைகள் புகுந்தாற் போல வைண வத்திற் புகுந்த புதியன எவை என்பது அறியக்கூடவில்லை. ஆயின், திருமாலின் பல அவதாரக் கதைகளும் புராணச் செய்தி களும் பிறவும் வன்மையுற வழக்குப் பெற்ற காலம் பல்லவர் காலம் என்னலாம்.

வைணவ வேந்தர்

இவ்வைணவ சமயம் முதலில் பௌத்த சமயத்துடனும் பின்னர்ச் சமண சமயத்துடனும் போரிட்டது. திருமழிசை ஆழ்வார், திருமங்கையாழ்வார், தொண்டரடிப் பொடியாழ்வார் இவர்தம் பாசுரங்கள் அவர் பல்லவ அரசருள் இளவரசன் விஷ்ணுகோபன், இரண்டாம் சிம்மவர்மன், விஷ்ணுகோபவர்மன் முதலியோர் 'பரம பாசுவதர்' என்று தம்மைக் கூறிகொண்டனர்; 'சமயங் காப்போர்' என்றும் தம்மைப் பாராட்டிக் கொண்டவர்; பிற்காலப் பல்லவருள் சிம்மவிஷ்ணு, நரசிம்மவர்மன், இரண்டாம் நந்திவர்மன் முதலி யோர் சிறந்த வைணவப்பற்று உடையவர். அவர்களாற்றான் பல்லவப் பெருநாட்டில் பெருமாள் கோவில்கள் பல தோன்றின; குகைக் கோவில்கள் பல குடையப்பட்டன; வைணவ **மடங்கள்** காவேரிப்பாக்கம் முதலிய இடங்களில் தோன்றின; சைவத்தைப் பின்பற்றிய பல்லவ அரசரும் வைணவத்திற்கும் பல வகை யில் ஆக்கம் அளித்தனர். சுருங்கக் கூறின், பல்லவர் காலத்திற் சைவமும் வைணவமும் பல்லவ அரசரால் பேணிவளர்க்கப் பெற்றன என்று கூறல் தவறாகாது.

சமயக் கொடுமை

முதலிற் பல சமயங்களும் நன்முறையில் நடந்து வந்தன. ஆயின், நாளடைவில் சமய வாதங்கள் மிகுதிப்பட்டன. அவற்றால்

ஒன்றுக்கொன்று பகைமை முற்றத் தொடங்கியது. அரசர் செல்வாக்குப் பெற்ற சமயம், ஏனைய சமயங்களை ஏளனம் செய்யத் தலைப்பட்டது; மறைமுகமாகச் சில தீமைகளும் நிகழ்ந்திருக்கலாம். இப்பகைமை அப்பர்க்கு முன்பே வளர்ந்து வந்தது என்பதைத் **தண்டியடிகள்** புராணமும், **நமிநந்தி அடிகள்** புராணமும் நன்கு விளக்குகின்றன.

சமணர் - சைவர் கொடுமை

(1) தங்கள் சமயத்திற் சிறந்து இருந்த தருமசேனர் என்ற **திருநாவுக்கரசர்** சைவராக மாறியவுடன் திகம்பர சமணர் அரசனிடம் முறையிட்டனர்; அரசன் அவர் வயப்பட்டுச் சமணனாக இருந்தவன் ஆதலின், திகம்பர சமணர் அப்பரை ஒழிக்க நீற்றறையில் இடத் தூண்டினர் : விடம் கலந்த உணவை ஊட்டினர்; யானையால் இடறச் செய்தனர்; இறுதியிற் கல்லில் கட்டிக் கடலில் பாய்ச்சினர். சமணச் சார்புடைய மன்னன் இக்கொடுமைகள் செய்யப் பின் வாங்கவில்லை. இறுதியில் அப்பர் வென்றார் அரசனும் சைவன் ஆனான். முன்பு சமணச் சார்பு கொண்டு சைவர்க்குத் தீங்கிழைத்தபடியே, அவன் சைவன் ஆனதும் சிறப்புற்ற பாதிரிப்புலியூரில் இருந்த சமணக் கல்லூரியை ஒழித்தான்! பள்ளிகளையும் பாழிகளையும் அழித்தான்; அவற்றின் சிதைவுகளைக் கொணர்ந்து திருவதிகையிற் **குணதர ஈச்சரம்** என்று தன் பெயரால் கோவில் ஒன்று கட்டினான். சமணர் முன்னர் விதைத்ததையே அறுவடை செய்தனர்.

(2) இங்ஙனமே இத் திகம்பர சமணர் மதுரையில் சம்பந்தர் தங்கி இருந்த மடத்திற்கே நெருப்பிட்டுவிட்டனர். அந்நெருப்பிட்ட பயனே, அவர்கள் கழுவேற நேர்ந்தது. இந்த நிகழ்ச்சியிலும், முதலில் நெடுமாறன் அத் திகம்பரர் பக்கமே சார்ந்து, ‘கண்டமுட்டு, கேட்டமுட்டு’ என்றான்.

ஆனால், அவனே சைவனாக மாறியவுடன், அத்திகம்பரரையே கழுவேறச் செய்தான். திகம்பரர் மடத்திற்குத் தீவைத்த கொடுமையை எண்ணியே, சம்பந்தர் வாய்திறவா திருந்தார் என்று சேக்கிழார் கூறுதல் சிந்திக்கத்தக்கது.

இவை நடந்தனவா?

(1) மேற்சொன்ன இரண்டு நாட்டு நிகழ்ச்சிகளிலும் முற்பகுதியின, சமணர் செய்த கொடுமைகள்; பின் இரண்டும் சைவர் செய்த கொடுமைகள். கி.பி. ஏழாம் நூற்றாணடிற்குப் பின்

பாடலியில் இருந்த புகழ்பெற்ற சமணக் கல்லூரியைப் பற்றிய குறிப்பே காணப்படவில்லை; அச்சமணரும், பாண்டி நாட்டுச் சமணர் பலரும் கங்கநாட்டிற்குப் போய்விட்டனர்[5]; சிலர் புதுக்கோட்டைச் சீமைக்குப் போய்விட்டனர்.[6] இக்குறிப்புகளை நடுவுநிலையினின்றும் ஆராயின், பெரியபுராணம் கூறும் மேற் சொன்ன செய்திகள் பொய்யெனக் கூறல் இயலாது. அப்பர் சமண ரால் துன்புறுத்தப்பட்டவர் என்பதை அவருடைய பாடல்களே விளக்கி நிற்கின்றன.

வேறு சான்று வேண்டுவதில்லை. 'குணதர ஈச்சரம்' என்ற கோவில் இப்பொழுதும் திருவதிகையில் இருக்கிறது. அது மகேந்திரன் கட்டியதுதான் என்று அதன் தூண்களே சான்று பகர்கின்றன.[7] தான் வேறு சமயத்திலிருந்து சைவனாக மாறினான் என்பதை மகேந்திரனே தன் கல்வெட்டில் அறிவித்துள்ளான். அவன் கொண்டிருந்த வேறு சமயம் சமணமே என்பதைச் சித்தன்ன வாசல் ஓவியங்கள் மெய்ப்பிக்கின்றன.

(2) சம்பந்தர் பதிகங்களை நன்கு ஆராயின், அவர் திகம்பர சமணரை மனமார வெறுத்தவர்; அவர்களால் சைவசமயம் பாழாகிறது என்பதை நம்பியவர் என்பன நன்கு வெளியாகின்றன. இராசராசன் காலத்தவரான நம்பியாண்டார் நம்பி தாம் பாடிய சம்பந்தரைப் பற்றிய பாக்களில் பல இடங்களில், 'சமணர் கழு வேற்றப்பட்டனர்' என்பதைத் தெளிவாக விளக்கியுள்ளார். சான்றாக ஒன்று காண்க:

கோதைவேல் தென்னன்தன் கூடல் குலநகரில்
வாதில் அமணர் வலிதொலையக் - காதலால்
புண்கெழுவு செம்புனலா றோடப் பொருதவரை
வன்கழுவில் தைத்த மறையோனை.[8]

நம்பி, சேக்கிழார்க்கு 200 ஆண்டுகள் முற்பட்டவர். இவர் எதனைச் சான்றாகக் கொண்டு இங்ஙனம் பல இடங்களிற் குறித் தார்? இவர் காலத்தில் அச்செய்தி நாடெங்கும் பரவி இருந் திருத்தல் வேண்டும் என்பது தெரிகிறது அன்றோ? இது நிற்க

வைணவர் கொடுமை

(1) **இலக்கியச் சான்று : திருமங்கை ஆழ்வார்** கி.பி. 8ஆம் நூற்றாண்டினர்; இரண்டாம் நந்திவர்மன் காலத்தினர். இவர் சோழநாட்டின் ஒரு பகுதியான ஆலி நாட்டை ஆண்ட குறுநில மன்னர்; சிறந்த வைணவ பக்தர். இவர் நாகப்பட்டினத்துப் பௌத்த விகாரத்தில் இருந்த பொன்னாற் செய்யப்பட்ட புத்தர் சிலையைக்

கவர்ந்து வந்து, அதைக் கொண்டு பல கோவில் திருப்பணிகள் செய்தனர் என்று **குருபரம்பரை** கூறுகின்றது. இவர் பௌத்த - சமண சமயங்கள் மீது நாயன்மாரைப் போலவே மிக்க வெறுப் புற்றவர் என்பதை இவர் பாடல்களைக் கொண்டு நன்குணரலாம்.

(2) இவரது காலத்தவரே **தொண்டர் அடிப்பொடி ஆழ்வார்.** அவரும் சமண - பௌத்தரை அறவே வெறுத்தவர்; அமயம் வாய்ப்பின், அவர்களைக் கொல்வதே நல்லது என்ற எண்ணம் கொண்டவர். இதனை அப்பெரியார் பாடலே உணர்த் தல் காண்க:

*வெறுப்பொடு **சமணமுண்டர் விதியில்சாக் கியர்கள்** நின்பால்*
பொறுப்பரி யனகள் பேசில் போவதே நோய தாகி
*குறிப்பெனக் கடைய மாகில் கூடுமேல், தலையே **ஆங்கே***
அறுப்பதே கருமம் கண்டாய் அரங்கமா நகர் உளானே!

பட்டயச் சான்று

''இரண்டாம் நந்திவர்மன் தரும சாத்திர முறைப்படி நடவாத மக்களை அழித்து, இந்த நிலத்தைக் கைப்பற்றி, வரியிலியாகப் பிராமணர்க்கு அளித்தான்'' என்பது உதயேந்திரப் பட்டயத்திற் காணப்படுகிறது. இக்குறிப்பைப் பற்றி அறிஞர் **தாமஸ் போக்ஸ்,** 'இந்தநிலத்துக்கு உரியவர் **சமணர்**; அவர்களை அழித்து இந் நிலத்தைப் பிறர்க்குக் கொடுத்தமை என்பது, பல்லவ மல்லன் வரலாற்றில் ஒரு களங்கத்தை உண்டுபண்ணிவிட்டது.

எனினும், **இச்செயல் அக்கால நிலையை ஒட்டியதாகும்**[9]' எனக் கூறியிருத்தல் கவனிக்கத்தக்கது. இதனால் வைணவனான பல்லவமல்லன், தன் முன்னோர் சமணர்க்கு விட்டிருந்த நிலத் தைக் கவர்ந்து, மறையவர்க்கு உரிமை யாக்கினான் என்பது வெளிப்படை.

பல்லவ அரசர் பௌத்தர்க்கு நிலம் விட்டதாக இதுகாறும் ஒரு பட்டயமோ - கல்வெட்டோ கூறாதிருத்தல் இங்கு நினைக்கத் தக்கது.[10]

சிற்பச் சான்று

பரமேச்சுர விண்ணகரத்தின் உட்சுவர் நிறையச் சிற்பங்கள் அழகொழுகக் காட்சி அளிக்கின்றன. அவற்றில் சில சிற்பங்கள் பல்லவ மல்லன் சமயக் கொள்கையைக் குறிக்கின்றன. 'அரசன் அரியணையில் அமர்ந்துள்ளான். அவனுக்குப் பின் ஒருத்தி கவரி

வீசுகிறாள். அரசர்க்கு எதிரில் **துறவிகள் இருவர்** கழுவேற்றப் பட்டுள்ளனர். இச்சிற்பத்திற்கு வலப்புறம் ஆழ்வார் சிலை கொண்ட கோவிலையும் அதன் வலப்புறம் வைகுந்தப் பெருமாள் கோவில் போன்ற கோவிலையும் குறிக்கும் சிற்பங்கள் காண் கின்றன. ஆழ்வார் சிலை, முதல் மூன்று ஆழ்வாருள் ஒருவரைக் குறிப்பதாகலாம். அவர் அக்காலத்திற் பூசிக்கப்பட்டனர் போலும்! சமணர், புத்தர் போன்ற புறச்சமயத்தவரை அழித்து வைணவம் நிலைநாட்ட முயன்றதைத்தான் இச்சிற்பங்கள் உணர்த்துகின்றன.

இஃது அக்காலத்தை ஒட்டிய செயல் போலும்! கழு வேற்றப்பட்டவர் யாவராயினும் ஆகுக; இச்சிற்பங்களால் பல்லவ மல்லன் நடத்தை இன்னது என்பது நன்கு புலனாகிறது.[11] பௌத்த - சமணப் போராட்டங்கள் பெரும்பாலும் ஏழாம் நூற்றாண்டோடு முடிந்துவிட்டன எனக் கூறலாம். அதற்குப் பிற்பட்ட கி.பி. 8ஆம் நூற்றாண்டில் சமணர் கழுவேற்றப் பட்டனர் எனின், வீராவேசத் துடன் சமண - சைவ வாதங்கள் நடந்த சம்பந்தர் காலத்தில் - அப்பரைப் பல்லாற்றானும் கொல்ல முயன்ற காலத்தில் - சம்பந்தர் இருந்த மடத்திற்கே நெருப்பிட்ட அக்காலத்தில் சமணர் கழுவேற்றப்பட்டனர் என்பதில் ஐயப்படத்தக்க குறிப்பு யாதுளது? இச்சமயக் கொடுமைகள், தாமஸ் போக்ஸ் ஆராய்ச்சி அறிஞர் கூறுமாறு, **அக்கால நிலைமைக்கேற்ப நடைபெற்றன**வாகும்'[12] எனக் கோடலே வரலாற்றுணர்ச்சியுடையார் செயற்பாலது.

உயிர்ப்பலி இடுதல்

முன்னுரை

கபாலிகர், பாசுபதர் முதலிய சைவசமய வேறு பிரிவினர் பைரவர்க்கும் காளிக்கும் மதுவையும் படைத்தல் வழக்கம்; இவ்விரு கடவுளர்க்கும் உயிர்களைப் பலியிட்டும் வந்தனர். இப்பழக்கம் நெடுங் காலமாகவே இந்தியா முழுவதும் இருந்த பழக்கமாகும். இது பல்லவர் காலத்திலும் இருந்ததென்பது அறியத்தக்கது. ஆயின், பல்லவ அரசர் இந்த வழிபாட்டில் கலந்து கொண்டனர் என்பதைக் கூறச் சான்று இல்லை. அவர்கள் காலத் தில் துர்க்கை, காளி முதலிய பல வடிவங்களில் வழிபடப்பட்டு வந்தது பெண் தெய்வமாகும். கயிலாசநாதர் கோவில் சிற்பங் களில் **பைரவ மூர்த்தி, பிரம்ம சிரச்சேத மூர்த்தி** ஆகிய தேவரைக் குறிப்பனவும் உள. காஞ்சியிலும் மாமல்லபுரத்திலும் துர்க்கை, காளி (மகிடாசுர மர்த்தினி) வடிவங்களைக் காணலாம். இவ்வடிவங் களைக் கண்ட **டாக்டர் ஓகெல்** என்பவர், ''ஒவ்வொரு சிற்பமும் காளிக்குத் தலையை அறுத்துக் காணிக்கையாகத் தருதலையே

குறிக்கிறது. இச்செயல்பக்தர்தம் மனவுறுதியை நன்கு காட்டு கிறது'' எனக் குறித்துள்ளார்.[13] தலையை அறுக்கத் துணிந்த பத்த னுக்கு எதிர்ப்புறத்தே வேறொரு பத்தன் தன் உள்ளத்து உணர்ச்சி யால் உயர்ந்த பத்தி நிலையிலிருந்து வழிபாடு செய்தலையும் அச்சிற்பங்கள் உணர்த்துகின்றன.[14]

சிற்பங்கள்

மகேந்திரவர்மன் காலத்துத் திருச்சிராப்பள்ளி - குகைக் கோவிலில் துர்க்கைக்கு முன் ஒருவன் தன் கழுத்தை அறுத்துப் பலியிடுவதாகச் சிற்பம் காணப்படுகிறது. இக்காட்சி புள்ளமங்கை யில் உள்ள சிவம் கோவிலிலும் காணலாம். அங்குள்ள சிற்பங் களில் ஒருவன் கழுத்தை அரிந்துகொள்வதைக் குறிக்கிறது. மற்றொருவன் தன் தொடையிலிருந்து தசையை அறுத்துக் காளிக்குப் பலியாகத் தருகிறான். மாமல்லபுரத்தில் உள்ள வராகப் பெருமாள் கோவிலில் அச்சுறுத்தும் தோற்றத்துடன் கூடிய துர்க்கை உருவம் காணப்படுகிறது. அங்கும் அழகன் ஒருவன் மதுவேந்திய பாத்திரத்துடன் துர்க்கையை வணங்குகிறான். வேறொருவன் கோடரி ஒன்றை ஏந்திக்கொண்டே வணங்குகிறான். இத்தகைய சிற்பங்கள் அக்கால உயிர்ப்பலியை நினைப்பூட்டுவனவே அன்றி வேறல்ல.

சான்றுகள்

'இங்ஙனம் பைரவர்க்கும் காளிக்கும் உயிர்ப்பலி (மக்கள் பலி) இடல் பண்டை வழக்கமே' என்பது வரலாறு கூறும் செய்தி யாகும். திருப்பருப்பதம் (ஸ்ரீ சைவம்) சிவபெருமானுக்குக் கொங்கு வீரர் தம் தலைகளையும் நாக்குகளையும் பலி இட்டமை கல்வெட்டுச் செய்தியாகும்.[15]

இப் பிற்காலக் கல்வெட்டுச் செய்திகளையும் முன் சொன்ன சிற்பங்களையும் நோக்க, பல்லவர் காலத்தில் உயிர்ப்பலி இடுதல் என்பது கிளைச் சமயத்தார் சிலரேனும் கையாண்டுவந்த பழக்கம் என்பதை அழுத்தமாகக் கூறலாம்; அஃதாவது பைரவர்க்கும் காளிக்கும் உயிர்ப்பலி கொடுக்கப்பட்டது எனக் கூறலாம். கூறவே, சிறுத் தொண்டர் தம் ஒரே மகனைப் பைரவர்க்குப் பலி யிட்டுச்சமைத்துப் படைத்ததில் வியப்பில்லை அன்றோ?

குறிப்புகள்

1. M.V.K. Rao's 'Gangas of Talakad'
2. T.R. Sesha Iyengar's 'Ancient Dravidians'.

3. M.V.K. Rao's 'Gangas of Talakad', p.189; **'உயிர்ப்பலி'** பற்றிய செய்தி இப்பகுதியின் பிற்பட்ட பிரிவிலே விளக்கப்பட்டுள்ளது.
4. Ibid. pp. 188-189.
5. M.V.K. Rao's 'Gangas of Talakad', pp.272.
6. 'Naratha Malai & its Temples', J.O.R. 1933
7. நான் இக்கோவிலை நேரிற் சென்று பார்வையிட்டேன்
8. Vide his, 'ஆளுடைய பிள்ளையார் திருவுலா மாலை' 11ஆந் **திருமுறை**.
9. Indian Antiquary, Vol. VIII, p. 281.
10. Dr. C. Minakshi, 'Ad. and S. Life under the Pallavas', p. 172.
11. The spirit of the age then was not unfavourable to the religious persecution or its portrayal on the walls of temple of the 'victorious creed'.
12. 'The action was in close accordance with the spirit of the age'. - Thomas Foulkes.
13. K. Nilakanta Sasty's article in 'Kalaimagal' (April, 1932)
14. Dr. C. Minakshi's 'Ad. and S. Life under the Pallavas', p. 183.
15. Ibid. p. 185.

* * *

21. இசையும் நடனமும்

இசை

நாகரிக நாட்டுக் கலைகளாகப் போற்றப்படும் இசை, நடனம், ஓவியம், சிற்பம், காவியம் என்பவற்றைப் பல்லவ அரசர் போற்றி வளர்த்தனர். ஓவியமும் சிற்பமும் அவர் தம் ஆட்சியில் பெற்றிருந்த மேனிலையை அவர்தம் குகைக்கோவில்களிலும் கயிலாசநாதர் கோவில், வைகுந்தப் பெருமாள் கோவில் போன்ற கற்றளிகளிலும் கண்டு கண்டு களிக்கலாம். அவை இந்நூலின் அடுத்த பகுதியிலும் பிற இடங்களிலும் விளக்கப்பட்டுள்ளன. ஆதலின், இங்கு இசையும் நடனமும் பற்றிச் சிறிது காண்போம்.

மகேந்திரவர்மனும் இசையும்

இவன் பல்லாவரம் குகைக்கோவில் கல்வெட்டில் தன்னைச் **சங்கீரண சாதி** என்று கூறியுள்ளான். இதனைப் பிறழ உணர்ந்த அறிஞர் பலர், 'இவன் தமிழ்த் தாய்க்கும் சிம்மவிஷ்ணுவுக்கும் பிறந்தவன்' எனப்பொருள் கொண்டனர். அது தவறு. இவன் **தாளவகைகள் ஐந்தனுள்** (சதுரஸ்ரம், திஸ்ரம், மிஸ்ரம், கண்டம், **சங்கீரணம்**) கடைசியில் உள்ள **சங்கீரணம்** என்பதைப் புதிதாகக் கண்டு, அதன் வகைகளையும் ஒழுங்குகளையும் அமைத்தவன் என்பது பிற்கால ஆராய்ச்சியாளர் கருத்து. இவனது குடுமியா மலைக் கல்வெட்டு ஒன்று, **சித்தம் நமசிவாய** என்று தொடங்கிப் பலவகைப் பண்களையும் தாள வகைகளையும் விளக்கி, முடிவில், **இவை எட்டிற்கும் ஏழிற்கும் உரிய** என்று முடிந்துள்ளது. இதனால், 'மகேந்திரன் கண்டறிந்த பண்கள் எட்டு நரம்புகளைக் கொண்ட வீணைக்கும் பயன்படும்; ஏழு நரம்புகளைக் உடைய வீணைக்கும் உரியன' என்பது பொருளாகும். ஏழு நரம்புகளைக் கொண்ட வீணையே யாண்டும் இருப்பது. மற்றதை மகேந்திரன் புதிதாகக் கண்டுபிடித்தான் போலும்![1]

மாமண்டூர்க் கல்வெட்டில் **ஊர்வசி.......... கந்தர்வ சாத்திரம்** என்று மகேந்திரன் இசைச் சிறப்பைக் குறித்துள்ளான். இப்பேரரசன் தான் இயற்றியுள்ள மத்த விலாசத்தில் இசை, நடனம் பற்றிய தன் விருப்பைப் பிறர் வாயிலாக வெளிப்படுத் துதல் நோக்கத்தக்கது: ''இசை எனது செல்வம். ஆ! நடிப்பவர் தம் அழகிய நடனம் பார்க்க இன்பமானது. தாளத்திற்கும் இசைக்கும்

ஏற்ப அவர்கள் திறம்பட மெய்ப்பாடுகளை விளக்கி நடித்தல் இனிமையாக இருக்கின்றது. ‘கைவழி நயனம் செல்லக் கண்வழி மனமும் செல்ல ஐயநுண் இடையார்’ ஆடல் இன்பத்துள் ஆழ்த்து கின்றது.’’

மகேந்திரவர்மன் **பரிவாதினீ** என்னும் பெயர் கொண்ட வீணையில் வல்லவனாக இருந்தான் போலும்! ‘ஒரு பெண் தன் தோழியை அணைத்துக் கொண்டு படுப்பதுபோல நங்கை ஒருத்தி பரிவாதினீயை அணைத்துக் கொண்டு உறங்கினாள்’ என்று அசுவகோஷர் புத்த சரிதத்தில் கூறுதல் காணலாம். மேலும் அவர், ‘இந்த வீணை பொன் நரம்புகளை உடையது’ என்கிறார். எனவே, பேரரசனான மகேந்திரவர்மன் சரியான வீணையைத்தான் வைத்து இருந்தான் என்பது புலனாகிறது.[2]

இராசசிம்மனும் இசையும்

இராசசிம்மனும் இசையில் பெரும் புலமை பெற்றவன் ஆவன். அவனுடைய பல விருதுப் பெயர்களுள், **வாத்ய வித்யா தரன்** (இசைக் கருவியில் வித்யாதரன்), **ஆதோத்ய[3] தும்புரு** (தும்புருவைப்போல ஆதோத்ய வீணை வாசிப்பில் வல்லவன்), **வீணா நாரதன்** (வீணையில் நாரதன் போன்றவன்) என்பன அவனது இசைப் புலமையை நன்கு விளக்குகின்றன.

நாயன்மார் இசை

பண்களையும் தாள வகைகளையும் உண்டாக்கி அமைத் தவன் ஒருவன், பலவகை வாத்தியங்களில் சிறப்பாக வித்யா தரரையும் நாரதனையும் தும்புருவையும் நிகர்த்தவன் ஒருவன் எனின், அம்மம்ம! இப்பல்லவப் பெருவேந்தர் காலம் இசைக் காலமே ஆகும் என்பதில் ஐயமுண்டோ? இதனாற்றான் போலும், மகேந்திரவர்மன் காலத்தில் இருந்த திருநாவுக்கரசர் பலவகைப் பண்களைக் கொண்ட - அரிய தேனினும் இனிய தேவாரப் பதிகங் களைத் தலங்கள் தோறும் பாடிக் களித்தார்! பரமனுக்கும் பல்லவநாட்டு மக்கட்கும் செவி விருந்தளித்தார்! அவர் காலத்துச் சம்பந்தரும் இசைப் புலவராகி மிளிர்ந்தார்! சம்பந்தர் இசைப் பாடலிற் பெரிதும் வல்லவர். அவர் பாடிய பாக்களை யாழில் அமைத்துத் தலங்கள் தோறும் பாடிவந்தவர் **திருநீலகண்ட யாழ்ப்பாணர்** ஆவர். அவரும் வாசிக்க இயலா வகையில் சம்பந்தர் ஒரு பாட்டைப பாடித் திகைக்க வைத்தார்.[4] எனின், அக்கால இசை மேம்பாட்டை என்னென்பது!

அப்பர், 'ஈசன் எந்தை இணையடி நீழல் - மாசில்லாத **வீணை ஒலி** போன்றது' என்று கூறுவதிலிருந்து, அவரது இசைப் புலமையையும் இசை இன்பத்தில் ஆழ்ந்து கிடந்த அவரது நுட்ப உணர்வினையும் நாம் நன்குணரலாம். சுந்தரரும் இசையிற் சிறந்தவர். இம்மூவர் தேன் பாடல்களும் தெவிட்டாத பேரின்பம் பயப்பனவாகும்; கேட்போர் செவி வழியாப் புகுந்து உள்ளத்தைப் பேரின்ப மயம் ஆக்கிக் கருவி காரணங்களை ஓயச்செய்து இசை உலகமாகிய பேரின்பப் பெருவாழ்வில் உய்ப்பனவாகும். சைவ சமயம் அக்காலத்தில் மிகுதியாகப் பரவியதற்குற்ற சிறந்த காரணங்களால் சிலவற்றுள் இசைப் பாட்டு ஒன்றாகும். இந்த இசையை வளர்த்தவருள் முதல்வன் மகேந்திரவர்மன். அவன் காலத்தில் பல்லவப் பெருநாட்டில் இருந்த பெருங்கோவில்களில் எல்லாம் இசை வெள்ளம் கரை புரண்டு ஓடியது என்பதை அப்பர் - சம்பந்தர் பாக்களால் பாங்குற உணரலாம். 'பெண் மக்கள் இசையில் வல்லவராக இருந்தனர். ஆடவரும் அங்ஙனமே சிறந்திருந்தனர். ஆடவரும் பெண்டிரும் கோவில்களில் கலந்து பாடினர்' என்னும் குறிப்புகள் தேவாரத் திருமுறைகளில் பல இடங்களில் காணலாம்.

> **பண்ணியல் பாடல்** அறாத ஆவூர்
> பத்திமைப் பாடல் அறாத ஆவூர்
> பாஇயல் பாடல் அறாத ஆவூர் (சம்பந்தர் பதிகம் 8)
> ....**மாதர்** விழாச் சொற் **கவி** பாட நிதான நல்கப்
> பற்றிய கையினர் வாழும் ஆவூர் (சம். பதி. செ. 6)
> கோல விழாவின் அரங்கதேறிக் கொடியிடை, **மாதர்கள் மைந்தரோடும்**
> பாலென வேமொழிந் **தேத்தும்** ஆவூர் (சம். பதி. செ. 9)
> தையலார் **பாட்டோவாச்** சாய்க்காடு
> மாதர் மைந்தர் **இசைபாடும்** பூம்புகார்

'சித்தம் நமசிவாய' என்று சிவனார்க்கு வணக்கம் செய்து இசை இலக்கணம் கல்வெட்டிற் பொறித்த சிறந்த சிவ பக்தனான மகேந்திரவர்மன், இசைக்கலையிலும் நடனக் கலையிலும் பேரின்பம் துய்த்தவன் ஆதலின், அவனது பெரு நாடும் இசையும் நடனமும் ஆகிய கலைகளின் இன்பத்தைச் சமய குரவர் காலத்தில் நன்கு நுகர்ந்து சைவப் பயிரைத் தழைக்கச் செய்தது. தேவார காலத்தில்

இருந்த இசைக் கருவிகளைக் காணின், பல்லவப் பேரரசர் இசை வளர்த்த பெற்றி மேலும் நன்கு விளங்கும்.

தேவார காலத்து இசைக் கருவிகள் (கி.பி. 600 - 850)

1. யாழ் 2. வீணை 3. குழல் 4. கின்னரி 5. கொக்கரி 6. சச்சரி 7. தக்கை 8. முழவம் 9. மொந்தை 10. மிருதங்கம் 11. மத்தளம் 12. தமருகம் 13. துந்துபி 14. குடமுழா 15. தத்தலகம் 16. முரசம் 17. உடுக்கை 18. தாளம் 19. துடி 20. கொடு கொட்டி முதலியன. இவற்றுள் பல, பண்டைக்கால முதலே தமிழகத்தில் இருந்தவை. தேவாரத்தில் காணப்படும் பெரும்பாலான பண்கள் **தமிழ்நாட்டிற்கே உரியவை.** அவை பண்டை இசை நூல்களில் (அழிந்துபோன நூல்களில்) கூறப்பட்ட இசை நுணுக்கம் பொருந்தியவை. அப்பண்களில் சில சிலப்பதி காரத்துட் காணலாம். **பல்லவப் பேரரசர் காலத்தில் தமிழ்நாட் டில் தமிழ்ப்பண்களும் தமிழ் இசையும் களிநடம் புரிந்தன** என்பதற்குத் திருமுறைகளே ஏற்ற சான்றாகும்.[5]

ஆழ்வார் அருட்பாடல்கள்

திருப்பதிகங்கள் போலவே, பல்லவர் காலத்தில் ஆழ்வார் அருட்பாடல்கள் வைணவத் தலங்களில் நன்றாய்ப் பாடப்பட்டு வந்தன. இரண்டாம் நந்திவர்மன் காலத்தில் வைணவம் போற்றப் பட்ட சமயமாக இருந்தது. அக்காலத்தில் அருட்பாடல்கள் பெரிதும் பாடப்பட்டிருத்தல் வேண்டும். இங்ஙனம் சைவர் ஒருபுறமும் வைணவர் மறுபுறமும் இசையோடு கூடிய அருட்பாடல்களைப் பாடியருளி இசைக்கருவிகளையும் பயன்படுத்தினர். அரசர் ஆதரவு பெற்ற அப்பெரு மக்கட்கு என்னகுறை! சுருங்கக் கூறின், பல்லவர் நாடு இசைக் கலையில் கந்தர்வநாட்டை ஒத்திருந்தது என்று கூறி முடிக்கலாம்.

மகேந்திரன் கால நடனம்

மகேந்திரவர்மன் காலத்துச் சித்தன்ன வாசல் ஓவியங்கள் இரண்டிலிருந்து கி.பி. 7ஆம் நூற்றாண்டில் பல்லவ நாட்டில் இருந்த நடனக் கலையை நன்குணரலாம்.

(1) வலப்பக்கத்து நடிகை தன் இடக்கையை 'யானைக்கை' நிலையிலும், வலக்கையின் அங்கையைச் 'சதுர' நிலையிலும் வைத்திருத்தல் நோக்கத்தக்கது. இந்த நடன நிலை மிக உயர்ந்தது. இதனைப் பிற்கால நடராசர் சிலைகளில் எல்லாம் நன்கு

காணலாம். சிவனார் ஆடிய **நாதாந்த நடனத்தில்** இவ்வமைப் பைத் தெளிவாகக் கண்டு களிக்கலாம்.

(2) இடப்பக்கத்து நடிகை தன் இடக்கையை ‘லதா விரிசிக’ நடனத்தில் நீட்டுதல் போலப் பெருமிதத்தோடு நீட்டியுள்ளாள். இடக்கால பின்பக்கம் மடங்கவேண்டும். வலக்கையின் அங்கை யும் விரல்களும் மேல் நோக்கி வளைந்திருத்தல் வேண்டும். இடக்கை லதாவைப்போல நன்றாக நீட்டுதல் வேண்டும். இவை யாவும அமைந்த நிலையே **லதாவிரிசிக நடனம்** என்பது.

‘இந்த இரண்டு கூத்தியர் நடன முறைகளிலும் மெய்ப்பாடு கள் பல காணலாம். மெய்ப்பாடுகள் தோன்றும்படி நடித்தலே நாட்டியச் சுவையை மிகுதிப்படுத்துவதாகும். இம்மெய்ப்பாட்டு வகைகள் பலவாகத் தொல்காப்பியத்துள் விளக்கப்பட்டுள்ளன.

இந் நடிகையர் முழுப் படமும் சித்தரிக்கப்படாமல் இடையளவு சித்தரிக்கப்பட்டிருத்தல் நடனக்கலையில் உளதாகும் மெய்ப்பாடு களை உணர்த்தவே ஆகும்.

இவ்வியத்தகு ஓவியங்களை வரைந்த பெருமக்கள் சிறந்த நடிகராக இருத்தல்வேண்டும். சிறந்த நடிகரே சிறந்த ஓவியங் களை உள் உணர்ச்சியோடு தீட்ட வல்லவர் ஆவர். இச் சித்தன்ன வாசல் சித்திரங்கள் தீட்டப்பெற்ற காலத்தில் பல்லவ நாட்டில் ஓவியம் வல்லாருள் பெரும்பாலர் சிறந்த நடிகராகவும் இருந்தனர். எனக்கோடல் பொருத்தமே ஆகும். பக்தியிற் கட்டுண்டு, இசைக் கலையை நன்குணர்ந்த திருநாவுக்கரசரும் நடனக்கலை உணர்வை நன்குடையவர் என்பதை அவருடைய பதிகங்களி லிருந்து அறியலாம். அவர் சிவனாரது நடனத்தில் உள்ளம் வைத்த உத்தமராக இருந்தார்.

நீல மணி மிடற்றான்
கைஞ்ஞின்றி ஆடல் கண்டால் பின்னைக் கண்கொண்டு
காண்பதென்னே!

இனித்த முடைய எடுத்தபொற் பாதமும் காணப்பெற்றால்
மனித்தப் பிறவியும் வேண்டுவதே இந்த மாநிலத்தே.
ஆடினார் பெருங் கூத்துக் காளி காண.

வைகுந்தப் பெருமாள் கோவில்

இக்கோவில் நடனம் பற்றி இரண்டு சிற்பங்கள் காணப்படு கின்றன:

(1) அரசன் முன்னிலையில் ஆடவரும் பெண்டிரும் நடித்தல் - ஆடவன் ஒருவன் அழகாகத் தன்னை அணி செய்து கொண்டு பக்கத்துக்கொருவராக அழகிய நங்கையர் இருவருடன் நிற்கின்ற நிலை என்பன காணத்தக்கன. அரசனது அவை முன்னர் இக்கூத்து நடைபெறுகிறது. இக்கூத்து முடிந்த பின்னர் மற்போர் நடைபெறுகிறது. இங்ஙனம் நடனத்திற்குப் பிறகு அதே இசை ஒலியுடன் மற்போர் நடைபெறல் பண்டை வழக்கம் போலும்![6]

(2) நடிகர் ஒன்பதின்மர் அரசன் அவையை அடைகின்றனர். முதல்வன் இசை முழக்கத்துடன் உள் நுழைகிறான். அவனுக்குப் பின் ஆடவர் அறுவரும் பெண்டிர் இருவரும் செல்கின்றனர். இவ்விரண்டு சிற்பங்களோடு, சிலப்பதிகாரச் செய்திகளையும் நோக்க, பல்லவர் காலத் தமிழகத்தில் இருபாலரும் கலந்து

ஆடிவந்தனர் என்பதும் நன்கறியலாம். இங்ஙனம் இருபாலரும் சேர்ந்து நடித்தலைப் பல்லவ பெருவேந்தர் பாராட்டி வளர்த்தனர் என்பதும் அறியலாம்.

அடிகள்மார்

பல்லவர் காலத்துக் கோவில்களில் இசையும் நடனமும் வளர்க்கப்பட்டன. **இவை இரண்டும் சமயத்தின் உறுப்புகளாகக் கருதப்பட்டன.** பல கோவில்களில் இவ் விரண்டையும் வளர்க்கப் பெண்கள் இருந்தனர். அவர்கள் **அடிகள்மார், மாணிக்கத்தார், கணிகையர்** முதலிய பெயர்களால் குறிக்கப்பெற்றனர். **முத்தீச்சுரர் கோவிலில்** மட்டும் 42 **அடிகள்மார் இருந்தனர்** எனின், பல்லவப் பெருவேந்தர் நடனக் கலையை வளர்த்த சிறப்பை என்னெனப் பகர்வோம்! திருவெற்றியூர்க் கோவிலிலும் குடந்தை முதலிய பல இடங்களிலும் அடிகள்மார் பலர் இருந்தனர்.

தேனார் மொழியார் திளைத்தங் காடித் திகழும்
குடமூக்கில் (72, 7)

வலம்வந்த மடவார்கள் நடமாட மழையென் றஞ்சிச்
சிலமந்தி அலமந்து மரமேறி முகில்பார்க்கும்
திருவையாறே. (130. 1)

முழவம் மொந்தை குழல்யாழ் ஒலி
சீராலே பாடல் ஆடல் சிதைவில்லதோர்
ஏரார் பூங்காஞ்சி

தண்டு உடுக்கை தாளம் தக்கை சார
நடம் பயில்பவர் உறையும் புகார்.

எனவரும் திருஞானசம்பந்தருடைய திருப்பாடல் அடிகளால் - அக்காலத்தில் (கி.பி. 7ஆம் நூற்றாண்டில்) அடிகள்மார் பெருங் கோவில்களில் எல்லாம் இருந்து இசையையும் நடனத்தையும் வளர்த்து வந்தனர் என்பதை நன்கறியலாம்.

இசை, நடனம் முதலியவற்றில் **பல்லவர் கல்வெட்டுக் குறிப்புகட்குத் தேவாரம் விளக்கமாக அமைந்துள்ள பெற்றி** அறிஞர் கவனிக்கத்தக்கதாகும். **தேவாரப் பதிகங்கள் பக்திச்சுவையினூடே வரலாற்றுக் குறிப்புகளையும் வாரி வழங்கும் பண்புடையன** என்பதைத் தமிழ்மக்கள் அறியும் நாளே, இத்திருமுறைகள் பொன்னேபோற் போற்றப்படும் பொன்னாள் ஆகும்.

சிவபெருமான் திருக்கூத்து

சிவபெருமான் திருக்கூத்து வகைகள் பல்லவர்க்கு முற்பட்டவை. பல்லவர்க்கு முற்பட்ட மணிவாசகர் தமது உளமுருக்கும் திருவாசகத்திற் பல இடங்களில் இவற்றைக் கூறிக் களிக்கின்றார். மகேந்திரவர்மன் தனது மத்த விலாசத்தில், ''சிவன்காபாலி, அவனது தாண்டவநடனம் மூவுலகங்களையும் ஒருமைப்படுத்து கின்றது'', என்று கூறியுள்ளான். இந்தத் **தாண்டவ நடனம்** சிவனார் ஆடிய நடனங்களில் இரண்டாவதாகும்.

இஃது அப்பெருமானது பைரவர் அல்லது வீரபத்திரர் நிலையை உணர்த்துவதாகும். இந்நடனம் சுடுகாட்டில் பேய்க் கணங்கள் புடைசூழ இறைவன் பத்துக் கைகளுடன் ஆடுவதாகும்.[7]

இத்தகைய சிற்பங்களை **எல்லோரா, எலிபென்டா, புவனேஸ்வரம்** முதலிய இடங்களில் தெளிவுறக் காணலாம். இந்தத் தாண்டவ நடனம் ஆரியர்க்கு முற்பட்ட நடனக் கலையைச் சேர்ந்தது. 'பாதி இறை - பாதி பேய்க்கணம்' அமைப்புக் கொண்ட ஒரு தெய்வ நடனத்தைச் சேர்ந்தது. இக்கூத்து பிற்காலத் தில் சிவபெருமானுக்கும் அம்மைக்கும் உரியதாகச் சைவ - சாக்த இலக்கியங்கள் மிக்க அழகாக விளக்கலாயின.[8]

கயிலாசநாதர் கோவில்

சிறந்த சிவபக்தனான இராசசிம்மன், தான் அமைத்த கயிலாச நாதர் கோவிலில் சிவபெருமான் ஆடிய பலவகை நடனங்களைத் தமிழ்மக்கள் அறியும் வகையில் சிற்ப வடிவில் அமைத்துள்ளான். அவை உள்ளத்தையும் உயிரையும் ஈர்ப்பனவாகும். அவற்றுள் நாதாந்த நடனமும் குஞ்சி நடனமும் குறிக்கத்தக்கன.

நாதாந்த நடனம்

சிவபெருமானுக்கே உரிய பழைய **நாதாந்த நடனம்** பல்லவர் காலத்துக் கோவில்களில் இல்லை. ஆயின், அதனினும் சிறிது வேறுபட்டதும் அரியதுமாகிய **புதிய நடனம்** கயிலாசநாதர் கோவிற் சுவர்களிற் காணக்கிடக்கின்றது. ''இது, நாட்டிய நூலில் உள்ள 108 வகை நடனங்களில் சேராதது. இதில் சிவபெருமான் தன் நடனத்திற்கிடையில் திடீரென்று ஆலிதாசன நடனத்தை ஒத்த ஒரு நிலையை அடைகின்றதாகத் தெரிகிறது.''[9]

'தூக்கிய திருவடி' நடனம்

நடிகன் வலக்காலையும் வலக்கையையும் வளைக்க வேண் டும்; இடக்காலும் இடக்கையும் வலமாகத் தூக்க வேண்டும். இந்த

நிலையில் நடித்தலே 'தூக்கிய திருவடி (குஞ்சித பாத) நடனம்' எனப்படும். இதனையும் கயிலாசநாதர் கோவிற் சிற்பங்களிற் காணலாம்.

இங்கு சிவன் எட்டுக் கைகளை உடையவன். மேல் வலக்கை பாம்பின் வாலைப் பற்றியுள்ளது. அடுத்த கையில் தமருகம் உள்ளது; மூன்றாம் கை வளைந்து, அங்கை மெய்ப்பாடு காட்டு வதாக உள்ளது; நான்காம் கை 'அஞ்சித' நிலையில் இருக்கின்றது; மேல் இடக்கை 'மழு' ஏந்தியுள்ளது; அடுத்த கை 'கொடிக்கை' நிலையில் உள்ளது; அடுத்தது 'முக்கொடி (திரிபதாக) நிலையில் உள்ளது; நான்காம் இடக்கை மேலே உயர்த்தப்பட்டுள்ளது; அதன் உள்ளங்கை சடைமுடியைத் தொட்டுக்கொண்டு இருக் கின்றது; இச்சிவனுக்கு கீழே மூன்று கணங்கள் நடிக்கின்றனர்.

இடப்புறம் உமையாள் அமர்ந்துள்ளான். அடியில் விடை காணப்படுகிறது. வலப்புறம் நடனச் சிலை ஒன்றும் அதன் அடி யில் இரண்டு கணங்கள் குழல் வாசிப்பதாகவும் சிற்பங்கள் காணப்படுகின்றன.

இத் தூக்கிய திருவடி நடனச்சிலைகள் **சிவசூடாமணி** ஆகிய இராசசிம்மன் உள்ளத்தைக் கொள்ள கொண்டதாகும். அதனாற்றான் இந்நடனச் சிலைகள் பல கயிலாசநாதர் கோவிலில் காணப்படுகின்றன. இவனுக்குப் பின் வந்த மூன்றாம் மகேந்திர வர்மன், தான் (கயிலாசநாதர் கோவிலுக்கு எதிரில்) கட்டிய சிவன் கோவிலில் இதே நடனத்தைக் குறிக்கும் சிற்பத்தை அழகிய முறையில் அமைத்துள்ளான்.

இச்சிற்பங்கள் மிகவும் நுட்பமான வேலைப்பாடு கொண் டவை ஆகும்.[10] இவற்றை நேரிற் காண்பவரே இவற்றின் அருமை பெருமைகளையும் சிவபக்தர்களான பல்லவப் பேரரசர் கலை உணர்வின் நுட்பத்தையும் உள்ளவாறு உணர்தல் கூடும். 'சங்கர பக்தனான' இராசசிம்மன் தில்லை நடராசர் கூத்திலும் சிறிது வேறுபட்ட கூத்தை (இறுதியிற் சொன்ன குஞ்சிதக்கூத்தை) தனதாகக் கொண்டது, அவனது கூத்தறிவின் பேரெல்லையை உணர்த்தி நிற்கின்றது.

இங்ஙனம் பல்லவப் பெருவேந்தர் கூத்திலக்கணப் பண்பு களை முற்ற உணர்ந்தவராய்த் தாம் கட்டிய கோவில்களில் அவற்றை அணிபெற அமைத்து, மக்கள் மனத்தைத் தூய கலை களிற் புகச் செய்து பேரின்பப் பெருவாழ்வை அளித்துதவினர் என்னல் மிகையாகாது.

குறிப்புகள்

1. Prof. Dubreil's 'Pallavas', pp. 38-40.
2. Dr. C. Minakshi, pp. 248-249.
   மகேந்திரன் இசைக்கலை உணர்வை முழுதும் உணர வேண்டுமாயின் டாக்டர் மீனாட்சி அம்மையாரின் அரிய ஆராய்ச்சி நூலைப் படித்துணர்க.
3. ஆதோத்யம் என்பது வீணை, முரசம், குழல், தாளம் ஆகிய நான்கையும் குறிக்கும்
4. சம்பந்தர் புராணம். செ. 446 - 454
5. பல்லவர் கால இசைச் சிறப்பை நன்குணர்த்தும் நூல்கள் **முதல் ஏழு திருமுறைகளேயாம்**. இசைபற்றிய அக்காலக் குறிப்புகள் அனைத்தும் அத்திருமுறைகளின் விளக்கப் பட்டுள்ளன. இத்துறையில் தமிழ் அறிஞர் ஆராய்ச்சி நடத்தல் இன்றியமையாததாகும்.
6. Dr. C. Minakshi, 'Ad. and S. Life under the Pallavas', p. 280.
7. நள்ளிருளில் நட்டம் பயின்றாடு நாதனே
   கூரிருட் கூத்தொடு குனிப்போன் வாழ்க
   கழுதொடு காட்டிடை நாடகம் ஆடி . . .
   குடர்நெடு மாலை சுற்றி . . .
   சுடுகாட்டு அரசே . . .   (திருவாசகம்)
   ஆடினார் பெருங்கூத்துக் காளிகாண   (அப்பர் தேவாரம்)
8. A.K. Kumarasami, 'Siddhanta - Dipika', Vol. XIII (1912).
9. R. Gopinatha Rao's 'Hindu Iconography', Vol. II part I, p. 269
9. அரங்கிடை நூலறிவாளர் அறியப்படாததோர் **கூத்து**
   என்னும் அப்பர் கூற்றுச் சிந்திக்கற்பாலது.
10. Dr. C. Minakshi, 'Ad. and S. Life under the Pallavas', p. 281-286.

* * *

22. ஓவியமும் சிற்பமும்

சித்தன்ன வாசல்[1]

பல்லவர் கால ஓவியங்களை இன்று நன்கு காட்டத்தக்க இடம் சித்தன்ன வாசல் ஒன்றே யாகும்.

இடமும் காணத்தக்கனவும்

சித்தன்ன வாசல் புதுக்கோட்டையைச் சேர்ந்தது; திருச்சிராப் பள்ளிக்குத் தெற்கே 20 கல் தொலைவில் உள்ளது; நாரத்தா மலைப் புகைவண்டி நிலையத்திலிருந்து இரண்டு கல்தொகை வில் உள்ளது. இங்குள்ள மலை மிகச் சிறியது. அதன்மீது ஏறிச் செல்லின், அழகின் இருப்பிடமாகவும் ஓவியக் கலையின் உறை விடமாகவும் உள்ள குகைக் கோவிலைக் கண்டு களிக்கலாம். இதன் முன்புறம் சுவர் மறைப்புண்டு, அங்குக் காவலன் ஒருவன் காட்சி அளிக்கின்றான். முக மண்டபமான ஒரு சிறிய தாழ்வாரத் தையும் கொண்டதே இக்கோவில். இங்குக் காணத்தக்கவை நான்கு ஆகும். அவை : (1) உருவச்சிலைகள், (2) நடன மாதர் ஓவியங்கள், (3) அரசன் அரசி ஓவியங்கள், (4) கூரையிலும் தூண்களிலும் உள்ள ஓவியங்கள் என்பன.

உருவச் சிலைகள்

முன் மண்டபத்தின் முன்புறம் நான்கு தூண்கள் இருக்கின் றன. இவற்றுள் இடையில் உள்ள இரண்டும் தனித்து நிற்கின் றன. ஓரங்களில் உள்ளவை பாறையுடன் ஒட்டினாற் போலப் பாதி அளவே தெரிகின்றன. முன் மண்டபத்தின் இருபுறங்களி லும் உள்ள சுவரில் பக்கத்துக்கு ஒன்றாக இரண்டு மாடங்கள் இருக்கின்றன. அவ்வொவ்வொரு மாடத்திலும் சமண - தீர்த்தங்கரர் சிலை உள்ளது. அது யோகத்தில் அமர்ந்து இருப்பது போலக் காணப்படுகிறது. உள் அறையின் நடுவில் தீர்த்தங்கரர் மூவர் சிலைகள் வரிசையாக இருக்கின்றன. ஒவ்வொன்றும் மடியில் ஒரு கைம்மீது மற்றொரு கையை வைத்துக் கொண்டு கால்களை மடக்கி உட்கார்ந்துள்ள நிலை அழகியது. முன் மண்டபத்தில் உள்ள இரண்டு உருவங்களில் ஒன்று சமண தீர்த்தங்கரரான **சுபார்சவநாதர்** உருவம். மற்றது சமண சமயத் தலைவர் ஒருவ ருடையது. இது மகேந்திரன் காலத்தில் இக் குகைக் கோவிலில்

இருந்த சமணத் துறவிகள் தலைவரைக் குறிப்பதாகக் கூறலாம். தீர்த்தங்கரர் மறுபடியும் பிறவாதவர் என்பது சமணர் கொள்கை. ஆதலின் அதனைக்குறிக்க அவர் சிலைகள் மீது மூன்று குடைகள் குறிக்கப்படும். கபார்சவநாதர் தலைமீது மூன்று குடைகள் குறிக்கப்பட்டுள்ளன. சமயத்தலைவர் மறு பிறப்பு உடையவர் என்பதைக் குறிக்க ஒருகுடையே காட்டப்பட்டுள்ளது. சுபார்சவ நாதர் முடிமீது நாகம் ஒன்று படம் விரித்து நிழல் தருதல் போலச் செதுக்கு வேலை காணப்படுகிறது. உள் அறையில் உள்ள மூன்றில் இரண்டு சிலைகள் முக்குடைகளை உடையன. இச்சிலை கள் அழகாக அமைக்கப்பட்டுள்ளன. மகேந்திரன் காலத்துச் சிற்பத் தொழிலை இவற்றைக் கொண்டும், சிறப்பாக மாமல்லபுரத்தில் ஆதிவராகர் கோவிலில் உள்ள சிலைகளைக் கொண்டும் நன்கு அறியலாம்.

நடனமாதர் ஓவியங்கள்

இக்கோவில் தூண்கள்மீதும் மேற் கூறைமீதும் மகேந்திரன் அழகொழுகும் ஓவியங்களைத் தீட்டச் செய்தான். அவற்றுள் அழிந்தன போக இன்று இருப்பவை நேர்த்தியாக இருக்கின்றன. முன் மண்டபத் தூண்கள் இரண்டிலும் மாதவர் இருவர் நடன மாடும் நிலையில் தீட்டப்பட்டுள்ளனர். அவர்தம் உருவங்கள் அழகாக அமைந்துள்ளன. கோவிலுக்கு வருபவரை இன்முகம் காட்டி அழைப்பன போல் அவ்வுருவங்கள் வெளிமண்டபத் தூண்களில் இருத்தல் சால அழகியது. வலத்தூண்மீதுள்ள ஓவியம் மற்றதைவிட நன்னிலையில் இருக்கின்றது.

வலத்தூணில் காணப்படும் நடிகையின் தலை வேலைப் பாடு கொண்டது. கூந்தல் நடுவில் பிரிக்கப்பட்டுத் தலைமீது முடியப்பட்டுள்ளது. அம் முடிப்புச் சில அணிகளாலும் பல நிற மலர்க் கொத்துக்களாலும் தாமரை இதழ்களாலும் கொழுந்து இலைகளாலும் அணி செய்யப்பட்டுள்ள நேர்த்தி காணத்தக்க தாகும். காதணிகள் கல் இழைக்கப்பெற்ற வளையங்களாகக் காட்சி அளிக்கின்றன. கழுத்தணிகள் சிறந்த வேலைப்பாடு கொண் டவை; பலதிறப்பட்டவை. கையில் கடகங்களும் வளையல் முதலியனவும் காணப்படுகின்றன. வலக்கையின் கட்டை விரலி லும் கண்டு விரலிலும் மோதிரங்கள் இருக்கின்றன. மேலாடை கள் இரண்டில் ஒன்று மேலாக இடையில் கட்டப்பட்டுள்ளது; மற்றொன்று மிக்க வனப்புடைத் தோற்றத்துடன் தோள் சுற்றிப்

பின்னே விடப்பட்டுள்ளது. அவ்வாடையின் சுருக்கம் முதலிய அமைப்புகள் மிகவும் தெளிவாகவும் ஒழுங்காகவும் ஓவியத்தில் காட்டப்பட்டிருத்தல், அக்கால ஓவியக் கலை அறிவின் நுட்பத்தை நன்கு விளக்குவதாகும்.

இடத்தூண்மீதுள்ள நடிகையின் உருவம் முன்னதைவிட அழகாகவும் மென்மைத் தோற்றம் உடையதாகவும் உள்ளது. இம்மாதரசியின் மயிர்முடி முன்னதைவிடச் சிறிதளவு வேறுபாடு கொண்டது. எனினும். அணி வகைகளில் வேறுபாடு இல்லை. இந்நடன மாதர்க்கு மூக்கணி இல்லை. இங்ஙனமே சிற்பங்களில் காணப்படும் பல்லவ அரசியர்க்கும் மூக்கணி இல்லை. காரணம் புலப்படவில்லை. இவ்வுருவம் சிதைந்துள்ளதால் மேலாடை முதலியன தெளிவுறத் தெரியவில்லை.

இம்மங்கையர் **அடிகள்மார்** என்று சிலர் கருதுகின்றனர். இவர்கள் 'அப்சரப் பெண்மணிகள்' என்று வேறு சிலர் கருதுகின்றனர். இவர் யாவரே ஆயினும் ஆகுக. இவர் தம் ஓவியங்கள், (1) பல்லவர் காலத்துப் பெண்மணிகள் அணிந்த நகை வகைகளும், சிறப்பாக உயர்நிலையில் இருந்த நடன மாதர் அணிந்து வந்த அணிகலன்களும், (2) அக்கால நடிகையர் கூந்தல் ஒப்பனையும், (3) மேலாடைச் சிறப்பும், (4) அக்காலத்து நடனக்கலை

நுட்பங்களும் நாம் அறியும் வகையில் துணை செய்கின்றன என்பதில் ஐயமே இல்லை.

அரசன் - அரசி ஓவியங்கள்

வலப்புறத் தூணின் உட்புறத்தில் ஓர் அரசன் தலையும் அவன் மனைவி தலையும் தீட்டப்பட்டுள்ளன. அரசன் கழுத்தில் மணிமாலைகள் காணப்படுகின்றன. காதுகளில் குண்டலங்கள் இலங்குகின்றன. தலையில் மணி மகுடம் காணப்படுகிறது. பெருந்தன்மையும் பெருந்தோற்றமும் கொண்ட அந்த முகம், ஆதிவராகர் கோவிலில் உள்ள மகேந்திரவர்மன் முகத்தையே பெரிதும் ஒத்துள்ளது.

ஆதலின், அவ்வுருவம் மகேந்திரவர் மனதே என்று அறிஞர் முடிவு கொண்டனர். அண்மையில் உள்ளது அரசியின் முகம் ஆகும். அந்த அரசியின் கூந்தலும் தலைமீது தான் அழகுடன் முடியப்பட்டுள்ளது. இத்தகைய முடிப்பு இயல்பாகவே அக்கால அழகிகள் கொண்ட முடிப்போ - இன்பநிலையில் போட்டுக் கொண்ட முடிப்போ விளங்கவில்லை.

கூரையில் உள்ள ஓவியம்

முன் மண்டபக் கூரை முழுவதும் அணி செய்து கொண்டு இருக்கும் ஓவிய அழகே சித்தன்னவாசல் சிறப்பைப் பெரிதும்

காட்டுவதாகும். அவ்வோவியம் தாமரை இலைகளும் தாமரை மலர்களும் கொண்ட தாம்ரைக் குளமாகும். இவற்றுக்கு இடையில் மீன்கள், அன்னங்கள், யானைகள், எருமைகள் இவற்றின் படங்கள் காணப்படுகின்றன. இவற்றுடன் கையில் தாமரை மலர்களைத் தாங்கியுள்ள சமணர் இருவரும், இடக்கையில் பூக்கடை கொண்டு வலக்கையால் மலர் பறிக்கும் சமணர் ஒருவரும் சித்திரிக்கப்பட்டுள்ளனர்.

இஃது எதனைக் குறிக்கிறது?

இவ்வேலைப்பாடு சமணர் சமயக் குறிப்பை உடையதாகும். இது சமணர் துறக்கத்தை உணர்த்துகிறது என்று சிலரும், 'சூத்ர க்ருதாங்கம்' என்னும் சமண நூலின் இரண்டாம் பிரிவிற்கு முன் உள்ள 'தாமரை' பற்றிய உரையாடலைக் குறிப்பதாக இருக்கலாம் என்று சிலரும் - இங்ஙனம் பலர் பலவாறு கூறியுள்ளனர். இந்த ஓவியத்தில் உள்ள குளத்து நீர் அழகிய கோலத்துடன் விளங்கு கிறது. மலர் ஓவியங்கள் இயற்கை மலர்களையே பெரிதும் ஒத்துள்ளன. ஏனையவை உயிர் ஓவியங்கள் என்னலாம்.

உள்ளறை மேற்கூரை

உள்ளறையின் மேற்கூரையிலும் இங்ஙனமே நிறம் தீட்டப் பட்டுள்ளது. அது ஸ்வஸ்திகா, சூலம், சதுரம், தாமரை மலர் முதலியவற்றைக் கொண்டு போடப்பட்ட **கோலம்** ஆகும். 'சுவஸ்திகா' சமணர் கையாண்ட குறியாகும். ஏழாம் தீர்த்தங்கரரான **சுபார்சவநாதர்** தமது அடையாளமாக சுவஸ்திகாவைக் கொண் டிருந்தார். தீர்த்தங்கரரது ஊர்வலத்திற் செல்லத்தக்க எட்டுக் குறி களில் 'சுவஸ்திகா' ஒன்றாகும். திரிசூலம் சிவனுக்குரியது. ஆயின், புத்தர்க்கும் உரியதே ஆகும். சமணர் குறிகளில் திரிசூலமும் காணப்படுகிறது.[2]

இவற்றை எழுதிய முறை

கற்பாறைகள் மீது இந்த அழகிய ஓவியங்கள் எங்ஙனம் வரையப்பட்டன? ''சுவர்ப்புறம் மேடு பள்ளம் இல்லாமல் சமமாக இருப்பதற்காகச் சுவர்மீது ஒரு நெல் அளவுக்குச் சுண்ணாம்புச் சாந்து பூசப்படும். பாறை, தன்மீது தீட்டப்பெறும் நிறத்தை ஏற்றுக்கொள்ளும் இயல்பு அற்றது ஆதலின், சுண்ணச் சாந்து அதற்குப் பயன்பட்டது. சலித்து எடுக்கப்பட்ட **பூமணல்,** வைக்கோல், கடுக்காய் முதலியவற்றுடன் கலந்து வெல்ல நீருடன் அல்லது பனஞ்சாற்றுடன் அரைத்த சாந்து சுவரில்

அல்லது கூரையில் உறுதியாகப் பற்றிக் கொள்ளும். அதை எளிதில் பெயர்க்க முடியாது. ஈரம் காயுமுன்பே ஓவியக்காரன் மஞ்சட் கிழங்கைக் கொண்டு இரேகைகளை வரைந்துக் கொள் வான். சுண்ணாம்புடன் கலந்து மஞ்சள் நிறம் மாறிச் சிவப்பாகத் தோன்றுவதுடன் பிறகு அழியாமல் இருக்கும் தன்மையும் வாய்ந் தது. ஓவியக்காரன் 'புனையா ஓவியம்' என்னும் இந்த இரேகை களை முதலில் வரைந்துகொண்டே, பிறகு நிறங்களைத் தீட்டு வான்; சிவப்பு, மஞ்சள், வெள்ளை, நீலம், பச்சை, கறுப்பு ஆகிய நிறங்களைத் தரும் பச்சிலை நிறங்களையே பயன்படுத்துவான்....; ஈரம் காய்ந்த பிறகு, சுவர் நன்றாக உலர்வதற்கு முன்னரே கூழாங் கற்களைக் கொண்டு சுவர்களை வழவழப்பாக்கி மெருகிடுவான். இங்ஙனம் தீட்டப்பட்ட ஓவியம் அழியாது நெடுங்காலம் இருக்கத் தக்கதாகும்.''[3]

பல்லவர் சிற்பம்

பல்லவப் பெருவேந்தர் குடைவித்த கற்கோவில்களிலும் எடுப்பித்த பெருங்கோவில்களிலும் உள்ள சிற்பங்களைப் பற்றிய விளக்கம் இந்நூலின் ஆங்காங்குத் தரப்பட்டுள்ளது. **மாமல்லபுரம்** ஒன்றே சிறந்த பல்லவர் சிற்பக்கூடம் என்னலாம் அங்குள்ள அருச்சுனன் தவநிலை காட்டும் சிற்பமும், எருமைத் தலை அசுரனும், காளியும் போரிடலைக் குறிக்கும் சிற்பமும் போதியவை யாகும். மேலும் காணவேண்டுமாயின், கயிலாச நாதர் கோவில், வைகுந்தப் பெருமான் கோவில்களிற் கண்ணாரக் கண்டுகளிக் கலாம். சென்ற பகுதியில் கூறப்பட்ட சிவனார் நடன வகைகளை உணர்த்தும் சிற்பங்கள் மிகச் சிறந்தனவாகும்.

குறிப்புகள்

1. ''வடமொழித் தொடராசிய 'சித்தானம் - வாசஹ' என்பது **'துறவிகள் இருப்பிடம்'** என்னும் பொருளது. இது பாகதமாய்ச் 'சித்தன்ன - வாச' என்று ஆயிற்று'' என்று அறிஞர் T.N. இராமச்சந்திரன் கூறுவர்.
2. Dr. C. Minakshi's 'Ad. and S. Life under the Pallavas', p. 291.

   இங்ஙனமே அமராவதி சிற்பங்களில் காணப்படும் பெண்மணிகட்கும் மூக்கணி இல்லை. இது பண்டை நாகரிகம் போலும் - Dr. K. Gopalachari's 'Early History of the Andhra Country', p. 99.
3. Dr. C. Minakshi's 'Ad. and S. Life under the Pallavas', pp. 292, 293 - 295.

* * *

23. பல்லவர் காலத்துக் கோவில்கள்

கோவிலும் கல்வெட்டும்

''**செங்கல், சுண்ணாம்பு, மரம், உலோகம்** இவை இல்லாமல் மும்மூர்த்திகட்கு **விசித்திரசித்தன்** (மகேந்திரவர்மன்) அமைத்த கோவில் இது'' என்னும் கல்வெட்டு மண்டபப்பட்டில் காணப்படுகிறது. இதன் காலம் கி.பி. 615 - 630 ஆகும்.

இந்த மண்டபப்பட்டுக் கல்வெட்டால் அறியத்தக்க செய்தி களாவன:

(1) மகேந்திரன் காலத்திற்கு முன்னர் கற்கோவில் கள் இல்லை. இருந்த கோவில்கள் செங்கல், சுண்ணாம்பு, மரம், உலோகம், இவற்றால் ஆனவை.

(2) மகேந்திரனுக்கு முன்னரே தமிழ் மக்கள் கோவில் கட்டத் தெரிந்திருந்தனர். ஆனால், அக் கோவில் கள் நாளடைவில் அழிந்துவிடத்தக்கவை.[1]

(3) அழியத்தக்க பொருள்களால் அமைத்த கோவில் களையே மகேந்திரன் கற்களில் செதுக்கி அமைத் தான்[2], தரையும் சுவர்களும் செங்கற்களால் ஆனவை; மேற்கூரை மரத்தால் ஆகியது. அங்கங்கு இணைப்புக்காக ஆணிகள் முதலியன பயன்பட்டிருக்கும். இங்ஙனம் அமைந்த கோவில் களாகவே அவை இருத்தல் வேண்டும். இத் தகைய கோவில்களை இன்றும் மலையாள நாட்டில் காணலாம். இங்ஙனம் கோவில்களை அமைப்பதில் தமிழர் பண்பட்டிராவிடில், திடீரெனக் கி.பி. 7 ஆம் நூற்றாண்டிலிருந்து பல கோவில்கள் தமிழ்நாட்டில் தோன்றிவிட்டால் எனல் பொருளற்றதாய்விடும்.[3]

''விமானங்கள், 'தூயது, கலப்பு, பெருங்கலப்பு' என மூவகைப் படும். கல், செங்கல், மரம் முதலியவற்றில் ஒன்றைக் கொண்டே அமைக்கும் விமானம் 'தூய விமானம்' எனப்படும். இரண்டைக்

கொண்டு அமைப்பது 'கலப்பு விமானம்' எனப்படும். இரண்டிற்கு மேற்பட்ட பொருள்களால் அமைப்பது 'பெருங்கலப்பு விமானம்' எனப்படும்'' என்பது கட்டடக் கலைநூல் கூற்றாகும். இதனாலும், பண்டைக் காலத்தில் கோவில்கள் இருந்தமையும் விமானங்கள் இருந்தமையும் தெளிவாகுமன்றோ?[4]

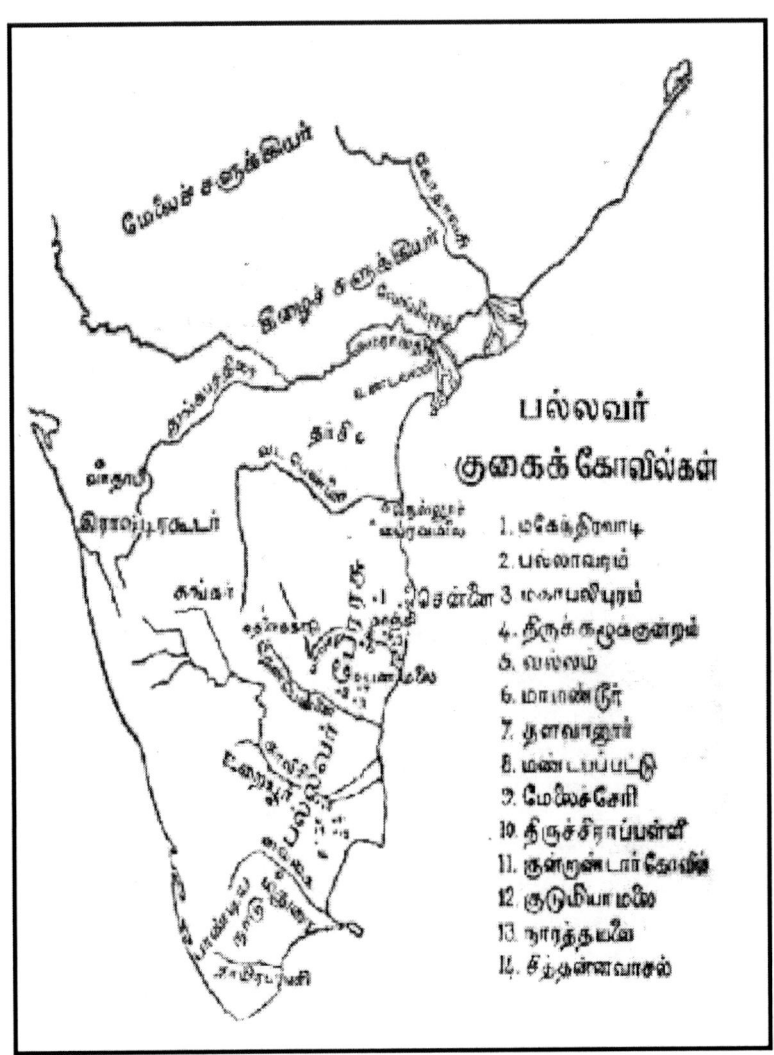

பல்லவர் குகைக்கோவில்கள்

இனி மகேந்திரனுக்கு முன்னரே தமிழ்நாட்டிலும் தக்காணத்திலும் கோவில்கள் இருந்தவற்றைக் கல்வெட்டுகள் கூறல் காண்க.

(1) முற்காலப் பல்லவருள் ஒருவனான விசயகந்த வர்மன் காலத்தில் (கி.பி. 275 - 300) புத்தவர்மன் மனைவியான சாருதேவி நாராயணன் கோவிலுக்கு நில தானம் செய்தாகக் குணபதேயப் பட்டயம் கூறுகின்றது.

(2) திருக்கழுக்குன்றத்துக் கோவிலில் உள்ள கடவுளுக்குத் **கந்தசிஷ்யன்** (கி.பி. 300 - 336) என்னும் பல்லவன் நிலம் விட்டதாகவும், அதனை நரசிம்மவர்மன் தொடர்ந்து நடத்தியதாகவும் ஆதித்த சோழன் கல்வெட்டு ஒன்று கூறுகிறது.

(3) கோச்செங்கணான் திருவக்கரையில் உள்ள கோவிலில் பெருமாளுக்கொரு கோவில் கட்டியிருந்தான்; ஆதிராசேந்திரன் அதனைக் கல்லால் புதுப்பித்தான்; செம்பியன் மாதேவியார் திருவக்கரைக் கோவிலைக் கல்லாற் புதுப்பித்தார்.[5] அவரே திருக்கோடிகாவில் இருந்த செங்கல் விமானத்தையும் கருங்கல் விமானமாக அமைத்தார்,[6]

(4) சாலங்காயன அரசர் வேங்கி நகரத்தில் இருந்த சித்திரரதசாமி கோவிலுக்குப் பல தானங்கள் செய்துள்ளனர் என்று அவர்தம் பட்டயங்கள் (கி.பி. 250 - 450) பகர்கின்றன.

(5) ஸ்தானகுண்டூரம் என்னும் ஊரில் சாதவாகனர் காலத்தில் சிவன் கோவில் ஒன்று இருந்ததாகக் கதம்பரது தாளகுண்டாக் கல்வெட்டுக் கூறுகிறது.[7]

(6) முண்டராட்டிரத்துக் கந்துகூரத்தில் இருந்த பெருமாள் கோவிலுக்கு இளவரசன் விஷ்ணுகோப பல்லவன் நிலம் விட்டதாக உருவப்பள்ளிப் பட்டயம் (கி.பி. 450) கூறுகின்றது.

சங்ககாலத்துக் கோவில்கள்

பண்டைத் தமிழகத்தில் தொல்காப்பியர் காலத்திலேயே வீரர் வணக்கத்துக்குரிய **கோவில்கள் (நடுகல்** கொண்ட கோவில்கள்) இருந்திருந்தல் வேண்டும் என்பதும், முருகன் திருமால் - காடுகிழாள் (துர்க்கை) முதலிய தெய்வங்கட்குக் கோவில்கள் இருந்திருத்தல் வேண்டும் என்பதும் உய்த்துணரலாம். தொகை நூல்களில் சிவபெருமான், முருகன், திருமால், பலராமன் இவர்கள் சிறப்புடைக் கடவுளராகக் கூறலை நோக்க,

இவர்கட்குக் கோவில்கள் இருந்தமை அறியலாம்; ஆலமர் செல்வனுக்கு (சிவபிரான்) நீல நாகம் நல்கிய கலிங்கத்தை ஆய்வேள் தந்தனன் என்று புறப்பாட்டுக் கூறுகின்றது. இதனால் அக்காலத்தில் கோவிலும் லிங்கமும் இருந்தன என்பது பெறப்படுகிறதன்றோ?

கி.பி. இரண்டாம் நூற்றாண்டில் இயற்றப்பெற்ற சிலப்பதிகாரத்தும் மணிமேகலையிலும் காணப்படும் கோவில்கள் **பல** ஆகும்; மணிமேகலையில் சக்கரவாளக் கோட்டம் உரைத்த காலையில்,

காடமர் செல்வி கழிபெருங் கோட்டமும்
அருந்தவர்க் காயினும் அரசர்க் காயினும்
ஒருங்குடன் மாய்ந்த பெண்டிர் காயினும்
நால்வேறு வருணப் பால்வேறு காட்டி
இறந்தோர் மருங்கில் சிறந்தோர் செய்த
குறியவும் நெடியவும் குன்றுகண் டன்ன
சுடுமண் ஓங்கிய நெடுநிலைக் கோட்டமும்

என வரும் அடிகள் வீரர், அருந்தவர், அரசர், பத்தினிமார் இவர்க்குக் கோவில்கள் இருந்தமையை வலியுறுத்துகின்றன அல்லவா? **சுடுமண்** (செங்கல்) **கோவில்கள் குன்றுகள் போல் உயர்ந்திருந்தன** என்பது அறியத்தக்கது.

பிறவா யாக்கைப் பெரியோன் கோயிலும்
அறுமுகச் செவ்வேள் அணிதிகழ் கோயிலும்
வால்வளை மேனி வாலியோன் கோயிலும்
நீல மேனி நெடியோன் கோயிலும்
மாலை வெண்குடை மன்னவன் கோயிலும்......

எனவரும் சிலப்பதிகார அடிகளால், புறநானூறு கூறும் சிவன், முருகன், பலராமன், திருமால் இத்தெய்வங்கட்குக் கோவில்கள் கி.பி. 2ஆம் நூற்றாண்டில் இருந்தமை தெளிவு. இவற்றுடன் அரசன் இருப்பிடமும் **கோயில்** என்றே வழங்கப் பெற்றதும் அறியக் கிடக்கிறது.

இக்கோயில்களும் அரசர் **மாளிகைகளும் மண்டபங்களும்** சிற்ப வல்லுநரால் நாள் குறித்து, நாழிகை பார்த்து நேரறி கயிறிட்டுத் திசைகளையும் அத்திசைகளில் நிற்கும் தெய்வங்களையும் நோக்கி வகுக்கப்பட்டன என்பது,

ஒருதிறம் சாரா வரைநாள் அமையத்து
நூலறி புலவர் நுண்ணிதிற் கயிறிட்டுத்
தேஎங் கொண்டு தெய்வம் நோக்கிப்
பெரும்பெயர் மன்னர்க் கொப்ப மனைவகுத்து

என வரும் நெடுநல்வாடை (வரி 75 - 78) அடிகளாலும்,

அறக்களத் தந்தணர் ஆசான் பெருங்கணி
சிறப்புடைக் கம்மியர் தம்மொடும் சென்று
மேலோர் விழையும் நூல்நெறி மாக்கள்
பால்பெற வகுத்த பத்தினிக் கோட்டம்

என வரும் சிலப்பதிகார அடிகளாலும் (நடுகற் காதை, வரி 222-225)

பைஞ்சேறு மெழுகாப் பசும்பொன் மண்டபம்

என வரும் '' மணிமேகலை (சிறைக்கோட்டம் .... காதை. 105) வரியாலும் நன்குணரக் கிடத்தல் காண்க. இறுதியிற் கூறிய மண்டபம் பல நாட்டு விற்பன்னருடன் தண்டமிழ் வினைஞர் சேர்ந்து அமைத்த **அற்புத மண்டபம்** என்று மணிமேகலை கூறுகின்றது அம்மண்டபத் தூண்கள்மீது பன்மணிப் போதிகைகள் இருந்தன; அவற்றின்மேற் பொன் விதானங்கள் இருந்தன. தரை சாந்தால் மெழுகப்பட்டு இருந்தது.

அரசர் கோவில்களும் தெய்வங்களின் கோவில்களும் சுற்று மதிலையுடையன; உயர்ந்த வாயில்களை உடையன; அவ் வாயில்கள் மீது உயர்ந்த **மண்ணீடு**கள் (கோபுரங்கள்) இருந்தன; அம்மண்ணீடுகளில் வண்ணம் தீட்டப்பெற்ற வடிவங்கள் அமைந் திருந்தன என்பது, மணிமேகலை[8], மதுரைக்காஞ்சி[9] முதலிய நூல் களால் நன்குணரலாம்.

இக்கோவில்கள் அனைத்தும் செங்கற்களால் அமைந்தவை. மேலே உலோகத் தகடுகளும் சாந்தும் வேயப்பட்டிருந்தன. இங்ஙனமே உயர்ந்த மாட மாளிகைகளும் இருந்தன.

விண்பொர நிவந்த வேயா மாடம்
சுடுமண் ஓங்கிய நெடுநகர் வரைப்பு[10]
நிரைநிலை மாடத்து அரமியத் தோறும்[11]

இங்ஙனம் அமைந்த பெரிய கட்டடங்களைச் சுற்றி இருந்த சுவர்கட்கு உயர்ந்த கோபுரங்களை உடைய வாயில்களும், அவ் வாயில்கட்குத் துருப் பிடியாதபடி செந்நிறம் பூசப்பட்ட இரும்புக் கதவங்களும் பொருத்தப்பட்டிருந்தன என்பது **நெடுதல் வாடை**[12]

அடிகள் அறிவிக்கும் செய்தியாகும். சிதம்பரத்தில் பதஞ்சலி முனிவர்க்கு இறைவன் நடன கோலத்தைக் காட்டியருளினன் என்பது புராணச் செய்தி. பதஞ்சலி முனிவர் காலம் கி. மு. 150 என அறிஞர் அறைவர். எனவே, **கோவில்** எனச் சிறப்புப் பெயர் பெற்ற சிதம்பரத்தில் உள்ள கோவில் கி.மு. 150- க்கு முற்பட்ட தாதல் அறியத்தக்கது.

முதற் பராந்தக சோழன் (கி.பி. 907 - 953) சிற்றம்பலத்துப் பொன் விமானத்தைப் புதுப்பித்தான் என்று கல்வெட்டுக் கூறு கிறது. அதனால் அவனுக்கு முன்பே சிற்றம்பலம் பொன் வேயப் பெற்றதாதல் வேண்டும் என்பது பெறப்படுகிறதன்றோ? **சிம்ம வர்மன்** என்னும் அரசன் தன்னைப் பீடித்த உடல் நோயைப் போக்கிக் கொள்ளச் சிதம்பரம் அடைந்தான்; வாவியில் மூழ்கி னான்; பொன் நிறம் பெற்றான்; அதனால் இரண்யவர்மன் எனப் பட்டான்' என்று **கோவிற் புராணம்** கூறுகிறது. அவனே சிற்றம் பலத்தைப் பொன் வேய்ந்தவன் ஆவான். சிம்மவர்மன் என்ற பெயர் கொண்ட பல்லவ அரசர் பலர் இருந்தனர். அவருள் கி.பி. 436 - 458 வரை அரசாண்ட சிம்மவர்மனே மேற்சொன்ன திருப் பணியைச் செய்திருத்தல் வேண்டும் என்பது முன்பே விளக்கப் பட்டது. அப்பர் காலத்தில் சிதம்பரத்தில் பொன் அம்பலம் இருந் தமைக்கு அவர் பாக்களே சான்றாகும். சிதம்பரம் நடராசர் மண்ட பம் மரத்தால் கட்டப்பட்டிருத்தலே அதன் பழமைக்குச் சான்றாகும்.[13]

இதுகாறும் கூறிவந்த செய்திகளால், தமிழகத்தில் கி.பி. இரண்டாம் நூற்றாண்டிலேயே - **பல்லவருக்கு முன்னரே** கோவில் கள் இருந்தன; கோவில் மதில்கள் இருந்தன; கோபுரங்கள் இருந் தன; கோபுரங்களில் சுண்ணாம்பு, மண் இவற்றால் செய்யப் பட்ட வேலைப்பாடுகள் இருந்தன என்பதை நன்கறியலாம்.

நமது கால எல்லைப்படி, கி.பி. 200 முதல் 250-க்குள் தமிழகத்தை ஆண்ட கோச்செங்கட் சோழன் 70 **கோவில்கள்** கட்டியதாகத் திருமங்கை ஆழ்வார் கூறியுள்ளார். அவர்க்கு முன்னரே அப்பர், சம்பந்தர் தம் பதிகங்களில் இதனைக் குறிப்பிட் டுள்ளனர். கோச்செங்காணன் கட்டியவை **மாடக்கோவில்கள்** எனப்படும். மாடக் கோவில் என்பது கட்டுமலையையும் யானைகள் செல்லக்கூடாதிருக்கும் திரு முன்பையும் உடையது.[14]

தேவார காலத்துக் கோவில்கள்

தேவார காலத்துத் தமிழகத்தில் ஏறத்தாழ 200 கோவில் கள் இருந்தன. அவை அனைத்தும் மரம், செங்கல், மண்,

உலோகம் இவற்றால் இயன்றவையே என்பது சங்கநூற் பாக்களால் முன்னரே உணர்த்தப்பட்ட செய்தி ஆகும். இச் செய்தியை அப்பர் காலத்து மகேந்திரவர்மன் தன் மண்டபப்பட்டுக் கல்வெட்டினால் உறுதிப்படுத்தியுள்ளான் என்பதையும் மேற்காட்டினோம் அல்லவா? இங்ஙனம் அமைந்த பழைய கோவில்கள் பல வகைப்படும். அவை (1)பெருங்கோவில், (2) இளங்கோவில், (3) மணிக்கோவில், (4) கரக்கோவில், (5) தூங்கானை மாடம் முதலாகப் பல வகைப்படும். இவற்றுள் பெருங்கோவில்கள் 78 அப்பர் காலத்தில் இருந்தன என்று அப்பரே கூறியுள்ளார். பெரிய கோவிலைப் பழுது பார்க்குங்கால் மூர்த்தங்களை எழுந்தருளச் செய்து வழிபாடு செய்து வந்துள்ள (பெரிய கோவில் திருச்சுற்றில் உள்ள) சிறிய கோவிலே இளங்கோவில் எனப்படும். பிறவும் 'இளங்கோவில்' எனப்பெயர் பெறும். இத்தகைய இளங்கோவில்கள் சில தேவார காலத்தில் இருந்தன. எனவே, தேவார காலத்திற்கு முன்பே சில கோவில்கள் **புதுப்பிக்கப்பட்டன** என்பது தெளிவாகிறதன்றோ? தெளிவாகவே, அவை கட்டப்பட்ட காலம் மிகப் பண்டையதே என்பது வெளியாகிறதன்றோ? தேவாரக் காலத்தில் **விமானம்** கொண்ட கோவில்கள் இருந்தன என்பது பெண்ணாகடம் - **தூங்கானை** மாடம் கோவில் அமைப்பைக் கொண்டு நன்குணரலாம். விமானம் 'தூங்கும் யானை வடிவில்' அமைந்ததாகும். திரு **இன்னம்பர்**, திருத்தணிகைக் கோவில் விமானங்கள் இம்முறையில் அமைந்தவை. திரு அதிகைக் கோவில், திருக்கடம்பூர் இவற்றின் உள்ளறைகள் தேர் போன்ற அமைப்புடையவை - உருளைகள் குதிரைகள் பூட்டப்பெற்றவை. திருச்சாய்க்காட்டுக் கோவிலை ஒட்டித் தேர் போன்ற **விமானம்** ஒன்று உருளைகளுடன் இருக்கின்றது.[15]

பழைய கோவில்கள்

இந்த விமான அமைப்புடைய தேர் போன்ற கோவில்களே பழையவை. இன்று காணப்படும் கோவில்களை அடுத்துள்ள தேர்கள் மிகப் பழைய காலத்தில் **மரக்கோவில்களாக** இருந்தவை. மனிதன் மரக்கோவிலைப் போலச் செங்கற்கள் கொண்டு பிற்காலத்தில் கோவில்கள் அமைத்தான் என்று ஆராய்ச்சியாளர் அறைகின்றனர். சான்றாக, நகரில் உள்ள சில கோவில்களைக் காணலாம். அவை கி. மு. 250இல் ஆக்கப் பட்டவை. அவற்றைச்

சுற்றிக் கற்சுவர்கள் இருக்கின்றன. ஆயின், கோவில்கள் மரத்தால் கட்டப்பட்டவையே ஆகும்.[16]

முதல் - இடைக் காலக் கோவில்கள் (கி.பி. 250 - 600)

அப்பர் காலத்தில் புகாரில் இருந்த கோவில் **பல்லவன் ஈச்சுரம்** எனப்பெயர் பெற்று இருந்தது. அக்கோவில் 'பல்லவன் கட்டிய கோவில் அல்லது பல்லவன் பூசித்த கோவில்' ஆக இருத்தல் வேண்டும். அஃது எங்ஙனமாயினும், அப்**பல்லவன்,** அப்பர் காலத்து மகேந்திவர்மனுக்கு முற்பட்டவனாதல் வேண்டும். **மயேந்திரப்பள்ளி** என்பது ஒரு பாடல் பெற்ற இடமாகும். இது மகேந்திரன் காலத்தில் இப்பெயர் பெற்றதா? அன்றிச் சமணர் பள்ளி அப்பருக்கு முன்னரே சிவன் கோவிலாக மாறி விட்டதா? என்பது விளங்கவில்லை. இங்ஙனமே திருப்புகலூர்க் கோவிலுக்குள் **வர்த்தமானீச்சுரம்** என்னும் சிறிய கோவில் ஒன்று உண்டு. அதுவும் பாடல் பெற்றதாகும். 'வர்த்தமானர்' என்பது சமண தீர்த்தங்கரர் பெயர். இவை எல்லாம் மகேந்திரனுக்கு முன்னரே இருந்த கோவில்கள் ஆகும். எனவே, முற்கால - இடைக் காலப் பல்லவர் காலங்களில் **சில புதிய கோவில்களேனும்** தமிழ் நாட்டில் ஏற்பட்டன என்பதை இவை உணர்த்துகின்றன.

பல்லவ மகேந்திரவர்மனுக்கு (கி.பி. 615-க்கு) முற்பட்ட தமிழகத்தில் இருந்த நாயன்மாருள் சிறந்து விளங்கிய புகழ்ச் சோழ நாயனார், கூற்றுவ நாயனார், ஐயடிகள் காடவர்கோன் நாயனார் என்பவர் பல கோவில்கட்குத் திருப்பணிகள் செய்தனர் என்று சேக்கிழார் பெருமான் கூறியுள்ளனர்.

கி.பி. 600 - க்கு முற்பட்டவரான **திருமூலர்,** தம் காலத்தில் இருந்த செங்கற் கோவில்களையும் பூ மணல் ஒன்பது மணிகள் இவற்றாலாய லிங்கங்களையும் பற்றிப் பல பாடல்களிற் கூறியுள்ளார். இவை யாவற்றிற்கும் ஏற்பக் கி.பி. 7ஆம் நூற்றாண்டினரான அப்பர், சம்பந்தர் பாடிய தேவாரத்திருமுறைகளில் ஏறத்தாழ 200-க்கு மேற்பட்ட **கோவில்கள்** பாடல் பெற்றுள்ளன. இவற்றால் சங்க காலத்தில் இருந்த கோவில்கள் அல்லாமல் பிற்காலத்திலும் (முற்கால - இடைக்காலப் பல்லவர் காலங்களிலும்) பல கோவில்கள் புதியனவாகக் கட்டப்பட்டிருந்தன என்று எண்ண இடமுண்டாகிறது.

பிற்காலத்துக் கோவில்கள் (கி.பி. 600 - 900)

பழைய சமணர் கோவில், மண்டபம் போன்ற அமைப் புடையது: நான்கே தூண்களை உடையது: அகன்ற கதவுகளை உடையது: மண்டபத்தைச் சுற்றியும் தாழ்வாரத்தை உடையது. மேற்கூரை கல்தளத்தை உடையது. சுவர்கள் மீதும் தூண்கள் மீதும் சமண சித்திரங்கள் தீட்டப்பெற்றிருக்கும்.[17] இவ்வமைப்பை ஏறத்தாழ இன்றுள்ள காவிரிப்பூம் பட்டினத்துக் கோவில்களிற் காணலாம்; மாமல்லபுரத்தில் உள்ள 'மண்டபங்கள்' எனப்படு பவை அனைத்தும் இவ்வமைப்பை உடையனவே. பண்டைச் சமணர் மூன்று சிறு அறைகளைக் கொண்ட கோவில்களை (மண்ட பங்களை)யும் அமைத்தனர்; அவ்வறைகளில், நடுவில் தீர்த்தங் கரையும் இருபாலும் இயக்கர் இயக்கியரையும் வைத்தனர். நடு அறையும் அருகதேவரும் வடக்கு அல்லது தெற்கு நோக்கி இருக் கும்படி அமைத்தனர்.[18] இம்முறையில் அமைந்தமையே மகேந் திரன் குடைவித்த கோவில்கள் ஆகும். ''இங்ஙனம் சமணர் அமைத்த மண்டபக் கோவில் முறை **அதன் திராவிட அமைப் புடன்** எல்லோரா வரை கி.பி. 7, 8-ஆம் நூற்றாண்டுகளிற் பரவி விட்டது. இம்முறை சாளுக்கியராற் பின்பற்றப்பட்டது.''[19] சில பெரிய சமணர் கோவில்கள் திருச்சுற்றில் பல சிறிய அறை களைக் கொண்டவை; அவற்றில் சமண உருவச் சிலைகள் வைக்கப்பட்டன.[20] இம்முறைப்படி அமைந்ததே இராசசிம்மன் கட்டிய கயிலாசநாதர் கோவில் ஆகும்.

மகேந்திரன் அமைத்த குகைக்கோவில்கள் ஏறத்தாழச் சிதம்பரத்தில் உள்ள 'பொன்னம்பலம்' என்னும் சபையையும் தில்லைக் கோவிந்தராசர் உள்ள இடத்தையும் அமைப்பில் ஒருவாறு ஒத்துள்ளன. இவன் மகனான நரசிம்மவர்மன் அமைத்த ஒற்றைக் கல் கோவில்கள் மெய்யாகவே தமிழ்நாட்டில் இருந்த தேர் வடிவில் அமைந்த கோவில்களைப் பார்த்துச் சமைத்தவையே ஆகும். சிற்றூர் அம்மன் கோவிலுக்கும் மாமல்லபுரத்தில் உள்ள துர்க்கையின் கோவிலுக்கும் வேறுபாடில்லை. பல்லவர்க்கு முன்பே தமிழகத்தில் இருந்த பௌத்தர் அமைத்த விகார வடிவில் ஒன்றிரண்டு கோவில்கள் திகழ்கின்றன. இராசசிம்மன் கட்டிய கரையோரக் கோவில் தேர் போன்ற கோவில் அமைப்புடையதே. அதன் வளர்ச்சியே அவன் கட்டிய கயிலாசநாதர் கோவில் விமானம். இதன் வளர்ச்சியே தஞ்சாவூர்ப் பெரிய கோவில் விமானம் ஆகும்.

தமது காலத்தில் இருந்த பாடல் பெற்ற கோவில்களில் காணப்பட்ட ஓவியங்களையே பல்லவர்கள் சிறபங்களாக

மாற்றினர் என்னல் மிகையாகாது. சிலப்பதிகார, மணிமேகலை களின் காலம் கி.பி. இரண்டாம் நூற்றாண்டாகும். அக்காலத்தில் இருந்த வியத்தகு சிற்பங்களும், ஓவியங்களும் மகேந்திரன் காலத்தில் அழிந்துவிட வழியில்லை. ஏறக்குறைய 400 ஆண்டுகட்குள் அவை அழிந்தன எனக் கூற இடமில்லை. அங்ஙனம் பல அழிந் திருப்பினும், சிலவேனும் அவன் உள்ளத்தைக் கொள்ளை கொண்டிருத்தல் கூடியதே என்க.

பழங்கோவில் அமைப்பு

அறிஞர் **லாங்ஹர்ஸ்ட்**, "மாமல்லபுரத்தில் உள்ள ஒற்றைக் கற் கோவில்கள் எல்லாம் அவன் காலத்தில் இருந்த (செங்கல்லும் சுண்ணாம்பும் கொண்டு கட்டப்பட்டு, மூங்கிற் கூரை அமைந்து வேலைப்பாடு கொண்ட செப்புத்தகடுகள் அறைந்த) கோவில்களைப் போன்றவையே என்பதைப் பார்த்தவுடன் கூறி விடலாம்" என்று வரைந்துள்ளதைக் காண்க.

இப்பொழுதுள்ள தேர், விழாக்காலத்தில் எங்ஙனம் உயரமாகச் சித்தரிக்கப்படுகிறது? அதன் உயரத்தை நோக்குக. அதற்கும், மாமல்லபுரத்தில் உள்ள கடற்கரை ஓரமுள்ள கோவில் விமானத்திற்கும் வேறுபாடு இன்மை அறிக. அக்கோவிலுக்கு உருளைகளைப் பூட்டிவிடின், அதற்கும் இன்றைய தேருக்கும் வேறுபாடு உண்டா என்பதை அறிஞர் ஆராய்தல் வேண்டும். இங்ஙனம் ஆராயின், **பண்டை மரக்கோவில்களே தேர்கள்** என்பதை அறியலாம். 'அவற்றைக் கொண்டே செங்கல், சுண்ணாம்புக் கோவில்கள் தோன்றின' என்பன அறியலாம்.[21]

நீலகிரி மலையின் உள்ள தொதவர் கோவில் பார்க்கத் தக்கது. வட்டமான கற்சுவர் கோவில் எல்லையை வகுப்பதாகும். இத்துடன் திருநெல்வேலியில் உள்ள பேய்க்கோவில்கள் ஒருமைப்படுகின்றன. "இக்கோவில்களே பண்டைய திராவிடர் கட்டட அமைப்பைக் காட்டுவன. தொதவரிடமுள்ள இருவகைக் கோவில்களில் கோபுரம் போல அமைந்துள்ள கோவில்களே பழைமை வாய்ந்தவை; தொலைவிலிருந்து பார்ப்பவர் அதனைக் கிறித்தவர் கோவிற் கோபுரம் எனக் கருதுவர்."[22] இம்மாதிரியே வடஇந்தியாவில் உள்ள கோவில்கள் அமைந்துள்ளன. இதனால் இந்தியாவிற் புகுந்தவுடன் ஆரியர் இவ்வமைப்பைத் திராவிடரிடமிருந்து கடன் பெற்றனர் எனக் கூறலாம். ஆனால் இந்த அமைப்பைத்

தென் இந்தியாவில் சதுரக் கோவில்கள் (Frecoes) அமைப்புடன் கலந்து வேறு புதிய அமைப்பைப் பெற்றுவிட்டது. ஆதலின், இருவகைக் கோவில் அமைப்புகள் தெற்கே பரவலாயின.[23]

பாணினி காலத்தில் கோவில்கள் இருந்தன; சாளுக்கியர் காலத்திற் கோவில்கள் விமானங்களுடன் இருந்தன; அசோகன் காலத்தில் இருந்தன. இக்கோவில்கள் புத்தருக்கு முன்னரே நாட்டில் இருந்தன. கோவில் கட்டுதல் திராவிடரது பழக்கம் ஆகலாம். அதனைப் பிற்காலத்தில் ஆரியர் கைக்கொண்டனர்.[24]

திராவிடக் கலை

தூபி, சைத்தியம் என்பன திராவிடருடையன. இவற்றை ஆரியர் கடன் பெற்றனர்; இவை பிற்கால இந்து சமயக் கோவில் களில் காணப்பட்டன. இவற்றையே **புத்தர்** மேற்கொண்டனர்.[25] விமான வகைகள் பல தென் இந்தியாவில் உண்டு. அவ்வகைகள் எல்லாம் கல்லறைகளிலிருந்து தோன்றின என்னல் தவறாகாது. தென் கன்னட கோட்டத்தில் உள்ள 'முதுபித்ரி' என்னும் இடத்திற் காணப்படும் குருமார் கல்லறைகளில் மூன்று முதல் ஏழு அடுக்கு கள் கொண்ட 'விமானம்' காணலாம். சதுரத்தின் மேல் சதுரம் வைத்துக் கட்டப்பட்ட ஏழு அடுக்குகள் கொண்ட சதுரக் கல்லறை கள் பல இந் நாட்டில் உண்டு. இவ்வமைப்புகள் நாளடைவில் பெரிய விமானங்களாக மாறிவிட்டன என்பதில் ஐயமில்லை.[26]

முன்னோர் வணக்கத்திற்காக ஏற்பட்ட பல கோவில்கள் பிற்காலத்தில் கடவுள் கோவில்களாக மாறின. அப்பழைய கோவில்களில் நீள் சதுர அறைதான் உண்டு. மேலிடம் தளமாக இருந்தது. அறைக்கு முன்புறம் ஒரு கூடம் உண்டு. முன்சொன்ன தொதவர் கோவில் போன்ற கோவில்களும் உண்டு. இவ்விரண் டும் பிற்காலத்தில் ஒன்றுபடுத்தப்பட்டன. சில இடங்களில் இரண்டும் தனித்துக் காணப்படுகின்றன. இவற்றின் வளர்ச்சியே இன்றுள்ள கோவில்கள்.[27] நமது தென்னிந்தியாவில் இங்ஙனம் இருந்த பண்டைக் கோவில்களைப் பார்த்தே பௌத்தரும் சமணரும் தம் கோவில்களை அமைத்துக் கொண்டனர்;[28] அவற் றைப் பார்த்தே பல்லவர் மாமல்லபுரம் முதலிய இடங்களில் கோவில்களை அமைத்தார்கள்; பண்டைக் கோவில்களில் இருந்த மண்பதுமைகளைப் பார்த்தே கற்கோவில்களில் பதுமைகளை அமைத்தார்கள்; விமானங்களையும் தூபிகளையும் பிறவற்றையும் அமைத்தார்கள்.

முடிவு

சுருங்கக் கூறின், பல்லவர் கோவில் அமைப்புத் தமிழ் நாட்டுக் குடிசைக் கோவிலிலிருந்து உண்டானதென்னல் மிகையாகாது.[29] **தென்னாட்டுக் கட்டடக் கலை** (Architecture) **தமிழகத்துக்கே உரியது.** இன்றுள்ள வானளாவிய கோபுரங்கள், விமானங்கள், இவற்றில் காணப்படும் வேலைப்பாடுகள் அனைத்தும் இந்நாட்டுப் பழைய வேலைப்பாடுகளிலிருந்து வளர்ச்சியுற்றவையே ஆகும். இந்த வளர்ச்சி பல நூற்றாண்டுகளாக உண்டானவை. மனிதக் குரங்கின் மண்டை ஓட்டிலிருந்து இன்றைய மனிதனது மண்டை ஓடு வளர்ச்சியுற்றாற் போலவே - தமிழகக் கட்டடக் கலையும் இயல்பாகவும் அமைதியாகவும் செம்மையாகவும் வளர்ச்சி பெற்று வந்ததாகும்.[30] இதன் உண்மையை மாமல்லபுரத்துத் தேர்களைக் கொண்டும், திருப்பாதிரிப்புலியூரில் உள்ள சிவபிரான் கோவில் வேலைப்பாட்டைக் கொண்டும் நன்கறியலாம்.[31]

குறிப்புகள்

1. P.N. Subramanian's 'Pallava Mahendravarnan', pp. 107-109.
2. இத்தகைய கோவில் **திருவெண்காட்டுப்** பெருங்கோவிலில் இன்றும் இருக்கிறது. அதன் வேலைப்பாடு பார்த்து வியக்கத்தக்கது.
3. Loughurst 'The Pallava Architecture', part I, pp. 22-23.
4. R. Gopinatha Rao's 'Ep. Ind.' Vol. XV, p.15.
5. Ram Raz's 'Essay on Indian Architecture', pp. 48-49.
6. K.A.N. Sastry's 'Cholas', Vol. II, part I, p. 486 & Vol. I, p. 385.
7. M.E.R. 36 of 1931.
8. Dr. N. Venkataramanayya's 'Origin of S.I. Temple', p.53.
9. சக்கரவாளக் கோட்டம். வரி. 42-48. 58-59. மலர் வனம் புக்க காதை 127-131.
10. மதுரைக் காஞ்சி வரி 352 - 355
11. பெரும்பாண் ஆற்றுப்படை வரி 348, 405
12. மதுரைக்காஞ்சி. வரி 451
13. வரி 79 - 88
14. Navaratnam's 'S.I. Sculpture', pp. 56-57.
15. 'Sivasthala Manjari', p. 51
16. 'Sivasthala Manjari', p. 50, 91, 135.

17. O.C. Gengooly's 'Indian Architecture', p. 18.
18. Annual Report of the A.D.S. Circle, 1913-14, p. 14.
19. Ananda Alwar's Indian Architecture, p. 209.
20. Fergusson's 'History of Indian and Eastern Architecture', Vol. II, pp. 21-33.
21. Ibid.
22. A.K. Kumarasamy's 'Arts and Crafts', pp. 118-119.
23. G. Opert's 'The Original Inhabitants of India', p. 573.
24. N. Venkataramanayya's 'Origin of S.I. Temple' p. 67
25. Ibid. p. 44
26. Ibid pp. 78-79.
27. Ibid. p. 39-55.
28. Ibid. pp. 72-75
29. Annual Report of A.D. Southern Circle, 1914, p. 34.
30. இத்தகைய கோவில்களை இன்றும் காவிரிப் பூம்பட்டினத்திற் காணலாம்.
31. Prof. Dubreiul's 'Dravidian architecture', pp. 1-10, 22.

* * *

24. இலக்கியம்

முன்னுரை

பல்லவர் காலம் ஏறத்தாழக் கி.பி. 250 முதல் 900 முடிய என்னலாம். இந்தக் காலத்திற்குப் பிறகு சோழப்பேரரசு வளர்ச்சி யுற்றது. அக்காலத்தில், சங்ககாலத் தமிழில் இல்லாத அளவு வடமொழிக் கலப்புத் தமிழில் உண்டாகிவிட்டது. இதனை அக்கால யாப்பருங்கலவிருத்தி, காரிகை, வீரசோழியம் முதலிய இலக்கண நூல்கள் கொண்டும், பெரிய புராணம், கம்பராமா யணம், கலிங்கத்துப்பரணி, ஒட்டக்கூத்தர் பாடிய நூல்கள் முதலி யன கொண்டும் நன்குணரலாம். எனவே, சங்க நூல்கட்கும் இச் சோழர்கால நூல்கட்கும் உண்டான மொழிநடை வேறுபாடு, இரண்டிற்கும் இடைப்பட்ட **பல்லவர்** காலத்திற்றான் உண்டாகி வளர்த்திருத்தல் வேண்டும். இஃதே உண்மை என்பதை யாப்பருங் கல விருத்தியுரை நன்கு விளக்கிநிற்றல் காணலாம். காணவே, பல்லவர் கால இலக்கியம் தமிழ் இலக்கிய வரலாற்றிற் சிறப்பிடம் பெறத்தக்கதாகும்; ஆதலின் இங்கு ஓரளவு நன்கு விளக்கம் பெறும்.

வடமொழிப் பட்டயங்கள்

பல்லவர் வடவர் ஆதலின், அவர் பட்டயங்கள் எல்லாம் வடமொழியிலேயே எழுதப்பட்டுள்ளன. பிற்காலப் பல்லவர் பட்டயங்கள் எல்லாம் சிறந்த வடமொழி நடையுடையன. முதலாம் பரமேச்சுரவர்மன் வெளியிட்ட **கூரம்பட்டயம்** கூறும் பெருவள நல்லூர்ப் போர் வருணனை படித்து இன்புறத்தக்க பகுதியாகும். அதனை வரைந்தவர் சிறந்த வடமொழிப்புலவராகவும் போர் வருணனைகள் கொண்ட நூல்களை நன்கு கற்றவராகவும் இருத் தல் வேண்டும். இரண்டாம் நந்திவர்மன் வெளியிட்ட **காசக் குடிப் பட்டயம்** பல்லவர் வரலாற்றைச் சிறந்த முறையில் விளக்குவதாகும். அதன் நடையும் உயர்ந்த நடை இவ்வரச னுடைய தண்டன் தோட்டப் பட்டயம், மூன்றாம் நந்திவர்மனுடைய வேலூர்ப்பாளையப் பட்டயம் முதலியவற்றில் வடமொழி நடை அழகாக இருக்கின்றது. இராசசிம்மன் காலத்துக் கயிலாசநாதர் கோவில் வடமொழிக் கல்வெட்டுகள் சுருக்கமும் தெளிவும் உடை யன. முதலாம் பரமேச்சுரனுடய மகாபலிபுரத்துக் கல்வெட்டுகள் சிலேடைப் பொருள் கொண்ட சொற்றொடர்கள் கொண்டவை.

வடமொழி நூல்கள்

லோகவிபாகம், கிராதார்ச்சுனீயம், அவந்திசுந்தரி கதை, மத்தவிலாசப் பிரகசனம், காவ்யாதர்சம் போன்ற வடமொழி நூல்கள் பல்லவர் கால வடமொழி வளர்ச்சிக்குரிய சான்றுகளாம்.

இவை அனைத்தையும் நோக்க, பல்லவர் அவைக்களத்தில் சிறந்த **வடமொழிப் புலவர்கள் இருந்தார்கள்** என்பது தெரிகிறதன்றோ?

அச்சுத விக்கிரந்தன் (கி.பி. 350)

புத்த தத்தர் (கி.பி. 350) காலத்தவனான இவனைப் பற்றிய தமிழ்ப் பாடல்கள் சில காணக்கிடக்கின்றன. அவற்றால், இவன் தமிழை ஓரளவு வளர்த்த களப்பிர அரசன் என்பது புலனாகிறது.[1] இவனைப் பற்றிய பாடல்கள் தமிழ்நாவலர் சரிதை, தொண்டை மண்டல சதகம் முதலியவற்றிற் காணலாம்.[2] சான்றாக ஒன்றை இங்குக் காண்க:

அச்சுதன் மதுரை கொண்டது

முரசதிர் வியன்மதுரை முழுவதூஉம் தலைபனிப்பப்
புரைதொடித் திரள்தோள் போர்மலைந்த மறமல்லர்
அடியோடு முடியிறுப்புண் டயர்ந்தவண் நிலஞ்சேரப்
பொடியெழ வெங்களத்துப் புடைத்ததுநின் புகழாமோ![3]

முத்தரையரும் தமிழும் (கி.பி. 700 - 800)

தஞ்சையை ஆண்ட முத்தரையர்க்குத் தமிழ்ப் பற்று மிக்கிருந்தது. அவருள் கி.பி. 8ஆம் நூற்றாண்டில் இருந்தவன் **பெரும்பிடுகு முத்தரையன் சுவரன் மாறன்** என்பவன். இவன் புலவர் பலரை ஆதரித்தவன்; இவனைப் புகழ்ந்து (1) பாச்சில் வேள் நம்பன், (2) ஆசாரியர் அநிருத்தர், (3) கோட்டாற்று இளம்பெருமானார், (4) குவாவங்காஞ்சன் என்போர் வெண்பாக்கள் பாடியுள்ளனர். அவை செந்தலையில் உள்ள சிவன்கோவில் கல்வெட்டுகளில் காண்கின்றன. அவற்றால் இம்மன்னன் அழுந்தியூர், மணலூர், கொடும்பாளூர், காரை, கண்ணனூர், அண்ணல்வாயில் என்ற இடங்களில் நடந்த போர்களில் வெற்றி பெற்றவன் என்பது தெரிகிறது. இனி, ஒவ்வொரு புலவரையும் அவர் பாடிய பாக்களையும் பற்றிக் கவனிப்போம்:

1. பாச்சில் வேள் நம்பன்

இவர் மழநாட்டுத் திருப்பாச்சில் (ஆச்சுராமம்) என்னும் ஊரினார் என்பதும், வேளிர் குலத்தவர் என்பதும் இவர்தம்

பெயரால் அறியப்படும். இவர் பாடியவை ஐந்து வெண்பாக்கள். அவற்றுள் ஒன்று காண்க:

"வெங்கட் பொருகயல்சேர் வெல்கொடியோன் வாள்மாறன்
செங்கட் கரும்பகடு சென்றுழக்க - வங்குலந்தார்
தேரழுந்தி மாவழுந்தச் செங்குருதி மண்பரந்த
ஊரழுந்தி யூ ரென்னு மூர்."

2. ஆசாரியர் அநிருத்தார்

இவர் 'ஆசாரியர்' என்பதால், முத்தரையருக்கு ஆசிரிய ராகவும், சமண முனிவருள் ஒருவராகவேனும் விளங்கியவராவர் என்று நினைக்கலாம். இவர் பாடியது **கட்டளைக் கலித்துறை.** அது சிதைந்து காணப்படுகின்றது.

..
.... போ லரசு பிறவா பிறநெடு மேரு நெற்றிப்
பொன்போல் பசுங்கதிர் ஆயிரம் (வீசும்) பொற்றேர்ப்பருதிக்
கென்போ தரவிடு மோவினைச் சோதி யிருவிசும்பே.

3. கோட்டாற்று இளம்பெருமானார்

'கோட்டாறு' என்பது தென் திருவாங்கூர்ச் சீமையில் இருப் பது. இவர் அவ்வூரினர். இவர் இளம்பெருமானார் எனப்பட்டதால் இவர் தமையனார் 'கோட்டாற்றுப் பெருமானார்' என்ற ஒருவர் இருந்திருத்தல் வேண்டும் என்பது தெரிகிறது. இவரது பாடலும் சிதைந்து காணப்படுகிறது.

சேட்டிணர் பூந்தண் பொழிற்செம்பொன் மாரிக் கடியரணம்
முட்டின சீற்றமுன் சென்றது பின்பு பகட்டினத்தோர்
கெ...........மர்) மாறன்க (டி)................க்க

4. குவாவங் காஞ்சன்

இவரது முழுப்பெயர் 'கிழார்க் கூற்றத்துப் பவதாய மங்க லத்து அமருணிலை ஆயின குவாவங் காஞ்சன்' என்பது. 'கிழார்க் கூற்றம்' என்பது தஞ்சைக் கோட்டத்துப் பாபநாசத்தைச் சுற்றி யுள்ள பகுதியாகும். 'அமருள் நிலை' என்பது இவர் படைத் தலைவர் என்பதைக் குறிக்கிறது. இவர் பாடியனவாக ஆறு பாடல் கள் காணப்படுகின்றன. அவற்றுள் ஒன்று காண்க.

எண்கிண் இருங்கிளையும் ஏற்ற கரியவே
வண்கைச் செருமாறன் வாள்காய்த்தி - விண்படர்சேய்

வானாடு தாழ்ந்த மாநாடக் கண்ணனூர்க்
கோனாடர் புக்கொளித்த குன்று.[4]

இவற்றால் அறியப்படுவன

இந்நான்கு புலவரும் கி.பி. 8ஆம் நூற்றாண்டினர் என்பதை எண்ண, உண்மையாகவே உள்ளம் மகிழ்கிறது. வடமொழி வளர்த்த பல்லவர் காலத்தில் தமிழ் இந்த அளவேனும் வளர்ந்த தென்பது போற்றத்தக்கதே அன்றோ?

இப்புலவர் பெருமக்கள் என்னென்ன நூல்களைப் பாடி னார்களோ, அறியோம், அவை கிடைத்தில. அந்தக் காலத்தில் வெண்பாவும் கட்டளைக் கலித்துறையுமே பெருவரவின என்பதை மேற்சுட்டிய பாடல்கள் விளக்குகின்றன. சங்க காலத்தில் அகவலே பேரிடம் பெற்று விளங்கினது; கலிப்பா ஓரளவு பயன்பட்டது; வெண்பா அருகி வழங்கியது. பல்லவர் காலத்தில் வடமொழிப் புலவர் இந்நாட்டில் பேரளவிற் குடிபுகுந்து வடமொழியைப் பரப்பினமையால் அம்மொழியின் செய்யுள் இலக்கண அமைதி கள் தமிழிற் பரவின. அப்பரவலின் பயனாக விருத்தம் முதலியன தமிழிற் பயிலலாயின. **தமிழ் யாப்பிலக்கண முறையிலேயே வடமொழிக் கலப்பு உண்டான காலம் பல்லவர் காலமே ஆகும்** என்பது கி.பி. 11ஆம் நூற்றாண்டின் தொடக்கத்திலே இருந்த **அமிதசாகரர்** செய்த **யாருப்பருங்கல விருத்தியுரையால் நன்கு உணரப்படுகிறது.**

பல்லவரும் தழிழும்

மகேந்திரவர்மன், இரண்டாம் நந்திவர்மன், மூன்றாம் நந்தி வர்மன், அபராசிதவர்மன் இவர்களே தமிழ் அறிவு பெற்றிருந் தனர் என்பது தளாவனூர்க் கல்வெட்டு, திருமங்கையாழ்வார் பாடல்கள், நந்திக்கலம்பக ஆசிரியர் பாடல்கள், திருத்தணிகைக் கல்வெட்டில் உள்ள வெண்பா இவற்றால் அறியக் கிடக்கிறது. இவர்கட்கு முன்னர் வடமொழியிலும் தென்மொழியிலும் புலமை பெற்ற **ஐயடிகள் காடவர்கோன்** என்ற பல்லவ அரசர் ஒருவர் இருந்தார் என்றும், அவர் ''சிவத்தளி (க்ஷேத்திர) **வெண்பா**''ப் பாடினார் என்றும் பெரிய புராணம் குறிக்கிறது. அவர் பாடிய 'சிவத்தளி வெண்பா' சிதைந்த நிலையில் இன்று 11ஆந் திருமுறை யில் இடம் பெற்றுள்ளது அவரே **மூன்றாம் சிம்மவர்மன்** என்பர் ஆராய்ச்சியாளர்.[5]

சிவத்தளி வெண்பா (கி.பி. 550 - 575)

'இறக்குந் தறுவாயில் நேரும் துன்பங்கள் அடையாமுன், இன்னின்ன தளிவாழ் இறைவனை நினை' என்று மனத்திற்கு அறிவுறுத்துவதாக அமைந்த வெண்பாக்களின் தொகுதியே 'சிவத்தளி வெண்பா' என்பது. இப்பொழுதுள்ள பாடல்கள் 24 அவற்றுட் பல தளிகள் குறிக்கப்பட்டுள. அவை - தில்லை, குடந்தை, ஐயாறு, ஆரூர், திருத்துருத்தி, திருக்கோடிகா, பாண்ட வாய்த் தென்னிடைவாய் (?) திருநெடுங்களம், குழித்தண்டலை, ஆனைக்கா, மயிலை, சேனைமாகாளம், வளைகுளம், சாய்க்காடு, திருப்பாச்சிலாச்சிராமம், சிராமலை, திருமழபாடி, (கொள்ளிடத்துத் தென்) திருஆப்பாடி, காஞ்சிபுரம், திருப்பனந்தாள், திருவொற் றியூர், திருக்கடவூர் மயானம் என்பன.

பல்லவரைப் பற்றிய தனிப்பாடல்கள்

அகத்தியனார் : இவர் பாடல் ஒன்று, **பல்லவம்** என்பது தனி நாடு; தமிழ் வழங்காத நாடு என்னும் செய்தியைக் கூறுகிறது.[6]

மகேந்திரன் (கி.பி. 615 - 630) குடைவித்த தளாவனூர்க் குகைக்கோவிலில் வெண்பா ஒன்று காணப்படுகிறது. அது,

தொண்டையந் தார்வேந்தன் நரேந்திரப் போத்தரையன்
வெண்கோட்டின் றென்பான் மிகமகிழ்ந்து - கண்டான்
சரமிக்க வெஞ்சிலையான் சத்ருமல்லே சம்மென்(று)
அரனுக் கிடமாக அன்று.[7]

என்பது **பல்லவன் மல்லன்** (கி.பி. 710 - 775) : இவனைப் பற்றிய பாக்கள் சில யாப்பருங்கல விருத்தியுரையுட் காணப்படுகின்றன. அவற்றுள் ஒன்று **பல்லவ மல்லன்** என்ற பெயரையே சுட்டு கின்றது. அஃது எட்டாரைச் சக்கரத்தை விளக்க வந்த மேற் கொள் செய்யுள் ஆகும்.

....
காடவர் கோன் திரு ஆரமிழ் தாடவர்க்''
....
யாராழி பாய்ந்த விடந்தோ றழகிதாப்
பாராளும் **பல்லவமல்லன்** என்றா - ராய்ந் (து)......
....
- பாரில்
தருமலிந்த வண்மைத் தலைத்தந்து மிக்க

திருமலிந்து தீதிலவே யாக - உருமலிந்த
என்னரசன் **மல்லன்** மதினிலை யேதிலர்கள்
துன்னரிய வஞ்சினத்தான் தோள்.[8]

யாப்புநூல் பெருக்கம் (கி.பி. 250 - 900):

கி.பி. 11ஆம் நூற்றாண்டில் யாப்பருங்கல விருத்தி செய்யப் பட்டது; உரையும் அதே காலத்தில் ஆனது. இதனில், சங்கத்தார் பாடல்கள் சிறுவரவினவாயும் வடமொழி வழக்குப் பற்றித் தோன்றிய புதிய பா வகைகளை விளக்க வந்த புதிய பாடல்கள் பலவாகவும் இருத்தலை நோக்க யாப்பருங்கல விருத்தியுரையுட் கூறப்படும் பல்வேறு இலக்கண நூல்களும் மேற்கோள் பாடல்களும் சங்க இறுதிக்கும் கி.பி. 10ஆம் நூற்றாண்டிற்கும் இடைப்பட்ட காலத்திற்றான் செய்யப்பட்டன என்பதை நன்கு உணரலாம். அக்காலமே பல்லவப் பேரரசு இருந்த (கி.பி. 250-900) காலமாகும். மேலும், எட்டாரைச் சக்கரம் போன்ற புதியவை அனைத்தும் **பல்லவ மல்லன்** காலத்தில் தோன்றின என்பது மேற்கூறப்பெற்ற செய்யுளைக் கொண்டு தெளிவாக அறியலாம். இதனை விரிக்கிற் பெருகும். யாப்பருங்கல விருத்தி உரை நோக்கி ஆராய்ந்து உண்மை உணர்க.

மூன்றாம் நந்திவர்மன் (கி.பி. 825 - 850) :

இவன் 'காடவர் கோன் கழற் **சிங்கன்'** எனப் பெரிய புராணத்தும், '**நந்தி**, பல்லவர் **கோளரி**' என்று நந்திக் கலம்பகத்தும் கூறப்பட்டவன். யாப்பருங்கல விருத்தியுரையில், 'கச்சியார் கோ - **சிங்கன்**' என்றும், **நந்தி** என்றும் 'கோன்நந்தி' என்றும் வரும் தனிப்பாடல்கள், பொருள் நோக்கி, இவனையே குறிப்பனவாகக் கொள்ளலாம்.

அவை வருமாறு:

1. *நிலமகள் கேள்வனும் நேர்கழலி னாறும்*
நலமிகு கச்சியார் கோவென்பவே
நலமிகு கச்சியார் கோவாயி னானும்
சிலைமிகு தோள்சிங்கன் அவன் என்பவே
செருவிடை யானை அவனென்பவே.[9]

2. *வரைபெரிய மத்தாக வாளரவம் கயிறாகத்*
திரையிரியக் கடல்கடைந்து திருமகளைப் படைத்
உலகொடு நிலவிய ஒருபுகழ் சுமந்தனை.[10] *(தனையே!*[11]

3. *செந்தழலின் சாற்றைப் பிழிந்து செழுஞ்சீத*

சந்தமென் றாரோ தடவினார் - பைந்தமிழை
ஆய்கின்ற கோனந்தி ஆகம் தழுவாமல்
வேகின்ற பாவியேன் மேல்.

4. *திருத்தோர் புகழ்நந்தி தேசபண்டாரிதெள் ளாறை [12]வெற்பில்*
மருத்தேர் குழலிக்குக் கார்முந்து மாகில், மகுடரத்னப்
பரித்தேரும் பாகனும் என்பட்ட வோஎன்று பங்கயக்கை
நெரித்தே வயிற்றில்வைத் தேநிற்ப ளேவஞ்சி நெஞ்சு
வர்ந்தே[13]

5. *வானுறு மதியை அடைந்ததுன் வதனம்;*
வையகம் அடைந்ததுன் கீர்த்தி;
கானுறு புலியை அடைந்ததுள் வீரம்;
கற்பகம் அடைந்ததுன் கரங்கள்;
தேனுறு மலரான் அரியிடம் சேர்ந்தாள்;
செந்தழல் புகுந்ததுன் மேனி;
யானுமென் கவியும் எவ்விடம் புகுவேம்!
எந்தையே! நந்திநா யகனே![14]

அபராசிதவர்மன் (கி.பி. 875 - 893)

இவன் பல்லவர் மரபில் இறுதி அரசன்; கி.பி. 875-க்குப் பிறகு நாட்டை ஆண்டவன். இவன் காலத்தே, **நம்பி அப்பி** என்பவன் திருத்தணிகை - வீரட்டானேசுவரர் கோவிற்குத் திருப்பணிகள் பலவும் புரிந்த பெரியவன். அவனைப் பாராட்டி அபராசிதன் ஒரு வெண்பாப் பாடினான். அஃது அக்கோவில் கல்வெட்டில் காணப்படுகிறது. பாவின் கீழ், ‘இவ்வெண்பாப் பெருமானடிகள் தாம் பாடி அருளித்து’ என்ற குறிப்புக் காணப்படுகிறது. அபராசிதற்குப் **‘பெருமானடிகள்’** என்ற பெயருண்டு, அவ்வெண்பா இதுவாகும்:

திருந்து திருத்தணியிற் செஞ்சடைஈ சற்குக்
கருங்கங்கலாற் கற்றளியா நிற்க - விரும்பியே
நற்கலைகள் எல்லாம் நவின்றசீர் நம்பியப்பீ
பொற்பமையச் செய்தான் புரிந்து.[15]

சத்தி பல்லவன்

இவன் அரக்கோணம் தாலுகாவில் தண்டலம் என்ற கிராமத்தில் ஏரியைப் புதுப்பித்தான் போலும்! அங்குள்ள கல்வெட்டில் இரண்டு வெண்பாக்கள் இவனைப் பற்றிக் காணப்படுகின்றன.

இவன் காலம் தெரியவில்லை.

1. *காடவர்கோள் சத்தி கற்றோட்டில் இட்டயாண்(டு)*
ஏடியவீ ரைந்தில் இடுவித்தான் - நீடியசீர்ப்
பல்லவமா ராயன் பசிநீக்கித் தண்டலத்துக்
கல்லிவர்நீர் ஏரிக் கலிங்கு.

2. *மண்டலத்து ளோர்மதிப்ப வண்போனி யூர்பாட்டுத்*
தண்டலத்தே ரிக்கலிங்கு தானமைத்தான் - ஒண்டமிழ்ப்
பாமங்கை தான்விரும்பும் பல்லவமா ராயனெழில்
பூமங்கை தன்கோன் புரிந்து.[16]

இராசபவிந்திரப் பல்லவதரையன்

இவர் அவிநயம் என்ற யாப்பிலக்கண நூலுக்கு உரை எழுதியவர் என்பதைத் தெரிவிக்கும் பாடல் ஒன்று நன்னூற்கு உரை வகுத்த மயிலைநாதரால் காட்டப்பட்டுள்ளது. அது வருமாறு:

இந்தப்பத் தெச்சமும்
புலிபுகழ் புலமை அவிநய நூலுள்
தண்டலங் கிழவன் தகைவரு நேமி
எண்டிசை நிறைபெயர் இராச பவித்திரப்
பல்லவ தரையன் பகர்ச்சியென் றறிக.[17]

இதனால், இவர் தண்டலத்தைத் தலைநகரமாகக் கொண்டு ஆண்டுவந்த பல்லவ மரபினர் என்பதும், புலமை நிறைந்த இப்பெரியார் அவிநயத்துக்கு உரை கண்டு மகிழ்ந்தவர் என்பதும் பெறப்படுகின்றன. இவர் காலம் அறியக்கூடவில்லை.

பொதுப் பாடல்

இது பல்லவ அரசன் ஒருவனது ஆணைப்படி அவன் எல்லைப்புற வீரர் வடுகர் முனைச்சுரம் கடந்து பசு நிரை கவர்ந்த செய்தியைக் குறிப்பதாகும். காலம் கூறக்கூடவில்லை.

நகில்பொழி தீம்பால் மண்சேறு படுப்ப
மலர்தலை உலகம் ஓம்பும் என்ப
பரிசிலை தொண்டைப் பல்லவன் ஆணையின்
வெட்சித் தாய்த்து வில்வேல் உழவர்
பொருந்தா வடுகர் முனைச்சுரம்
கடந்து கொண்ட பல்ஆ னிரையே.[18]

வேறு பல நூல்கள் (கி.பி. 250 - 900)

இதுகாறும் கூறப்பெற்ற சில்லரைப் பாடல்களால், சங்க காலத்திற்குப் பிறகு வந்த பல்லவர் காலத்தில் புலவர் பலர் இருந்தனர் என்பது வெள்ளிடை மலைபோல் விளங்கித் தோன்றும்

1. **யாப்பருங்கால விருத்தியுரை**யை நன்கு ஆராயின், பல்லவர் காலத்திற் பல யாப்பிலக்கண நூல்கள் **வடநூல் வழித் தமிழ் ஆசிரியர்** பலரால் செய்யப்பட்டன என்பது போதரும். அவற்றினை விரித்துக் கூறாது பெயர்கள் மட்டுமே இவண் தரப் பெறும். விரிவை வேறிடத்துக் காண்க. **சங்கயாப்பு, பாட்டியல் நூல், மாபுராணம்** என்ற யாப்பு நூல்கள் பல்லவர் காலத்து இருந்தன என்பது தெரிகிறது. அவை யாப்பருங்கல விருத்தி உரையாசிரியர் காலத்திலும் இருந்தன என்பது அறியக்கிடக்கிறது. அவை முத்தொள்ளாயிரம், புராண சாகரம், கலியாணகதை, குட மூக்கிற் பகவர் செய்த வாசுதேவனார் சிந்தம், அடி நூல், அணி இயல், அமிர்தபதி, அரசயந்தம், அவிநந்தமாலை, ஆசிரியமுறி, காலகேசி, இரணியம், சயந்தம், தும்பிப்பாட்டு, தேசிகமாலை, பசந்தம், பாவைப்பாட்டு, பிங்கலகேசி, புணர்ப்பாவை, பெரிய பம்மம், பொய்கையார் நூல், (களவழியன்று), போக்கியம், மணி யாரம், மந்திரநூல், மார்க்கண்டேயனார் காஞ்சி, மதுவிச்சை, வளையாபதி முதலியன. இவற்றுள் இரண்டொன்று நீங்கலாக மற்றவை அனைத்தும் பல்லவர் காலத்திற் செய்யப்பட்டவை என்பது அவற்றின் வடமொழிப் பெயர்களைக் கொண்டே கூற லாம்.

2. **யாப்பருங்கலக் காரிகை** உரையால், **கலிதயனார்** என்பவர் செய்த யாப்பு நூலும், **பாடனார்** செய்த யாப்பு நூலும் பெயர் தெரியாப் புலவர் ஒருவர் செய்த யாப்பு நூலும் இருந்தன என்பது தெரிகிறது.

3. **தொல்காப்பியச்** செய்யுளியல் உரையிற் காணப்பெறும் நூல்கள் சிலவும் பல்லவர் காலத்தன எனக்கோடல் தவறாகாது. அவை **யாழ் நூல், கந்தர்வ நூல்** (இசை நூல்), பருப்பதம், தந்திர வாக்கியம், வஞ்சிப்பாடல், மோதிரப்பாட்டு, கடகண்டு, விளக் கத்தார் கூத்து முதலியன.[19]

சைவத் திருமுறைகள் (கி.பி. 250 - 850)

திருமூலர் திருமந்திரம், பேயம்மையார், பாடிய பதிகங்கள், சமயகுரவர் திருமுறைகள், ஐயடிகள் 'க்ஷேத்திர வெண்பா, ' திருத்தொண்டத் தொகை, சேரமான் பெருமாள் பாடிய அந்தாதி,

உலா முதலியன பல்லவர் காலத்தனவே ஆகும். அவற்றைத் தனித்தனி விரிக்கிற் பெருகும். அவற்றுள் திருமுறைகள் பற்றிய குறிப்புகள் இந்நூலுள் ஆங்காங்குத் தரப்பட்டுள்ளன.

நந்திக் கலம்பகம் (கி.பி. 830 - 850)

இந்நூல் மூன்றாம் நந்திவர்மனைப் பற்றியதென்பது முன்பே விரிவாக விளக்கப்பட்டுள்ளது. இந்நூல், இவனது வேலூர்ப் பாளையப் பட்டயத்திற்கு இலக்கியமாக அமைந்துள்ளது. இஃது இல்லாவிடில் இப்பேரரசன் முதலிற் செய்த வடநாட்டுப் போர் விளக்கம் பெறாது ஒழிந்திருக்கும். 'குறுகோட்டை' என்ற பெயர் ஒன்றே வேலூர்ப் பாளையப்பட்டயக் குறிப்பை நன்கு விளக்கப் பேருதவி புரிந்தது. மேலும் பட்டயத்திற் குறிக்கப்படாத இவனது தமிழ்ப் புலமை, தமிழ்ப் புரவலனாந்தன்மை, பிற நல்லியல்புகள், இவன் மனைவியர், தம்பி முதலியவர் செய்திகளும் இன்ன பிறவும் அறிந்து வரலாறு கட்ட இச் சிறு நூல் பேருதவி புரிந்துள்ளது. இம்மூன்றாம் நந்திவர்மனே பெரிய புராணம் கூறும் காடவர்கோன் **கழற்சிங்கன்** வரலாற்றுச் சிறப்புப் பெற்றுவிட்டான் அல்லனோ? இவன் **அவனி நாரணன்** என்றொரு பெயரும் கொண்டவன் என்பது கலம்பகம் கூறும் நற்செய்தியாகும். காவேரிப்பாக்கம் 'அவனி நாராயணச் சதுர்வேதிமங்கலம்' எனப்பட்டது. சையாமில் இருந்த குளம் ஒன்று (தமிழன் - பல்லவ நாட்டினன் வெட்டியது) **அவனி நாரணம்** எனப்பட்டதாக அங்குக் கிடைத்த கல்வெட்டுக் கூறுகிறது. பின்னிரண்டை ஒப்பு நோக்கக் கலம்பகம் எத்துணைப் பேருதவி புரிகிற நிலையில் இருக்கிறதென்பது தானே விளங்கும் இவற்றோடு, இச்சிறு நூல், தமிழ் மொழியில், **கலம்பகம்** என்னும் பிரபந்த முறையில் இன்றுள்ள **முதல் நூல்** என்று கூறத்தக்க பழமையும் பெற்ற தென்னலாம்; பல்லவர் கால யாப்பிலக்கண வளர்ச்சியை உள்ளவாறு அறிய உதவும் அரிய நூல் என்னலாம்.

பாரத வெண்பா (கி.பி. 830 - 850)

இதுவும் மூன்றாம் நந்திவர்மன் காலத்து நூல்; அவனால் ஆதரிக்கப் பெற்ற **பெருந்தேவனார்** என்ற தமிழ்ப் புலவர் பாடியது. இதனை இந்நூலின் முதற் செய்யுளாலும் அதன்கீழ் உள்ள உரைப் பகுதியாலும் நன்கு உணரலாம்.

வண்மையால் கல்வியால் மாபலத்தால் ஆள்வினையால்
உண்மையால் பாராள் உரிமையால் - திண்மையால்
தேர்வேந்தர் வானேறத் தெள்ளாற்றில் வென்றானோ(டு)

யார்வேந்தர் ஏற்பார் எதிர்!

உரைநடை; ''எல்லையின் நிறைந்த எண்டிசை உலகத்து மலையும் மலையும் உள்ளிட்ட மண்மிசை முழுதும் மறையது வளர்க்க அல்லி பீடத்து அரிவைக்குத் தன் அழகமர் தோளே ஆலயமாக்கிய **பல்லவர் கோமான் பண்டிதர் ஆலயனைப் பரவினேம்.**'' தெள்ளாற்றுப் போர் குறிக்கப்பட்டுள்ளதால் இந்நூல் செய்யப்பட்ட காலம் ஏறத்தாழக் கி.பி. 830 - 850 எனக் கூறலாம்.

உரை இடையிட்ட பாட்டுடைச் செய்யுள் : இது வெண்பா, விருத்தம், அகவல் என்ற மூவகைப் பாக்களால் ஆனது: இடை யிடையே கதை தொடர்புக்காக உரைநடை மிகுதியாக விரவப் பெற்றுள்ளது. இத்தகைய முறை **சம்பு** எனப்படும். இந்நூலா சிரியர் காலத்தில் கங்க நாட்டில் இச் சம்பு நூல்களே யாக்கப் பெற்றன என்பது இங்கு அறியத்தகும்.[20]

ஆசிரியர் வைணவர்: பெருந்தேவனார் சிறந்த வைணவர் என்பது இந் நூலில் உள்ள கடவுள் வாழ்த்துப் பாக்கள் பலவற்றால் தெரிகிறது. சிறந்த நாயன்மாருள் ஒருவனான நந்திவர்மனது அவைப் புலவர் சிறந்த வைணவர் என்பது வியப்புக்குரியது. இஃது அப்பேரரசனது பரந்த அறிவின் மாட்சியை விளக்குவதாகும் அன்றோ?

நூற் செய்திகள் சில : (1) இவர் பாரதப் போரில் பல்லவரும் **போரிட்டனர்** எனக் கூறுதல் நகைப்பைத் தருகிறது. பல்லவர் மட்டும் இல்லை; குந்தளர் (கதம்பர்), சாளுக்கியர், கொங்கணர், கங்கர் முதலிய தம் கால அரசரையும் பாரதப் போரில் இழுத்து விட்டனர்.[21] (2) இவர் **''மீகாமன் இல்லாத மரக்கல**ந்தான் ஆக்கி னாய் வேந்தர் ஏறே''[22] என ஓரிடத்தில் உவமை கூறி இருத்தல் தம் காலத்துக் கடல் வாணிப உணர்ச்சியால் என்னல் தவறாகாதன்றோ?

(3) **இவர் குறித்த வைணவத் தலங்கள் :** திருவேங்கடம், திருமாலிருஞ்சோலைமலை, திருஅரங்கம், திருஅத்தியூர் என்பன. எனவே, இவை இவர் காலத்தில் மிக்க சிறப்புற்றனவாக இருந்திருக் கலாம் என்பதை நம்பலாம்.[23]

தேனோங்கு சோலைத் திருவேங் கடமென்றும்
வானோங்கு சோலை மலையென்றும் - தானோங்கு
தென்னரங்க மென்றும் திருவத்தி யூரென்றும்
சொன்னவர்க்கும் உண்டே சுகம்.[24]

(4) **தொகைநூல் தொகுப்பாளரா?:** இப்பெருந் தேவனார்,

'எட்டுத் தொகையின் தொகுப்பாளர்' என அறிஞர் சிலர் கருது கின்றனர். களப்பிரர் குழப்பத்தால் பாண்டிய அரசு திடீரென வீழ்ந்ததாக வேள்விக்குடிப் பட்டயம் பகர்கிறது. அதனால், அதற்கு முன்னரே சங்கம் முற்றுப் பெற்றதாகக் கூறமுடியாது; அது திடீரென நின்றுவிட்டதாகல் வேண்டும். பின்னர் வந்த பாண்டியர் எவரும் அதைப்பற்றிக் கவலை கொண்டதாகவும் தெரியவில்லை. பல நூல்கள் அழியக் காரணம் களப்பிரர் குழப்பம், முதல், இடைக் காலப் பல்லவரது குழப்பமான அரசாட்சி, பல நாட்டார் செய்த போர்கள், திகம்பரசமணர், புத்தர் இவர்தம் இடையீடு இன்ன பிறவற்றால் பழந்தமிழ்ச் செய்யுட்கள் பல அழிந்தொழிந்தன. ஓரளவு அமைதியும் பல்லவர் பாண்டியர் நட்பும் உண்டான நந்தி வர்மன் இறுதிக்காலத்தில், கிடைத்த பழைய பாடல்களைப் பெருந் தேவனார் முறைப்படுத்திச் சேர்ந்திருத்தல் கூடியதே என்க. மூன்றாம் நந்திவர்மன் 'பைந்தமிழை ஆய்ந்த நந்தி' ஆதலாலும், பாண்டிய நாடு தன் உறவு கொண்டமையாலும் இந்நன்முயற்சி யில் ஈடுபடுமாறு தன் அவைப்புலவரை வேண்டி இருக்கலாம். அவரும் அதற்கு உடம்பட்டுப் பாக்களைத் தொகுத்துக் கடவுள் வாழ்த்துக்கூறி முடித்திருக்கலாம்[25], என்று வரலாற்று ஆசிரியர் சிலர் எண்ணுதல் ஆராய்ச்சிக்குரியதே ஆகும்.

சேரமான் பாடிய நூல்கள் (கி.பி. 825 - 850)

முன்னுரை

இவர் சுந்தரர் காலத்தவர்; மூன்றாம் நந்திவர்மன் காலத் தவர் ; சீமாறன் சீவல்லபன் காலத்தவர்; இவர் **பொன் வண்ணத்து அந்தாதி**யைத் தில்லைநகரிற் (பல்லவர் நாட்டில்) பாடினார்; **மும்மணிக்கோவை**யைத் திருவாரூரிற் பாடினார்; **ஞான வுலா**வைக் கயிலையிற் பாடினார் என்பர். இவை மூன்றும் பல்லவர் கால நூல்கள் ஆதலின், இவற்றைப் பற்றிச் சிறிதேனும் அறிதல் நன்றாகும்.

அந்நாதி

இது நூறு பாக்களைக் கொண்டது; முதலும் முடிவும் **பொன் வண்ணம்** எனத் தொடங்கி முடிவது; சங்கமங்கை (23), மறைக் காடு (47), ஐயாறு (60), தில்லை (77), கழுக்குன்றம் (59) என்ற தலங்கள் குறிக்கப்பெற்றுள்ளது. அழகிய பொருட்செறிவுடைய பாக்களைத் தன் அகத்தே பெற்றது. சேரமான் தன்னைச் செவிலி

யாகவும், தலைவியாகவும் வைத்து இப்பாடல்களைப் பாடியுள்ளார். வருணனை மிக்க பாக்கள் சிலவுண்டு. அவற்றில் ஒன்று காண்க.

சிவனார்

சடை - எரிகின்ற தீப்போன்றது
கங்கை - அத்தீக்குச் சொரியும் பாற்கடல் போன்றது;
(நீரில் சரிகின்ற) திங்கள் - தோணி போன்றது;
அரவு - தோணி செலுத்துவோனைப் போன்றது.[26]

ஒரு செய்யுளில் மும்மூர்த்திகளுடைய பெயர், இருப்பிடம், நிறம், மாலைகள், ஆதனம் கூறப்பட்டுள்ள அழகு நோக்கத்தக்கது.

பெயர்:	சிவன்	அயன்	அரி
இருப்பிடம் :	வெற்பு	அலர்	நீர்
நிறம் :	எரி	பொன்	கார்
மாலை :	கடுக்கை	கமலம்	துழாய்
ஆதனம் :	விடை	தோல்	பறவை[27]

மும்மணிக்கோவை

இது திருவாரூரிற் சுந்தரர் முன்பு கோவிலிற் பாடியது: முப்பது செய்யுட்களை உடையது; அகவல், வெண்பா, கட்டளைக் கலித்துறை முறையே அமைந்தது. களவு, கற்பு என்ற இரண்டும் விரவப் பாடப்பெற்றது; ஒவ்வொரு பாவிலும் திருவாரூர் குறிக்கப் பெற்றது; ஒவ்வொர் அகவற்பாவும் (2, 4, 7, 10, 13, 25) அகநானூற்றுப் பாக்கள் போல முறையும் செறிவும் முடிவும் அமையப் பெற்றது. பத்தாம் செய்யுளின் முதல் ஐந்து அடிகள் தலைவி வருத்த நிலையை அழகுறக் கூறுவன; இவ்வருணனை சிலப்பதிகாரத் தில் வரும் கண்ணகியின் பிரிவு நிலையுடன் ஒப்பிடத்தக்கது. இதன்கண் ஆரூர், சிராமலை (10), திருக்கடவூர் (24) குறிக்கப்பட் டுள; தக்கன்வேள்வி (12), சிவன் யானை உரித்தது (28), மலை மகட்கு ஒரு கூறு தந்தது (28) ஆகிய கதைக் குறிப்புகள் இடம் பெற்றுள்ளது.

ஞானவுலா

இது சிவபெருமான்முன் திருக்கயிலையிற் பாடியதென்பர். இந்நூல் படிக்கப் படிக்க இன்பம் தருவது. இதில் பல அரிய பொருள்கள் குறிக்கப்பட்டுள்ளன. அவற்றுள் சில கீழே காண்க:

(1) **சிவன்**, 'அரியாகிக் காப்பான்; அயனாய்ப் படைப்பான் ; அரனாய் அழிப்பவனும் தானே'.

(2) **சிவன்**, 'எவ்வுருவில் யாரொருவர் உள்குவார் உள்ளத்துள் அவ்வுருவாய்த் தோன்றி அருள் கொடுப்பான்.'

(3) **அக்கால இசைக் கருவிகள்** - சல்லரி, தாளம், தகுணிதம், தத்தளகம், கல்லலகு, கல்லவடம், மொந்தை, சங்கம், சலஞ்சலம், தண்ணுமை, பேரி, குடமுழவம், கொக்கரை, வீணை, குழல், யாழ், தடாரி, படகம், மத்தளம், துந்துபி, முருடு[28] என்பன.

(4) ஏழு பருவ மங்கையர் வருணனை படித்து இன்புறத்தக்க பகுதியாகும். அவற்றில் சில வருமாறு:-

(i) மடந்தை, **தீந்தமிழின் தெய்வ வடிவாள்.**

(ii) அரிவை, 'தன் ஆவார் இல்லாத் தகைமையாள்.'

(iii) அவள், 'இன்னிசையும் இப்பிறப்பும் **பேணும் இருந் தமிழும்** மண்ணிய வீணையையும் கைவிட்டாள்.'

(iv) தெரிவை, 'ஆராவமுதம் அவயவம் பெற்றனைய சீரார் தெரிவைப் பிராயத்தாள்'

(5) இந் நூலால், பெண்கள் சிவபெருமானை எண்ணி **வெண்பாக்கள் பாடுதல் மரபு** என்பது தெரிகிறது.[29]

(6) இந்நூலில், 'இல்லாரை எல்லாரும்' என்ற குறளும், 'கண்டு கேட்டு' என்ற குறளும் முழுவதும் வைத்து ஆளப்பட் டுள்ளன. சுருங்கக் கூறின், இது படித்து இன்புறத்தக்க சிறந்த நூல் என மற்றொரு முறை கூறலாம்.

நாலாயிரப் பிரபந்தம் (கி.பி. 200 - 900)

முதல் ஆழ்வார் மூவரும் திருமழிசை யாழ்வாரும் பல்லவர்க்கு முற்பட்டவர் ஆவர். நாம் அறிந்தவரை பல்லவர் காலத்தில் தொண்டை நாட்டில் இருந்தவர் **திருமங்கை ஆழ்வாரும் தொண்டர் அடிப்பொடி ஆழ்வாருமே** ஆவர்.[30] இவர்கள் இரண் டாம் நந்திவர்மன் காலத்தில் இருந்தவர்கள். இவர்கள் பாடல் களைக் கொண்ட இப்பிரபந்தம் பற்றி முன்னரே நன்கு விளக்கப்பட் டுள்ளது. பல்லவர்கால மணிப்ரவாள நடைக்கு இந்நூல் ஏற்ற சான்றாகும்.

பல்லவர் அவைப் புலவர் (கி.பி. 615 - 900)[31]

பிற்காலப் பல்லவர் காலத்திற்றான் தமிழ் மொழியிற் கல்வெட்டுகளும்செப்பேடுகளும் வெளிவந்தன. அவற்றில் உள்ள

அழகிய தமிழ்ப் பெயர்கள், அழகிய தொடர்கள், வருணனை இன்ன பிறவும் பண்பட்ட புலவர் பெருமக்களால் முதலில் வரையப்பட் டிருந்தல் வேண்டும் என்பது தெளிவாகிறது. தமிழ்நாட்டில் தமிழ் மக்களை ஆண்டு, தமிழராக மாறிய பல்லவ வேந்தர் தமிழ் அறிவுடையவராக இருந்தனர் என்பதுபல சான்றுகளால் நிறுவப் பெற்றது. அவர்கள் தமிழ்மொழியை வளர்த்ததோடு, தமிழ்ந் புலவர்களையும் ஆதரித்து வந்தனர் எனக்கோடல் பொருத்தமே ஆகும். மூன்றாம் நந்திவர்மனுக்கு முற்பட்ட பல்லவர் காலத்துப் புலவர் இன்னவர், அவர் செய்த ஆயினும், ஒவ்வோர் அரசன் அவையிலும் தமிழ்ப் புலவர் (பட்டயம் எழுதவும் கல்வெட்டில் பாட்டு எழுதவும், பிற சிறப்புடைய அரசியல் ஓலைகள் தீட்டவும்) இருந்திருத்தல் வேண்டும் என்பதை உய்த்துணரலாம்.

குறிப்புகள்

1. Tamil Navalar Saritai, S. 154-157.
2. K.A.N. Sastry's 'Cholas' part I, p. 121.
3. யா - வருத்தி. சூ, 83 உரை; இது விளக்கத்தனார் பாடியுள்ள நீண்ட கலிப்பாவின் ஒரு பகுதி
4. M. Raghava Iyengar's 'Sasana Tamil Kavi Saritram', pp. 17-21.
5. Mysore Annual Archaeological Report, 1925, pp. 9-12.
6. நன்னூல் சூ,272. மயிலை, உரை
7. தளவானூர்க்குகைக்கோவில் கல்வெட்டு; **'சத்ருமல்லன்'** என்பது மகேந்திரன் விருதுகளுள் ஒன்று
8. இம் மூன்று பாடல்களும் பல்லவ மல்லனையே பற்றியயை; யா - விருத்தி, பாகம் 2, பக் 520 - 52 இப்பாடல்கள் பல்லவமல்லன் காலத்திலே செய்யப்பட்டவை என்பது '**பாராளும்** பல்லவ மல்லன்' என்ற தொடரால் உணரலாம்
9. யா - விருத்தி சூ. 87 உரை
10. இஃது இராட்டிரகூடரை வென்றதால், திருமகள் போன்ற இராட்டிரகூட இளவரசியாகிய சங்காவை மனைவியாகப் பெற்றமை கூறப்பட்டது;
11. இது நீண்ட கலிப்பா, பா - விருத்தி, சூ. 86 உரை
12. தெள்ளாறு - வட ஆர்க்காட்டுக் கோட்டம் வந்தவாசித் தாலுக்காவில் உள்ள ஊர்.
13. இது கோவைப்பாடல் போலும்! **நந்திக்கோவை** என்ப தொன்று 'நந்திக் கலம்பகம்' என்பதுபோல இருந்தது போலும்! அது நந்திவர்மன் தெள்ளாற்றுப் போரில் தமிழரசரை வென்ற பின் பாடப்பட்டதாகலாம்
14. நந்திக் கலம்பகத்தின் இறுதியிற் சேர்க்கப்பெற்ற பாடல்களில் ஒன்று; **கையறுநிலை**

15. 433-1905
16. Ep. Ind. Vol. VIII, p. 26.
17. சூ. 359 உரை
18. தொல். அகத். சூ. 51உரை, இதனால்; இது நச்சினார்க்கினியர் காலம் வரை வழக்கில் இருந்தமை தெரிகிறது அன்றோ?
19. கி.பி. 250 முதல் 900 வரை தமிழகத்திற் பல்லவப் பேரரசே இருந்தமையால், அக்காலத்திற் செய்யப்பட்ட தமிழ் நூலிகளிற் பெரும்பாலான பல்லவப் பெருநாட்டிற் செய்தனவாகக் கொள்ளப்பட்டன. மேலே கண்டவற்றுட் சில பாண்டிய சேர நாடுகளிலும் செய்யப்பெற்றனவாக இருக்கலாம்.
20. Vide Author's article on 'Books on Tamil Prosody" (Selvi, Vol. 15)
21. Ibid. pp. 377 - 378.
22. Ibid. p. 379.
23. 'காந்தர்வ வித்தை'யில் மகேந்திரனும் இராசசிம்மனும் பல்லவர் - புலவர் என்பது முன்னரே கூறப்பட்டன அல்லவா?
24. Ibid. p. 379.
25. M.V.K. Rao's 'Gangas of Talakad', p. 276.
26. S. 387, 484, 514, 546, 559, 571, 583, 590, 618, 629, 678, 711, 771.
27. S. 773
28. S. 669
29. S. 484
30. P.T.S. Iyengar's 'History of the Tamils'.
31. S. 67, 2, S. 95.
32. காரைக்கால் அம்மையார் மூத்த திருப்பதிகத்தில் வரும் இசைக்கருவிகளை நோக்குக.
33. வெண்பா மிகுதிப்பட்டது பல்லவர் காலமே என்பதற்கு இஃதுமொரு சான்றாகும்
34. வேண்டுமாயின் திருமழிசை ஆழ்வாரை ஏறத்தாழ முற்காலப் பல்லவர் காலத்தவர் (கி.பி. 250 - 350) எனக் கொள்ளலாம்.
35. தளவானூர்க் கல்வெட்டு வெண்பா மகேந்திரன் காலத்தது. இவன் காலமுதலே தமிழ்க் கல்வெட்டுகள் கிடைக்கின்றன. ஆதலின் இவன் காலமே தொடக்க காலமாகக் கொள்ளப்பட்டது.

* * *

25. பல்லவர் கோநகரம்

சங்க காலச் சோழர் ஆட்சியில் காஞ்சிமா நகரம் எங்ஙனம் இருந்தது என்பது முதற் பிரிவில் கூறப்பட்டதன்றோ? இப்பிரிவில், பல்லவர் கோநகரம் ஆகிய காஞ்சிபுரம் எந்நிலையில் இருந்தது என்பதைப் பல்லவர் எழுத்துகளைக் கொண்டும் பிற்காலச் சோழர் எழுத்துகளைக் கொண்டும் இன்றைய நிலையைக் கொண்டும் ஒருவாறு காண்போம்:

நகர அமைப்பு

இயூன்-சங் காலத்தில் காஞ்சி நகரத்தின் சுற்றளவு ஏறத்தாழ ஆறு கல்; இன்று ஏறத்தாழ ஐந்து கல். ஒணகாந்தன் தளியிலிருந்து பிள்ளைப்பாளையம் வரை இன்று வயல்களாக உள்ள நிலப்பகுதி நகரமாக இருந்திருத்தல் வேண்டும் என்பது கயிலாசநாதர் கோவில் கல்வெட்டுகளால் நன்கு தெரிகிறது வேகவதியாற்றை ஓர் எல்லை யாகப் பழைய நகரம் கொண்டிருந்த தென்னல் பிழையாகாது. நகரம் மேற்கில் மேடாகவும் கிழக்கில் பள்ளமாகவும் இருக்கிறது; நகரத் தெருக்கள் பெரும்பாலும் அகன்றவை; அரச வீதிகள் நான்கும் ஏறத்தாழ 100 அடி அகலம் கொண்டவை; 'தேரோடும் வீதிகள், படை செல்லும் வீதிகள்' என்று கூறத்தக்கவாறு அகன் றுள்ளன. பெருமழை நீரும் சாலைகளில் தேங்குதல் இல்லை; உடனே உட்சென்று விடுகிறது. இந் நகர் நடுவே **மஞ்சள் நீர்க் கால்வாய்** என்பது ஓடுகிறது. இதனை அடுத்துப் பண்டைக் காலத் தில் **ஓடை** போன்ற **அகழி** இருந்தது என்று பெரியோர் பலர் கூறு கின்றனர். அந்த அகழிக்கு அணித்தே உள்ள தோட்டங்களில் நிலத்திற்கு அடியில் செங்கற் படைகள் இன்றும் கிடைக்கின்றனர். அச் செங்கற்கள் 18 - அங்குல நீளம் 9 - அங்குல அகலம் அகலம் 4 - அங்குல கனம் உடையன. எனவே, அச் செங்கற் சுவர் **கோட்டை மதிற்சுவரின்** பகுதியாக இருக்கலாம் என்று எண்ண வேண்டுவதாக இருக்கிறது. 'மகேந்திரன் **கோட்டை மதிலு**க்குள் நுழைந்து கொண் டான்; அஃது ஏறி உட்செல்ல முடியாத உயரமும் வன்மையும் உடையது' என்று சாளுக்கியர் பட்டயம் கூறலாலும், **மதிற் கச்சி** எனத் தேவாரத்தில் வருதலாலும், பல்லவர் காலத்தில் நகரைச் சுற்றி **மதில்** இருந்திருத்தல் வேண்டும் என்பது புலனாகிறது. காஞ்சி நகரம் பிற்காலத்தில் பல மாறுதல்களைப் பெற்றுவிட் டமையாலும் சோழர், விசயநகரத்தார், முஸ்லீம்கள் இவர்கள் ஆட்சி யில் பல மாறுபாடுகள் உற்றிருத்தல் இயல்பே ஆதலாலும், பல்லவர் காலச் சின்னங்கள் பல இன்று காண்டல் அருமையே ஆகும்.

எனினும், ஏறத்தாழ இந் நகரப் பொது அமைப்பைப் பல்லவரை அடுத்துவந்த சோழர் காலத்துத் தண்டியலங்காரம் கூறுகிறது. அது கி.பி. 11ஆம் நூற்றாண்டு நூல்; பல்லவர்க்கு 150 ஆண்டுகட்குப் பின் செய்யப்பட்டது. பல்லவர் காலத்துத் தலைநகரம் சோழர்க்கு வடபகுதியின் தலைநகரமாக விளங்கியது. ஆதலால், பெரிய மாறுதல் எதுவும் நேர்ந்திருக்க இடமில்லை. ஆதலின், நாம் தண்டியலங்காரப் பாடலைச் சிறந்த சான்றாகக் கோடலில் தவறில்லை. அது வருமாறு:

ஏரி இரண்டும் சிறகா, எயில்வயிறாக்
காருடைய பீலி கடிகாவா, - நீர்வண்ணன்
அத்தியூர் வாயா, அணிமயிலே போன்றதே
பொற்றேரான் கச்சிப் பொலிவு.

பெரிய புராணம்: இது கி.பி. 12ஆம் நூற்றாண்டின் முற் பகுதியில் செய்யப்பெற்ற நூல்; சோழர் அலுவலாளரும் தொண்டை நாட்டினரும் காஞ்சியை நேரிற் பார்வையிட்டவரு மாகிய **சேக்கிழார்** காஞ்சிநகரத்தைத் திருக்குறிப்புத் தொண்டர் புராணத்தில் 60 - பாக்களில் சிறப்பித்துள்ளார்.[1] அப்பாக்களில் வரும் செய்திகளிற் பெரும்பாலன நகர நிலைமையை அறியப் பேருதவி செய்வனவாகும்.

கெட்டிஸ் துரை கூற்று

இந்நகர அமைப்பைப் பற்றி, நகர அமைப்புத் திட்ட வல்லுநரான திரு. **கெட்டிஸ் துரை** அவர்கள் கருத்துக் கச்சி நகராண்மைக் கழக அறிக்கையில் (1914 - 1915) அழகாகக் குறிக்கப்பட்டுள்ளது. அதில் சில பகுதிகள் ஈண்டுக் காண்க:-

"காஞ்சி நகரம் எண்ணிறந்த கோவில்கட்கு மட்டுமே பெயர் பெற்றதன்று. மிக்க தேர்ச்சியுடனும் கூர்ந்த அறிவுடனும் அமைக் கப்பட்ட நகர அமைப்புக்கும் இந்நகரம் பெயர் பெற்றதாகும். **இந்த நகர அமைப்புத் திட்டத்துக்கு இணையான ஒன்று இந்தியாவில் உள்ள வேறு எந்த நகரத்திலும் இல்லை; உலகத்தில் உள்ள வேறு எந்த நகரத்திலும் இல்லை.** வீடுகள் பாதை மட்டத்திற்குப் பல அடிகள் உயர்த்திக் கட்டப்பட்டிருத்தல் பாராட்டத்தக்கது. மேனாட்டு உயர்ந்த பெரிய நகரங்களில் காணக் கிடைக்கும் இருட்டுச் சந்துகளும் பலவகை அழுக்குகளும் காஞ்சி யிற் காண்டல் அருமை! .... ஏகாம்பரநாதர் கோவிலைச் சேர்ந்த தேர் ஓடும் வீதிகளும், காமாட்சி அம்மன் கோவிலைச் சேர்ந்த தேர் ஓடும் வீதிகளும் ஒன்றுக்கொன்று இடர்ப் படாமல் அமைத்துள்ள முறை வியந்து பாராட்டத்தக்கதாகும். நகர

அமைப்புத் திட்டப் பயிற்சி பெறுவோர்க்கு இது சிறந்த இலக்காக அமைந்திருக்கிறது ....''[2]

பௌத்தர் தெருக்கள்

காஞ்சி நகராண்மைக் கழகம் கி.பி. 1865இல் அமைக்கப் பட்டது. அக்காலத்திற்குமுன், இன்று 'காமாட்சி அம்மன் சந்நிதித் தெரு' என்னும் பெயர் கொண்டுள்ள தெரு **புத்தர் கோவில் தெரு** என்று வழங்கப்பெற்றது. அத்தெருவின் இப் பண்டைப் பெயரைப் பனை ஓலைப் பத்திரங்களில் பார்த்த முதியவர்[3] இன்றும் அத் தெருவில் இருக்கின்றார். 30 ஆண்டுகட்குமுன் அவரது இல்லத் திற்கு எதிரில் நான்கைந்து வீடுகளுக்குப் பின்னுள்ள தோட்டத் தில் **புத்தர் சிலைகள்** இரண்டு அகப்பட்டன. இன்று அவை கருக்கினில் அமர்ந்தாள்[4] கோவிலில் வைக்கப்பட்டுள்ளன. அச் சிலைகள் இருந்த இடம் பண்டைக் காலத்தில் புத்தர் கோவிலாக இருந்தது. அக் கோவிலைச் சேர்ந்த பழைய கிணறுகள் இரண்டு இன்றும் நன்னிலையில் இருக்கின்றன. புத்தர் கோவிற் பகுதி களைக் கொண்டு கச்சபேசர் கோவில் புறச்சுவர் கட்டப்பட்டதாம். இன்றுள்ள காமாட்சி அம்மன் சந்நிதித் தெருவை அடுத்த கப்பராய முதலியார் இல்லத் தோட்டத்தில் ஏறத்தாழ 5½ அடி உயரமுள்ள **புத்தர் சிலை** ஒன்று இருக்கிறது. அது முன் சொன்ன இரண்டைப் போலவே அமர்ந்த நிலையில் அமைப்புண்டதாகும்; முன்னவற்றைவிடப் பெரியது. அந்தத்தோட்டத்தில் உள்ள மண்டபம் ஒன்று 150 ஆண்டுகட்கு முன் கட்டப்பெற்றதாம். அதன் அடிப்படையை அமைக்கும்பொழுது நின்ற கோலங் கொண்ட புத்தர் சிலைகள் காணப்பட்டனவாம். இச்செய்திகளை நன்கு ஆராயின், **புத்தர் கோவில் தெரு** ஒன்று இருந்தது. அங்குப் புத்தர் கோவில்கள் சில இருந்தன' என்பது நன்கு புலனாகும் இன்றுள்ள 'புத்தேரி'த் தெரு என்பது **புத்தர்சேரி** என்று இருத்தல் வேண்டும்; ஆயின், 'புத்தேரித் தெரு' என்றே சோழர் கல்வெட்டு களிலும் பயின்று வருதல் இதன் பழைமையைக் காட்டுகிறது. 'அறப்பணச்சேரித் தெரு' என்று ஒன்றுண்டு. அஃது **அறவணர்** (அறவண அடிகள்) சேரி'யாக இருந்திருக்கலாம் என்பர் இராவ்சாகிப் திரு. மு. இராகவையங்கார் அவர்கள். சில ஆண்டு கட்குமுன் காமாட்சி அம்மன் கோவிலிலிருந்து புத்தர் சிலைகளைத் திருவாளர் கோபிநாதராயர் கண்டெடுத்ததை ஆராய்ச்சி உலகம் நன்கறியும் அன்றோ? மணிமேகலையை நன்கு ஆராய்ந்தவர், காஞ்சியில் பௌத்த இடங்கள் சிலவேனும் இருந்தன என்பதை ஒப்புவர். இயூன் - சங், மகேந்திவர்மன் இவர்தம் நூல்களாலும் கி.பி. 7ஆம் நூற்றாண்டில் பௌத்தர் காஞ்சியில் இருந்தனர் என்பதை எளிதில் உணரலாம். எனவே மேற்கூறிய தெருக்கள்

இரண்டும் பண்டைக் காலத்தில் சிறப்பாகப் பல்லவர் காலத்தில் புத்தர் வாழ்ந்த இடங்களாக இருத்தன என்னலாம்.

'சாத்தன் குட்டைத் தெரு' என்பதொரு தெருவாகும். 'சாத்தன்' என்பது 'சஹஸ்தன்' என்பதன் மரூஉ மொழி. இப்பெயர் புத்தர் பெருமானைக் குறிப்பது. 'சாத்தனார்' என்பது மணிமேகலை ஆசிரியர் பெயராதல் காண்க. இதனால், பல்லவர் காலத்திலும் அதற்கு முற்பட்ட சோழர் காலத்திலும் 'புத்தர்' போன்ற கடவுளர் பெயர்களைக் குளங்கட்கு இடுதல் மரடு என்பது தெரிகிறது.

பிற தெருக்கள்

யானை கட்டுந் தெரு, **பட்டாயத் தெரு, காவலன் தெரு,** முதலியன அரசியல் அமைப்பைச் சேர்ந்த தெருக்கள், அவை இன்றும் அப்பெயருடன் வழங்குகின்றன என்பது நோக்கத்தக்கது.[5] பலவகைத் தொழிலாளர் தெருக்கள் பண்டு இருந்தவாறே இன்றும் இருந்து வருகின்றன. அவற்றுள் சில சாலியர் தெரு, சுண்ணாம்புக் காரத் தெரு, நிமந்தக்காரத் தெரு (கொத்தத் தெரு) என்பன. **சோலைகள்** (இக்கால Parks) இருந்த தெருக்கள் சில. அவை திருச்சோலைத் தெரு, மதுரன்தோட்டத்தெரு, தோப்புத் தெரு முதலியன **மடம், மண்டபம்** முதலியவற்றை உடைய தெருக் கள் - 'மடத்துத் தெரு, மண்டபத் தெரு, மூன்றாம் திருவிழா மண்டபத் தெரு எனப்பட்டன. கோவில்கள் உள்ள தெருக்கள் அக்கோவிற் பெயர் கொண்டு விளங்கின. அவை மதங்கீசர் தெரு, திருமேற்றளி ஈசர் தெரு முதலியன. இப்பெயர்கள் பல்லவர் காலத் தில் இருந்தன என்று கோடலில் எவ்விதத் தவறும் இருப்பதாகத் தெரியவில்லை. **வடக்கு வாசல் தெரு** என்றொரு தெரு இன்றும் இருக்கின்றது. இவ்வாசல் பண்டைக் கோட்டை வாசலாக இருந் திருக்கலாம்.[6]

காஞ்சியை அடுத்துக் **காஞ்சி வாயில்** என்னும் பெயருடன் சில சிற்றூர்கள் இருந்தன என்பது இங்கு நினைவிற் கொள்ளுதல் நலம்.[7] **சாலாபோகம்** தெரு என்பது ஒன்று. 'சாலா போகம்' என்பது கோவில் வயல்களைக் குறிப்பதாகும். அவற்றை அடுத்துள்ள தெரு இங்ஙனம் அழைப்புண்டமை கருதத்தக்கது.

பல்லவ மேடு

இஃது இன்று **பாலி மேடு** எனக் கூறப்படுகிறது. இந்த இடம் பெரிய காஞ்சிக்கும் சிறிய காஞ்சிக்கும் இடையில் தக்க இடத்தில் அமைந்திருத்தலே - இது பண்டைக் காலத்தில் பல்லவர் அரண்மனை இருந்த இடமாதல் வேண்டும் என்பதை வலியுறுத்து கிறது. இம்மேடு காஞ்சி நகர மட்டத்திற்கு மேல் ஏறத்தாழ 30 அடி

உயரம் உடையது. இதன்மீது நின்று நாற்புறமும் காணின், சுற்றிலும் பள்ளமான நிலப் பரப்புண்மையை உணரலாம். மேட்டின் மீது தென்னை மரங்கள் வளர்ந்துள்ளன. ஒரு பால் சிறிய கோவில் இருக்கின்றது. அக்கோவிலில் உள்ள ஆவுடையார் செங்கல்லாலும் சுதையாலும் அமைந்தது. லிங்கம் கல்லால் இயன்றது. அக் கோவிலை அடுத்து இரண்டு கல்மண்டபங்கள் காண்கின்றன. ஒரு மண்டபம் மகேந்திரன் தூண்களைக் கொண்டது. அம் மண்டபத்தில் இரண்டு வரிசைத்தூண்கள் இருக்கின்றன. மண்டபத்தை அடுத்துச் சில அறைகள் காணப்படுகின்றன. ஒன்று மிகச் சிறிய அறை - அது பூசை அறை போலும்! அதனை அடுத்துள்ள அறை இருண்டது. அதன் ஒரு மூலையில் சுரங்கம் ஒன்று படிக்கட்டுகளை உடையதாக இருக்கிறதாம். அச்சுரங்கம் கயிலாசநாதர் கோவிலுக்குச் செல்கிறதாம் மற்றொரு மண்டபம் இடிந்தது. அதில் உள்ள தூண்கள் ஐவகைப்பட்டவை; பல்வேறு காலத்தவை. மண்டபக்கூரை கருங்கற்களால் ஆனது. அதன்மீது செங்கல் சுண்ணாம்புத்தளம் இடப்பட்டுள்ளது. இப்பல்லவர் மேடு அகழப் பெறும் நாளே பல்லவரைப் பற்றி நற்குறிப்புகள் கிடைக்கும் நன்னாள் ஆகும். இம்மேடு அரசாங்கத்தார் பாதுகாவ லில் இருப்பது போற்றத்தக்கதாகும்.[7]

திருமேற்றளி என்பது பிள்ளைப்பாளையத்தில் இருக்கின்றது. இக்கோவில் சம்பந்தர், சுந்தரர் பாடல் பெற்றதாகும். இக்கோவிலில் இருந்த திருமால் சம்பந்தர் பாடல்கேட்டுச் சிவ லிங்கமாக உருமாறினார் என்பது வரலாறு. இக்கோவிலைச் சேர்ந்து மடம் ஒன்று இருந்தது. அதற்குத் தந்திவர்மன் காலத்து முத்தரையன் ஒருவன் தானம் செய்ததாகக் கல்வெட்டு ஒன்று கூறுகிறது.[8]

கச்சிநெறிக் காரைக்காடு : இஃது அப்பர், சம்பந்தர் பாடல்கள் பெற்றது. எனவே, இதுவும் கி.பி. 7ஆம் நூற்றாண்டிற்கு முற்பட்ட கோவில் ஆகும். இஃது இன்று ஊருக்கு வெளியே இருக்கிறது. ஆயின், பல்லவர் காலத்தில் ஊருக்குள் இருந்திருத்தல் வேண்டும்.

இங்ஙனமே **ஓணகாந்தன் தளி** என்னும் சிறு கோவிலும் ஊருக்குச் சிறிது அப்பால் உள்ளது. அக்கோவில், கயிலாசநாதர் கோவில், மேற்றளிக் கோவில் இவை மூன்றும் ஏறத்தாழ ஒரே வரிசையில் உள்ளதை நோக்க, மேற்றளி பல தெருக்கட்கு இடையில் இருத்தலையும், மற்ற இரண்டும் வயல்கட்கிடையே இருத்தலையும் நோக்கப் பண்டை நகரப் பகுதிகள் சில இன்று வயல்களாக மாறிவிட்டமை நன்கு விளங்கும். இதனைக் கம்பணவுடையார் காலத்துக் கயிலாசநாதர் கோவிற் கல்வெட்டுகளும் மெய்ப்பித்தல் காணலாம்.

முடிவுரை

சுருங்கக் கூறின், காஞ்சிமாநகரம் ஏறத்தாழ 2500 ஆண்டு களாகச் சிறப்புற்று விளங்கும் **மாநகரம்** என்னலாம். இது நகர அமைப்பில் இணையற்று இலங்குவது; சமயத் துறையில் சிறப்புற்று விளங்குவது; வரலாற்றுத் துறையில் வளம் பெற்று இருப்பது. இப்பெரு நகரம் பல மரபுகளைச் சேர்ந்த முடி மன்னர் களைக் கண்டது[9], பல படையெடுப்புகளைக் கண்டது; இதனை ஆண்ட - அரசர் மறைந்தனர்; இதன்மீது படையெடுத்த பார் மன்னரும் மறைந்தனர்; ஆயின் காஞ்சி இன்றும் நின்று நிலவுகிறது.

தனது பண்டை வரலாற்றைச் சிதைவுகள் வாயிலாகவும் கோவில்கள் வாயிலாகவும் தன்னடியில் மறைப்புண்டு வெளிப் படும் பொருள்கள் வாயிலாகவும் நமக்குப் புன்முறுவலோடு அறிவித்து நிற்கும் காட்சி, வரலாற்று உணர்ச்சி உடையாருடைய கண்கட்கும் உள்ளத்திற்கும் பெருவிருந்தளிப்பதாகும்.

குறிப்புகள்

1. S. 50 - 110.
1. Prof. Geddes's 'Report on Towns' G.O.N. 1272 M. dated 16.8.1915.
3. திருவாளர் பாலகிருட்டின முதலியார் அவர்கள்
4. 'சுருக்கி' - சினையாகுபெயராய்ப் பனையை உணர்த்திற்று. பனங்காட் டில் அமர்ந்த காளி' என்பது பொருள்.
5. திருநெல்வேலியில் உள்ள குலசேகரன் பட்டினத்தில் இன்றும், **'பரத் தையர் தெரு'** என்னும் பெயர் கொண்ட தெரு இருப்பதாகத் **திரு. செ.தெ. நாயகம்** அவர்கள் கூறினார்கள். இப்பண்டைப் பெயர் இன்றள வும் நிலைத்திருத்தல் அருமை அன்றோ?
6. 'ஏரி இரண்டும் சிறகா..... பொலிவு' என வரும் தண்டி யலங்கார வெண்பா இங்கு நினைக்கத் தக்கது.
7. S.I.I. Vol. II, p. 365.
8. 89 of 1921.
9. "Of all the ancient places in South India there is none that can rival the ancient Kanchi in the variety, antiquity and importance of ancient monuments. Here are Jaina an Buddhist, Saiva and Vaishnava temples of the Pallava, Chola and later times, which it would be difficult to imagine in any other place" - K.N. Dikshit, Director - General of Archaelogy in India, Memoirs of the A.S. of India, No. 63 (Preface)

* * *

26. அரசர் பட்டியல்

(1) பல்லவர் காலத்துக் கங்க அரசர்
(கி.பி. 350 - 907)

கொங்காணிவர்மன்	(350 - 400)
மாதவன்	(400 - 435)
அரிவர்மன்	(436 - 460)
மாதவன்	(460 - 500)
அவநிதன்	(500 - 540)
துர்விநீதன்	(550 - 620)

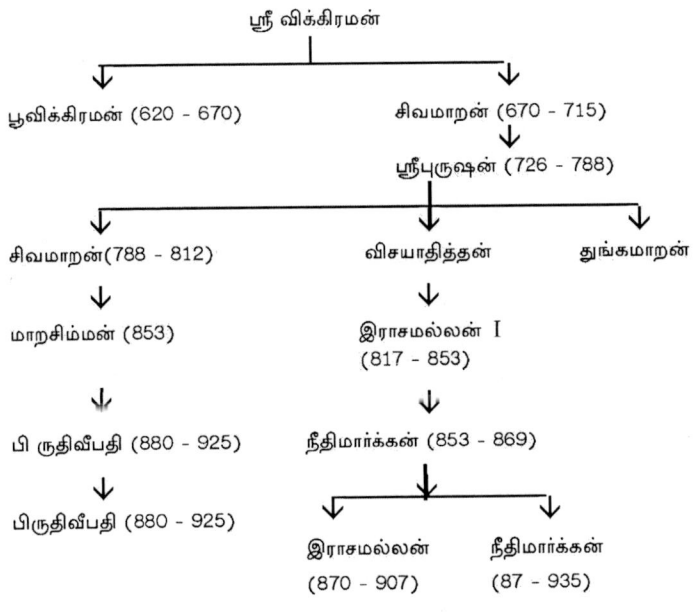

ஸ்ரீ விக்கிரமன்

- பூவிக்கிரமன் (620 - 670)
- சிவமாறன் (670 - 715)
  - ஸ்ரீபுருஷன் (726 - 788)
    - சிவமாறன்(788 - 812)
      - மாறசிம்மன் (853)
        - பி ருதிவீபதி (880 - 925)
          - பிருதிவீபதி (880 - 925)
    - விசயாதித்தன்
      - இராசமல்லன் I (817 - 853)
        - நீதிமார்க்கன் (853 - 869)
          - இராசமல்லன் (870 - 907)
          - நீதிமார்க்கன் (87 - 935)
    - துங்கமாறன்

---

1. இம்மரபினர் காலவரையறை திட்டமாக வரையறை செய்யப்பட வில்லை. ஆயினும், இங்குள்ள காலவரையறை ஆராய்ச்சியாளர் கருத்தேயாகும். M.V.K. Rao's 'Gangas of Talakad'.

(2) பல்லவர் காலத்துக் கதம்ப அரசர்
(கி.பி. 350 - 570)

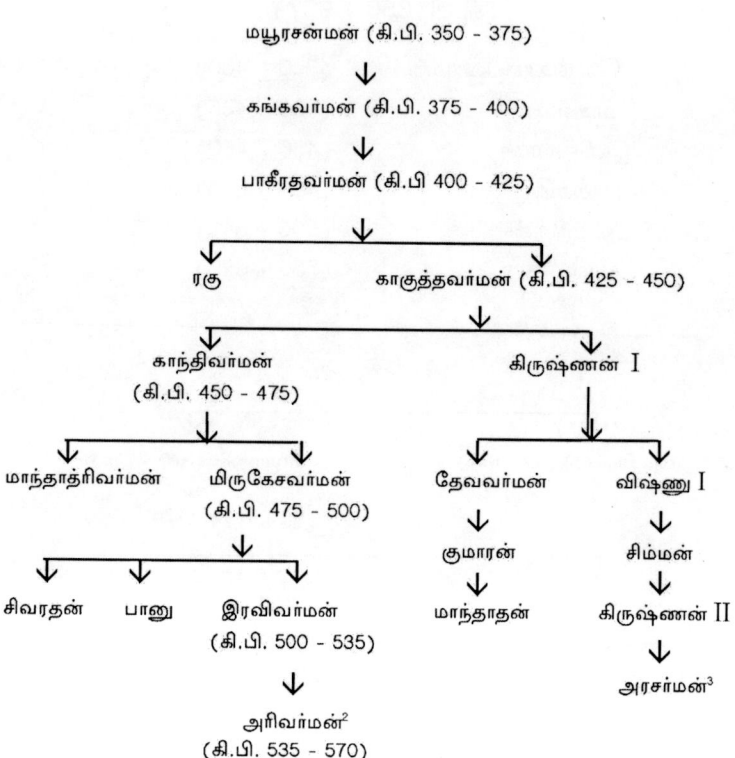

---

1. Sircar's Successors of the Satavahanas', pp. 232, 238 - 240.
2. இவனுடன் கதம்பர் நாடு ஒழிந்தது: அவ்விடத்தில் மேலைச் சாளுக்கியர் அரசு ஏற்பட்டது.
3. இவனும் இவன் மரபினரும் சாளுக்கியரிடம் சிற்றரசராக இருந்து வந்தனர்.

(3) பல்லவர் காலத்துப் பாண்டியர் மன்னர்
(கி.பி. 575 - 900)

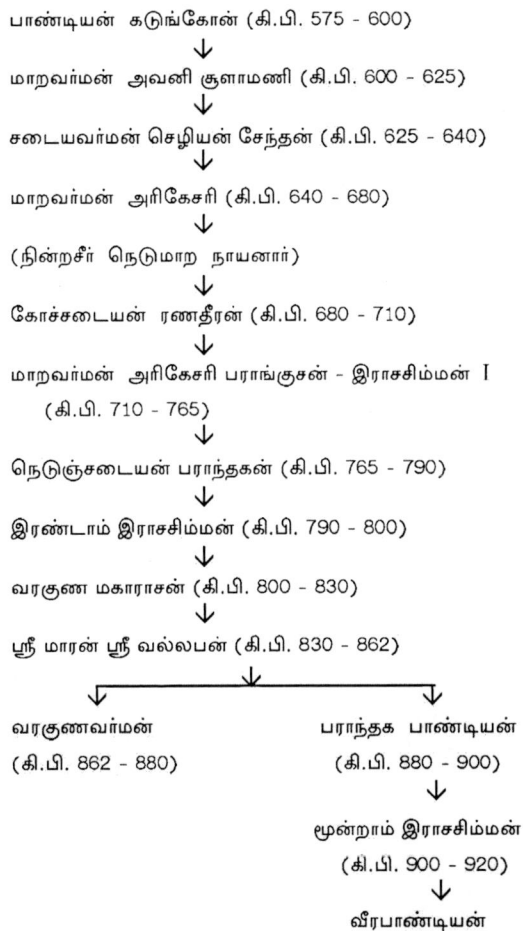

பாண்டியன் கடுங்கோன் (கி.பி. 575 - 600)

↓

மாறவர்மன் அவனி சூளாமணி (கி.பி. 600 - 625)

↓

சடையவர்மன் செழியன் சேந்தன் (கி.பி. 625 - 640)

↓

மாறவர்மன் அரிகேசரி (கி.பி. 640 - 680)

↓

(நின்றசீர் நெடுமாற நாயனார்)

↓

கோச்சடையன் ரணதீரன் (கி.பி. 680 - 710)

↓

மாறவர்மன் அரிகேசரி பராங்குசன் - இராசசிம்மன் I
(கி.பி. 710 - 765)

↓

நெடுஞ்சடையன் பராந்தகன் (கி.பி. 765 - 790)

↓

இரண்டாம் இராசசிம்மன் (கி.பி. 790 - 800)

↓

வரகுண மகாராசன் (கி.பி. 800 - 830)

↓

ஸ்ரீ மாரன் ஸ்ரீ வல்லபன் (கி.பி. 830 - 862)

↓

↓	↓
வரகுணவர்மன் (கி.பி. 862 - 880)	பராந்தக பாண்டியன் (கி.பி. 880 - 900)
	↓
	மூன்றாம் இராசசிம்மன் (கி.பி. 900 - 920)
	↓
	வீரபாண்டியன்

---

1. இது திருவாளர் சதாசிவப் பண்டாரத்தார் எழுதியுள்ள 'பாண்டியர் வரலாறு' என்னும் நூலிற் கண்டபடி குறிக்கப்பெற்றது.
2. இதிற் குறித்துள்ள நெடுஞ்சடையன் பராந்தகனையும் வரகுண மகாராசனையும் ஒருவனாகவும்,
3. முதல் இராசசிம்மனையும் இரண்டாம் இராசசிம்மனையும் ஒருவனாகவும் கருதுவர் திருவாளர் K.A. நீலகண்ட சாத்திரியார். - Vide his 'Pandyan Kingdom', p. 41.

(4) பல்லவர் காலத்து மேலைச் சாளுக்கியர் (கி.பி. 500 - 750)

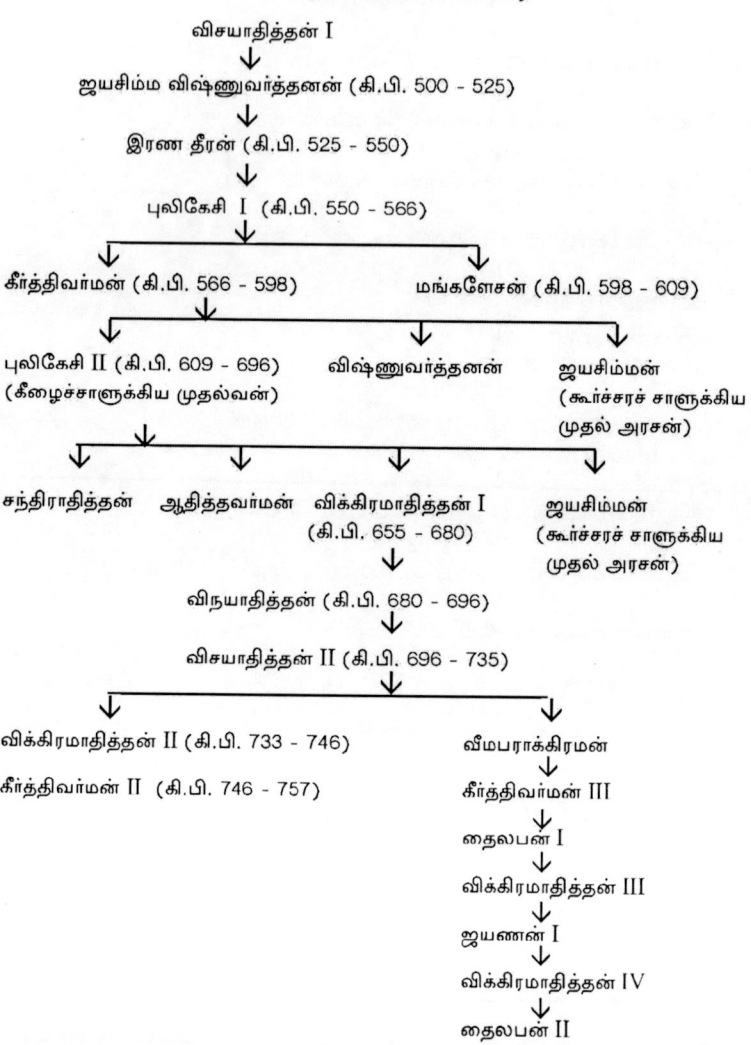

விசயாதித்தன் I

↓

ஜயசிம்ம விஷ்ணுவர்த்தனன் (கி.பி. 500 - 525)

↓

இரண தீரன் (கி.பி. 525 - 550)

↓

புலிகேசி I (கி.பி. 550 - 566)

↓

- கீர்த்திவர்மன் (கி.பி. 566 - 598)
- மங்களேசன் (கி.பி. 598 - 609)

கீர்த்திவர்மன் ↓

- புலிகேசி II (கி.பி. 609 - 696) (கீழைச்சாளுக்கிய முதல்வன்)
- விஷ்ணுவர்த்தனன்
- ஜயசிம்மன் (கூர்ச்சரச் சாளுக்கிய முதல் அரசன்)

புலிகேசி II ↓

- சந்திராதித்தன்
- ஆதித்தவர்மன்
- விக்கிரமாதித்தன் I (கி.பி. 655 - 680)
- ஜயசிம்மன் (கூர்ச்சரச் சாளுக்கிய முதல் அரசன்)

விக்கிரமாதித்தன் I ↓

விநயாதித்தன் (கி.பி. 680 - 696)

↓

விசயாதித்தன் II (கி.பி. 696 - 735)

↓

- விக்கிரமாதித்தன் II (கி.பி. 733 - 746)

  கீர்த்திவர்மன் II (கி.பி. 746 - 757)

- வீமபராக்கிரமன்

  ↓ கீர்த்திவர்மன் III

  ↓ தைலபன் I

  ↓ விக்கிரமாதித்தன் III

  ↓ ஜயணன் I

  ↓ விக்கிரமாதித்தன் IV

  ↓ தைலபன் II

---

1. Fleet - Bombay Gazetteer.
2. இவனுடன் முதல் சாளுக்கியப் பேரரசு ஒழிந்தது; அதனை இராட்டிரக்கூடர் கைப்பற்றினர்.
3. இவன் இராட்டிரகூடப் பேரரசை ஒழித்து மீண்டும் சாளுக்கியப் பேரரசைக் கி.பி. 973இல் ஏற்படுத்தினான்.

(5) பல்லவர் காலத்து இராட்டிரகூட மன்னர் (கி.பி. 725 - 912)

தந்தி துர்க்கன் (கி.பி. 725 - 758)
↓
கிருஷ்ணன் (கி.பி.758 - 772)
↓
கோவிந்தன் (கி.பி. 772 - 780)
↓
துருவன் (கி.பி. 780 - 794)
↓
கோவிந்தன் (கி.பி. 794 - 814)
↓
அமோகவர்ஷன் (கி.பி. 814 - 800)
↓
கிருஷ்ணன் (கி.பி. 880 - 912)

---

* Alterkar's 'Rashtrakutas and their times'.

மேற்கோள் நூல்கள்
(BIBLIOGRAPHY)

1. South Indian Inscriptions, Vols.
2. Epigraphia Indica, Vols.
3. Archaeological Survey of India, Vols.
4. Archaeological Survey of Ceylon, Vols.
5. Epigraphia Carnataka, Vols
6. Bombay Gazetteer
7. Mysore Gazetteer
8. Mysore and Coorg from Inscriptions
9. Mysore Archaeological Report
10. M.E.R. Vols
11. Sewell's 'List of Antiquarian Remains in the Madras Presidency'.
12. Beal's Records
13. Q.J.M.S. Vols
14. J.O.R. Vols
15. Triveni
16. Madras Christian College Magazine
17. Sentamil Vols
18. Sentamil Selvi Vols
19. Tamil Poli Vols
20. Kalaimagal Vols
21. Siddhanta Dipika Vols
22. Historical Inscriptions of South India
23. Bellary Gazetteer
24. Chingleput Disctrict Manual
25. Some Miscellany Papers - G.V.R. Pantulu's 70th Birthday Celebrations Committee
26. W. Eloit's 'Coins of South India'
27. Mattavilasam (Sanskrit)

28. Mahavamsam
29. V.A. Smith - Early History of India
30. Annual Reports of the A.D. Southern Circle
31. Prof. Gedde's 'Reports on Towns'
32. R. Gopalan - Pallavas of Kanchi
33. Dr. C. Minakshi - Administration and Social Life under the Pallavas
34. Dr. C. Minakshi - Memoir 63 of the A.S. of India.
35. Dr. S.K. Aiyangar - Antiquities of Mahabalipuram.
36. Dr. S.K. Aiyangar - Ancient India
37. Dr. S.K. Aiyangar - Manimekalai in its Historical Setting
38. Dr. S.K. Aiyangar - Some Contributions of S.I. to Indian Culture
39. Dr. S.K. Aiyangar - Early History of Vaishnavism
40. Prof. Dubreil - The Pallavas
41. Prof. Dubreil - History of Ancient Dekkhan
42. Prof. Dubreil - S.I. Iconography
43. Prof. Dubreil - Pallava Antiquities
44. Prof. Dubreil - Dravidian Artchitecture
45. Heras - Studies in Pallava History
46. Rea - Pallava Architecture
47. A.V.T. Iyer - Indian Architecture
48. Longhurst - Pallava Architecture
49. Ram Raz - Essay on Indian Architecture
50. O.C. Gangooly - Indian Architecture
51. Ananda Alwar - Indian Architecture
52. Fergusson - History of Indian and Eastern Architecture
53. A.K. Samy - Arts and Crafts
54. Navaratnam - S.I. Sculpture
55. P.T.S. Iyengar - Pallavas Vols. I - III (Tamil)
56. K.A.N. Sastry - Cholas 4 Vols
57. K.A.N. Sastry - Pandyan Kingdom

58. D. Sircar	-	Successors of the Satavahanas
59. Dr. K. Gopalachari	-	Early History of the Andhra Country
60. Altaekar	-	Rashtrakutas and their Times
61. Moreas	-	Kadamba Kula
62. M.V.K. Rao	-	Gangas of Talakad
63. T.N. Ramachandran	-	Tirupparuthikkundram and its / Temples
64. C.V.N. Iyer	-	Saivism in S. India
65. C.S.S. Chari	-	History and Institutions of Pallavas
66. C.S.S. Chari	-	A History of India
67. T.V.S. Pandarathar	-	Pandyar Varalaru (Tamil)
68. T.R. Sesha Iyengar	-	Ancient Dravidians
69. K.G. Sesha Iyer	-	Cheras of the Sangam Period
70. T.G. Aravamuthan	-	The Sangam Age
71. B.C. Law	-	Buddhistic Studies
72. T.N. Subramanian	-	Pallava Mahendravarman (Tamil)
73. Dr. N.V. Ramanayya	-	Origin of S.I. Temples
74. G. Oppert	-	The Original inhabitants of Idia
75. M.R. Iyengar	-	Alwargal Kala Nilai (Tamil)
76. M.R. Iyengar	-	Sasana Tamil Kavi Charitam (Tamil)
77. R. Gopinatha Rao	-	History of Sri Vaishnavas
78. P.T.S. Iyengar	-	History of Tamils

79. Sangam Literature
80. Periapuranam
81. Thirumarai, Vol I to XI
82. Nalayira Thivya Prabhandam
83. Nandi Kalambakam
84. Baratha Venba
85. Sivasthala Manjari
86. Tamil Navalar Charitai
87. Yapparunkala Viruthi
88. Nannool - Mailainathar commentary.